పాలా హాకిన్స్ ఫిక్షన్ రచన చేపట్టకముందు పదిహేను సంవత్సరాల పాటు పాత్రికేయ రంగంలో పనిచేశారు. జింబాబ్వేలో పుట్టి పెరిగిన పాలా 1989లో లండన్‌కు మారారు. ఇక అక్కడే ఉన్నారు.

ద గర్ల్ ఆన్ ద ట్రెయిన్ ఆమె రాసిన మొదటి థ్రిల్లర్ నవల. అంతర్జాతీయంగా సంచలనం సృష్టించి 20 మిలియన్ కాపీలు అమ్ముడయ్యింది. నలభైకి పైగా భాషలలో వచ్చిన ఈ నవల ప్రపంచమంతటా నంబర్ వన్ బెస్ట్ సెల్లర్‌గా నిలిచింది. ఎమిలీ బ్లంట్ నటించిన చిత్రం కూడా నంబర్ వన్ బాక్స్ ఆఫీస్ హిట్ అయ్యింది.

పాలా రెండవ నవల, *ఇన్ టు ద రివర్* కూడా వచ్చేసింది. నంబర్ వన్ బెస్ట్ సెల్లర్ అయ్యింది.

ద గర్ల్ ఆన్ ద ట్రైయిన్

మీరు ఆమెను ఎరుగరు
కానీ, ఆమెకు మీరు తెలుసు

పౌలా హాకిన్స్

అనువాదం: కె.బి.గోపాలం

MANJUL

మంజుల్ పబ్లిషింగ్ హౌస్

First published in India by

MANJUL

Manjul Publishing House

Corporate and Editorial Office:

•2nd Floor, Usha Preet Complex, 42 Malviya Nagar, Bhopal 462 003 - India

Sales and Marketing Office:

• C-16, Sector 3, Noida, Uttar Pradesh, 201301, India

Website: www.manjulindia.com

Distribution centres

Ahmedabad, Bengaluru, Bhopal, Kolkata, Chennai, Hyderabad, Mumbai, New Delhi, Pune

This edition first published in 2022

ISBN 978-93-5543-053-3

Telugu translation by K.B. Gopalam

Printed and bound in India by Parksons Graphics Pvt. Ltd.

For Kate

ఆమె, పాత ట్రెయిన్ ట్రాక్ పక్కన ఒక సిల్వర్ బిర్చ్ చెట్టుకింద పూడ్చి పెట్టి ఉంది. సమాధి మీద ఒక గుర్తు ఉంది. నిజానికది ఏవో కొన్ని రాళ్లు పేర్చిన కుప్ప మాత్రమే. ఆ విశ్రాంతిగా ఉన్న స్థలం వైపు అందరి దృష్టి పడాలని నేను అనుకోలేదు. అయినా గుర్తుగా ఏదో వదలకుండా ఉండలేకపోయాను. అక్కడ ఆమె ప్రశాంతంగా పడుకుంటుంది. ఎవరూ ఆమెను డిస్టర్బ్ చేయరు. పక్షుల పాట, రైళ్ల రణగొణ తప్ప మరే ధ్వనులు ఉండవు.

వన్ ఫర్ సారో, టూ ఫర్ జాయ్, త్రీ ఫర్ ఎ గర్ల్. త్రీ ఫర్ ఎ గర్ల్. మూడు వద్ద ఆగిపోయాను. ముందుకు సాగలేకపోయాను. నా తలలో నిండా చప్పుళ్లు తిరుగుతున్నాయి. నోరంతా రక్తం ఉంది. త్రీ ఫర్ ఎ గర్ల్. మాగ్‌పై పక్షుల కలకలం వినబడుతున్నది. అవి నవ్వుతున్నాయి. నన్ను వెక్కిరిస్తున్నాయి. అంతా గోలగా ఉంది. ఏదో శకునం. చెడ్డ శకునం. సూర్యుని వెలుగులో నేను వాటిని చూడగలుగుతున్నాను. పక్షులను కాదు. మరేవో, ఎవరో వస్తున్నారు. ఎవరో నాకేదో చెపుతున్నారు. ఇక చూడు, నా చేత ఏం చేయించావో ఇక చూడు.

ఇది నవలలో లేదు. సరదాగా ఉంటుంది, సరిగా అర్థమవుతుంది గనుక చేరుస్తున్నాను.

వన్ ఫర్ సారో, టు ఫర్ జాయ్
త్రీ ఫర్ ఎ గర్ల్ అండ్ ఫోర్ ఫర్ ఎ బాయ్
ఫైవ్ ఫర్ సిల్వర్ అండ్ సిక్స్ ఫర్ గోల్డ్
సెవెన్ ఫర్ ఎ సీక్రెట్ నెవర్ టు బి టోల్డ్
ఎయిట్ ఫర్ ఎ విష్ అండ్ నైన్ ఫర్ ఎ కిస్
టెన్ ఫర్ ఎ బర్డ్ యు మస్ట్ నెవర్ మిస్

ఇది 19వ శతాబ్దం కన్నా ముందు నుంచి ఇంగ్లండ్‌లో ప్రచారంలో ఉన్న నర్సరీ రైమ్ (పిల్లల పాట) మాగ్ పై పక్షుల కనిపించే సంఖ్యను బట్టి ఏవో సూచనలు అందుతాయని అక్కడి వారు ఇప్పటికీ అనుకుంటారు. ఈ విషయంలో ఎన్నో కథలు కూడా ప్రచారంలో ఉన్నాయి. ఈ నవలలో కోర్లీ అడవిలో మాగ్ పై పక్షులున్నాయి, అంటూ పాటను వాడుకున్న తీరు చాలా బాగుంది – అనువాదకుడు.

రేచల్

శుక్రవారం, 5 జులై 2013

ఉదయం

ట్రెయిన్ ట్రాక్ పక్కన ఒక దుస్తుల కుప్ప ఉంది. లేత నీలంగుడ్డ. బహుశా ఒక చొక్కా అయ్యి ఉంటుంది. మరేదో మాసిన తెల్లని గుడ్డతో లుంగచుట్టి ఉంది. బహుశా పనికిరాని పాత గుడ్డలయి ఉంటాయి. కట్ట పక్కన పెరుగుతున్న తుప్పలలోకి విసిరేసినట్లున్నాయి. ట్రాక్ మీద ఈ భాగంలో పనిచేస్తుండే ఇంజినీర్లు వేసి ఉంటారు. వాళ్లు ఎప్పుడూ ఇక్కడే ఉంటారు. కాదంటే మరేదో అయ్యుండవచ్చు. నేను ప్రతి విషయం గురించి అతిగా ఆలోచిస్తానని అమ్మ అంటుండేది. టామ్ కూడా అదే అన్నాడు. నేనేం చేయగలను. ఆ పడేసిన గుడ్డలు కనబడతాయి. మురికయిన టీషర్ట్, లేదా ఒకే ఒక షూ. ఇక నాకు ఆలోచనకు వచ్చేదల్లా మరొక షూ. వాటిని తొడుక్కున్న కాళ్లు.

ట్రెయిన్ ఒక్క కుదుపుతో కిరకిర లాడుతూ తిరిగి కదలసాగింది. ఆ గుడ్డలు కనిపించకుండా పోయినయి. మేం లండన్ వేపు సాగుతున్నాము. జాగింగ్ వేగంతో, నా వెనుక సీటులో ఎవరో చికాకుపడి నిస్సహాయంగా నిట్టూర్చారు. ఆష్‌బరీ నుంచి యూస్టన్ వెళ్లే ఈ 8.04 స్లో ట్రెయిన్ ఎంత అనుభవంగల ప్రయాణికులకయినా ఓపికకు పరీక్ష పెడుతుంది. ప్రయాణం లెక్క ప్రకారం యాభై నాలుగు నిమిషాల్లో ముగియాలి. కానీ ఎప్పుడూ అది జరగదు. ట్రాక్‌లో ఈ భాగం ప్రాచీనమయినది.

పాడయింది. సిగ్నలింగ్ సమస్యలున్నాయి. అంతులేకుండా ఇంజినీరింగ్ పనులు జరుగుతూనే ఉంటాయి.

ట్రెయిన్ పాకుతూ పోతున్నది. వేర్ హౌస్‌లు, వాటర్ టవర్‌లు, వంతెనలు, షెడ్‌లు, పాతకాలపు విక్టోరియన్ తరహా ఇళ్లు, అటుపక్కకు మళ్లీ ఉంటాయి, అన్నింటి పక్కగా దడదడమంటూ పాకుతుందది.

నేను కిటికీ మీద తల ఆనించి, సినిమాలో ట్రాకింగ్ షాట్‌లాగ, వెనుకకు కదిలిపోయే ఇళ్లను చూస్తుంటాను. నేను అందరూ చూచే విధంగా చూడను. ఆ ఇళ్ల యజమానులు కూడా వాటిని ఈ దృష్టికోణం నుంచి బహుశా చూడరు. ప్రతినిత్యం రెండుమార్లు కొన్ని క్షణాల పాటు, వారి బతుకుల్లోకి చూచే అవకాశం నాకు అందుతుంది. అపరిచితులు తమ ఇళ్లలో క్షేమంగా ఉండడం, ఒక రకంగా ఊరట కలిగిస్తుంది. ఎవరిదో ఫోన్ మోగుతున్నది. చెప్పలేని ఆనందం గల, వేగం పాట. వాళ్లు ఆన్సర్ చేయడం లేదు. పాట నా చుట్టూ తిరుగుతున్నది. తోటి ప్రయాణికులు తమతమ సీట్‌లలో కదలడం తెలుస్తున్నది. న్యూస్ పేపర్‌ల రెపరెపలు, కంప్యూటర్ చప్పుళ్లు తెలుస్తున్నాయి. ట్రెయిన్ మలుపు మీద నెమ్మదిగా ఊగుతున్నది. రెడ్ సిగ్నల్ దగ్గర పడుతున్నది. నేను పైకి చూడకూడదని ప్రయత్నం చేస్తున్నాను. స్టేషన్‌లోకి వస్తుండగా ఎవరో చేతికందించిన ఫ్రీ న్యూస్ పేపర్ చదివే ప్రయత్నం చేస్తున్నాను. అక్షరాలు కళ్లముందు అలుక్కుపోతున్నాయి. ఆసక్తి నిలవదు. తలలో నాకింకా, ట్రాక్ పక్కన పడేసి వదిలిన దుస్తులు కనబడుతూనే ఉన్నాయి.

సాయంత్రం

జిన్ అంట్ టానిక్ పొంగి క్యాన్ అంచుల మీదుగా పొరలుతున్నది. దాన్ని నోటికి చేర్చి సిప్ చేశాను. చల్లగా, చిమచిమలాడింది. టామ్‌తో నా మొదటి హాలిడే, 2005లో బాస్క్ తీరంలోని ఫిషింగ్ పల్లెలో అదే రుచి.

ఉదయాలలో మేము బేలో ఉన్న చిన్న దీవికి ఈది చేరుకుంటాము. ఆ రహస్య బీచ్‌లలో సంభోగం సాగుతుంది. ఒక మధ్యాహ్నం ఒక బార్‌లో కూర్చుని చిక్కని, చేదు, జిన్ అండ్ టానిక్ తాగుతాము. అలలు వెనుకకు తీస్తే బయటపడిన ఇసుక మీద జట్టుకు ఇరవై అయిదు మంది ప్రకారం చేరి బీచ్ ఫుట్‌బాల్ ఆడుతుంటే చూస్తాం. నేను మరొక సిప్, ఇంకొకటి తీసుకున్నాను. కాన్ అప్పటికే సగం

అయిపోయింది. అయినా ఫరవాలేదు. కాళ్ల దగ్గర పడి ఉన్న ప్లాస్టిక్ సంచిలో మరో మూడున్నాయి. శుక్రవారం కనుక ట్రెయిన్‌లో కూచుని తాగుతున్నాను అన్న దోషభావం అవసరం లేదు. టిజిఐఎఫ్(తాంక్ గాడ్, ఇట్స్‌ఫ్రైడే). ఇక సరదా మొదలవుతుంది. వారాంతం బాగుంటుంది. అందరు అదే చెబుతున్నారు. అందమయిన వెలుగు, మబ్బులు లేని ఆకాశం. పాతరోజుల్లో నయితే కార్లీవుడ్‌లోకి పిక్‌నిక్‌గా వెళ్లే వాళ్లం. ఎండా, నీడల్లో దుప్పట్ల మీద పడుకుని మధ్యాహ్నాలు గడిచిపోయేవి. వైన్ తాగడం సాగుతుంది. నేస్తాలతో కలిసి బార్‌బెక్యూ వంటలు సాగే వీలుంటుంది. లేదంటే రోజ్ వెళ్లి బియెర్ గార్డెన్‌లో కూచుంటాము. మధ్యాహ్నం సాగుతున్నట్లూ, అటు ఎండ, ఇటు ఆల్కహాల్ కలిసి ముఖాలు ఎర్రబడతాయి. చేతులు, చేతులు కలిపి ఇంటికి చేరి సోఫాలో పడి నిద్రలో మునుగుతాము. ఎండ అందంగా ఉంది. ఆకాశంలో మబ్బులు లేవు. ఆటకు తోడుగా ఎవరూ లేరు. చేయడానికి పనేమీ లేదు. ఇట్లా బతకడం అంటే ప్రస్తుతం నేను బతుకుతున్నట్టు బతకడం వేసవిలో మరీ కష్టం. ఎక్కువ కాలం వెలుగుంటుంది. చీకటి తక్కువ. అంతా తిరుగుతూ ఉంటారు. పట్టలేనట్టు, అదే పనిగా ఆనందంగా ఉంటారు. అలసట తోస్తుంది. అందరితో కలవలేకపోతే అసలు బాగుండదు.

వారాంతం నా ముందు పరుచుకుని ఉంది. నలభై ఎనిమిది గంటలు నడవాలి. కాన్ మరోమారు ఎత్తాను. కానీ అందులో చుక్క కూడా లేదు.

సోమవారం, 8 జులై 2013

ఉదయం

8.04 ఎక్కామంటే అదొక మార్పు. లండన్ చేరి పనిలో పడిపోవాలన్న తహతహ నాకేం లేదు. అసలు లండన్ చేరాలనే నాకు లేదు. ఈ సాగిపోయిన మెత్తని సీట్‌లో కూచోవాలి. కిటికీలోంచి పడుతున్న ఎండ వెచ్చదనం అనుభవించాలి. రైల్ పెట్టె ముందుకూ, వెన్కు, ముందుకూ వెనక్కు కుదుపుతుంది. పట్టాల మీద అందమయిన లయ పలుకుతుంది. వాటిని అనుభవించాలి. మరెక్కడయినా ఉండడం కన్నా, ట్రాక్ పక్కనుండే ఇళ్లను చూస్తూ ఇక్కడ ఉంటే బాగుంటుంది.

నా దారిలో ఇంచుమించు మధ్యన ఒక సిగ్నల్ చెడిపోయింది. అని కనీసం నేను అనుకుంటున్నాను. అది ఎప్పుడూ ఎర్రదీపమే చూపుతుంది. సుమారు అన్ని నాళ్లు అక్కడ ఆగుతాము. కొన్నిసార్లు కొన్ని క్షణాలయితే, కొన్ని సార్లు అంతులేనన్ని నిమిషాలపాటు. నేను క్యారేజ్ డీలో కూర్చుంటే, మామూలుగా అందులోనే ఉంటాను మరి, ట్రెయిన్ ఆ సిగ్నల్ దగ్గర ఆగితే, అది మామూలుగా ఆగి తీరుతుంది, నాకు నచ్చిన ఆ ఇల్లు, నంబర్ పదిహేను, చక్కగా కనబడుతుంది.

నంబర్ పదిహేను, ట్రాక్ పక్కనుండే మిగతా అన్ని ఇండ్లలాగే ఉంటుంది. అదొక విక్టోరియన్ సెమి, రెండంతస్తులు. పక్కన చిన్న గార్డెన్. అది చక్కగా నిర్వహింపబడిన రకం. ఇరవై అడుగుల తోట తరువాత ఫెన్సింగ్ కంచె. రైల్వే ట్రాక్, కంచెల మధ్యన కొన్ని మీటర్ల పాటు ఎవరిదీ కాని, ఖాళీ స్థలం. నాకాయింటి గురించి అంతా తెలుసు. అందులోని ఒక్కొక్క ఇటుక, పై అంతస్తు పడకగదిలో తెరల రంగు, (బీజ్, దాని మీద ముదురు నీలం ప్రింట్) పడకగది కిటికీ ఫ్రేమ్ మీద పెయింట్ రాలిపోతున్నదని కూడా నాకు తెలుసు. ఇక అటు కూడా పక్కన పైకప్పులో నాలుగు లైట్స్ లేవన్న సంగతీ తెలుసు.

వేసవిలో వేడి సాయంత్రాలలో ఆ ఇంట్లో ఉండే జేసన్, జెస్ ఇద్దరూ ఆ పెద్ద సాష్ కిటికీలో నుంచి దిగి, వంటింటి పైకప్పు మీదకు దిగుతారని కూడా నాకు తెలుసు. వాళ్లిద్దరూ చక్కని బంగారు జంట. అతని జుట్టు డార్క్‌గా ఉంటుంది. శరీరం సౌష్టవంగా ఉంటుంది. బలం గలవాడు, రక్షణనిస్తాడు, దయగలవాడు అతను. హాయిగా నవ్వుతాడు. ఇక ఆమె, చిన్న పక్షిలాంటి ఆడంగులలో లెక్క. అందగత్తె, పాలిన రంగు చర్మం, జుట్టు చిన్నగా కత్తిరించుకుంటుంది. ఎముకల నిర్మాణం అనువుగా ఉంటుంది. దవడ ఎముకలు షార్ప్‌గా ఉంటాయి. బుగ్గల మీద ఫ్రెకిల్ మచ్చలుంటాయి.

రెడ్ సిగ్నల్ దగ్గర ఆగిపోయినప్పుడు నేను వాళ్ల కోసం చూస్తాను. జెస్ సాధారణంగా ఉదయాలలో బయటకు వస్తుంది. కాఫీ తాగుతూ, ముఖ్యంగా వేసవిలో కనబడుతుంది. కొన్నిసార్లు ఆమెను అక్కడ చూడగానే, ఆమె కూడా నన్ను చూస్తున్నది అనిపిస్తుంది. సూటిగా నా వేపే చూస్తున్నది అనిపిస్తుంది. నేను వేవ్ చెయ్యాలనుకుంటాను. అయితే నాకు అది వీలుగాదు. జేసన్ తరుచుగా కనిపించడు. పనిపేరున ఎప్పుడూ తిరుగుతుంటాడు. వాళ్లక్కడ లేకున్నా ఏం చేస్తుంటారని ఊహిస్తాను. ఇవాళ ఇద్దరూ పని మానేశారేమో. ఆమె ఇంకా

పడుకుని ఉంటే అతను మాత్రం బ్రేక్‌ఫాస్ట్ వండుతుంటాడు. లేదంటే ఇద్దరూ కలిసి రన్నింగ్‌కు పోయి ఉంటారు. వాళ్లకలా పోవడం అలవాటే. (టామ్ నేనూ కలిసి ఆదివారాలలో రన్నింగ్ చేసే వాళ్లం. నేను నా మామూలు వేగానికి కొంచెం ఎక్కువగా, అతను తన వేగంలో కేవలం సగం, అట్లా ఇద్దరమూ పక్కపక్కనే పరుగుతుండడం కుదిరేది) లేదంటే జెస్ పై అంతస్తులో స్పేర్ రూమ్‌లో ఉంటుంది, పెయింటింగ్ చేస్తూ ఉంటుంది. అదీ కాదంటే ఇద్దరు కలిసి షవర్ కింద ఉంటారు. ఆమె చేతులు టైల్స్ మీద ఆని ఉంటాయి. అతనివి ఆమె నడుమ్మీద ఉంటాయి.

సాయంత్రం

కొంచెం కిటికీ వేపు మళ్లాను. అంటే మిగతావారందరూ నా వెనుక ఉండేట్లన్నమాట. యూస్టన్‌లో కొన్న చిన్నబుడ్డీ షెనిన్ బ్లా ఒకటి మూత తీశాను. అది చల్లగా లేదు. కానీ సర్దుకుంటాను. ప్లాస్టిక్ కప్పులోకి కొంచెం ఒంపుకుని బుడ్డీకి మూతపెట్టేసి హ్యాండ్ బ్యాగ్‌లోకి పెట్టేశాను. సోమవారం నాడు ట్రెయిన్‌లో తాగడం అంత అంగీకారయోగ్యం కాదు. తోడుగా కొందరుంటే ఫరవాలేదుగానీ, నాకెవరూ లేరు మరి.

ఈ ట్రెయిన్‌లో తెలిసిన ముఖాలు చాలానే ఉన్నాయి. వస్తూ పోతూ, వారమంతా వాళ్లు కనబడుతూనే ఉంటారు. నేను ఆ ముఖాలను గుర్తిస్తాను. బహుశా వాళ్లు కూడా నన్ను గుర్తిస్తారేమో. వాళ్లు నన్ను చూస్తారేమో తెలియదు. నన్నెవరు పట్టించుకుంటారు.

చక్కనయిన సాయంత్రం, వెచ్చగా ఉంది. సూర్యుడు బద్ధకంగా దిగజారుతున్నాడు. నీడలు పొడుగవుతున్నాయి. ఆ వెలుగులో చెట్లన్నీ బంగారంలా వెలుగుతున్నాయి. ట్రెయిన్ దడదడలాడుతూ పోతున్నది, జెస్, జేసన్‌ల ఇల్లు దాటేశాము. సాయంత్రం వెలుగులో అంతా మసకబారుతున్నది. తరుచుగా కాదు గానీ, కొన్ని మార్లు ట్రాక్ ఇటుపక్కనుంచి కూడా నేను వాళ్లను చూడగలను. అటుపక్క నుంచి మరో ట్రెయిన్ రాకుంటే, మా ట్రెయిన్ నెమ్మదిగా పోతుంటే వాళ్లు కనబడతారు. టెరేస్ మీద వాళ్లు ఒక్క క్షణం పాటు కనబడతారు. లేదంటే, ఇవాళ లాగ, నేను ఊహించుకుంటాను. టెరేస్ మీద జెస్, టేబుల్ మీదకు కాళ్లు చాచి కూచుని ఉంటుంది. చేతిలో వైన్ గ్లాస్ ఉంటుంది. జేసన్ వెనుక నిలబడి ఉంటాడు. చేతులు ఆమె భుజాల మీద ఉంటాయి. ఆ చేతుల స్పర్శ బరువు ఏదో హామీగా,

రక్షణగా ఉన్నట్టు నేను ఊహించగలను. మరో మనిషితో శారీరకంగా సంబంధం, అది కౌగిలి కావచ్చు, లేదా నా చేతిని సహృదయతతో నొక్కడం కావచ్చు, గతంలో కడసారిగా జరగడం గురించి గర్తు చేసుకోవడానికి ప్రయత్నించడం నాకే తెలుస్తుంది. హృదయం ఒక్కసారి లయ తప్పుతుంది.

మంగళవారం, 9 జులై 2013

ఉదయం

గడిచిన వారం వాడిన దుస్తులన్నీ అలాగే పడి ఉన్నాయి. కొన్నాళ్ల కిందటి కంటే, అంతా దుమ్ముగా, ఎవరూ పట్టించుకోనట్టు కనబడుతుంది. ట్రెయిన్ వచ్చి తగిలితే వంటి మీది దుస్తులు ఊడిపోయే వీలుందని ఎక్కడో చదివాను. ట్రెయిన్‌కు తగిలి చావడం మరీ అంత అసాధారణం ఏమీ కాదు. ఏటా రెండు మూడు వందల మంది అట్లా పోతారంటారు. అంటే రెండునాళ్లకు ఒకరి లెక్కన, అందులో ప్రమాదవశాత్తుగా ఎందరు, సరిగా తెలియదు. ట్రెయిన్ నెమ్మదిగా ముందుకు కదులుతుంటే, రక్తం మరకల దుస్తుల కోసం చూస్తున్నాను. ఎక్కడా కనిపించలేదు. మామూలుగానే సిగ్నల్ దగ్గర ట్రెయిన్ ఆగింది. ఫ్రెంచ్ ద్వారానికి ముందు వసారాలో జెస్ నిలిచి ఉండడం కనిపించింది. ఆమె బహుశా జేసన్‌తో మాట్లాడుతున్నది. అతను వంటింట్లో వండుతుంటాడు. జెస్ మీద, ఆమె ఇంటి మీద నా చూపు నిలిచి ఉంది. ట్రెయిన్ నెమ్మదిగా ముందుకు సాగడం మొదలయింది. నాకు మిగతా ఇళ్లు చూడాలని లేదు. ముఖ్యంగా నాలుగయిదు ఇళ్ల తరువాతి ఇంటిని అసలు చూడను. ఒకప్పుడది నా ఇల్లు. నంబర్ ఇరవై మూడు, బ్లెన్‌హైమ్ రోడ్‌లో నేను అయిదు సంవత్సరాలు ఉన్నాను. అత్యంత ఆనందంగా, అంతే అధ్వాన్నంగానూ. అందుకే దాన్ని చూడలేను. అది నా మొట్టమొదటి ఇల్లు. అమ్మానాన్నల ఇల్లు కాదు. మిగతా విద్యార్థులతో కలిసి తీసుకున్నది కూడా కాదు. అది నా మొదటి ఇల్లు, దాన్ని చూస్తే భరించలేను. సరే భరించగలను. అది జరగాలని కోరుకుంటాను. కోరుకోను. చూసే ప్రయత్నం చెయ్యను. చూడవద్దని ప్రతినిత్యం నాకు నేను చెప్పుకుంటాను. ప్రతినిత్యం చూస్తాను. చూడకుండా ఉండలేను. అక్కడ చూడడానికి ఏమీ లేకున్నా సరే. చూచేది నన్ను బాధ పెడుతుందని

తెలుసు, అయినా సరే. పైకి చూస్తే, పై అంతస్తు పడకగదిలో క్రీమ్ లినన్ బ్లైండ్ లేదని తెలిసింది. అప్పటి నా భావం ఇంకా గట్టిగా గుర్తుంది. సాఫ్ట్ బేబీ పింక్ బ్లైండ్ బిగించారు. ఫెన్స్ పక్కన గులాబీ మొక్కలకు నీళ్లు పెడుతూ ఆనా కనిపించింది. అప్పటి బాధ నాకింకా గుర్తుంది. పెరుగుతున్న బొజ్జ మీద ఆమె టీషర్ట్ బిగదీసి ఉండడం కనిపించింది. నేను నా పెదవిని గట్టిగా కొరుక్కున్నాను. రక్తం వచ్చింది. కళ్లు గట్టిగా మూసుకుని పది, పదిహేను, ఇరవై దాకా లెక్కించాను. పోయింది. చూడడానికేమీ లేదు. విట్నీ స్టేషన్‌లోకి, మరింత ముందుకు కదిలాము. ట్రెయిన్ వేగం పుంజుకుంటున్నది. నగరం వెలుపలి ప్రాంతాలు నార్త్ లండన్‌లో కలిసిపోతున్నాయి. వంతెనలకు బదులు టెరేస్‌డ్ భవనాలు, విరిగిన కిటికీలుగల ఖాళీ నిర్మాణాలు కనబడుతున్నాయి. యూస్టన్‌కు దగ్గరవుతున్న కొద్దీ నా ఆరాటం పెరుగుతున్నది. ఒత్తిడి పెరుగుతున్నది. ఇవాళ ఎట్లా గడుస్తుంది? యూస్టన్ స్టేషన్ రాకముందు అయిదువందల మీటర్‌ల దూరంలో ట్రాక్‌కు కుడిపక్కన ఒక చిన్నపాటి కాంక్రీట్ బిల్డింగ్ ఉంటుంది. దాని గోడమీద జీవితం ఒక పేరాగ్రాఫ్ కాదు అని పెద్ద అక్షరాలతో ఎవరో రాశారు. నాకు ట్రాక్ పక్కన కనిపించిన దుస్తుల బండిల్ గుర్తుకు వచ్చింది. గొంతుపూడుకు పోతున్నట్టు తోచింది. జీవితం ఒక పేరాగ్రాఫ్ కాదు. చావు పారంతీసిస్ (బ్రాకెట్) కాదు.

సాయంత్రం

సాయంత్రం నేనెక్కే 17.56 ట్రెయిన్ పొద్దుటి ట్రెయిన్ కంటే కొంత నిదానం. ప్రయాణానికిది ఒక గంట, ఒక నిమిషం తీసుకుంటుంది. అదనంగా ఆగే స్టేషన్స్ ఏవీ లేకున్నా ఏడు నిమిషాలు ఎక్కువ ప్రయాణం. నాకు పట్టదు. ఉదయం వీలయినంత వేగంగా లండన్ చేరాలన్న ఆత్రం లేదు. సాయంత్రం ఆష్‌బరీకి చేరడానికి అంతకన్నా లేదు. అది ఆష్‌బరీ అని మాత్రం కాదు. నిజానికది నిజంగా చెడ్డది. 1960ల్లో మొదలయిన న్యూటౌన్. బకింగ్‌హమ్‌షైర్ హృదయం మీద ట్యూమర్‌లాగ పెరుగుతున్న టౌన్ అది. అలాంటి మరో డజన్ టౌన్‌లతో పోలిస్తే, అన్యాయం కాదు, మంచిది అంతకన్నా కాదు. అంతటా కెఫేలుంటాయి. మొబైల్ ఫోన్ అంగళ్లుంటాయి. జెడ్ స్పోర్ట్స్ బ్రాంచ్‌లుంటాయి. చుట్టూతా సబర్బియా ఆవాసాలుంటాయి. ముందుకు సాగితే మల్టీప్లెక్స్ సినిమా, ఔట్ ఆఫ్ టౌన్ టెస్కో

ఉంటాయి. ప్రాంతంలోని వ్యాపార హృదయం, రక్తం స్రవించి నివాస ప్రాంతాలలోకి ప్రవహించే, వెలుపలి భాగాలలో, ఒక చక్కని (అనుకోవాలి) కొత్త (అనుకోవాలి) బ్లాక్‌లో నేనుంటాను. అది నా ఇల్లు కాదు. నా ఇల్లంటే ట్రెయిన్ ట్రాక్ పక్కనున్న విక్టోరియన్ సెమీ మాత్రమే. అందులోనూ కొంత నాది. ఆష్‌బరీ ఇంట్లో నేను స్వంతదారును కాదు. కిరాయిదారు అంతకన్నా కాదు. ఉంటాను, అంతే. కాతీ స్వంతమయిన అతి సాధారణమయిన, అపాయమేదీ లేని డుప్లెక్స్ ఇంట్లో, ఆవిడ దయాదాక్షిణ్యాల ప్రకారం, చిన్నారి పడకగది, రెండవ దాంట్లో నేనుంటాను. అంతే. కాతీ, నేనూ యూనివర్సిటీలో స్నేహితులం. అది కూడా అంతంత మటుకే, నిజంగా అంత క్లోజ్ కానే లేదు, కాదు. నేను మొదటి సంవత్సరంలో ఉండగా, అటుపక్కన హాల్‌లో ఆమె ఉండేది. ఇద్దరం ఒకే కోర్స్ చదువుతున్నాము. భయంగా సాగే మొదటి వారాలలో సహజంగా తోడుగా ఉన్నాము. మాతో తగిన భావాలు గల మరింతమంది పరిచయమయ్యే వరకు అలాగే ఉన్నాము. తరువాత మేమిద్దరం అంతగా కలిసింది లేదు. కాలేజ్ తరువాత అసలే లేదు. ఏ పెళ్లిలోనో కలిస్తే అది వేరు. అయితే నాకు అవసరం వచ్చిన సందర్భంలో ఆమె ఇంట్లో అదనంగా ఒక గది ఉంది. కనుక అర్థం కుదిరింది. ఒకటి, రెండు నెలలు మాత్రమేనని నేను గట్టిగా నమ్మాను. మరీ అయితే ఆరు. ఏం చేయాలి, తెలియలేదు. నేను ఒంటరిగా ఎప్పుడూ ఉండలేదు. అమ్మానాన్నల నుంచి ఫ్లాట్‌మేట్స్, ఆ మీద టామ్ అది వరుస. కనుక నాకు ఆలోచన చాలా నచ్చింది. అవునన్నాను. అది జరిగి రెండేండ్లు దాటింది. అదేమీ భరించరాకుండా లేదు. కాతీ మంచి మనిషి. అయితే తోసినట్లు ఉంటుంది తీరు. ఆమె మంచితనం మనం గుర్తించేట్లు చేస్తుంది. ఆ మంచితనం అంతటా కనిపిస్తుంది. అది ఆమె తీరు. దాన్ని మనం అవుననాలి. ఎప్పుడూ అనాలి. ప్రతినిత్యం అనాలి. అక్కడే చిక్కుంది. అలాగని అసౌకర్యంగాలేదు. కలిసిబతికే నేస్తాలలో మరింత మకిలితనం మామూలే. కనుక కాతీ గురించి, ఆష్‌బరీ గురించి చింతలేదు. నా కొత్త పరిస్థితి గురించే చింత. (రెండేళ్లయింది. అయినా కొత్త పరిస్థితి అంటున్నాను) పట్టుతప్పింది. కాతీ ఫ్లాట్‌లో నేనెప్పుడూ అతిథిగా ఫీలవుతుంటాను. ఆహ్వానం ఆవలి అంచున ఉన్నట్టు ఉంటుంది. సాయంత్రం తిండి తయారు చేస్తుంటే వంటింట్లో ఆ భావన. ఆమె పక్కన సోఫాలో కూర్చుంటే అదే భావన. రిమోట్ ఆమె చేతిలోనే ఉంటుంది. నాది అనిపించేది నా చిన్న బెడ్‌రూమ్. అందులో ఒక డబుల్ బెడ్, ఒక డెస్క్ కుక్కినట్లు ఉంటాయి. వాటి మధ్యన నడవడానికి చోటుండదు. అసౌకర్యంగా లేదుగానీ, ఉండాలి అనుకున్న చోటు మాత్రం కాదది.

అందుకే నేను లివింగ్ రూమ్‌లో, కిచెన్ టేబుల్ దగ్గర ఏదో అసౌకర్యంగా, అధికారం లేకుండా గడుపుతుంటాను. నాకు అన్నింటి మీదా పట్టు తప్పింది. నా తలలోని స్థలాల మీద కూడా.

బుధవారం, 10 జులై 2013

ఉదయం

వేడి పెరుగుతున్నది. ఎనిమిదిన్నర కూడా కాలేదు. అప్పుడే మధ్యాహ్నం లాగుంది. గాలిలో తేమ చాలా ఉంది. తుఫాన్ వస్తే బాగుండును, అనుకోగలను. ఆకాశం మాత్రం ఖాళీగా ఉంది. నిర్మలంగా, నీలంగా పై పెదవి మీద చెమటను తుడిచేశాను. మంచి నీళ్ల బాటిల్ కొనడం గుర్తుండి ఉంటే బాగుండును. ఇవాళ పొద్దున జేసన్, జెస్ కనిపించలేదు. నిరాశ భావన బలంగా కలిగింది. అర్థం లేదు. నాకు తెలుసు. ఇంటిని పరీక్షగా చూచాను. చూడడానికి అందులో ఏమీ లేదు. కింది భాగంలో కర్టెన్‌లు తీసి ఉన్నాయి. ఫ్రెంచ్ డోర్‌లు మాత్రం మూసి ఉన్నాయి. ఎండ గాజుపలకల మీద నుంచి ప్రతిఫలిస్తున్నది. పైన సాష్ విండో మూసి ఉంది. జేసన్ పనికి వెళ్లి ఉంటాడు. అతనొక డాక్టర్. బహుశ ఏదో విదేశీ సంస్థకు పనిచేస్తున్నాడు అనుకుంటాను. ఎప్పుడూ కాల్ మీద ఉంటాడు. ప్యాక్ చేసిన బ్యాగ్ గుడ్డల అల్మారా మీద సిద్ధంగా ఉంటుంది. ఈరాన్‌లో భూకంపం వస్తుంది, లేదా ఆసియాలో సునామీ వస్తుంది, ఇక అతను అన్ని పనులు వదిలేసి సంచి పుచ్చుకుని, గంటల వ్యవధిలో హీత్రో ఎయిర్‌పోర్ట్‌లో ఉంటాడు. ఎగిరి వెళ్లి ప్రాణాలు కాపాడడానికి.

ఇక జెస్ తన బోల్డ్ ప్రింట్ దుస్తులతో, కన్వర్స్ ట్రెయినర్స్ జోళ్లతో, తన అందంతో, స్వభావంతో, ఫ్యాషన్ పరిశ్రమలో పనిచేస్తుంది. లేక బహుశ మ్యూజిక్ వ్యాపారంలో కావచ్చు. అడ్వటయిజింగ్‌లో కావచ్చు. లేదంటే స్టైలిస్ట్, అదీ కాదంటే ఫొటోగ్రాఫర్ అయ్యుంటుంది. ఆమె మంచి చిత్రకారిణి కూడా. చాలా కళాకౌశలం గలది. ఆమె ఇప్పుడు పై అంతస్తులోని అదనపు గదిలో కనబడుతున్నది. పెద్దగా మ్యూజిక్ వినబడుతున్నది. కిటికీ తెరిచి ఉంది. ఆమె చేతిలో కుంచె ఉంది. గోడకు వాల్చి పెద్ద కాన్వాస్ ఉంది. అక్కడ ఆమె అర్ధరాత్రి దాకా ఉంటుంది. ఆమె పనిలో ఉంటే డిస్టర్బ్ చేయకూడదని జేసన్‌కు తెలుసు.

నిజానికి నేనావిడను చూడలేకపోతున్నాను. ఆమె నిజంగా పెయింట్ చేస్తుందా, జేసన్ బాగా నవ్వుతాడా, జెస్ బుగ్గలు అందంగా ఉంటాయా, నాకు తెలియదు. ఇక్కడ నుంచి ఆమె శరీర నిర్మాణం సరిగా చూడలేను. ఇక నేను ఎన్నడూ జేసన్ గొంతు విని ఎరుగను. ఎన్నడూ నేను వాళ్లను వివరంగా చూసింది లేదు. నేను ఆ వీధిలో ఉన్నప్పుడు, వాళ్లక్కడ లేరు. రెండు సంవత్సరాల కింద నేను అక్కడనుంచి వచ్చేసిన తరువాత వచ్చారు. సరిగ్గా ఎప్పుడంటే తెలియదు. బహుశా నేను వాళ్లను ఒక సంవత్సరం కింద నుంచి గమనిస్తున్నాను. క్రమంగా నెలలు గడిచిన కొద్దీ నాకు వాళ్లు ముఖ్యులయ్యారు.

నాకు వాళ్ల పేర్లు కూడా తెలియదు. అందుకే వాళ్లకు పేర్లు నేనే పెట్టవలసి వచ్చింది. అతను జేసన్, ఎందుకంటే బ్రిటిష్ సినీ నాయకుల లాగ అందంగా ఉంటాడు. ఒక డెప్, ఒక పిట్ట్‌లాగ కాదు. ఒక ఫర్త్‌లాగ లేదంటే జేసన్ అయిజాక్ లాగ. జేసన్‌తో జెస్ అన్న పేరు బాగా కలుస్తుంది. అందుకే తనకు ఆ పేరు. అది తనకు బాగా కుదిరింది. ఆమె మరి అందగత్తె, కులాసా రకం కూడా, వాళ్లు చక్కని జంట. ఒక సెట్‌లాగ జంట. వాళ్లు ఆనందంగా ఉన్నారని నేను చెప్పగలను. ఒకప్పుడు నేనుండిన పద్ధతిలో ఇప్పుడు వాళ్లున్నారు. వాళ్లు, టామ్, నేనులాగున్నారు. అంటే అయిదేళ్ల నాటి మా లాగన్నమాట. నేను పోగొట్టుకున్నదంతా వాళ్లు. నేను కావాలని కోరుకుంటున్నదంతా వాళ్లలో చూస్తాను.

సాయంత్రం

నా షర్ట్ మరీ ఇరుకుగా ఉంది. ఎదమీద బొత్తాలు పిగిలిపోతున్నాయి. పైగా అంతా మరకలు పడింది. చంకల కింద చెమట మరకలు అసహ్యంగా ఉన్నాయి. నా కళ్లలో, గొంతులో దురదగా ఉంది. ఈ సాయంత్రం నా ప్రయాణం మరింతగా సాగకూడదని నా కోరిక. ఇంటికి చేరాలి, గుడ్డలు వదిలి షవర్ కింద నిలబడాలి, ఎవరూ చూడడం కుదరని చోట నేనుండాలి.

నా ఎదుటి సీట్‌లోని మనిషి వేపు చూచాను. అతను నా వయసు వాడే, ముప్పైల్లో మొదటి సగంలో. నల్లని జుట్టు, కణతల దగ్గర నెరుస్తున్నది. పసుపు చాయ శరీరం. అతను సూట్ వేసుకున్నాడు. కానీ, జాకెట్ వదిలి పక్క సీట్ మీద వేలాడదీశాడు. అతని ముందు మరీ పలచని మాక్ బుక్ ఉంది. నెమ్మదిగా టైప్

చేస్తాడతను. కుడిచేతికి పెద్ద ఫేస్‌గల వెండి గడియారం ఉంది. ఖరీదయినదిగా కనబడుతున్నది. బ్రెయిట్‌లింగ్ కావచ్చు. అతను బుగ్గల లోపలి భాగాన్ని కొరుకుతున్నాడు. నెర్వస్‌గా ఉన్నాడేమో. లేదా లోతుగా ఆలోచిస్తూ ఉండవచ్చు. న్యూయార్క్ ఆఫీస్‌లోని సహోద్యోగికి ముఖ్యమయిన మెయిల్ రాస్తుండవచ్చు. లేదా గర్ల్‌ఫ్రెండ్‌తో తెగతెంపులు చేస్తూ మాటలు జాగ్రత్తగా ఎంచుకుని మెసేజ్ పంపుతుండవచ్చు. ఒక్కసారిగా అతను తల ఎత్తాడు. మా చూపులు కలిశాయి. నన్నతను చూస్తున్నాడు. నా ముందు టేబుల్ మీదనున్న చిన్న వైన్ బాటిల్‌ను చూస్తున్నాడు. అతని చూపు పక్కకు తిరిగింది. అతని మూతి తీరు చూస్తే, నచ్చనిదేదో చూచినట్టు తోస్తుంది. అతనికి నేను నచ్చలేదు.

నేను ఒకప్పుడు ఉండిన అమ్మయిని కాను. వాంఛించదగిన వ్యక్తిలా లేను. నిజానికి వెగటు కలిగించేలా ఉన్నాను. కేవలం ఒళ్లు పెరగడం ఒకటే కాదు. నిద్రలేక, తాగుడు కారణంగా ముఖం ఉబ్బి ఉండడం కూడా కాదు. అందరికీ ఏదో వినాశనం అంతటా రాసిపెట్టి కనబడుతున్నదేమో. అది ముఖం మీద స్పష్టంగా కనబడుతుంది. నా తీరులో, కదలికల్లో కనబడుతుంది.

గతవారం ఒక రాత్రి ఒక గ్లాస్ మంచినీళ్లు తెచ్చుకోవాలని గది నుంచి బయటకు వచ్చాను. కాతీ బాయ్‌ఫ్రెండ్ డేమియెన్‌తో మాట్లాడడం వినబడింది. వాళ్లి లివింగ్ రూమ్‌లో ఉన్నారు. నేను హాల్‌వేలో ఆగి నివసాగాను. 'తను ఒంటరిగా ఉంది' అంటున్నది కాతీ, నాకు తన గురించి బెంగగా ఉంది. ఆమె ఎప్పుడూ అట్లా ఒంటరిగా ఉండడం వల్ల ఏం లాభం?' పనిచేసే చోట, లేదా రగ్‌బీ క్లబ్‌లో ఎవరో ఒకరు లేనేలేరా? ఆమె కొనసాగింది. రేచల్ గురించేనా? తమాషాకు కాదు గానీ, కాత్, అంత అన్యాయంగా వెతికేవారు ఎవరో ఉండరని నేననుకోను, అన్నాడు డేమియెన్.

గురువారం 11 జులై 2013

ఉదయం

వేలిమీది ప్లాస్టర్‌ను లాగుతున్నాను. పొద్దున్న కాఫీ మగ్ కడుగుతున్నప్పుడు అది తడిసింది. అసహ్యంగా ఉందది. మురికిగానూ ఉంది. పొద్దున్న శుభ్రంగా ఉంది.

గాయం లోతుగా ఉంది గనుక, దాన్ని తీసేయాలి అనుకోవడం లేదు. నేను ఇల్లు చేరే సమయానికి కాతీ ఎక్కడికో వెళ్లింది. కనుక, నేను ఆఫ్ లైసెన్స్‌కు వెళ్లి రెండు బాటిల్స్ వైన్ కొన్నాను. ఒకటి తాగేశాను. ఆమె లేదు గనుక, పరిస్థితిని వాడుకుని ఒక స్టేక్, రెడ్ ఆనియన్ రెలిష్ వండుకుని గ్రీన్ సలాడ్‌తో తినాలనుకున్నాను. మంచి ఆరోగ్యకరమైన భోజనం. ఉల్లిపాయలు తరుగుతూ వేలిని కూడా తరుక్కున్నాను. శుభ్రం చేయడానికి బాత్‌రూమ్ వరకు వెళ్లి ఉండవలసింది. కానీ అడ్డంవాలాను. వంటింటి గురించి మరిచిపోయాను. పది ప్రాంతంలో మెలకువ వచ్చింది. కాతీ, డేమియెన్‌తో మాట్లాడుతున్నది. వంటింటిని నేను వదిలిన తీరు అన్యాయంగా ఉందని అంటున్నది. నన్ను చూడడానికి ఆమె పైకి వచ్చింది. తలుపు మీద నెమ్మదిగా తట్టింది. దాన్ని కొంచెంగా తెరిచింది. తల ఒక వైపు వంచి, నా పరిస్థితి గురించి అడిగింది. కారణం ఏమిటో గుర్తులేకుండానే క్షమాపణలు చెప్పాను. ఫరవాలేదు అంటూనే అదంతా శుభ్రం చేస్తావా అని అడిగింది. చాపింగ్ బోర్డ్ మీద రక్తం ఉంది. గదిలో పచ్చిమాంసం వాసన నిండింది. స్టేక్ యింకా కౌంటర్ మీదనే ఉంది. అది రంగు మారింది. డేమియెన్ కనీసం హలో కూడా చెప్పలేదు. నేను కనబడినప్పుడు తల మాత్రం ఆడించాడు. పై అంతస్తులో కాతీ బెడ్‌రూమ్‌కి వెళ్లిపోయాడు.

వాళ్లిద్దరూ నిద్రపోయిన తరువాత, నాకు రెండవ బాటిల్ గుర్తుకువచ్చింది. దాన్ని తెరిచాను. సోఫాలో కూర్చుని, టీవీ సౌండ్ బాగా తగ్గించి, వాళ్లకు వినబడకుండా చేశాను. ఏం చూస్తున్నానో, నాకిప్పుడు జ్ఞాపకం లేదు. కానీ ఒక చోట ఎక్కడో నాకు ఒంటరితనం, లేదా సంతోషం, మరేదో తెలిసింది. ఎవరితో నయినా మాట్లాడాలని అనిపించింది. ఆ కోరిక మరీ బలంగా ఉందేమో. ఎవరికి కాల్ చేయాలి అర్థం కాదు. టామ్ సంగతి వేరు. టామ్ తప్ప నేను మాట్లాడదలచిన వారెవరూ లేరు. ఫోన్‌లో కాల్ లాగ్ చూస్తే నాలుగు సార్లు రింగ్ చేసినట్లు తెలిసింది. 11.02, 11.12, 11.54, 12.09 కాల్స్ నిడివిని బట్టి చూస్తే రెండు మెసేజ్‌లు పంపినట్లున్నాను. అతను ఎత్తి ఉండవచ్చు, కానీ, మాట్లాడిన జ్ఞాపకం లేదు నాకు. మొదటి మెసేజ్ పంపడం గుర్తుంది. కాల్ చేయమని మాత్రం అడిగినట్లున్నాను. రెంటిలోనూ అదే రాసి ఉంటాను. అదేమంత అన్యాయం కాదు.

ట్రెయిన్ వణికి ఆగిపోయింది. అంటే రెడ్ సిగ్నల్ వచ్చిందన్నమాట. తలెత్తి చూచాను. జెస్ తనయింటి ముందు కూచుని ఉంది. కాఫీ తాగుతున్నది. కాళ్లు

బల్లకు ఆనించి, తల వెనకకు వాల్చి ఉంది. ఎండకాగుతున్నది. వెనుక ఒక నీడ కనిపించింది అనుకుంటాను. ఎవరో కదులుతున్నారు. జేసన్. అతడిని చూడాలని నా తహతహ. ఆ అందమయిన ముఖాన్ని ఒక్క క్షణం చూడాలి. అతను బయటకు రావాలి, అది నా కోరిక. మామూలు తీరులో ఆమె వెనుక నిలబడాలి. ఆమె తల మీద ముద్దు పెట్టుకోవడం, అతని తీరులో మామూలే.

అతను రాలేదు. ఆమె తల వాలింది. ఆమె కదులుతున్న తీరులో ఏదో తేడా. ఆమెలో బరువు, బరువుతో కుదింపు. ఆమె వద్దకు అతను రావాలని నా భావన. కానీ ట్రెయిన్ ఒక్క కుదుపుతో ముందుకు సాగింది. అతను మాత్రం ఇంకా రాలేదు. ఆమె ఒంటరిగా ఉంది. ఇక ఇప్పుడు, ఆలోచన లేకుండానే నేను, సూటిగా నా ఇంట్లోకి చూస్తున్నాను. పక్కకు చూడలేకపోతున్నాను. ఫ్రెంచ్ డోర్‌లు బార్లా తెరిచి ఉన్నాయి. వెలుతురు వంటింట్లోకి చేరుతున్నది. నేనిదంతా చూస్తున్నానా? ఊహిస్తున్నానా? చెప్పలేను, నిజంగా చెప్పలేను. ఆమె సింక్ వద్ద ఏదో కడుగుతూ నిలబడి ఉందా; అక్కడ ఊగుతున్న బేబీ చెయిర్‌లో చిన్నారి పాప కూచుని ఉందా? ఆ కుర్చీ వంటింటి బల్ల మీద ఉందా?

కళ్లు మూసుకున్నాను. చీకటి పెరిగి, వ్యాపించడం, అది దుఃఖభావం నుంచి, అంతకన్నా అగాధం మరేదోగా మారనిచ్చాను. ఒక్క జ్ఞాపకం, ఒక ఫ్లాష్ బాక్. నేనతడిని కాల్ చేయమని మాత్రమే కాదు అడిగింది. ఇప్పుడు గుర్తుకువచ్చింది. నేను ఏడుస్తున్నాను. అతడినింకా ప్రేమిస్తూనే ఉన్నానని రాశాను. ఎప్పటికీ ప్రేమిస్తాను, అన్నాను.

ప్లీస్ టామ్, ప్లీస్ నేను నీతో మాట్లాడి తీరాలి, నీవు లేని లోటు తెలుస్తున్నది. లేదు, లేదు, లేదు లేదు లేదు. ఒప్పుకుని తీరాలి. దాన్నేదో పక్కకు నెట్టి లాభం లేదు. ఆ నాడంతా అన్యాయంగా ఫీలవుతాను. అది అలలుగా వస్తుంది. బలంగా, బలం లేకుండా, మరింత బలంగా. కడుపులో మెలిపెట్టినట్టు బాధ. సిగ్గుతో ముడుచుకుపోయిన బాధ. వేడి ముఖంలోకి పాకుతుంది. కళ్లు బిగించి మూసుకుంటాయి. దాంతో అంతా మాయమవుతుందన్న ఆశ. నాకు నేను ఆనాడంతా, అదంత అధ్వాన్నం కానే కాదని నచ్చజెప్పుకుంటాను. నేను చేసిన పనులన్నింటిలోకి అది అధ్వాన్నం కానే కాదు. నేనేమీ అందరూ చూస్తుండగా కిందపడిపోలేదు. వీధిలో అపరిచితుని మీద అరవలేదు. సమ్మర్ బార్‌బెక్యూలో అతని స్నేహితుని భార్య మీద దుర్భాషలాడి, నా భర్తను అవమానించినట్టేమీ కాదు.

ఒక రాత్రి ఇంట్లో ఆయనతో పేచీకి దిగి, గోల్ఫ్ క్లబ్‌తో నేను దాడిచేస్తే, పడకగది ముందు నడవలో గోడమీది పెచ్చు ఊడినట్లేమీ కాదు. మూడు గంటలు లంచ్ పేరున గడిపి, తూలుతూ తిరిగి పనిలోకి వెళితే, అందరూ కళ్లప్పగించి చూస్తుండగా మార్టిన్ మైక్స్ నన్ను ఒక పక్కకు తీసుకుపోయి రేచల్, నీవు బహుశా ఇంటికి పోవడం మంచిదేమో, అన్నట్లేమీ కాదు. ఒకప్పటి ఆల్కహాలిక్ ఒకామె రాసిన పుస్తకం ఒకటి ఒకప్పుడు చదివాను. దాంట్లో ఆమె ఇద్దరు వేరువేరు వ్యక్తులకు ఓరల్ సెక్స్ ఇవ్వడం గురించి వర్ణించింది. వాళ్లిద్దరిని ఆమె లండన్‌లోని జనం నిండిన ఒక హైస్ట్రీట్‌లో అప్పుడప్పుడే కలిసింది. దాన్ని చదివి, నేను ఇంకా అంత అన్యాయం కాలేదు అనుకున్నాను. అక్కడే ఒక అవధి ఏర్పడింది.

సాయంత్రం

దినమంతా జెస్ గురించి ఆలోచిస్తున్నాను. ఆవేళ పొద్దున్నే చూచిన సంగతి తప్ప మరి దేని మీద ఆలోచన నిలవడం లేదు. ఏదో పొరపాటు జరిగిందన్న ఆలోచన నాకు కలగడానికి కారణం ఏమిటి? అంత దూరం నుంచి ఆమె ముఖంలోని హావభావాలు చూడడం వీలుకుదరలేదు. ఆమెను చూస్తే మాత్రం ఒంటరిగా ఉంది అనిపించింది. ఒంటరిగానే కాదు – ఒంటరితనంలో ఆమె ఒకవేళ –అతను లేడేమో. బతుకులను కాపాడేందుకు మామూలుగా పోయే తీరులో అదేదో దూరంలో, వేడి దేశానికి వెళ్లాడేమో, ఆ పరిస్థితికి ఆమెలోనయింది. బెంగలో ఉంది. అతను పోక తప్పదని తెలుసు. అయినా చింత.

అతను లేకుంటే ఆమెకు బాగుండదు. అచ్చంగా నాదీ అదే స్థితి. అతను మంచివాడు, బలంగలవాడు. భర్త అంటే ఎట్లుండాలో అట్లాగుంటాడు. ఇద్దరూ భాగస్వాములు. నేనది చూడగలను. వాళ్ల తీరు నాకు తెలుసు. అతని బలం అతనిలో కనిపించే, కాపాడుతాను అన్న భావం, అలాగని ఆమె బలహీనురాలని మాత్రం కాదు. ఆమె మరో కొన్నిరకాల బలంగల వ్యక్తి. ఆమె తెలివి ఆధారంగా వేసే ఎత్తులను చూచి అతను ముగ్ధుడయి నోరు వెళ్లబెడతాడు. ఆమె సమస్య అంతరార్థంలోకి నరుక్కుని చేరుతుంది. మిగతా వాళ్లంతా గుడ్ మార్నింగ్ అని చెప్పేంతలోగా, ఆమె దాన్ని నరికి, పరీక్షించి తేలుస్తుంది. వాళ్లు కలిసి బతకడం కొన్ని సంవత్సరాలుగా సాగుతున్నా, పార్టీల్లో అతను ఆమె చెయ్యి పట్టుకుని

ఉంటాడు. వాళ్లిద్దరూ ఒకరినొకరు గౌరవిస్తారు. ఏ నాడూ చిన్నచేసి చూడరు, చూపరు. ఈ సాయంత్రం నాకు పూర్తిగా శక్తి సడలిపోయింది. నేను మత్తులో లేను. నిజంగా మామూలుగా ఉన్నాను. కొన్ని రోజులు నాకు ఏమీ బాగుండదు. కనుక తాగకతప్పదు. మరిన్ని రోజులు అసలు బాగుండదు. కనుక తాగలేను. ఇవాళ ఆల్కహాల్ అనే ఆలోచనతోనే కడుపులో దేవుతున్నది. సాయంత్రం ట్రెయిన్‌లో సోబర్‌గా ఉండడం ఒక చాలెంజ్. ముఖ్యంగా ఇప్పుడు, ఈ వేడిలో. నా ఒంటి మీద ప్రతి అంగుళం చెమటపొరతో కప్పి ఉంది. నోట్లో గుల్లలు పడినట్లుంది. కళ్లు దురదపెడుతున్నాయి. కాటుక, కొలుకుల్లోకి కదలిపోయింది.

హ్యాండ్‌బ్యాగ్‌లోని ఫోన్ మోగింది. ఒక్కసారిగా ఉలిక్కిపడ్డాను. పెట్టెలో అటుపక్కగా కూచున్న ఇద్దరమ్మాయిలు నావేపు చూశారు. ఒకరి ముఖం ఒకరు చూశారు. అర్థవంతంగా అరనవ్వులు నవ్వారు. వాళ్లు నా గురించి ఏమనుకుంటున్నారో తెలియదు. అయినా మంచి అనుకోవడంలేదని తెలుసు. ఫోన్ అందుకుంటే గుండె దడదడలాడింది. అది కూడా మంచి వార్త అందించదని తెలుసు. కాతీ అయ్యింటుంది. ఈ సాయంత్రానికి మందు మానుకొమ్మని నెమ్మదిగా అడుగుతుంది. లేదంటే అమ్మ. వచ్చేవారం లండన్ వస్తున్నాననీ, ఆఫీస్‌కు వస్తాననీ, కలసి లంచ్‌కు పోవచ్చనీ అంటుంది. స్క్రీన్ వైపు చూశాను. టామ్ పేరుంది. ఒక్క క్షణం తటపటాయించి ఆన్సర్ చేశాను.

''రేచల్?''

పరిచయమయిన మొదటి అయిదు సంవత్సరాలలో నేనేనాడూ రేచల్ కాదు. ఎప్పుడూ రేచ్. కొన్ని సార్లు షెల్లీ. అది నాకు అసలు నచ్చదని తెలుసు గనుక. నేను చికాకుగా కదులుతుంటే అతను పగలబడి నవ్వుతాడు. అతని నవ్వులో నేను కలుస్తాను. నవ్వుతాను. "రేచల్, నేను" ఆ గొంతు బరువుగా ఉంది. అలసట ఉంది. 'చూడు, నీవిదంతా మానుకోవాలి. సరేనా? నేనేమీ అనలేదు. ట్రెయిన్ వేగం తగ్గుతున్నది. ఇంటికి ఎదురుగా ఉన్నాము. మా పాత ఇల్లది. బయటకు రా. పోయి లాన్‌మీద నిలబడు. నన్ను చూడనివ్వు. అనాలని ఉంది. 'ప్లీస్ రేచల్. ఎప్పుడు పడితే అప్పుడు నాకు కాల్స్ చేయడం సరికాదు. నీవు కొంచెం సర్దుకోవాలి'. నా గొంతులో రాయి ఉన్నట్టు పూడుకుపోయింది మాట్లాడలేను. 'రేచల్? వింటున్నావా? నీకు పరిస్థితులు బాగాలేవని తెలుసు. అందుకు నాకూ బాధగానే ఉంది. నిజంగా... కానీ,... నేనేరకంగానూ సాయపడలేను. నీవు అదే పనిగా కాల్ చేస్తుంటే ఆనా

అప్‌సెట్ అవుతున్నది. సరేనా? ఇక మీద నేను ఏ సాయమూ చేయలేను. ఏఏకి, మరెక్కడికో పో. ప్లీజ్ రేచల్. ఇవాళ ఆఫీస్ తరువాత ఏఏకి వెళ్లు! (ఏఏ అంటే ఆల్కహాలిక్స్ అనానిమస్) నా వేలి చివరన ఉన్న మురికి ప్లాస్టర్ పీకేశాను. తెల్లబడి ముసలయిన చర్మాన్ని చూశాను. గోరు చివరన ఎండిన రక్తం గట్టిగా మారి ఉంది. కుడిచేతి బొటనవేలి గోటితో గాయం మధ్యలో నొక్కాను. అది తెరుచుకున్నదని తెలుస్తున్నది. నొప్పి వేడిగా, వాడిగా ఉంది. ఊపిరి బిగబట్టాను. గాయం నుంచి రక్తం రావడం మొదలయింది. అటువైపు కూచున్న అమ్మాయిలు నన్ను చూస్తున్నారు. ముఖాల్లో ఏ భావమూ లేదు.

మేగన్

ఒక ఏడాది ముందు

బుధవారం, 16 మే, 2012

ఉదయం

ట్రెయిన్ రావడం వినిపిస్తుంది. దాని లయ నాకు బాగా తెలుసు. నార్త్‌కోట్ స్టేషన్‌ను వదిలిన తర్వాత దాని వేగం పెరుగుతుంది. మలుపు మీద దడదడ తరువాత వేగం తగ్గుతుంది. దడదడ నుంచి రణగొణకు మారుతుంది. ఇక తర్వాత కొన్నిసార్లు కీచుమనే బ్రేక్‌ల చప్పుడుతో, మా ఇంటి నుంచి ఓ రెండు వందల గజాల దూరంలో ఉండే సిగ్నల్ దగ్గర ఆగుతుంది. టేబుల్ మీద నా కాఫీ చల్లబడిపోయింది. నేను మాత్రం చాలా సౌకర్యంగా వెచ్చగా, బద్ధకంగా ఉన్నాను. మరో కప్ చేసుకోవడానికి లేవాలని లేదు.

కొన్ని సార్లు ట్రెయిన్‌లు వెళ్లడం నేను పట్టించుకోను. ఊరికే వింటాను. ఉదయాన ఇక్కడ హాయిగా కళ్లు మూసుకు కూచుని, కనురెప్పల మీద ఆరెంజ్ రంగు ఎండ తెలుస్తుంటే, అలా ఎక్కడున్నదీ తెలియదు. అది స్పెయిన్ దక్షిణంలో బీచ్ కావచ్చు; ఇటలీలోని సింక్ టెరే కావచ్చు, చుట్టూ ఆ అందమయిన రంగురంగుల ఇళ్లు, రైళ్లలో ఆటైంలో తిరిగే ప్రయాణికులు. లేదంటే ఇక్కడే హోక్‌హామ్‌లో కావచ్చు. చెవుల్లో గల్ పక్షుల కీచు ధ్వనులు. నాలుక మీద ఉప్పు రుచి, అరమయిలు దూరంలో, అలనాటి తుప్పు పట్టిన ట్రాక్ మీద దయ్యం రయిలు

చప్పుడూ. ఇవాళ ట్రెయిన్ ఆగడం లేదు. నెమ్మదిగా ముందుకు సాగుతున్నది. అతుకుల మీద చక్రాలు చప్పుడు చేయడం తెలుస్తున్నది. దాని కదలిక కూడా తెలుస్తున్నది. ట్రెయిన్‌లోని వారి ముఖాలు కనిపించవు. అయితే వాళ్లంతా యూస్టన్ వేపు వెళ్లే ప్రయాణికులని తెలుసు. వెళ్లి డెస్కుల వెనుక కూచుంటారు. అయినా నేను అంతకంటే అందమయిన ప్రయాణాలను గురించి కలలు కనగలను. లైన్ చివర, ఇంకా తర్వాత సాగగల సాహసయాత్రలు ఊహించగలను. నా తలలోనే నేను హోక్‌హామ్‌కు ప్రయాణాలు చేస్తుంటాను. దాన్ని గురించి నేనింకా ఆలోచిస్తున్నాను అంటే అదొక చిత్రం. అందునా ఇటువంటి ఉదయాలలో అంత ఆప్యాయంగా, అంత కామనతో, ఆలోచన, అవును, నేనదే చేస్తాను. గడ్డిలో కదిలేగాలి, ఇసుక దిబ్బల మీద ఆపైన పలకలాగ ఆకాశం, ఒక పక్క పడిపోతూ, చుంచులు నిండిన ఇల్లు, దాన్నిండా కొవ్వొత్తులు, మురికి, మ్యూజిక్. అదంతా నాకిప్పుడు కలలాగ కనబడుతుంది.

నా గుండె మరింత వేగంగా కొట్టుకుంటున్నట్టు తెలుస్తున్నది.

మెట్ల మీద అతని కాళ్ల చప్పుడు తెలుస్తున్నది. నా పేరు పిలుస్తున్నాడు

“మరో కాఫీ కావాలా మేగ్స్?”

ఆలోచన తెగింది. నేను తేరుకున్నాను.

సాయంత్రం

గాలి చల్లదనాన్నిస్తే, మార్టినీలో రెండు వేళ్ల మందం వోడ్కా వెచ్చదనాన్నిస్తున్నది. నేను టెరేస్ మీద ఉన్నాను. స్కాట్ ఇంటికి వస్తాడని వేచి చూస్తున్నాను. అతను రాగానే రాత్రికి కింగ్ రోడ్‌లోని ఇటాలియన్ రెస్టారెంట్‌కి పోవడానికి ఒప్పించాలి. మేం బయట తిరిగి ఎన్నాళ్లయిందో.

ఇవాళ అంతగా ఏమీ చేయలేదు. సెయింట్ మార్టిన్‌లో ఫాబ్రిక్స్ కోర్స్ కు అప్లికేషన్ సిద్ధం చేయవలసింది. మొదలు పెట్టాను. కింద వంటింట్లో పని చేస్తున్నాను. అంతలో ఒక ఆడమనిషి కేక వినిపించిది. హృదయ విదారకరంగా ఉందది. ఎవరో హత్యకు గురవుతున్నారు అనిపించింది. పరుగున బయట

తోటలోకి చేరాను. ఏమీలేదక్కడ. కేకలింకా వినబడుతున్నాయి, భయం పుట్టిస్తున్నాయి. ఆ కీచుగొంతు, అసహాయంగా కేకలు నాలో నుంచి దూసుకుపోతున్నాయి. 'ఏం చేస్తున్నావ్? దాన్నేం చేస్తున్నావ్? నాకిచ్చెయ్, దాన్ని నాకిచ్చెయ్!' అలా సాగుతూనే పోతున్నది. నిజానికి కేకలు సాగింది కొన్ని క్షణాలు మాత్రమే.

నేను పై అంతస్థుకు పరుగెత్తి టెరేస్ మీదికి దిగాను. చెట్ల మధ్య నుంచి, ఫెన్స్ దగ్గర ఇద్దరు ఆడవాళ్లు కనిపించారు. అంటే కొన్ని తోటల తర్వాతన్నమాట. అందులో ఒకామె ఏడుస్తున్నది. ఇద్దరూనేమో. ఒక చిన్న పాప కూడా ఏడుస్తున్నది.

పోలీసులను పిలవడం గురించి అనుకున్నాను. అయినా అంతా సద్దు మణిగింది, అనిపించింది. అరుస్తున్న ఆడమనిషి పాపాయితో పాటు ఇంట్లోకి వెళ్లిపోయింది. రెండవ మనిషి అక్కడే ఉంది. ఇంటి వైపు పరుగెత్తింది. పడిపోయింది. లేచి నిలిచింది. తరువాత అక్కడే తోటలో గుండ్రంగా తిరగసాగింది. అంతా తిక్కగా ఉంది. ఏం జరుగుతున్నది దేవునికే తెలియాలి. అయితే ఈ మధ్యన నాకింత ఉత్సాహం ఎన్నడూ కలుగలేదు, మరి.

నా రోజులు ఖాళీగా తోస్తున్నాయి. పోవడానికి గ్యాలరీ అంటూ ఇక లేదు. అది నాకు అలవాటు కాలేదు. ఆర్టిస్టలతో మాట్లాడే వీలు లేదిక. చేతులో స్టార్‌బక్స్ కాఫీతో, చిత్రాలను కళ్లప్పగించి చూస్తూ, తమ పాప చిన్నారి జెస్సీ అంతకన్నా మంచి బొమ్మలు గీస్తుందని తమ స్నేహితురాళ్లకు చెపుతుండే మమ్మీలతో మాట్లాడడం కూడా ఇక కుదరదు.

పాతరోజుల పరిచయస్థులను వెదకాలని ఒక్కోసారి అనిపిస్తుంది. అయినా ఆలోచిస్తాను. వాళ్లతో ఇప్పుడు ఏం మాట్లాడతాను? సబర్బన్స్‌లో హాయిగా వైవాహిక జీవనం సాగిస్తున్న మేగన్‌ను వాళ్లు గుర్తించలేరు. ఏమయినా పాత జీవితం గురించి పట్టించుకోవడం ప్రమాదమే. అందుకే ఆ ఆలోచన మంచిది కాదు. వేసవి ముగిసేవరకు వేచి ఉంటాను. ఆ తరువాత మరేదో పని వెతుక్కుంటాను. ఈ నిడుపాటి వేసంగి దినాలను వేస్ట్ చేయడం అంత బాగుండలేదు. ఇక్కడో మరెక్కడో ఏదో పట్టి తీరుతాను. అది దొరుకుతుంది, తప్పదు.

మంగళవారం 14 ఆగస్ట్ 2012

ఉదయం

దుస్తుల అల్మారా ముందు నిలుచుని ఉన్నాను. రాక్ నిండా ఉన్న అందమయిన దుస్తులను వందవ సారి అదేపనిగా చూస్తున్నాను. చిన్నదయినా మంచి పేరుగల, ఆర్ట్ గ్యాలరీ మేనేజర్‌కు ఉండదగిన వార్‌డ్రోబ్ అది. అందులో ఏదీ 'నానీ' అనే రకంకాదు. గాడ్, ఆ మాట అంటేనే గొంతు పిసికేయాలనిపిస్తుంది. ఒక జీన్, టీషర్ట్ వేసుకున్నాను. తలను వేళ్లతో వెనకకు గోక్కున్నాను. మేకప్ వేసుకోవాలన్న ఆలోచన కూడా లేదు. అర్థం లేదు. చిన్న పాపతో దినమంతా గడపడానికి, అందంగా కనిపించనవసరం లేదు.

ఎగిరితే బాగుండును అనుకుంటూ కిందకు పరుగేశాను. స్కాట్ వంటింట్లో కాఫీ చేస్తున్నాడు. పెదాలను వెనక్కు లాగి చిరునవ్వు కిందకు మార్చాను. అతను కాఫీ అందించి ముద్దు పెట్టుకున్నాడు. అతడిని తప్పుపట్టి లాభంలేదు. ఆలోచన నాది మరి. అందుకు నేనే ముందుకు వచ్చాను. నాలుగయిదు ఇళ్ల తర్వాత వాళ్ల పాపాయిని పట్టించుకుంటానని ఒప్పుకున్నాను. సరదాగా కాలం గడుస్తుంది అనుకున్నప్పుడు. అంతా వెర్రి, నాకప్పుడు పిచ్చిపట్టి ఉంటుంది. విసిగి, పిచ్చెత్తి కుతూహలం కొద్దీ, ఏదో మరి, ఆయా అయ్యాను. చూద్దాం గదాని ఆమె గట్టిగట్టిగా అరుస్తుంటే ఆలోచన పుట్టింది. ఏం జరుగుతున్నదీ చూడాలనిపించింది. అట్లాగని అడిగానా? బాగుంటుందా? అడగలేము కదూ?

స్కాట్ ప్రోత్సహించాడు. మొదట చెప్పినప్పుడు ఎగిరినంత పనిచేశాడు. పాపతో సమయం గడిపితే ఆలోచనల్లో మునుగుతాను అనుకున్నాడేమో. కానీ, జరిగేది పూర్తిగా వ్యతిరేకం. వాళ్ల యిల్లు వదిలానంటే, పరుగెత్తుకువచ్చి ఇల్లు చేరుకుంటాను. దుస్తులు వదిలి షవర్ కింద చేరడానికి అంతాపరుగే. పాపకంపు వంటి నుంచి కడిగేయాలి.

అందంగా తయారయి, జుట్టు కట్టుకుని, కుర్ర వాళ్లతో, పెద్దలతో ఆర్ట్ గురించి, ఫిల్మ్‌ల గురించి మాట్లాడుతూ గడిపిన దినాలు తిరిగి కావాలనిపిస్తుంది. అక్కడ పనేమీ లేకున్నా అదే కావాలి. అదేదీ ఆనాతో మాట్లాడడం కన్నా మెరుగ్గానే ఉండి తీరుతుంది. గాడ్, మరీ డల్ మనిషి! ఒకప్పుడెప్పుడో ఆమెకు మాట్లాడడానికి సంగతులుంటే ఉండేవేమో అనిపిస్తుంది. ఇప్పుడు ఏం మాట్లాడినా పాపాయి

గురించే. పాప వెచ్చగా ఉందా? మరీ వెచ్చగా ఉందా? ఎన్ని పాలు తాగింది? అన్నీ పాప గురించి! అంటే చాలా మటుకు నేనేదో స్పేర్ పార్ట్ లాగ ఫీలవుతాను. ఆనా విశ్రాంతిలో ఉంటుంది. నేనేమో పాపను పట్టించుకోవాలి. ఆమెకు విశ్రాంతి నివ్వాలి. నిజానికి ఏం చేసింది గనుక విశ్రాంతి? పైగా వింతరకం నెర్వస్ మనిషి తను చుట్టూ తిరుగుతుంది. కదులుతుంది. అనుక్షణం నాకు ఆ సంగతి తెలిసేలాగన్నమాట. ట్రెయిన్ వెళితే చాలు ఎగిరిపడుతుంది. ఫోన్ మోగితే ఎగిరిపడుతుంది. పగిలి పైనబడతాయి, కాదూ? అంటుంది తను. కాదనగలనా?

నా ఇల్లు వదిలి నడుస్తాను. కాళ్లను బరువుగా లాగుతూ, బ్లెన్‌హెయిమ్ రోడ్ మీద ఆ యాభయి గజాల దూరం దాటి ఆ ఇల్లు చేరుకుంటాను. నడకలో ఉత్సాహం ఉండదు. ఇవాళ తలుపు తీసింది తాను కాదు. వాళ్లాయిన. టామ్, సూట్,బూట్ వేసుకుని పనికి పోవడానికి రెడీగా ఉన్నాడు. సూట్‌లో అందంగా కనిపిస్తాడు. అది స్కాట్ అందం కాదు. అతను చిన్న ఆకారం. పేలవంగా కూడా. కళ్లు కొంచెం మరీ దగ్గరదగ్గరా ఉన్నాయి. దగ్గరగా చూస్తే ఆ సంగతి అర్థమవుతుంది. అలాగని అందవిహీనుడేమీ కాదు. టామ్ క్రూజ్‌లాగ. భలేగా చిరునవ్వాడు. వెళ్లిపోయాడు. నేను, ఆవిడ, పాపాయితో మిగిలాను.

గురువారం 16 ఆగస్టు 2012

మధ్యాహ్నం

వదిలేశాను!

ఇప్పుడెంతో బాగుంది. ఏదయినా చేయవచ్చు అన్నట్లు స్వతంత్రం వచ్చింది.

ట్రెయిన్ కొరకు ఎదురు చూస్తూ టెరేస్ మీద కూచుని ఉన్నాను. పైన ఆకాశం నల్లగా ఉంది. పిచుకలు డైవ్ చేస్తూ గుండ్రంగా తిరుగుతున్నాయి. గాలి తేమతో నిండి బరువుగా ఉంది. మరో గంట, ఆపయిన స్కాట్ ఇల్లు చేరతాడు. ఆయనకు చెప్పవలసి ఉంటుంది. ఓ నిమిషం లేదా రెండింటి పాటు కోపగించుకుంటాడు. నేనేదో నచ్చజెపుతాను. దినమంతా ఏపనీ చేయకుండా కూచోను. ఇప్పటికే ప్లాన్ వేశాను. ఫొటోగ్రఫీ కోర్స్ చేయవచ్చు. లేదంటే మార్కెట్‌లో ఒక అంగడి పెట్టవచ్చు. నగలు అమ్మవచ్చు, వంట నేర్చుకోవచ్చు. నన్ను నేను అర్థం చేసుకోవడంలో

ఘటికురాలినని బడిలో ఉన్నప్పుడు టీచర్ ఒకావిడ, ఒక సారి నాతో అన్నది. అప్పుడామెకు ఏమర్థమయిందో తెలియదు. ఏదో ఉట్టిమాటలు అనుకున్నాను. ఆ తరువాత మాత్రం ఆలోచన వచ్చింది. పారిపోయిన పిల్ల, ప్రేమికురాలు, భార్య, వెయిట్రెస్, గాలరీ మేనేజర్, ఆయా, మధ్యలో మరికొన్ని ఇక మరి రేపటి నుంచి ఏ పాత్ర?

వదలాలని నేను నిజంగా అనుకోలేదు. మాటలు అట్లా వచ్చేశాయి. అంతా కూచుని ఉన్నాము, వంటింట్లో బల్ల చుట్టూ అన్నమాట. ఆనా ఒడిలో పాప ఉంది. ఏదో కావాలని టామ్ లేచి అటుగా వచ్చాడు. అంటే తను కూడా అక్కడే ఉన్నాడు. అతను కాఫీ తాగుతున్నాడు. వింతగా తోచింది. అక్కడ నా అవసరం ఏ రకంగానూ లేదు. అంతకు మించి, నాకు చాలా అసౌకర్యంగా ఉంది. వాళ్ల మధ్యన అనవసరంగా దూరిన భావం.

'నాకు మరో పని దొరికింది' ఆలో చించకుండానే అనేశాను. ఇక మీదట ఇక్కడ ఉండడం కుదరదు. ఆనా అదోరకంగా చూచింది. ఆమె నమ్మిందని నాకనిపించలేదు. 'ఓహ్! అన్యాయం' అన్నదామె. ఆ మాటకు అర్థం లేదని చెప్పగలను. ఆమెకేదో బరువు దింపుకున్నట్టు కనబడింది. ఏం పని అనికూడా అడగలేదు. అది నాకు బాగుంది. ఏం అబద్ధం చెప్పాలని నేను ఆలోచించింది లేదు.

టామ్‌లో కొంత ఆశ్చర్యం కనిపించింది. 'నీవు లేని చోటు తెలుస్తుంది' అన్నాడు. అది కూడా అబద్ధమే. నిజంగా నిరాశకు గురయ్యేది టామ్ ఒకడే. కనుక అతనికి చెప్పడానికి ఏదో ఆలోచించాలి. టామ్ నాపట్ల ఆసక్తి కనబరుస్తున్నాడు, అనాలి బహుశా. దాంతో అంతా ముగిసిపోతుంది.

గురువారం, 20 సెప్టెంబర్ 2012

ఉదయం

అప్పుడప్పుడే ఏడు దాటింది. ఇక్కడ బయట చలిగా ఉంది. కానీ ఇట్లా చాలా బాగుంది. పక్కపక్కన అన్నీ గార్డెన్‌లు, పచ్చగా, చల్లగా. అవన్నీ ట్రాక్ దిక్కునుంచి ఎండ వేళ్లుగా వచ్చి, ముందుకు కదిలి, ఆవరించుకుంటుందని ఎదురు చూస్తున్నట్టు ఉన్నాయి. నేను లేచి గంటలయింది. నిద్రపట్టడం లేదు. అట్లా చాలా రోజులయింది.

అది చిరాకుగా ఉంది. అన్నింటికన్నా ఈ నిద్రలేమి మరీ అసహ్యం. అట్లాపడి ఉండాలి. బుర్రలో టిక్ టిక్ టిక్ టిక్ టిక్. అంతా చిరాకుగా ఉంటుంది. తల వెంట్రుకలు తొలగించాలని ఉంది.

పరుగెత్తాలని ఉంది. కన్వర్టిబుల్ కార్‌లో ఎక్కడో దూరం వెళ్లాలి. పైన కప్పు లేకుండా తీరప్రాంతానికి, ఏ తీరమయినా సరే చేరుకోవాలి. బీచ్ మీద నడవాలి. నేను, అన్నయ్యా అట్లా రోడ్ ట్రిప్పర్స్ అయ్యుండేవాళ్లం. అట్లాగని అనుకున్నాం. బెన్, నేనూ నిజానికి ఆలోచనలన్నీ అన్నయ్యవి. అతను నిజంగా కలలుగనే రకం. పారిస్ నుంచి కోట్ డి అజోర్‌కి మోటార్ బైక్‌ల మీద వెళ్లాలి అనుకున్నాం. కాదంటే యూఎస్ పసిఫిక్ తీరం మీద ఆ చివర వరకు. అంటే సియాటిల్ నుంచి లాస్ ఏంజెల్స్ వరకు. బ్యూనోస్ ఏరిస్ నుంచి కరకాస్ వరకు చే గెవారా అడుగుజాడల్లో పోవాలనుకున్నాం. నిజంగా అవన్నీ జరిగి ఉంటే, ఇక్కడ మాత్రం ఉండేదాన్ని కాదు. చేయడానికి పనేమీ లేకుండా, అలాగాక, అవన్నీ జరిగి ఉంటే, సరిగ్గా ఇప్పుడున్న చోటికే చేరి, ఎంతో సంతృప్తితో ఉండే దాన్నేమో. అవేవీ వీలుగాలేదు. బెన్ మరి పారిస్ వరకు చేరనే లేదు. కనీసం కేంబ్రిడ్జ్ కూడా చేరలేదు. చనిపోయాడు. పొడుగాటి పురుగులాంటి లారీ చక్రాల కింద అతని పుర్రె నలిగిపోయింది.

అతని లోటు నిత్యం తెలుస్తుంది. మరెవరి గురించి అంత బలంగా తెలియదు. నా బతుకులో అన్నయ్య ఒక శూన్యం సృష్టించాడు. సరిగ్గా నా ఆత్మ మధ్యంలో లేదంటే దానికతను ఆరంభం పలికాడు. ఏమీ తెలియదు. అసలు బెన్ గురించిన ఆ సంగతులన్నీ నిజమా, తెలియదు. ఆ తరువాత జరిగనవన్నీ అట్లాగే అనుమానాలయ్యాయి. నాకు తెలిసిందంతా ఒక క్షణం అంతా సవ్యంగా సాగుతున్నట్టు, జీవితం మధురంగా ఉన్నట్లు అనిపిస్తుంది. మరుక్షణం ఎక్కడికో పారిపోవాలనిపిస్తుంది. నేను అంతటా పరుచుని, జారిపోతున్నాను అనిపిస్తుంది.

అంటే ఇక నేను తెరపిస్ట్ వద్దకు వెళ్లాలన్నమాట! ఎంత అసహ్యంగా ఉంటుంది? ఏమో బాగుంటుందేమో కూడా. కాతలిక్‌గా ఉండడం సరదాగా ఉంటుందని ఎప్పుడు అనుకునే దాన్ని. అనుమానం లేకుండా కన్‌ఫెషనల్‌కు పోయి తలలో బరువు దింపేసుకోవచ్చు. అక్కడెవరో క్షమించామని చెపుతారు. పాపమంతా పోయిందంటారు. పలక తుడిపినట్లు.

అదీ, ఇదీ ఒకటి కాదాయె. అందుకే నెర్వస్‌గా ఉంది. కానీ, నిద్ర మాత్రం పట్టడం లేదు. అందుకే పోకతప్పదు, అంటాడు స్కాట్. నా గురించి, మరెవరితోనో

మాట్లాడడం కష్టంగా ఉంటుందని చెప్పాను. నాకు తెలుసు మరి, నా బాధ నీకే చెప్పుకోలేను గదా, అన్నాను. అదే మరి, అపరిచితులకు ఏ సంగతులయినా చెప్పవచ్చు అన్నాడతను. కానీ అది సంపూర్ణ సత్యం కాదేమో. ఏదయినా ఎట్లా చెబుతాము. పాపం స్కాట్. అర్ధ విషయం కూడా ఎరుగడు. నన్ను అతిగా ప్రేమిస్తాడు. అదే నాకు చిక్కు. ఎందుకంత ప్రేమ తెలియదు. నావల్ల నాకే పిచ్చెత్తుతుంది. కానీ, ఏదో చేయాలి. కనీసం అదయినా ఒక పనిగా మిగులుతుంది. ఎన్నో అనుకున్నాను. ఫొటోగ్రఫీ క్లాసెస్, వంట క్లాసెస్, వాస్తవానికి వస్తే అర్థం లేనివిగా కనిపిస్తాయి. వాస్తవ జీవితంలో బతకడం బదులు నటిస్తున్నాను అనిపిస్తుంది. నేను తప్పక చేయవలసినదేదో వెతికి పట్టుకోవాలి. లేదని విషయం పట్టాలి. ఇది మాత్రం కుదరదు. భార్యగా బతకడం మాత్రం కుదరదు. ఎవరయినా ఆ పని ఎట్లా చేస్తారు, తెలియదు. వేచి ఉండడం తప్ప, అందులో మరి చేయడానికి ఏమీ లేదు. అతగాడు ఇల్లు చేరాలి, నీ మీద ప్రేమ గుమ్మరించాలి. అందుకోసం ఎదురు చూపులు. అదన్నా సాగాలి. లేదంటే మనసును మరొక పక్కకు లాగడానికి మరేదో వెతకాలి.

సాయంత్రం

అదే పనిగా ఎదురుచూస్తున్నాను. అపాయింట్‌మెంట్ అరగంట కింద ఉండేది. అయినా ఇక్కడే ఉండిపోయాను. వోగ్ పత్రిక పేజీలు తిప్పుతూ, రిసెప్షన్ గదిలో కూచుని ఉన్నాను. లేచి వెళ్లిపోదామన్న ఆలోచన తిరుగుతున్నది. డాక్టర్ల అపాయింట్‌మెంట్‌లు ఆలస్యమవుతాయని తెలుసు. తెరపిస్ట్ సంగతి కూడా అంతేనా? నీ యాభయి నిమిషాలు ముగిశాయంటే, నిన్ను నిర్దాక్షిణ్యంగా బయటకు గెంటుతారన్న నమ్మకం సినిమాల కారణంగా గట్టిబడి ఉంది. హాలీవుడ్ వారు చూపించేది, ఎన్‌ఎచ్‌ఎస్‌వారు రెఫర్ చేసే రకం తెరపిస్ట్‌ల గురించి కాదేమో అనుకుంటున్నాను. రిసెప్షనిస్ట్ వద్దకు వెళ్లి, చాలా సేపు వేచి ఉన్నాను అని చెపుదామనుకుంటున్నాను. లేస్తున్నాను. అంతలో డాక్టర్ ఆఫీస్ స్వింగ్ డోర్ కదిలింది. ఎత్తరి, బక్కపలచని మనిషి బయటకు వచ్చాడు. క్షమాపణగా చూస్తూ నా వేపు చెయ్యి చాచాడు.

'మిసెస్ హిప్‌వెల్, మీరు వేచి ఉండవలసి వచ్చింది. క్షమించాలి' అన్నాడతను. నేను ఊరికే చిరునవ్వు నవ్వాను. ఫరవాలేదు. అన్నాను. ఆ క్షణంలో

నాకు, ఇక అంతా సర్దుకుంటుంది అనిపించింది. అతనితో కలిసి ఒకటి, రెండు నిమిషాలు మాత్రమే అయ్యింది. అయితే అప్పటికే సాంత్వనగా ఉంది.

బహుశా ఆ గొంతులో ఏదో ఉంది. మెత్తని, నిదానం గొంతు. అనుకున్నట్టే, కొంత యాస ఉంది. అతని పేరు మరి, డా. కమాల్ అబ్దిక్. ముప్పైల మధ్యలో ఉంటాడు అనుకున్నాను. అంతకన్నా చాలా తక్కువగా అగుపడతాడు. చిక్కని తేనెరంగు చర్మం అందుకు ఆధారం. నా మీద కదలాలి అనిపించేరకం చేతులు అతనివి. పొడుగాటి, సున్నితమయిన వేళ్లు, నా శరీరం మీద ఉండడం ఇంచుమించు భావించగలను.

ఏ విషయం గురించీ వివరంగా మాట్లాడింది లేదు. పరిచయం సెషన్ మాత్రమే గద! తెలుసుకునే ప్రయత్నాలన్నమాట. సమస్య ఏమిటని అతనడిగాడు. భయం పుట్టడం, నిద్రపట్టక పోవడం గురించి చెప్పాను. నిద్ర పట్టనంత భయంతో రాత్రంతా మేలుకుని పడి ఉంటాను అన్నాను. మరింత వివరంగా అడిగాడతను. అయితే నేనింకా అందుకు సిద్ధంగా లేను. డ్రగ్స్, ఆల్కహాల్ అలవాట్లున్నాయా? అడిగాడు. ఈ రోజుల్లో మరేవో దురలవాట్లు మొదలయినయి, అన్నాను. ఆ కళ్లలో అర్థం తెలుసు అన్న భావన కనిపించింది. అప్పుడు నాకు, దీన్నంతా, మరింత సీరియస్‌గా భావించాలి అనిపించింది. అందుకే గ్యాలరీ మూతపడడం గురించి, ఎప్పటికీ ఏదో లోటు అనుభవంలో ఉండడం గురించి, దిక్కు తెలియని తనం గురించీ, ఆలోచిస్తూనే, నా తలలో నేను ఎంతో కాలం గడుపుతాను అంటూ చెప్పుకు వచ్చాను. అతను ఎక్కువగా మాట్లాడడు. అప్పుడప్పుడు, మాట ముందుకు సాగడానికి ఒక ముక్క అంటాడు. అతను మాట్లాడితే వినాలని నాకు ఆత్రంగా ఉంది. వెళ్లి వచ్చే ముందు ఎక్కడివాళ్లు అంటూ అడిగాను.

'కెంట్‌లో మెయిడ్ స్టోన్' అన్నాడతను. కొన్నేళ్ల క్రితం కోర్‌లీకి మారాను. నేనడిగింది అదికాదని అతగాడు ఎరుగును.

అతను కుట్రగా నవ్వాడు.

ఇంటికి చేరే సరికి స్కాట్ ఎదురుచూస్తున్నాడు. నా చేతుల్లోకి బలవంతంగా ఒక డ్రింక్ కుక్కాడు. అంతా తెలుసుకోవాలని అతని ఆదుర్దా. మామూలే అని మాత్రం అన్నాను. తెరపిస్ట్ గురించి అడిగాడు. నాకు నచ్చాడా, మంచివాడా? మామూలే, మళ్లీ అన్నాను. మరీ ఆత్రం కనబరచ కూడదు, అనుకున్నాను. మేము బెన్ గురించి మాట్లాడామా, అడిగాడు. స్కాట్ దృష్టిలో అన్నింటికీ కారణం బెన్

ఒకడే. అది నిజమేనేమో? నా గురించి నేను అనుకుంటున్నా అతనికే ఎక్కువ తెలుసునేమో.

మంగళవారం, 25 సెప్టెంబర్ 2012

ఉదయం

ఇవాళ కొంచెం తొందరగా నిద్రలేచాను. అంటే కొన్ని గంటలు నిద్ర పట్టిందన్నమాట. గతవారంతో పోలిస్తే అది మెరుగు. పడకు నుంచి లేచినప్పుడు చాలా రిఫ్రెష్‌గా అనిపించింది. అందుకే టెరేస్ మీద కూచునే బదులు వాక్‌కి వెళ్లాలని నిర్ణయించాను.

ఇంచుమించు నాకు తెలియకుండానే, నన్ను నేను ఇంట్లో బంధించుకుంటున్నాను. అంతగా పోతే అంగళ్లకు, నా క్లాస్‌లకు, తెరపిస్ట్ వద్దకు మాత్రమే. అప్పుడోయిప్పుడో తారా దగ్గరికి. మిగతా సమయమంతా ఇంట్లోనే. ఇక చికాకు కలగడంలో ఆశ్చర్యంలేదు.

ఇంట్లో నుంచి బయటకు నడిచాను. కుడికి, మళ్లీ ఎడమకు తిరిగి, కింగ్‌లీ రోడ్ మీదికి వచ్చాను. రోజ్ – అదే పబ్ పక్కగా. ఎప్పుడూ అందులోకి వెళుతుండే వాళ్లం. ఎందుకు మానేశామో గుర్తురావడం లేదు. నిజానికి అక్కడ నాకు అంతగా నచ్చిందేమీ లేదు. నలభైకి తక్కువ వయసు జంటలు మరీ ఎక్కువ మంది, మరీ ఎక్కువగా తాగుతూ, అంతకన్నా మరేదో ఒరగాలని కోరుతూ, అందుకు తగిన ధైర్యం గురించి ఆశ్చర్య పడుతూ అక్కడ. అందుకే మేమే మానేశామో. నాకక్కడ నచ్చలేదు మరి. పబ్‌ను దాటేసి, అంగళ్లను దాటి మరీ దూరం పోవాలని లేదు. కాళ్లు సాగడానికి కొంతయితే చాలు.

ఉదయాన్నే బయటకు రావడం బాగుంటుంది. స్కూల్స్ తీయకముందు, వచ్చే పోయేవారి రద్దీ పెరగక ముందు. వీధులు ఖాళీగా, శుభ్రంగా ఉంటాయి. జరగగలిగింది చాలా ఉంటుంది. మళ్లీ ఎడమకు తిరిగాను. చిన్న ఆట స్థలంలోకి నడిచాను. అక్కడ పచ్చని ప్రదేశం అంటూ ఉందంటే అదొక్కటే. అంతా ఖాళీగా ఉంది. కొన్ని గంటలు పోతే చిన్న పిల్లలు, వాళ్ల తల్లులు, మిగతా జంటలతో నిండిపోతుంది. పిలాటీస్ వ్యాయామం ఆడపిల్లల్లో సగం మంది ఇక్కడ చేరతారు.

ఒళ్లంతా చెమటతో చక్కగా గోళ్లు కత్తిరించిన వేళ్లతో స్టార్‌బక్స్ కాఫీ పట్టుకుని.

పార్క్ మీదుగా ముందుకు సాగి రోస్‌బెర్రీ ఎవెన్యూలోకి నడుస్తున్నాను. ఇక్కడ కుడికి తిరిగితే, నా గ్యాలరీ మీదుగా పోవచ్చు. పోనీ ఒకప్పటి నా గ్యాలరీ, ఇప్పుడు కేవలం ఖాళీ కిటికీ మాత్రమే. వెళ్లాలని లేదు. మనసుకు కష్టంగా ఉంటుంది. నిగ్రహించగలిగాను. తప్పుడు జాగా, తప్పుడు సమయం, ఈ సబర్బియాలో, ఈ ఆర్థిక పరిస్థితిలో కళాఖండాలెవరికి కావాలి? మళ్లీ ఎడమకు తిరిగాను. టెస్కో ఎక్స్‌ప్రెస్ పక్కగా, మరో పబ్ పక్కగా, అందులోకి ఎస్టేట్ వాళ్లంతా వెళతారు. తిరిగి ఇంటిదారి. మళ్లీ బటర్‌ఫ్లైస్ తెలుసున్నాయి. మనసు మరెటో పోతున్నది. దారిలో వాట్సన్స్ తగులుతారేమోనని భయం. వాళ్లతో కొంచెం ఎబ్బెట్టుగా ఉంటుంది. నాకు కొత్త ఉద్యోగం దొరకలేదన్నది దాచలేని నిజం. వాళ్ల వద్ద పని చేయడం ఇష్టంలేదు గనుక అబద్ధమాడాను.

అంతకు మించి ఆమెను చూస్తే నాకేదో అసౌకర్యంగా ఉంటుంది. టామ్ నన్నసలు పట్టించుకోడు. కానీ, ఆనా మాత్రం ప్రతిదీ పర్సనల్‌గా తీసుకుంటుంది. కొంతకాలం మాత్రమే సాగిన నా ఆయా ఉద్యోగం ఆమెవల్ల, లేదంటే పాప వల్ల ముగిసిందని తను అనుకుంటుంది. అయితే అందులో పాపాయి ప్రసక్తి లేనేలేదు. ఆ పాప ఎప్పుడూ నస పెడుతుందంటే నిజం. కనుక దగ్గరకు తీయడం కుదరదు. అంతా గజిబిజి వ్యవహారం. ఆ సంగతి మరి నేను ఆమెతో అనలేను. పోనీ ఇంట్లోనే ఉండి పోవడానికి గల కారణాల్లో అదీ ఒకటి. బహుశా వాట్సన్స్ కళ్ల బడగూడదు. వాళ్లదారిని వాళ్లుంటారని ఒక మూల అనిపిస్తుంది. ఇల్లు మారవచ్చు. ఆమెకిక్కడ నచ్చడం లేదని నేనెరుగుదును. ఆమెకు ఆ ఇల్లు అసహ్యం. మొదటి భార్య వస్తువుల మధ్య బతకడం తెగచిరాకు. రైళ్లంటే అంతకన్నా చిరాకు.

మూల దగ్గర ఆగి అండర్‌పాస్‌లోకి తొంగి చూశాను. ఆ చల్లని తేమవాసన, నాకు వెన్నులో వణుకు పుట్టిస్తుంది. కింద ఏముందని చూడడానికి ఒక బండను ఎత్తిన భావన. నాచు, నులిపురుగులు, మట్టి ఏమయినా ఉండవచ్చు. చిన్నప్పుడు తోటలో ఆడుకున్న సందర్భాలు గుర్తొస్తాయి. బెన్‌తో కలిసి మడుగు పక్కన కప్పల కోసం గాలింపు. ముందుకు నడిచాను. వీధంతా ఖాళీగా ఉంది. టామ్ గానీ, ఆనా గానీ లేరు. నాలో ఒక మూల కొంచెం నాటకం కోరుకునే తత్వం ఉంది. దానికి నిరాశ ఎదురయింది.

సాయంత్రం

స్కాట్ కాల్ చేసి, పనిలో ఆలస్యం అవుతుంది అన్నాడు. నేను కోరుకుంటున్నది అది కానే కాదు. నాకు తిక్కగా ఉంది. దినమంతా అట్లాగే ఉంది. నిలకడగా ఉండలేకపోతున్నాను. అతను రావాలి. నన్ను శాంతపరచాలి. ఇక ఇప్పుడు అది జరగడానికి గంటలు పడుతుంది. నా బుర్ర గిరగిరా తిరుగుతుంది. ఈ రాత్రి మళ్లీ నిద్రరాదని తెలుసు. ఇక్కడ ఇట్లా ట్రెయిన్‌లను చూస్తూ కూచోలేను. నాకు చికాకుగా ఉంది. గుండె చప్పుడు వింతగా వినబడుతున్నది. పిట్ట పంజరంలో నుంచి తప్పించుకోవడానికి తపతప కొట్టుకుంటున్నట్టు. ఫ్లిప్ ఫ్లాప్స్ వేసుకుని కిందకు దిగాను. ఫ్రంట్ డోర్ దాటి బ్లెన్‌హైమ్ రోడ్ మీదికి. సుమారు ఏడున్నరయింది. పని నుంచి వచ్చేవారు కొంతమంది నడుస్తున్నారు. వేసవి చివర ఎండ ఇంకా తగ్గలేదు గనుక, సమయం చూచి తోటల్లో ఆడుతున్న పిల్లల గోల తప్ప, అంతా ప్రశాంతంగా ఉంది. అంతలో తల్లులు పిల్లలను తిండికి పిలుస్తారాయె.

రోడ్ వెంట స్టేషన్ వైపు నడిచాను. నంబర్ ట్వంటీ త్రీ ముందు ఒక క్షణం ఆగాను. బెల్ మోగించాలి అనుకున్నాను. అయినా ఏం చెపుతాను? చక్కెర కావాలంటానా? ఊరికే మాట్లాడదామనిపించిదీ అంటానా? వాళ్ల బ్లైండ్స్ సగానికి తెరిచి ఉన్నాడు. అయినా లోపల ఎవరూ కనిపించడంలేదు.

ఆలోచించకుండానే మలుపు వేపు, ముందుకు సాగాను. అండర్ పాస్‌లోకి నడిచాను. సగం దారిలో ఉండగా పైనుంచి ట్రెయిన్ దూసుకు వచ్చింది. చాలా బాగుందది. భూకంపం వచ్చినట్టు. ఆ కదలిక శరీరం నడిమధ్యన తెలుస్తున్నది. రక్తం ఉరకలెత్తుతున్నది. కిందకు చూస్తే అక్కడేదో పడి ఉంది. హెయిర్ బ్యాండ్ పర్‌పుల్ రంగుది. బాగా వాడిన విధంగా సాగిపోయింది. బహుశా రన్నర్ ఎవరో వదిలేసి ఉంటుంది. కానీ ఎందుకో నాకు పురుగులు పాకిన భావం పుట్టింది. అక్కడ నుంచి వెంటనే పారిపోవాలి. మళ్లీ ఎండలోకి చేరాలి. రోడ్ మీద వెనక్కు వస్తుంటే, అతను పక్కగా కార్‌లో వెళ్లాడు. ఒక క్షణం పాటు చూపులు కలిశాయి. అతను చిరునవ్వాడు.

రేచల్

శుక్రవారం, 12 జులై 2013

ఉదయం

బాగా అలసిపోయాను. తల నిద్రతో బరువుగా ఉంది. నేను తాగాను అంటే ఇక నిద్రపట్టదు. గంట, రెండు గంటలు మాత్రం చల్లగా నిద్రలోకి జారినట్లున్నాను. మళ్లీ లేచాను. భయంతో నా పట్ల నాకే అసహ్యంతో తాగని దినమంతా ఒకటి ఉంటే, ఆ రాత్రి బాగా నిద్రపోతాను. లోతయిన అచేతనలోకి పోతాను. ఇక మరుసటి ఉదయం సరిగా మెలకువ రాదు. నిద్రను వదిలించుకోలేను. గంటల పాటు అది నాతోనే ఉంటుంది. ఒకనాడు దినమంతా. ఇవాళ రెయిలు పెట్టెలో కొంతమంది మాత్రమే ఉన్నారు. పక్కసీట్లో అసలే ఎవరూ లేరు. నన్నెవరూ గమనించడం లేదు. ఇక నేను కిటికీ మీదకు ఒరిగి కళ్లు మూసుకున్నాను.

ట్రెయిన్ బ్రేకులు కీచుమంటే మెలకువయింది. సిగ్నల్ దగ్గర ఉన్నాము. పొద్దున్నే ఈ సమయంలో, సంవత్సరంలో ఈ భాగంలో సూర్యుని వెలుగు, ట్రాక్ పక్కనుండే ఇళ్ల వెనుక భాగాల మీద సూటిగా పడుతుంది. వెలుగు నిండుకుంటుంది. ఈ ఉదయపు ఎండ వెచ్చదనం, నా ముఖం మీద, చేతుల మీద తెలుస్తున్నది. నేను బ్రేక్‌ఫాస్ట్ టేబుల్ ముందున్నాను. ఎదురుగా టామ్. చెప్పులు లేని నా పాదాలు, అతని పాదాల మీద ఉన్నాయి. ఎందుకంటే తన కాళ్లు నా కాళ్ల కన్నా వెచ్చగా ఉంటాయి మరి. నా కళ్లు మాత్రం వార్తా పత్రిక మీద ఉన్నాయి. అతను సన్నగా

నవ్వడం అర్థమవుతున్నది. ఎరుపు ఎదమీద నుంచి మెడలోకి పాకుతున్నది. అతనదొక రకంగా చూస్తే ఎప్పుడూ అట్లాగే జరుగుతుంది.

గట్టిగా కళ్లార్పాను, టామ్ లేడు. ఇంకా సిగ్నల్ దగ్గరే ఉన్నాము. జెస్ గార్డెన్‌లో ఉండడం చూడగలను. వెనుకగా ఇంట్లోంచి ఒక మనిషి బయటకు వచ్చాడు. అతని చేతిలో ఏదో ఉంది – కాఫీ మగ్ అయ్యుండవచ్చు. అతడిని చూచాను. జేసన్ కాదని అర్థమయింది. ఈ మనిషి ఎత్తుగా, సన్నగా, ముదురు రంగుతో ఉన్నాడు. ఫ్యామిలీ ఫ్రెండ్స్ కావచ్చు. ఆమె అన్న లేదంటే జేసన్ కావచ్చు. అతను ముందుకు వంగి కాఫీ మగ్‌ను మెటల్ టేబుల్ మీద పెట్టాడు. ఆస్ట్రేలియా నుంచి వచ్చిన కజిన్, రెండు వారాలు ఉంటాడు. జేసన్ పాత నేస్తం, పెళ్లిలో అతనే బెస్ట్ మాన్. జెస్ అతనివేపు నడిచింది. చేతులు రెండు అతని నడుంచుట్టూ వేసింది. అతగాడిని ముద్దుపెట్టుకుంది. చాలా సేపు, గట్టిగానూ. ట్రెయిన్ కదిలింది.

నమ్మలేను, బలంగా గాలి పీల్చుకున్నాను. ఊపిరి బిగబట్టి ఉన్నానని అర్థమయింది. ఎందుకట్ల చేసిందామె? జేసన్‌కు ఆమె పట్ల చాలా ప్రేమ. తెలుస్తుంది. వాళ్లు ఆనందంగా ఉన్నారు. ఆమె అట్లా చేయడం నమ్మలేకుండా ఉన్నాను. అతని పట్ల అది ద్రోహం. నాలో అసలయిన నిరాశ కదలాడింది. ఆ ద్రోహమేదో నా పట్ల జరిగినట్లుంది. తెలిసిన ఒక బాధ ఎదలో నిండింది. ఇంతకు ముందు ఈ భావన తెలుసు. మరింత ఎక్కువగా, మరింత బాధాకరంగా తెలుసు. అయినా ఆ బాధ లక్షణం గుర్తుంది. దాన్నెప్పుడూ మరవడం కుదరదు.

ఈ కాలంలో ఇంచుమించు అందరూ కనుగొనే మార్గాన్నే నేనూ కనుగొన్నాను. ఎలెక్ట్రానిక్ చీటీ. అది టెక్స్‌ట్ కావచ్చు, వాయిస్ మెయిల్ కావచ్చు. నా విషయంలో అదొక ఈ మెయిల్. ఆధునిక కాలంలో కాలర్ అంచున లిప్‌స్టిక్. అది అనుకోకుండా తెలిసింది. నిజంగా నేను నిఘా వేసింది లేదు. నేను టామ్ కంప్యూటర్ చేరువకు చేరకూడదు. అతని భయమంతా ముఖ్యమయిన అంశాలను, పొరపాటున తొలగిస్తానని. లేదా చూడదగని దేని మీదనో క్లిక్ చేస్తానని. దాంతో వైరస్, ట్రోయన్‌లు దూసుకు వస్తాయని.

'టెక్నాలజీ మీద నీకు తగిన పట్టు లేదు కదూ రేచ్' అన్నాడతను. నేను పొరపాటున అతని అడ్రస్ బుక్‌లోని కాంటాక్ట్స్ అన్నింటినీ అనుకోకుండా తుడిపేశాను మరి. అందుకే నేను దాన్ని తగలకూడదు. నేను మాత్రం మంచి పని ఒకటి చేయాలన్న ప్రయత్నంలో ఉన్నాను. తనను విసిగించినందుకు

ప్రాయశ్చిత్తంగా ఏదో చేయాలని. నాలుగో ఆనివర్సరీకి ఎక్కడికో పోవాలని పథకం వేస్తున్నాను. ప్రత్యేకంగా ఒకప్పుడు మేముండిన తీరును ఒకసారి తిరిగి గుర్తు చేయించాలని తపన. సర్‌ప్రయిజ్ ఇవ్వాలనుకున్నాను. అందుకే రహస్యంగా తన వర్క్ షెడ్యూల్ చూచే ప్రయత్నం చేశాను. చూడక తప్పలేదు.

నేను దొంగచాటుగా వెతకలేదు. అతడినేదో పట్టేయాలని అసలే లేదు. అంతకన్నా మంచిదారి నేనెరుగుదును. భర్తల జేబులు వెతికే భయంకర అనుమాన పిశాచుల పట్టికలో నేను చేరాలని లేనేలేదు. అతడు షవర్‌లో ఉండగా ఒక సారి ఫోన్ వస్తే ఎత్తాను. తనకు చాలా కోపం వచ్చింది. తన మీద నమ్మకం లేదంటూ తప్పుతీశాడు. అతనికి బాధ కలిగించినందుకు నేను బాధపడ్డాను.

అతని పని దినాల వివరాలు చూడాలి. పైగా కంప్యూటర్ ఆన్‌లో ఉంది. ఆలస్యం అయిందంటూ అట్లాగే వదిలి వెళ్లిపోయాడు. తగిన అవకాశం. అందుకుని కాలెండర్ చూచాను. కొన్ని తేదీలు నోట్ చేసుకున్నాను. కాలెండర్‌తో బాటు బ్రౌజర్ విండో క్లోస్ చేశాను. వెనుక ఈ మెయిల్ అకౌంట్ కనిపించింది. లాగ్ అయి ఉంది. బాహాటంగా కనబడుతున్నది. అన్నిటికన్నా పైన ఒక మెసేజ్ ఉంది. aboyd@cinnamoa.com నుంచి వచ్చింది. క్లిక్ చేశాను. XXXXX అంతే వరుసగా ఎక్సలు. స్పామ్ అనుకున్నాను ముందు. అవి ముద్దులు అని తరువాత తెలిసింది. నేనింకా పడకలోనే ఉండగా, ఏడు ప్రాంతంలో అంటే కొన్ని గంటల ముందు తాను పంపిన మెసేజ్‌కు అది బదులు

రాత్రి నీ గురించి ఆలోచిస్తూ నిద్రలోకి జారుకున్నాను. నీ నోటి మీద
చనుల మీద, తొడల మధ్యలో పెట్టిన ముద్దుల గురించి కలలుగన్నాను.
ఉదయాన లేస్తే తలనిండా నీవే ఉన్నావు. నిన్ను తాకాలని తహతహ
లాడుతున్నాను.
నేను తెలివికలిగి ఉండగలను అనుకోవద్దు. ఉండలేను, అదీ నీవు
లేకుండా.

ఇక మిగిలిన మెసేజ్‌లు చదివాను. అడ్మిన్ అనే ఫోల్డర్‌లో దాచినవి డజన్‌ల కొద్దీ ఉన్నాయి. ఆమె పేరు ఆనా బాయ్‌డ్ అని అర్థం అయింది. నా భర్త ఆమెను ప్రేమిస్తున్నాడు. మరీమరీ, తను, ఆమాట చెప్పాడు. ఇంతకు ముందు ఇలా ఎన్నడూ

అనిపించలేదు, అన్నాడు, ఆమెతో కలిసి ఉండడానికి ఆగలేను, అన్నాడు. ఆ సమయం త్వరలో రానుంది, అన్నాడు.

ఆ రోజున నా అనుభవం గురించి చెప్పడానికి మాటలు లేవు. కానీ ఇప్పుడు, ట్రెయిన్‌లో కూచుని, కోపంతో కుమిలిపోతున్నాను. గోళ్లు అరచేతుల్లో దిగబడుతున్నాయి. కన్నీళ్లు కళ్లను పొడుస్తున్నాయి. ఒక్కసారిగా కోపం కట్టలు తెస్తున్నది. నా నుంచి దేన్నో ఎవరో ఎత్తుకు పోయిన భావం. ఎలా చేసిందది? జెస్ ఎట్లా ఆపని చేసింది? దానికేమయింది? వాళ్ల బతుకులను ఒకసారి చూడండి! ఎంత అందంగా సాగుతున్నాయి? తమ మనసు వెంట పరుగెడుతూ వాళ్లు చేయగల వినాశనాన్ని పట్టించుకోకుండా మనుషులు ముందుకు సాగే తీరును నేనేనాడూ అర్థం చేసుకోలేకపోయాను. మనసు ప్రకారం మనగలగాలని చెప్పింది ఎవరది? అది కేవలం పొగరుమోత్తనం. అన్నింటినీ గెలవగల స్వార్థం. నాలో అసహ్యం వరదలెత్తుతున్నది. ఆ ఆడది ఇప్పుడు నాకు ఎదురయితే, జెస్ నాకు ఎదురయితే దాని ముఖం మీద ఉమ్మేస్తాను. దాని కళ్లు పీకేస్తాను.

సాయంత్రం

లైన్‌లో ఎక్కడో సమస్య ఉంది. స్టోక్ వెళ్లే 17.56 ట్రెయిన్ రద్దయింది. అందులో వెళ్లే వాళ్లంతా ట్రెయిన్‌లో దూరారు. నిలవడానికి చోటు లేకుండా ఉంది. అదృష్టం కొద్దీ నాకు సీట్ దొరికింది. కానీ కిటికీ పక్కన కాదు. మధ్య దారిపక్కన. నా భుజాలకు శరీరాలు తగులుతున్నాయి. మోకాళ్లకు కూడా. దురాక్రమణకు గురయినట్లుంది. తోసేయాలన్న కోరిక పుట్టింది. లేచి అందరినీ నెట్టాలి. దినమంతా వేడి పెరుగుతున్నది. నన్నే ఆవరిస్తున్నది. ఏదో ముసుగు లోపల ఊపిరి పీలుస్తున్నట్లుంది. కిటికీలన్నీ తెరిచి ఉన్నాయి. అయినా, అందరూ కదులుతూ ఉన్నా పెట్టెలో గాలి కరువయినట్లుంది. ఇనుప పెట్టెలో వేసి తాళం పెట్టినట్లుంది. తగినంత ఆక్సిజన్ అందడం లేదు, ఊపిరితిత్తులకు వాంతి అయేలాగుంది. కాఫీ షాప్‌లో జరిగిన సంఘటను అదే పనిగా గుర్తుచేసుకోకుండా ఉండలేక పోతున్నాను. ఇంకా అక్కడే ఉన్నాను. అన్న భావన తెగడం లేదు. వాళ్లందరి ముఖాలలోని భావాలను కళ్ల ముందు నుంచి కదలడం లేదు.

జెస్‌ను అనాలి. ఉదయమంతా, జెస్, జేసన్‌లను గురించే ఆలోచన. అది చేసిన పని అతని ప్రతిక్రియ. సంగతి అతనికీ, ప్రపంచానికీ తెలిసిన తరువాత వాళ్లిద్దరూ ఎదురయినప్పుడు జరిగే దృశ్యం. నా ప్రపంచంలాగే అతనిది కూడా చిందరవందరవుతుంది. ఎక్కడికెళుతున్నాను అన్న ధ్యాస కూడా లేకుండా, ఏమీ తెలియని స్థితిలో తిరుగుతున్నాను. హంటింగ్‌డన్ వైట్‌లీ అందరూ వెళ్లే ఒక కాఫీ షాప్‌లోకి వెళ్లాను. వాళ్లక్కడ ఉన్నారని చూచే ముందే లోపలికి చేరినట్టున్నాను. తిరిగి రావడానికి సమయం కాదు, ఒక క్షణంపాటు దిగ్భ్రాంతికి గురయి వాళ్లు నన్ను చూస్తున్నారు. అంతలో గుర్తుతెచ్చుకుని ముఖాల మీద చిరునవ్వులు పులుముకున్నారు. సాషా, హారియెట్‌లతో బాటు మార్టిన్ మైల్స్ వికార లక్షణాల మూర్తిత్రయం. చేతులాడించి నన్ను పిలుస్తున్నారు.

'రేచల్! అన్నాడు మార్టిన్, రెండు చేతులూ బారజాపి, నన్ను కౌగిలిలోకి తీసుకుంటూ. నేనలాగ అనుకోలేదు. నా చేతులు మా ఇద్దరి మధ్యన ఉన్నాయి. అతని శరీరానికి తగులుతున్నాయి. సాషా, హారియెట్ నెమ్మదిగా నవ్వారు. గాలిలో ముద్దులు విసిరారు. మరీ చేరువగా రాకుండా ప్రయత్నించి ఉండి పోయారు. 'ఇక్కడేం చేస్తున్నావు?' ప్రశ్న. చాలాసేపటి వరకు నా కేమీ తోచలేదు. నేలను చూశాను. నా ముఖం రంగు తిరుగుతున్నదని తెలుసు. మరింత అన్యాయం పరిస్థితి. ఒక లేని నవ్వు విసిరి ఇంటర్‌వ్యూ, ఇంటర్‌వ్యూ అన్నాను.

మార్టిన్ ఆశ్చర్యాన్ని దాచుకోలేకపోయాడు. 'ఓహో! ఎవరితో?' అన్నాడు.

నాకు ఒక్క పబ్లిక్ రిలేషన్స్ సంస్థ పేరు కూడా జ్ఞాపకం రాలేదు. ఒక్కటి కూడా, ప్రాపర్టీ కంపెనీ కూడా ఏదీ తలపులకు రాలేదు. ఇక ఉద్యోగాలిచ్చే కంపెనీలంటూ ఉంటే, అవీ రాలేదు. కిందపెదవిని చూపుడు వేలితో రాస్తూ అలాగే నిలబడిపోయాను. తల మాత్రం ఆడిస్తున్నాను. 'టాప్ సీక్రెట్! అంతేనా, కొన్ని కంపెనీలు అలాగే ఉంటాయి, నిజం! కాంట్రాక్టులు సంతకాలయి, అంతా అఫీయల్ అయేదాకా మాట పొక్కకూడదు' అన్నాడు మార్టిన్ చివరకు. అంతా ఉట్టిదే. అతనికి తెలుసు. నన్ను కాపాడడానికి ఏదో అన్నాడు. ఎవరూ ఆమాటలను పట్టించుకోలేదు. పట్టించుకున్నట్టు నటించారు. తలలు ఆడించారు. హారియెట్, సాషా ఇద్దరూ, నా భుజాల మీదుగా, తలుపు వంక చూస్తున్నారు. వాళ్లకు పరిస్థితి ఎబ్బెట్టుగా ఉంది. బయటపడాలని చూస్తున్నారు.

'నేను పోయి నా కాఫీ ఆర్డర్ చేస్తాను. మరి లేట్ కాగూడదు' అన్నాను.

మార్టిన్ తన చేతిని నా ముంజేయి మీద ఉంచాడు. 'నిన్ను కలవడం సంతోషం, రేచల్' అన్నాడు. మాటల్లో దయ, వద్దన్నా బయటపడుతున్నది. అటువంటి దయను భరించడం ఎంత అసహ్యంగా, సిగ్గుగా ఉంటుంది అనేది, గడిచిన ఏడు, రెండేళ్ల నా బతుకుకు ముందు ఏనాడూ తెలియదు.

పథకం ప్రకారం తియొబాల్డ్స్ రోడ్‌లోని హోల్‌బోర్న్ లైబ్రరీకి వెళ్లాలి. కానీ కుదరదనిపించింది. అందుకు బదులు రీజెంట్ పార్క్ వెళ్లాను. అటు చివరివరకు నడిచాను. అక్కడ జూ ఉంటుంది. ఒక సైకమోర్ చెట్టునీడలో కూచున్నాను. ముందున్న ఖాళీ గంటల గురించి ఆలోచిస్తున్నాను. కాఫీషాపులో మాటలను మననం చేసుకుంటున్నాను. గుడ్‌బై చెప్పిన క్షణంలో మార్టిన్ ముఖం ముందు కనబడుతున్నది.

అక్కడ అరగంట కూడా అయినట్టు లేదు. మొబైల్ మోగింది. మళ్లీ టామ్. ఇంటి ఫోన్ నుంచి మాట్లాడుతున్నాడు. ఎండవెలుగు నిండుకున్న వంటింట్లో లాప్‌టాప్ మీద పనిచేస్తున్న అతని మూర్తిని ఊహించే ప్రయత్నం చేశాను. కానీ అతని కొత్త జీవితంతో వచ్చిన అంశాలేవో అందుకు అడ్డుతగిలాయి. ఆమె అక్కడే ఎక్కడో ఉంటుంది. టీ చేస్తూ లేదా పిల్లకు తిండిపెడుతూ ఉంటుంది. ఆమె నీడ అతని మీద పరుచుకుని ఉంటుంది. కాల్‌ను వాయిస్ మెయిల్‌కు పోనిచ్చాను. ఫోన్ తిరిగి బ్యాగ్‌లో పెట్టాను. పట్టించుకోకూడదని ప్రయత్నం. ఇంకేమీ వినాలని లేదు. కనీసం ఇవాళ. ఇక్కడికే ఇవాళ పరిస్థితి దారుణంగా ఉంది. ఇంకా పదిన్నర కూడా కాలేదు. మూడు నిమిషాలు ఆగాను. ఫోన్ తీసి డయల్ చేశాను. అతని గొంతు వినడానికి ధైర్యం సమకూర్చుకున్నాను. హాయిగా నవ్వుతూ మాట్లాడే ఆ స్వరం. ఇప్పుడు అరవడం, నచ్చజెప్పడం, కాదంటే జాలి మాత్రమే పలుకుతున్నది. కానీ, అది అతని తీరు కాదు.

'రేచల్ నేను' అనా' నేను పెట్టేశాను.

నాకు ఊపిరి సలపడం లేదు. పరుగెత్తే మెదడును పట్టి ఉంచలేను. ఒంటి దురదను ఆపలేను. కనుక లేచి, నడిచి టిచ్‌ఫీల్డ్ స్ట్రీట్ చివరి అంగడికి వెళ్లి నాలుగు జిన్ అండ్ టానిక్, క్యాన్‌లు కొన్నాను. తిరిగి పార్క్‌లో నా చోటికి చేరుకున్నాను. మొదటి క్యాన్ తెరిచి వీలయినంత వేగంగా ముగించాను. ఇక రెండవది తీశాను. దారివేపు వెన్నుచేసి కూర్చున్నాను. రన్నర్‌లకు, తోపుడు బండిలో పాపాయిలతో వచ్చే తల్లులకు, టూరిస్టులకు కనబడకూడదు. వాళ్లు నాకు కనబడడం లేదంటే

చిన్నారి పాపాయికి లాగ, వాళ్లకు నేను కనబడడం లేదు అనుకోగలను. మళ్లీ వాయిస్ మెయిల్‌కు ఫోన్ చేశాను.

"రేచల్, నేను ఆనా. ఫోన్‌కాల్స్ గురించి నీతో మాట్లాడాలి" కొంత విరామం. ఆమె నాతో మాట్లాడుతూ మరేదో పనిచేస్తున్నది. మల్టీటాస్కింగ్. బిజీగా ఉండే భార్యలు, తల్లుల తీరు. ఇల్లు సర్దడం, వాషింగ్ మెషీన్ వాడడం. 'చూడు, నీవు చిక్కుల్లో ఉన్నావని తెలుసు' నా పరిస్థితికి, బాధకు, తనకు ఏ మాత్రం సంబంధం లేదన్నట్లు చెపుతున్నది. 'అయినా నీవు రాత్రులంతా ఫోన్ చేయడం బాగుండలేదు' ఆ గొంతు చికాకు కలిగిస్తున్నది. 'నీవు కాల్ చేస్తే, మా నిద్ర పాడవుతుంది. సరే. ఎవీ కూడా నిద్రలేస్తుంది. అది ఎంతమాత్రం సరికాదు. తనను నిద్రపుచ్చడానికి మేమేమో నానా తంటాలు పడతాము. తనను నిద్రపుచ్చడానికి మేమేమో నానా తంటాలు పడతాము. మేము మా కుటుంబం. మా పనులు, మా సమస్యలు. దొంగలంజ. అది నా గూట్లో చేరి గుడ్లుపెట్టే పక్షి. నాకున్నదంతా దోచుకున్నది. అన్నీ తీసుకున్నది. చాలదన్నట్లు కాల్‌చేసి. నా బాధలతో తనకు చికాకు అంటున్నది. రెండో క్యాన్ ముగించాను. మూడవది మొదలుపెట్టాను. రక్తప్రవాహంలో చేరి ఉత్తేజం పెంచే ఆల్కహాల్ ఆనందం, కొన్ని నిమిషాలు మాత్రమే ఉంటుంది. తరువాత నాకు వికారం మొదలవుతుంది. మరీ వేగంగా పోతున్నాను. స్లో కావాలి. లేకుంటే ఏదో జరిగి తీరుతుంది. తరువాత బాధపడవలసినదేదో చేస్తాను. దానికి మళ్లీ కాల్ చేస్తాను. దాని గురించీ, దాని కుటుంబం గురించి నాకు పట్టదని చెప్పేస్తాను. దాని కూతరు జన్మంతా నిద్రలేక బాధపడినా నాకు పట్టదు అంటాను. *తెలివిగలిగి ఉంటానని అనుకోకు*, అన్నాడే అతగాడు, దాని ముందు, నాతో కూడా, అదే మాట అన్నాడు. ఆ మాట చెపుతాను. మేము మొదట్లో కలిసినప్పుడు, తిరుగులేని తన ప్రేమను ప్రకటిస్తూ, ఒక ఉత్తరంలో, సరిగ్గా అవే మాటలు వాడిన సంగతి చెపుతాను. అది అతని స్వంత కల్పన కూడాకాదు. హెన్రీ మిల్లర్ నుంచి దొంగిలించినది. దానికి దొరికిన ప్రతిదీ సెకండ్ హాండ్. అది తెలిస్తే ఎట్లుండేది, నాకు తెలియాలి. కాల్ చేసి అదే అడుగుతాను. ఆనా, నాఇంట్లో ఉండడం, నేను కొన్న ఫర్నిచర్ మధ్యన ఉండడం, సంవత్సరాలు నేను అతగానితో పంచుకున్న పడక వాడడం, నన్నతను సంభోగించిన కిచెన్ బల్ల మీద తన కూతురికి తిండిపెట్టడం, ఎలాగుంది అడుగుతాను.

వాళ్లు అక్కడే, ఆ ఇంట్లోనే, నా ఇంట్లోనే ఉండిపోవాలనుకోవడం, నాకు మాత్రం అసాధారణం తోచింది. అతను చెప్పినప్పుడు నేనసలు నమ్మలేదు. నేనాయింటిని చాలా ఇష్టపడ్డాను. ఉన్నచోటు సరిగా లేకున్నా దాన్ని కొనాలని పట్టుబట్టింది నేను. రైలు దారి పక్కనే ఉండడం నాకు భలే నచ్చింది. ట్రెయిన్స్ పోతుంటే చూడడం బాగుంటుంది. వాటి చప్పుడు నాకిష్టం. ఇంటర్‌సిటీ ఎక్స్‌ప్రెస్ అరుపు కాదు గానీ, పాత కాలపు దడదడలాడే వాటి చప్పుడు. ఎప్పటికీ ఇలాగే ఉండిపోదని టామ్ చెప్పాడు. లైన్స్‌ను అప్‌గ్రేడ్ చేస్తారు, వేగం ట్రెయిన్‌లు అరుచుకుంటూ వెడతాయి. అంటే నేను మాత్రం అది ఇంతట్లో జరుగుతుందని నమ్మలేదు. నా వద్ద డబ్బుగాని ఉంటే, దాన్ని నేనే కొనేసి అక్కడే ఉండిపోయేదాన్ని. నేను కొనలేదు, సరికదా, మేము విడాకులు తీసుకున్నప్పుడు సరయిన ధర ఇచ్చేవారెవరూ దొరకలేదు. నా భాగం నాకిచ్చి, తాను అక్కడే ఉంటానని, తగిన ధర పలికితే అమ్ముతానని అన్నాడతను. కొనేవారెవరూ దొరకనే లేదు. కనుక ఆవిడగారినే అక్కడికి తెచ్చేశాడు. నాకు లాగే దానికి కూడా ఇల్లు తెగనచ్చింది. కనుక ఉండిపోవాలనుకున్నారు. వాళ్లిద్దరిలో దానికి మనసుబలం ఎక్కువను కుంటాను. మరో ఆడది అతనితో బతికినచోట తానుంటాననడానికి. అంటే నానుంచి ఏదో ఆపదరావచ్చు అన్న భయం లేదన్నమాట. టెడ్ హ్యూస్ ఒకప్పుడు సిల్వియా ప్లాత్ తో ఉన్న ఇంట్లోకి అస్సియా వేవిల్‌ను తెస్తాడు. ఆమె సిల్వియా దుస్తులను వాడుతుంది కూడా. ఆమె బ్రష్‌తో తానూ తలదువ్వుకుంటుంది. నాకదంతా గుర్తుకువచ్చింది. అయితే చివరికి అస్సియా తల అవన్‌లో మిగులు తుంది. సిల్వియా తలలాగే. ఆనాకు ఫోన్ చేసి ఆ సంగతి చెపుదామనిపించింది.

జిన్, ఎండవేడిమి రెంటి కారణంగా నిద్రలోకి జారినట్లున్నాను. ఒక్కసారిగా ఉలిక్కిపడి లేచాను. నా బ్యాగ్ కోసం చుట్టూ తడిమాను. అదింకా అక్కడే ఉంది. చర్మం చిమచిమలాడుతున్నది. చీమలు పాకుతున్నట్టు ఉంది. అవి నా తలలో, మెడమీద, ఎదమీద పాకుతున్నట్లుంది. కాళ్ల మీదకు కూడా పాకి కొరుకుతున్నాయి. ఇద్దరు టీనేజ్ కుర్రాళ్లు బంతిని అటుఇటు తంతూ ఆడుతున్నారు. ఇరవై గజాల దూరంలో ఉన్నారు. ఆగి నన్ను చూశారు. ముందుకు వంగిపోతూ అదేపనిగా నవ్వుతున్నారు.

ట్రెయిన్ ఆగింది. ఇంచుమించు, జెస్, జేసన్‌ల ఇంటి ముందు ఉన్నాము. కానీ ఉన్నచోటి నుంచి చూడడం కుదరదు. జనమంతా అడ్డున్నారు. వాళ్లక్కడ

ఉన్నారా, అతగానికి సంగతి తెలుసా, ఆ మనిషి వెళ్లిపోయాడా, ఇతను అబద్ధం అని గుర్తించక అధ్వాన్నంగా అక్కడే బతుకుతున్నాడా, నా మనసు నిండా ప్రశ్నలు

శనివారం, 13 జులై 2013

ఉదయం

గడియారం చూడకుండానే సమయం ఏడు నలభై అయిదు, ఎనిమిది పదిహేను మధ్యన ఉంటుందని నాకు తెలుసు. వెలుగుల తీరు, కిటికీ బయట నుంచి వచ్చే చప్పుళ్లు, కాతీ సరిగ్గా నా గది బయట వ్యాక్యూమ్ చేయడం అన్నీ సూచనలు. ప్రతి శనివారం ఇల్లు శుభ్రం చేయడానికని కాతీ దొందరగా లేస్తుంది. ఇల్లు శుభ్రం చేస్తుంది. అట్లా చేస్తే ఉత్సాహంగా ఉంటుంది. వారాంతమంతా సరదాగా గడుస్తుంది అంటుందామె. బోలెడు ఏరోబిక్ వ్యాయామం, కనుక జిమ్‌కు పోయే అవసరం లేదని కూడా అంటుంది.

ఆమె పనితో నాకేమీ చిరాకు లేదు. ఎట్లాగూ నాకు నిద్ర పట్టదు. ఉదయాలలో నేనెప్పుడూ నిద్రలో ఉండను. మధ్యాహ్నం వరకు జోగుతూ గడపడం నాకు ప్రాప్తం లేదు. ఒక్కసారిగా మేలుకుంటాను. ఊపిరి క్రమంగా ఉండదు. గుండె వేగంగా కొట్టుకుంటుంది. నోరు పాచిగా ఉంటుంది. ఇంతే సంగతులు అని అర్థమయిపోతుంది. మేలుకున్నాను. ఎంతగా పట్టించుకోకూడదు, అనుకుంటే అంతగా తెలుస్తుంది. జీవితం, వెలుతురు నన్ను నన్నుగా ఉండనీయవు. కాతీ అర్జెంట్‌గా ఆనందంగా చేస్తున్న గోల వింటూ అట్లాగ పడి ఉంటాను. రైలు దారి పక్కన కనిపించిన గుడ్డల గురించీ, జెస్ తన ప్రేమికునికి ఉదయం ఎండలో పెట్టిన ముద్దు గురించీ ఆలోచిస్తాను.

ఆ దినం నా ముందు విచ్చుకుంటుంది. అందులో ఒక నిమిషం కూడా పనిలేదు. అంతా ఖాళీ.

బ్రాడ్‌లో రైతు మార్కెట్‌కు పోవచ్చు. మాంసం, మరేవో కొని తెచ్చి వండుతూ దినం గడపవచ్చు

చేతిలో టీకప్పుతో టీవీ ముందు సోఫాలో చేరి శాటర్‌డే కిచెన్ చూడవచ్చు.

జిమ్‌కు పోవచ్చు.

నా సివి తిరగరాయవచ్చు.

కాతీ ఇల్లు వదిలిన వరకు వేచి ఉండి, ఆఫ్ లైసెన్స్‌కు పోయి సౌమిన్యన్ బ్లా రెండు బుడ్డీలు తెచ్చుకోవచ్చు. మరో బతుకులో కూడా త్వరగా మేలుకునేదాన్ని. 8.04 దడదడమంటూ వెళ్లిపోతుంది. కళ్లు తెరిచి, కిటికీ మీద వర్షం తాకిడి విన్నాను. నా వెనుక ఆయన తగులుతూ ఉన్నాడు. నిద్రలో, వెచ్చగా, గట్టిగా. తరువాత పేపర్స్ తేవడానికని వెళ్లాడు. నేను స్క్రాంబుల్డ్ ఎగ్స్ చేశాను. టీ తాగుతూ వంటింట్లో కూచున్నాము. లేట్ లంచ్‌కు పబ్‌కు వెళ్లాం. వచ్చి పడుకున్నాం. టీవీ చూస్తూ ఇద్దరమూ ముడిపడినట్లు, ఒకే చోట నిద్రలోకి జారుకున్నాం. ఇప్పుడు బహుశా తనకు మరోరకంగా సాగుతుంది. బద్ధకంగా శనివారం సెక్స్ లేదు, స్క్రాంబుల్డ్ ఎగ్స్ లేవు. వాటికి బదులు ఇంకొక రకం ఆనందం. అతనికి భార్యకు మధ్య ఒక బుజ్జిపాప, గోల చేస్తూ. ఇప్పుడిప్పుడే మాటలు వస్తుంటాయి. డడా, మమా ఇంకా తలిదండ్రులకు తప్ప మరెవరికీ అర్థంగాని పాపాయి రహస్య భాష.

బాధ బలంగా, బరువుగా ఉంది. ఎద మధ్యలో తిష్ట వేసింది. కాతీ ఇల్లు వదిలేవరకు లేచి ఉండలేను.

సాయంత్రం

నేను జేసన్‌ను చూడడానికి వెళుతున్నాను.

కాతీ బయటకు పోతుందని ఎదురుచూస్తూ, దినమంతా పడకగదిలో పడి ఉన్నాను డ్రింక్‌కు అవకాశం లేదు. తను పోనేలేదు. కదలకుండా లివింగ్ రూమ్‌లో స్థిరపడిపోయింది. 'ఏదో అవసరమయిన పనులు చూస్తున్నాను'. మధ్యాహ్నం సాగింది. నా పరిస్థితి భరించలేకపోయాను. వాక్‌కు వెడుతున్నానని చెప్పి బయలుదేరాను. హై స్ట్రీట్‌కు పక్కగా ఉండే వీట్ షీఫ్ అనే పెద్ద పబ్‌కు పోయాను. మూడు లార్జ్ గ్లాసులు వైన్ తాగాను. జాక్ డానియెల్ రెండు షాట్స్ వేశాను. అప్పుడిక స్టేషన్‌కు నడిచాను. రెండు క్యాన్‌లు జిన్ అండ్ టానిక్ కొన్నాను. ట్రెయిన్ ఎక్కాను.

నేను జేసన్‌ను చూడబోతున్నాను.

అతడి వద్దకు అతిథిగా పోవడంలేదు. ఇంటి ముందుకు చేరి తలుపుతట్టే ప్రశ్నలేదు. అదంతా కుదరదు. పిచ్చిపనేదీ చేయను. ఆ ఇంటి మీదుగా పోతే చాలు. మామూలుగా ట్రెయిన్‌లో చేయడానికి మరేపనీ లేదు. ఇంటికి పోదామని కూడా లేదు. అతడిని చూస్తే చాలు. ఇద్దరినీ చూడాలని కోరిక.

ఇదేమంత మంచి ఆలోచనకాదు. మంచి ఆలోచన కాదని నాకు తెలుసు

అయినా అందువల్ల హాని ఏముంది?

యూస్టన్ పోతాను. తిరిగి వస్తాను. (నాకు ట్రెయిన్‌లంటే ఇష్టం. అందులో తప్పేముంది? ట్రెయిన్స్ భలేగా ఉంటాయి) మొదట్లో నేను నేనుగా ఉండే కాలంలో టామ్‌తో కలిసి ట్రెయిన్‌లో శృంగారయాత్రలు చేయాలని కలలుగనేదాన్ని.

(మా అయిదవ ఆనివర్సిరీకి బెర్గెన్‌లైన్, ఆయన నలభైవ పుట్టినరోజుకు బ్లూ ట్రెయిన్)

కాస్తాగండి, వాళ్లను దాటేసి పోతున్నట్లున్నాము.

వెలుగు బాగా ఎక్కువగా ఉంది. అయినా నాకు కనబడడం లేదు. సరిగ్గా (రెండేసిగా దృశ్యాలు ఒక కన్ను మూసుకోవాలి)

అదుగో వాళ్లు! అతనేనా అక్కడ! టెరేస్ మీద నిలబడి ఉన్నారు. వాళ్లే కదూ? అతను జేసన్! ఆమె జెస్! వాళ్లేనా?

దగ్గరగా చూడాలని! కనబడడం లేదు. వాళ్లకు దగ్గరగా వెళ్లాలి.

నేను యూస్టన్ వెళ్లను. విట్నీలో దిగిపోతాను. (నేను విట్నీలో దిగకూడదు మరీ అపాయం. టామ్, ఆనాలు చూస్తే?)

విట్నీలో దిగుతాను.

ఇది మంచి ఆలోచన ఏమీ కాదు.

ఇది మరీ చెడ్డ ఆలోచన.

ట్రెయిన్ అవతలి వేపున ఒకతనున్నాడు. జుట్టు ఇసుక రంగు, బహుశా అల్లం రంగేమో. అతను నావేపు నవ్వుతూ చూస్తున్నాడు. నేనూ ఏదో అనాలి అతనితో మాటలు గాలిలో ఇగిరి పోతున్నాయి. బయట పడకముందే అవి నాలుక మీద మాయమవుతున్నాయి. వాటి రుచి తెలుస్తున్నది. పులుపా? తీపిగానా? చెప్పలేకపోతున్నాను. అతను స్మైల్ చేస్తున్నది నన్ను చూసేనా? లేక చీదరిస్తున్నాడా? చెప్పలేను.

ఆదివారం 14 జులై 2013

ఉదయం

గుండె కొట్టుకుంటుంటే అది నా గొంతు మొదట్లో లాగా వినిపిస్తున్నది. గట్టిగా, చికాకుగా. నోరు ఎండిపోయింది. మింగడం కష్టంగా ఉంది. పక్క మీదకు తిరిగాను. ముఖం కిటికీ వేపు ఉండేట్టు. కర్టెన్స్ వేసి ఉన్నాయి. అయినా వచ్చే వెలుగు కళ్లకు అసౌకర్యంగా ఉంది. చేతిని ముఖం మీదుకు కదిలించాను. వేళ్లతో కనురెప్పలను అదిమాను. నొప్పి పోతుందని ఆశ. వేలిగోళ్లు మురికిగా ఉన్నాయి.

ఏదో పొరపాటు జరిగింది. ఒక క్షణం పాటు పడిపోతున్న భావం కలిగింది. నా శరీరం కింద నుంచి బెడ్ మాయమయినట్టు. గతరాత్రి ఏదో జరిగింది. ఊపిరి లోపలికి వాడివస్తున్నది. వేచి కూచున్నాను. మరీ వేగంగా గుండె దడదడ. తల పగులుతున్నది.

జరిగింది గుర్తురావాలని ఆగాను. కొన్ని సార్లు కొంత సమయం పడుతుంది. కొన్ని సార్లు క్షణాల్లో కళ్లు ఎదుట నిలుస్తుంది. కొన్నిసార్లు అసలు గుర్తురాదు.

ఏదో జరిగింది, జరగకూడనిది, వాదం జరిగింది. గొంతులు పెరిగాయి. పిడికిళ్లు? తెలియదు. జ్ఞాపకం లేదు. పబ్‌కు పోయాను. ట్రెయిన్ ఎక్కాను. స్టేషన్‌లో ఉన్నాను. వీధిలో ఉన్నాను. బ్లెన్‌హైమ్ రోడ్, బ్లెన్‌హైమ్ రోడ్డుకు వెళ్లాను. అది అలలాగ నన్ను కప్పుతున్నది. నల్లని భయం.

ఏదో జరిగింది, జరిగిందని తెలుసు. కానీ వివరం చూడలేకుండా ఉన్నాను. కానీ తెలుస్తున్నది. నోటి లోపలి భాగం నొప్పిగా ఉంది. బుగ్గలోపల కొరుక్కున్నట్టు నాలుక మీద రక్తం రుచి మెటాలిక్‌గా, కడుపులో తిప్పుతున్నది. తల తిరుగుతున్నది. వేళ్లను జుట్టులో దూర్చి చర్మం వెంట కదలించాను. ఒక్కసారి అదిపోయాను. బొప్పి కట్టి ఉంది. తలలో కుడిపక్కన నొప్పి, గాయం. వెంట్రుకలు రక్తంతో అట్టకట్టి ఉన్నాయి.

తూలిపడ్డానన్నమాట, అంతే. మెట్ల మీద. విట్నీ స్టేషన్‌లో. తల నేలకు కొట్టుకున్నదా? ట్రెయిన్‌లో ఉండడం గుర్తుంది. ఆ తరువాత అంతా చీకటి. ఖాళీ. లోతుగా ఊపిరి పీలుస్తున్నాను. గుండెవేగం తగ్గాలని, ఎదలో పెరుగుతున్న భయాన్ని తిప్పికొట్టాలని ఆలోచన. ఏం చేశాను? పబ్‌కు పోయాను, ట్రెయిన్ ఎక్కాను. అక్కడ ఒకతనున్నాడు. గుర్తువచ్చింది. ఎర్రజుత్తు అతను. నావేపు

చిరునవ్వు నవ్వాడు. నాతో మాటాడినట్లున్నాడు. ఏమన్నాడు జ్ఞాపకం లేదు. అతనితో ఇంకేదో జరిగింది. అతను ఎందుకు గుర్తుండిపోయాడు? అందడం లేదు. ఆ నలుపులో అందడంలేదు.

భయంగా ఉంది. దేని గురించి అని సరిగా తెలియడం లేదు. కనుక భయం మరింత పెరుగుతున్నది. అసలు భయం కలిగించేది ఏదయినా ఉందా, నాకు తెలియదు. గదిలో చుట్టూ చూశాను. ఫోన్ నా బెడ్‌సైడ్ బల్ల మీద లేదు. నేల మీద నా హ్యాండ్‌బ్యాగ్ లేదు. మామూలుగా వేసే పద్ధతిలో కుర్చీ మీద వేలాడుతూ కూడా లేదు. అది ఉండి తీరుతుంది. అయినా, నేను ఇంట్లో ఉన్నాను. అంటే తాళం చెవులున్నాయని కదా?

మంచం నుంచి లేచాను. నా ఒంటి మీద దుస్తులేవు. అల్మారా మీద నిలువుటద్దంలో నా రూపం కనిపించింది. చేతులు వణుకుతున్నాయి. మస్కారా, బుగ్గల మీద పులుముకుపోయి ఉంది. కింద పెదవి మీద తెగిన గాయం ఉంది. కాళ్ల మీద దోక్కుపోయిన గుర్తులున్నాయి. కడుపులో తిప్పుతున్నది. మళ్లీ మంచం మీద చతికిలబడ్డాను. తలను మోకాళ్ల మధ్య పెట్టుకున్నాను. వికారం తగ్గాలని వేచి ఉన్నాను. లేచి నిలబడ్డాను. డ్రెసింగ్ గౌన్ అందుకున్నాను. గది తలుపు కొంత మాత్రమే తెరిచాను. ఫ్లాట్ నిశ్శబ్దంగా ఉంది. ఎందుకో తెలియదు గానీ, కాతీ లేదు అని గట్టిగా తోచింది. డేమియెన్ ఇంట్లో ఉండిపోతానని గాని చెప్పిందా? చెప్పిందనే అనిపిస్తున్నది. ఎప్పుడు చెప్పింది, జ్ఞాపకం లేదు. బయటకు పోకముందా? లేక తనతో తరువాత మాట్లాడానా? హాల్‌వేలో వీలయినంత నిశ్శబ్దంగా నడిచాను. కాతీ పడకగది తలుపు తెరిచి ఉంది. తొంగి చూశాను. పడక శుభ్రంగా ఉంది. తాను అంతకు ముందే లేచి సర్ది ఉండవచ్చు. అయినా గతరాత్రి తాను ఇక్కడ ఉంది అనిపించడం లేదు. అది కొంత ఊరటకు కారణమయింది. తాను ఇక్కడ లేదంటే, గతరాత్రి నేను రావడం వినలేదు. చూడలేదని అర్థం. అంటే నా దుస్థితి తనకు తెలియదని అర్థం. అది పట్టించుకోదగిన సంగతేమీ కాదు. అయినా పట్టించుకోవాలి. సంఘటనకు సంబంధించి నాకు కలిగే దోషభావన, కేవలం సంఘటన ప్రభావానికే కాక, నన్ను ఆస్థితిలో చూచినవారి సంఖ్య ప్రకారం పెరుగుతుంది గద. పైమెట్టు మీద ఉండగా తిరిగి తలతిరిగింది. పక్కనున్న బానిస్టర్‌ను గట్టిగా పట్టుకున్నాను. మెట్ల మీదనుంచి పడి మెడ విరుచుకుంటానని నాకు గొప్ప భయం. (నా లివర్ పగిలి కడుపు రక్తంతో నిండితుందని మరొకటి.) దాని గురించి ఆలోచిస్తేనే

అసౌకర్యంగా ఉంటుంది. అద్దం ఒరగాలి. కానీ ముందు బ్యాగ్ వెదకాలి. ఫోన్ ఎక్కడుందో వెతకాలి. కనీసం క్రెడిట్ కార్డులు పోలేదని గట్టి చేసుకోవాలి. ఎవరికి, ఎప్పుడు ఫోన్ చేసిందీ తెలుసుకోవాలి. హాల్‌వేలో బ్యాగ్ పడి ఉంది. ముఖద్వారం తరువాత నా జీన్స్, అండర్‌వేర్ ఆపక్కనే లుంగచుట్టి పడి ఉన్నాయి. మెట్లకింద మూత్రం వాసన తెలుస్తుంది. బాగ్ అందుకుని ఫోన్ కోసం చూచాను ఉంది. అమ్మయ్య. దాంతో బాటు నలిగిన ఇరవై నోట్లు కొన్ని, రక్తం అంటిన క్లీనెక్స్ పేపర్లు కూడా ఉన్నాయి. మళ్లీ వికారం తలెత్తింది. ఈ సారి మరింత బలంగా గొంతులో బైల్ రుచి తెలుస్తున్నది. పరుగెత్తాను. బాత్‌రూమ్ చేరలేదింకా, కార్పెట్ మీద వాంతి చేసుకున్నాను.

అద్దం వాలాలి. పడుకోకుంటే తెలివి తప్పుతుంది. పడిపోతాను. తరువాత శుభ్రం చేయవచ్చు. పైన గదిలో ఫోన్ ప్లగ్ ఇన్ చేసి మంచం మీద పడుకున్నాను. కాళ్లు, చేతులు అనుమానంగా ఎత్తి పరిశీలించాను. మోకాళ్లపై పక్కన గాయాలున్నాయి. తాగేవారికది మామూలే. తూలుతూ నడుస్తుంటే ఏదో తగిలి గీచుకుంటుంది. చేతుల మీద మరింత గట్టి గాయాలున్నాయి. నల్లగా, అండాకారంగా వేలిముద్రలవలె. ఇది కూడా అనుమానాస్పదం కాదు. అటువంటి గాయాలు ఇంతకు ముందు కూడా అయినయి. మామూలుగా నేను పడిపోతే ఎవరో బలంగా పట్టి ఎత్తినప్పుడన్నమాట. తలమీద గాయం మాత్రం మరో రకం, అయితే కార్‌లో ఎక్కుతుంటే కూడా అటువంటి గాయాలు అవుతుంటాయి. ఇంటికి బహుశా టాక్సీలో వచ్చి ఉంటాను. ఫోన్ అందుకున్నాను. రెండు మెసేజ్‌లు ఉన్నాయి. మొదటిది కాతీ పంపింది. అయిదు తరువాత అందింది. ఎక్కడ ఉన్నావు, అంటూ అడిగింది. తాను రాత్రి డేమియెన్‌తో ఉంటుంది. రేపు కలుద్దాము అన్నది అందులో. ఒక్కర్తినే తాగడంలేదు కదా, అంటూ బాధ వ్యక్తం చేసింది. రెండవది టామ్ పంపినది. పది పదిహేనుకు అందింది. అతను అరుస్తున్నాడు. ఆ గొంతు విని ఫోన్ను కిందపడేసినంత పని చేశాను.

"జీసస్ క్రైస్ట్, రేచల్, ఏమయింది నీకు? నాకిక భరించ రాకుండా ఉంది. సరేనా? నీ కొరకు వెదుకుతూ గంటపాటు అంతటా తిరిగాను. ఆనాను నిజంగా బెదిరించావు అర్థమయిందా నీకు? ఆమె.. ఆమె.. నీవేం చేస్తావో అంటూ.. మొత్తానికి పోలీసులను పిలవకుండా తనను ఆపగలిగాను. మా తెరువు రాకు. నాకు ఫోన్ చేయకు. మా చుట్టూ తిరగడం మానేయ్. మమ్మల్ని మా మానాన బతకనివ్వు.

నేనిక నీతో మాట్లాడదలుచుకోలేదు. నిన్ను ఇక చూచేది కూడా లేదు. మా కుటుంబం చేరువకు వచ్చావంటే బాగుండదు. కావాలనుకుంటే నీ బతుకును నీవు ఏమయినా చేసుకో. మా బతుకులు నాశనం చేయ్యకు. ఇక చాలించు. నిన్నిక మీద రక్షించేది లేదు. అర్థమయిందా? మా నుంచి దూరంగా ఉండు.'

నేనేం చేశాను, నాకు తెలియదు, ఏం చేశాను? అయిదు, పదింబావు మధ్యన నేను ఏం చేస్తూ ఉండిపోయాను? టామ్ నా కొరకు ఎందుకు వెదకవలసి వచ్చింది? ఆనాకు ఏం చేశాను? దుప్పటి తలమీదకు లాక్కున్నాను. కళ్లు గట్టిగా మూసుకున్నాను. వాళ్ల ఇంటికి పోవడం, రెండు తోటల మధ్యనున్న దారిలో నడవడం, కంచె మీదుగా ఎక్కడం, అన్నీ ఊహించాను. గ్లాస్ డోర్‌ను పక్కకు కదిలించడం గురించి ఆలోచించాను. దొంగతనంగా వాళ్ల వంటింట్లోకి దూరడం గురించి కూడా. ఆనా బల్ల వద్ద కూచుని ఉంది. వెనుక నుంచి దాన్ని పట్టుకున్నాను. జుట్టుపట్టి మెలితిప్పాను. తలన వెనకకు బలంగా లాగాను. నేల మీదకు పడేశాను. తలను ఆ చల్లని నీలం టైల్స్ మీద బలంగా కొట్టాను.

సాయంత్రం

ఎవరో అరుస్తున్నారు. పడకగది కిటికీలోంచి ఎండపడుతున్న తీరును బట్టి, నేను చాలాసేపు నిద్రపోయానని చెప్పగలను. మధ్యాహ్నం బాగా సాగింది. ఇంచుమించు సాయంత్ర మయింది. తలనొప్పి పెడుతున్నది. తలగడ మీద రక్తం, కింద ఎవరో అరుస్తున్నారు.

'నమ్మశక్యం గాదు! ఓరి దేవుడా! రేచల్! రేచల్!!!'

పడుకుండి పోయాను. మెట్ల మీద వాంతి గత్తర అంతా శుభ్రం చేయలేదు. హాల్‌వేలో నా బట్టలు దేవుడా! దేవుడా! త్వరత్వరగా ట్రాక్ సూట్ బాటమ్స్, ఓ టీషర్ట్ వేసుకున్నాను. కాతీ సరిగ్గా నా బెడ్‌రూమ్ తలుపు ముందు నిలబడి ఉంది. తలుపు తెరవగానే నన్ను చూచి తీవ్ర భయానికి గురయింది.

"ఏం దరిద్రం జరిగింది నీకు? అన్నదామె. 'నిజంగా రేచల్! అయామ్ సారీ! నిజానికి నాకు తెలుసుకోవాలని లేదు. నా ఇంట్లో ఇదంతా ఇక కుదరదు. ఇక భరించడం...! ఆమె వెళ్లిపోయింది. హాల్‌లో నుంచి వెనుకకు చూస్తున్నది, మెట్ల వేపు.

"అయామ్ సారీ, అయామ్ సో సారీ! నాకు అస్సలు బాగుండలేదు. శుభ్రం చేయాలనే అనుకున్నాను..." 'నీకేమీ కాలేదు. కదూ! తెగతాగావు. తూలుతున్నావు. అయామ్ సారీ రేచల్. ఇక నావల్ల కాదు. నేనిలా బతకజాలను. నీవు వెళ్లిపోకతప్పదు. విన్నావా? మరో చోటు వెదుక్కోడానికి నాలుగు వారాలు గడువిస్తున్నాను. ఇక నీవు వెళ్లిపోక తప్పదు!' ఆమె అటు తిరిగి తన గదికేసి నడిచింది. 'ఇక మరి ఆ పెంట శుభ్రం చేస్తావా? గదిలోకి వెళ్లి తలుపు దడాలని వేసుకున్నది.

అంతా శుభ్రం చేసి నా గదికి వెళ్లిపోయాను. కాతీ గది తలుపు ఇంకా వేసి ఉంది. అయినా ఆమె పిచ్చి కోపం ఆలోపలి నుంచే తెలుస్తున్నది. ఆమెను తప్పు పట్టలేను. ఇంటికి రాగానే ఉచ్చ గుడ్డలు, మెట్ల మీద వాంతి ఎదురయితే నాకయినా పిచ్చెత్తి తీరుతుంది. బెడ్ మీద కూచున్నాను. నా లాప్‌టాప్ తెరిచాను. ఈ మెయిల్ అకౌంట్‌లోకి లాగ్ ఇన్ అయ్యాను. అమ్మకు మెయిల్ రాయడం మొదలు పెట్టాను. చివరకు, ఆ సమయం రానే వచ్చింది, అనుకుంటున్నాను. అమ్మను సాయం అడగక తప్పదు. ఇల్లు మారితే ఇలా కొనసాగడం కుదరదు. నేను మారాలి. బాగుపడాలి. మాటలు మనసుకు తట్టడం లేదు. విషయం అమ్మకు వివరించడం తలకెక్కడం లేదు. సాయం కోసం అభ్యర్థన చదువుతుంటే అమ్మ ముఖంలో మార్పులు మనసులో చూడగలను. దుర్భర నిరాశ. ఏమీ చేయలేని తనం. ఆమె నిట్టూర్చడం, నాకు వినిపించినంత పనవుతున్నది.

ఫోన్ చప్పుడు చేసింది. గంటల క్రితం వచ్చిన మెసేజ్ ఒకటి ఉంది. మరో మారు టామ్. అతని మాటలు వినాలని లేదు. కానీ తప్పదు. అతడినలా వదలలేను. గుండె వేగం పెరిగింది. వాయిస్ మెయిల్ డయల్ చేశాను. ఏం జరిగినా ఎదురుకోవాలి అన్నట్టు.

'రేచల్ నాకు ఫోన్ చేస్తావా?' ఇప్పుడంత కోపం లేదు, గుండె వేగం కొంత తగ్గింది. 'ఇంటికి చేరావని నాకు నమ్మకం కలగాలి. రాత్రి నీ పరిస్థితి మరీ దారుణంగా ఉంది' సహృదయంగా దీర్ఘనిశ్వాస, చూడు. రాత్రి అరిచాను, సారీ. పరిస్థితి మరీ చెయ్యి దాటింది. నీ పట్ల నాకున్న భావాలు నీకు తెలుసు. రేచల్, నన్ను నమ్ము. దీనికంతా ముగింపు పలకాలి.

మెసేజ్ మరోసారి విన్నాను. తన గొంతులోని దయ విన్నాను. కళ్లలో నీళ్లు తిరిగాయి. అట్లా ఏడుస్తూ ఉండిపోయాను. కూడబలుక్కుని అతనికి మెసేజ్ పంపించాను. అయామ్ వెరీ సారీ. ప్రస్తుతం ఇంట్లో ఉన్నాను. మరేమీ చెప్పలేను

అన్నానందులో. ఎందుకని సారీ చెప్పాలి, నాకు సూటిగా జ్ఞాపకం లేదు. అనాకు నేను చేసిందేదీ గుర్తులేదు. ఏం చేసి భయపెట్టాను గుర్తులేదు. నిజానికి నాకదంతా పట్టలేదు. అయితే టామ్‌ను అన్‌హేపీ చేయడం మాత్రం నాకిష్టం లేదు. అతను అన్నీ సహించాడు. అతను సంతోషంగా ఉండాలి. సంతోషంగా ఉంటే నాకు అసూయలేదు. అయితే ఆ సంతోషమేదో నాతోనయితే బాగుంటుంది.

మంచం మీద పడుకుని, దుప్పటిలోకి దూరాను. ఏం జరిగిందీ తెలుసుకోవాలి. నేనెందుకు సారీ చెప్పాలి. తెలిస్తే బాగుండును. అందని జ్ఞాపకాలనుంచి అర్థం పిండాలని అసహాయంగా ప్రయత్నిస్తున్నాను. వాదం పెట్టుకున్నానని మాత్రం గట్టిగా తేలింది. లేదా వాదులాట విన్నాను. అది ఆనాతోనా? వేళ్లు తలమీది గాయాన్ని తడిమాయి. పెదవిమీద గాటుంది. కనబడుతున్నది. మాటలు వినబడుతున్నాయి. అంతా పక్కకు తిరిగింది. పట్టు మాత్రం అందడంలేదు. ఏదో అర్థమవుతున్నది అనుకున్నప్పుడంతా, వ్యవహారం మళ్లీ నీడలోకి జారుతుంది. అందకుండా పోతుంది.

మేగన్

మంగళవారం 2 అక్టోబర్ 2012

ఉదయం

త్వరలో వర్షం కురవనుంది. దాని రాక నాకు తెలుస్తున్నది. తలలో నా పళ్లు టకటక కొట్టుకుంటున్నాయి. నా వేళ్ల చివరలు తెల్లనయినయి. అందులో కొంచెం నీలం కలిసి. నేను లోపలికి పోను. బయటనే నాకు బాగుంది. ఇక్కడ హుషారుగా, అయిస్ బాత్‌లాగ శుభ్రపరిచేరకంగా ఉంది. స్కాట్ వస్తాడు. త్వరలోనే నన్ను లోనికి తరలిస్తాడు. ఎలాగూ. నన్ను దుప్పట్లో చుడతాడు. చిన్న పాపను అన్నట్టు.

రాత్రి ఇంటికి వస్తుంటే ఉన్నట్టుండి భయం మొదలయింది. అదే పనిగా ఇంజిన్‌ను బర్‌బర్ మనిపిస్తూ ఒక మోటార్ బైక్, అంచు మీద పాకుతున్నట్టు నెమ్మదిగా కదులుతున్న ఒక కారు, బగ్గీ బండ్లతో ఇద్దరు తల్లులు నా దారికి అడ్డంగా వచ్చారు. పేవ్‌మెంట్ మీద వాళ్లను దాటేసి పోలేకపోయాను. అందుకని వీధిలోకి పోయాను. వెంటనే ఎదురుగా దూసుకువస్తున్న మరో కారు వచ్చి గుద్దింది. దాన్ని నేను చూడను గూడా లేదు. డ్రయివరు హార్న్ మీద వాలుతూ, నన్ను చూచి ఏదో అరిచాడు. నాకు ఊపిరి అందలేదు. గుండె పరుగులు పెడుతున్నది. కడుపులో ఏదో కదిలింది, ఏదో మాత్ర మింగినట్టు. వాంతి వస్తుందన్నట్టు. అడ్రినలిన్ కారణంగా వికారం, ఉత్సాహం, భయం అన్నీ జమిలిగా కుదుపుతున్నట్లు.

ఇంటికి పరిగెత్తాను. అటుపక్కన ట్రాక్స్ వేపు పోయి, అక్కడ కూచున్నాను. ట్రెయిన్ కొరకు ఎదురుచూడసాగాను. నాలో నుంచి గోల చేస్తూ దూరి, మిగతా

చప్పుళ్లను మింగుతుందని. స్కాట్ వచ్చి సముదాయిస్తాడని ఎదురు చూశాను. అతనింట్లో లేదు. కంచె దాటే ప్రయత్నం చేసి అవతల కూచోవాలి అనుకున్నాను. అక్కడికెవరూ పోరుమరి. చెయ్యి తెగింది. కనుక లోనికి పోయాను. అప్పుడింక స్కాట్ వచ్చి ఏమయింది, అని అడిగాడు. అంట్లు తోముతుంటే గ్లాస్ పడిపోయి పగిలిందీ, అన్నాను. అతను నమ్మలేదు. కోపగించుకున్నాడు.

రాత్రి మేలుకున్నాను. నిద్రలో ఉన్న స్కాట్‌ను వదిలి, దొంగచాటుగా టెరేస్ మీదికి దిగాను. అతని నంబర్ డయల్ చేశాను. అతను ఫోన్ తీస్తే, గొంతు విన్నాను. మొదట్లో నిద్రమత్తుతో మెత్తగా, తరువాత గట్టిగా, అరిచినట్టు, ఆలోచిస్తున్నట్లు, విసిగిపోయినట్టు. ఫోన్ కట్ చేసి అతను కాల్ చేస్తాడా అని ఎదురు చూశాను. నా నంబర్ తెలియకుండా దాచింది లేదు. కనుక ఫోన్ చేస్తాడని. అతను చేయలేదు. నేనే చేశాను మళ్లా. మరోసారి కూడా. వాయిస్ మెయిల్ వచ్చింది. అందులో భావం లేదు, పసలేదు. వీలయిన వెంటనే కాల్ చేస్తానని యాంత్రికంగా బదులువచ్చింది. ప్రాక్టీస్ వద్దకు కాల్‌చేయాలనుకున్నాను. నా తరువాతి అపాయింట్‌మెంట్ మరింత తొందరగా వచ్చేట్టు మార్చాలని. కానీ వాళ్ల ఆటోమేటెడ్ సిస్టమ్ కూడా ఈ నడిరాత్రి పనిచేయదు. అనిపించింది. తిరిగిపోయి పడక చేరాను. కానీ నిద్ర మాత్రం పోనేలేదు.

పొద్దున్నే కార్లీవుడ్ పోయి కొన్ని ఫొటోలు తీయవచ్చు. పొగమంచు, చీకటి, కలిసి వాతావరణం బాగుంటుందక్కడ. మంచి ఫొటోలకు అవకాశం ఉంటుంది. వాటితో చిన్న కార్డ్స్ తయారు చేసి కింగ్‌లీ రోడ్‌లో గిఫ్ట్‌షాప్‌లో అమ్మవచ్చు. పని గురించి పట్టించుకోనవసరం లేదని స్కాట్ చెపుతుంటాడు. హాయిగా రెస్ట్ తీసుకోమంటాడు. అదేదో ముసలమ్మలాగ! నాకు విశ్రాంతి అవసరమే లేదు. దినమంతా చేయడానికి పనులు వెతకాలి. లేదంటే ఏమవుతుందో నాకు తెలుసు.

సాయంత్రం

డా॥ అబ్దిక్ కమాల్, అతడిని అలాగే పిలవాలట, నన్ను డయరీ రాయమని ఇవాళ మధ్నాహ్నం సెషన్‌లో సలహా ఇచ్చాడు. కుదరదని చెప్పినంత పని చేశాను. మా ఆయన చదవడన్న నమ్మకం లేదు. ఆ మాట కూడా చెప్పలేదు. చెబితే స్కాట్‌ను అనుమానాలకు గురిచేసినట్లుంటుంది. కానీ అది నిజం. నేను అనుకునే ఆలోచించే,

చేసే సంగతులను కాయితం మీద పెట్టలేను. తగిన పాయింట్ ఒకటి ఈ సాయంత్రం ఇల్లు చేరితే, నా లాప్ టాప్ వెచ్చగా ఉంది. బ్రౌజర్ హిస్టరీ తుడపడం అటువంటివన్నీ తనకు వచ్చు. చేసిన పనులను తెలియకుండా చక్కగా దాచగలడు. వెళ్లే ముందు నేను కంప్యూటర్ ఆఫ్ చేశానని కూడా గుర్తుంది మరి. తాను మళ్లీ నా ఈమెయిల్స్ చదువుతున్నాడన్నమాట.

నాకేం పర్వాలేదు. వాటిల్లో చదవడానికి ఏమీలేదు. (ఉద్యోగాలు ఇచ్చే కంపెనీల నుంచి, కావలసినన్ని స్పామ్ మెయిల్స్, గురువారం రాత్రి భోజనసభలో చేరతావా, అంటూ పిలాటీస్ నుంచి జెన్నీ మెయిల్ ఉంటాయి మహా అయితే. గురువారాల్లో జెన్నీ, స్నేహితురాళ్లు కలిసి వంతుల ప్రకారం వంట చేసి డిన్నర్ తింటారు. అక్కడికి చచ్చినా వెళ్లను.) దొంగచాటు వ్యవహారం ఏమీ జరగడం లేదని, తనకు నమ్మకం కలుగుతుంది గనుక, మెయిల్స్ చదివినా పర్వాలేదు. నేనేమీ తప్పుడు పనులు చేయడం లేదంటే, నాకే మంచిది గదా. మాకు మంచిది అవాలి. అది నిజం కాకున్నా నిజంగా తన మీద కోపగించుకోలేను. అతనికి అనుమానాలు రావడానికి కావలసినవన్ని కారణాలున్నాయి. కారణాలు గతంలో ఉన్నాయి. బహుశా మళ్లీ ఉంటాయి. నేను ఆదర్శభార్యను కానేకాను. కాలేను. తనను నేనెంతగా ప్రేమించినా అది చాలదు.

ఆదివారం, 13 అక్టోబర్ 2012

ఉదయం

రాత్రి ఐదు గంటల పాటు నిద్రపోయాను. అంత నిద్ర చాలా కాలంగా పోయింది లేదు. చిత్రమేమిటంటే నిన్న సాయంత్రం ఇంటికి చేరే సరికి బాగా పురెక్కి ఉన్నాను. గంటల పాటు గోడలకు తగిలి గెంతుతానేమో అనిపించింది. మళ్లీ ఆ పని చేయనని నాకు నేను చెప్పుకున్నాను. ఒకసారి చాలు అనుకున్నాను. కానీ తనను చూశాను, కోరుకున్నాను, అయితేనేమట? అనుకున్నాను. నన్ను నేను ఎందుకు అదుపుచేయాలో అర్థం కాలేదు. చాలా మంది అట్లా చేయరు. మగవాళ్లు మరీనూ. నేను ఎవరికీ బాధ కలిగించదలచుకోలేదు. నిన్ను నీవు మాత్రం

మప్పగించుకోగూడదు. కాదంటారా? అంతేగదా నేను చేస్తున్నది! నిజమయిన నాలోని నేనుకు, ఎవరూ ఎరుగని ఆ నేనుకు విధేయంగా ఉంటున్నాను. ఆ నేనును స్కాట్ ఎరుగడు, కమాల్ ఎరుగడు, ఎవరూ ఎరుగరు. గతరాత్రి పిలాటీస్ క్లాస్ తరువాత నాతో వచ్చే వారం ఒక రాత్రి సినిమాకు వస్తావా, అని తారాను అడిగాను. వస్తే తాను నాకు కవర్‌గా ఉంటుంది.

'అతను ఫోన్ చేస్తే నేను నీతోనే ఉన్నానని చెబితే చాలు. ఏ బాత్‌రూమ్‌కో వెళ్లింది అను. వెంటనే నేనతనికి రింగ్ చేస్తాను. ఎలాగంటే అప్పుడిక నువ్వు నాకు కాల్ ఇవ్వాలి. నేను అతనికి కాల్ ఇస్తాను. ఆట్లాగన్నమాట. అంతాకూల్. తాను సన్నగా నవ్వి భుజాలు ఎగరేసింది. 'సరేలే' అన్నది. ఎక్కడికి, ఎవరితో వెడుతున్నావని కూడా అడగలేదు. తాను నిజమయిన స్నేహితురాలిగా ఉండాలనుకుంటుంది గద.

అతనితో కార్లీలో స్వాన్ వద్ద కలిశాను. ఒక గది బుక్ చేశాడు. మేం జాగ్రత్తగా ఉండాలి. పట్టు పడగూడదు. పట్టుబడితే అతనికీ మంచిది కాదు. జీవితం నాశనమవుతుంది. నాకు గూడా అది అపాయకరం అవుతుందిక. స్కాట్ ఏం చేస్తాడని ఆలోచించడం కూడా నాకు కుదరదు.

అతను నన్ను ఏవేవో అడిగాడు. చిన్నవయసులో ఉండగా నార్విచ్‌లో ఉండగా ఏమయింది, అడిగాడు. అందుకు సూచన నేనే ఇచ్చాను. కానీ నిన్న వివరాలు అడిగాడు. ఏవో చెప్పాను. నిజాలు మాత్రం కాదు. అబద్ధాలాడాను. కథలు పుట్టించాను. అతను వినదలుచుకున్న సంగతులన్నీ చెప్పాను. సరదాగా సాగింది. అబద్ధాలాడడం గురించి నాకేమీ పట్టింపు లేదు. అయితే అన్నింటినీ అతను నమ్మేనా అని మాత్రం అనుమానం. అతను కూడా బొంకుతాడని గట్టిగా చెప్పగలను. నేను దుస్తులు వేసుకుంటుంటే చూస్తూ మంచం మీద ఒరిగి ఉన్నాడు. మేగన్, ఇలా మళ్లీ జరగడం కుదరదు. అట్లాగని నీకూ తెలుసు. ఇట్లా కొనసాగించగూడదు అన్నాడు. మరి అతను చెపుతున్నది నిజమే. ఆ సంగతి నాకూ తెలుసు. మేం కొనసాగించకూడదు. ఎన్ని తీర్ల చెప్పినా అంతే, అయితే మేము కొనసాగిస్తాము. ఇది చివరిసారి కానే కాదు. అతను నా కోరిక కాదనడు. ఇంటి దారిలో కూడా అదే ఆలోచించాను. వ్యవహారంలో నాకు నచ్చింది మరి అదే. ఒకరి మీద అధికారం కలిగి ఉండడం. అది మత్తు కలిగించే విషయం.

సాయంత్రం

వంటింట్లో వైన్ బాటిల్ తెరుస్తున్నాను. స్కాట్ వెనుక నుంచి వచ్చి నా భుజాల మీద చేతులు వేశాడు. ఎట్లా సాగింది, తెరపిస్ట్‌తో వ్యవహారం? అడిగాడు. అంతా బాగుంది, అన్నాను. ప్రోగ్రెస్ ఉందన్నాను. వివరాలేవీ చెప్పకపోవడం ఆయనకూ అలవాటయింది. 'రాత్రి తారాతో సరదాగా సాగిందా?' అన్నాడు.

నా వెన్ను అతని వేపుంది. నిజంగా అడుగుతున్నాడా, అనుమానిస్తున్నాడా? చెప్పజాలను. గొంతుతో ఏమీ బయటపడదు.

'చాలా మంచిదామె, నీకు కూడా నచ్చుతుంది. నిజానికి వచ్చే వారం సినిమాకు పోతున్నాము. వీలయితే ఆ తర్వాత ఏదయినా తినడానికి తీసుకురావచ్చు'

'సినిమాకు నేను రాగూడదా?' అడిగాడు.

'తప్పకుండా రావచ్చు. కానీ తనకేమో శాండ్రా బులక్ సినిమాలు ఇష్టం' అంటూ ఆయన వేపు తిరిగి ముద్దెట్టుకున్నాను.

'మరేమీ చెప్పకు. తర్వాతయినా ఆమెను భోజనానికి పిలుచుకురా.' ఆయన చేతులు కొంచెం కిందకు దిగినాయి. వైన్ పోశాను. బయటకు చేరాము. వసారాలో పక్కపక్కన కూచున్నాము. కాలివేళ్లు గడ్డిలో ఉన్నాయి.

'ఆమెకు పెళ్లయిందా?' అడిగాడాయన

'తారాకా? అహ, కాలేదు'

'బాయ్‌ఫ్రెండ్ కూడా లేడా?'

'లేదనుకుంటా'

'గర్ల్ ఫ్రెండ్?' కనుబొమ్మలు ఎగరవేస్తూ అడిగాడు. నేను నవ్వాను. 'వయసెంతుం టుంది?' అడిగాడు.

'తెలీదు, నలభైకి అటు ఇటు.'

'ఓహ్! అయినా ఒంటరిగా ఉంది. అదేం బాగోలేదు'

'మ్మ్. ఒంటరితనం కూడా ఉందేమో?

'అట్లాంటి వారికంతా నీవు బాగా దొరుకుతావు. కాదంటావా? నే వెంటపడి వచ్చేస్తారంతా'

'నిజంగానా?'

'ఆమెకు పిల్లలు లేరన్నమాట. పిల్లల సంగతి రాగానే, ఆయన గొంతులో తేడా తెలుస్తుంది. వాదం మొదలవుతుందిక. నాకది ఇష్టం లేదు. వేగలేను. అందుకే లేచాను. గ్లాసులు తెమ్మన్నాను. పడకగదికి వెడుతున్నామాయె.

ఆయన వెంట వచ్చాడు. మెట్లెక్కుతూనే దుస్తులు వదిలేశాను. లోపలికి చేరామో లేదో, నన్ను మంచం మీదకు తోశాడు. నేను ఆయన గురించి ఆలోచించడం కూడా లేదు. అయినా పోయింది లేదు. అతనికి తెలియదు మరి. తనే నా ప్రపంచం అని నమ్మడానికి నేను, నా తీరు చాలు.

రేచల్

సోమవారం, 15 జులై 2013

ఉదయం

పొద్దున్నే నేను ఇల్లు వదిలి బయలుదేరుతుంటే, కాతీ వెనక్కు పిలిచింది. ఒక్క క్షణం కౌగిలించుకున్నది. తాను నన్ను ఇంట్లో నుంచి వెళ్లమనడం లేదని అనుకున్నాను. కానీ ఆమె నాకు ఒక టైప్ చేసిన కాగితం చేతికిచ్చింది. ఖాళీ చేయమంటూ ఫార్మల్‌గా ఇచ్చిన నోటీస్ అది. ఎప్పుడు అన్న తేదీ కూడా ఉంది అందులో, ఆమె చూపు కలిపి మాట్లాడలేకపోయింది. తనను చూస్తే నాకే పాపం అనిపించింది. వాస్తవంగా అట్లాగనిపించింది. కానీ నా పట్ల నాకున్న భావం అంతకన్నా గట్టిది. నన్ను చూచి ఆమె విషాదంగా నవ్వింది. 'ఈ పని చేయడం నాకు అసలు నచ్చలేదు. రేచల్, నిజం చెపుతున్నాను' అన్నదామె. వ్యవహారం వికారంగా తోచింది. మేము హాల్‌వేలో నిలబడి ఉన్నాము. నేనక్కడ బ్లీచ్ వేసి ఎంతకడిగినా, ఇంకా వాంతి వాసన కొంత మిగిలే ఉంది. నాకు ఏడవాలనిపించింది. అయినా అప్పటికే ఆమె స్థితి అన్యాయంగా ఉంది. దాన్ని నేను మరింత పాడు చేయదలచుకోలేదు. సంతోషంగా ఉన్నట్టు నవ్వాను. 'ఏం ఫరవాలేదు. అసలు ప్రాబ్లమ్ లేనేలేదు' అన్నాను. తానేదో సాయం అడిగినట్లుంది నా మాట.

ట్రెయిన్‌లో కంటనీరు పెట్టుకున్నాను. జనం చూస్తున్నా పట్టించుకోవాలని లేదు. ఎవరికి తెలుసు, నా కుక్క ఏ కార్ కిందనో పడి ఉండవచ్చు. నాకే ఏదో

ప్రాణాంతకమయిన జబ్బుందని తెలిసి ఉండవచ్చు. నేను, పిల్లలు లేని డైవోర్సీని, త్వరలో ఇల్లు కూడా లేనిదాన్ని అవుతాను. పైగా ఆల్కహాలిక్‌ను అయ్యుండవచ్చు. ఆలోచిస్తే అంతా తిక్కగా ఉంది. నేనిక్కడికి ఎట్లా చేరాను? నా ఈ పతనం ఎక్కడ మొదలయింది. ఎక్కడ దీన్ని ఆపి ఉండగలిగే దాన్ని, ఆశ్చర్యంగా ఆలోచిస్తున్నాను. ఎక్కడ నేను తప్పుడు మలుపు తిరిగింది? టామ్‌ను కలిసినప్పుడు కాదు. నాన్న పోయిన తరువాత అతను నన్ను శోకం నుంచి కాపాడాడు. పెళ్లి చేసుకున్నప్పుడు కాదు. ఏడేళ్ల క్రితం వింతగా చలిగా ఉన్న మేడే నాడు, ఏమీ పట్టకుండా, ఆనందంలో తేలుతూ మేము ఒకటయ్యాము. నేనప్పుడు సంతోషంగా, లోటు ఏదీ లేకుండా, విజయవంతంగా ఉన్నాను. నంబర్ ఇరవై మూడులోకి మారినప్పుడు కూడా కాదు. ఇల్లు పెద్దది, అనుకున్నదానికన్నా అందంగా ఉంది. ఇరవై ఆరేళ్ల వయసులో అటువంటి ఇంట్లో ఉంటాననుకోలేదు. ఆ మొదటి రోజులు బాగా జ్ఞాపకమున్నాయి. వుడన్ ఫ్లోర్ బోర్డ్స్ మీద, కాళ్లకు జోళ్లు లేకుండా నడుస్తుంటే పాదాలలో తగిలిన వెచ్చదనం, ఆ విశాల స్థలం, ఎవరు వస్తారోనన్నట్టు వేచి చూస్తున్న ఆ ఖాళీ గదులు, అవీనూ. టామ్‌తో కలిసి పథకాలు వేశాము. గార్డెన్‌లో ఏం మొక్కలు నాటుతాము, గోడల మీద ఏం చిత్తరువులు పెడతాము, స్పేర్ గదిలో ఏం రంగులు వేయిద్దాము. అప్పటికే, ఆ రోజుల్లోనే, నా తలలో దాన్ని పాపాయి గది అనుకున్నాను.

బహుశా అక్కడ మొదలయిందేమో ఆ క్షణంలోనే విషయాలు తప్పుదారి పట్టినట్టున్నాయి. అదంతా మమ్మల్ని నేను ఒక జంట అనుకోకుండా, కుటుంబం అనుకోవడంతో అంతా మారింది. ఆ చిత్రం నా తలలో నిలిచి ఉంది. ఇద్దరే ఉంటే చాలదు. టామ్ నన్ను మరోలా చూడడం మొదలుపెట్టింది అప్పుడేనా? అతని నిరాశాభావం, నిరాశకు ప్రతిబింబం అయిందా? నా కోసం అతను ఎన్నో వదులుకున్నాడు. ఇద్దరమూ కలిసి ఉండాలనుకున్నాడు. అయినా అతనిలో ఏదో లోపం ఉందన్న భావం నేను కలిగించి నట్టున్నాను.

నార్త్ కోట్ వరకు కన్నీళ్లు కారుస్తూనే ఉన్నాను. తరువాత కొంత సర్దుకున్నాను. కళ్లు తుడుచుకున్నాను. ఇవాళ చేయవలసిన సంగతులు లిస్ట్‌గా రాయడం మొదలు పెట్టాను. అదీ కాతీ యిచ్చిన ఎవిక్షన్ నోటీస్ వెనుక.

హోల్‌బోర్న్ లైబ్రరీ

అమ్మకు ఈ మెయిల్

మార్టిన్‌కు ఈమెయిల్ రెఫరెన్స్???

ఏఏ మీటింగ్స్ గురించి సమాచారం – సెంట్రల్ లండన్/ఆష్‌బరీ

కాతీకి ఉద్యోగం గురించి చెప్పడం

ట్రెయిన్ వచ్చి సిగ్నల్ దగ్గర ఆగినప్పుడు తలెత్తి చూశాను. ట్రాక్‌వేపు చూస్తూ జేసన్ టెరేస్ మీద నిలుచున్నాడు. అతను సూటిగా నన్నే చూస్తున్నటు అనిపించింది. వింత భావమేమదో కలిగింది. అంతకుముందు కూడా అతను నా వేపు ఆరకంగా చూశాడు అనిపించింది. అతను నన్ను నిజంగా చూశాడు అనిపించింది. నన్ను చూచి సన్నగా స్మైల్ చేస్తున్నాడని ఊహించుకున్నాను. ఎందుకో తెలియదుగానీ, భయమయింది.

అతను అటు తిరిగాడు ట్రెయిన్ కదిలింది.

సాయంత్రం

యూనివర్సిటీ కాలేజ్ హాస్పిటల్‌లో కూచుని ఉన్నాను. గ్రేస్ ఇన్ రోడ్ దాటుతుండగా, ఒక టాక్సీ వచ్చి నన్ను గుద్దింది. నేను పడిపోయాను. అప్పుడు నేనొక జడ్జ్ గారి లాగ సోబర్‌గా ఉన్నాను. అస్సలు తాగలేదు. ఏదో వింత మానసిక స్థితిలో ఉంటే ఉన్నానేమో గానీ, నిజం చెపుతున్నాను, ఎటో ఆలోచిస్తున్నాను. తెలియని భయంలో ఉన్నాను. కుడికంటి మీద అంగుళం పొడుగు గాయం. కుట్లు వేశారు. ఆపని చేసిన జూనియర్ డాక్టర్ ఎంతో అందగాడు. కానీ ఎందుకో దురుసుగా ఉన్నాడు. తన పని తాను చేస్తున్నాడు. కుట్లు వేయడం అయిన తరువాత, తల మీద బుడిపె గమనించాడు.

'అది కొత్తది కాదు' నేనతనికి చెప్పాను.

'కానీ కొత్త గాయంలా కనబడుతున్నది' అతనన్నాడు

'ఇవాళ కొత్తది కాదు'

'యుద్ధంలోకి వెళ్లామా? మనం?'

'కార్లో ఎక్కుతుంటే, తలకొట్టుకున్నది.'

అతను నా తల పరీక్షించాడు. 'నిజంగానా?' అన్నాడు. వెనక్కు జరిగి నా కళ్లలోకి చూచాడు. 'అది అట్లా కనిపించడం లేదు. ఎవరో మిమ్మల్ని దేనితోనే కొట్టినట్టుంది'. అన్నాడతను. నేను చల్లబడిపోయాను. గాయం తగలకుండా దెబ్బనుంచి, తలవంచి తప్పించుకునే ప్రయత్నం గుర్తుంది. అప్పుడు చేతులు కూడా

పైకెత్తాను. ఆ జ్ఞాపకం నిజమా? డాక్టర్ మళ్లీ దగ్గరగా వచ్చి, మరింత దగ్గరనుంచి గాయాన్ని గమనించాడు. 'ఏదో వాడి వస్తువు, పళ్లు కూడా ఉన్నట్లుంది'

కాదు, కార్ దెబ్బ. కార్‌లో ఎక్కబోతుంటే తగిలింది అన్నాను. అతడికే కాదు, నాకు నేనే నచ్చజెప్పుతున్నట్లుంది.

'ఓకే' అతను చిరునవ్వాడు. వెనుకకు తగ్గాడు. కొంచెం కళ్లు వంచి నా కళ్లలోకి సూటిగా చూస్తున్నాడు. మీకేం 'ఫరవాలేదు గదా?' తన కాగితాలలోకి చూచి 'రేచల్' అన్నాడు.

'ఫరవాలేదు.'

అతను చాలా సేపు నన్ను చూస్తూ ఉండిపోయాడు. నా మాట మీద నమ్మకం కలగలేదు. అతనికి జాలిగా ఉంది. నన్ను మొగుడు కొట్టి ఉంటాడని, అనుకుంటున్నాడేమో. 'సరే ఆ గాయాన్ని కూడా శుభ్రం చేస్తాను. లేకుంటే సమస్య అయ్యేటట్లుంది. మీ తరపున ఎవరికయినా కాల్ చేయాలా? మీ ఆయన?'

'నేను డైవోర్స్‌ని' చెప్పాను.

'మరెవరికయినా?' నా డైవోర్స్ సంగతి అతనికి పట్టినట్టు లేదు

'నా స్నేహితురాలు, నా కొరకు బెంగపెట్టుకుని ఉంటుంది. అంటూ కాతీ పేరు, నంబర్ ఇచ్చాను. కాతీ అసలు పట్టించుకోదు, తెలుసు. ఇంటికి పోవడం ఆలస్యం కూడా కాలేదు. అయినా నన్ను టాక్సీ గుద్దిందన్న వార్త తెలిస్తే జాలి పడుతుంది. నిన్న జరిగిన దానికి క్షమిస్తుంది, అనుకున్నాను. రక్తపరీక్ష, మరేదో చేయమని డాక్టర్‌ను అడగవచ్చునేమో అనుకున్నాను. దాంతో ఆమెకు నేను తాగలేదన్న సంగతి తెలుస్తుంది. అతని వేపు చూచి సన్నగా నవ్వాను. కానీ అతను నా పక్క చూడడమే లేదు. నోట్స్ రాసుకుంటున్నాడు. అయినా నాది పిచ్చి ఆలోచన.

తప్పంతా నాది, టాక్సీ అతడిని అనడానికి లేదు. నేరుగా అతని ముందుకు నడిచి, కాదు, పరుగు పెడుతూ పోయాను. ఎందుకు, ఎక్కడికి పరుగు పెడుతున్నానంటే తెలియదు. అసలు నేను ఆలోచించడం లేదు. కనీసం నాగురించి నేను ఆలోచించడం లేదు. జెస్ గురించి ఆలోచిస్తున్నాను. ఆమె పేరు జెస్ కాదు. అది మేగన్ హిప్‌వెల్.

ఆమె కనిపించడం లేదు, తప్పిపోయింది.

నేను తియొబాల్డ్స్ రోడ్డులో లైబ్రరీకి వెళ్లాను. నా యాహూ అకౌంట్ నుంచి అమ్మకు ఈ మెయిల్ పంపించాను. (ముఖ్యమయిన సంగతి ఏదీ నేనామెకు

చెప్పలేదు. అది పరిస్థితిని పరిశీలించడానికి పంపిన మెయిల్ మాత్రమే. ఈ క్షణంలో నా పట్ల తనకు ఎంత మాతృత్వ భావం ఉంది, తెలుసుకోవడానికి, అంతే) యాహూ ఫ్రంట్ పేజ్‌లో వార్తా కథనాలున్నాయి. మన పోస్ట్‌కోడ్ ప్రకారం మరేదో గానీ... వాళ్లకు నా పోస్ట్‌కోడ్ ఎట్లా తెలుసంటే దేవునికే తెలుసు. కానీ తెలుసు. అక్కడ ఆమె బొమ్మ ఉంది. జెస్, నా జెస్, చక్కని బ్లాండ్ జుట్టుతో. పక్కనే హెడ్‌లైన్ పెద్ద అక్షరాలతో. తప్పిపోయిన విట్నీ స్త్రీ ఉదంతం.

మొదట్లో నాకు అర్థం కాలేదు. ఆమెలాగే ఉంది. నా తలలో ఉన్న ఆమె రూపమే అక్కడ కూడా. అయినా అనుమానం వచ్చింది. విషయం చదివాను. వీధి పేరుంది. అప్పుడర్థ మయ్యింది.

> విట్నీలోని బ్లెన్‌హైం వీధిలో ఉండే మేగన్ హిప్‌వెల్, అనే అమ్మాయి. ఇరవై తొమ్మిది సంవత్సరాల వయసు గలది కనిపించడం లేదు. ఆమె గురించి బకింగ్‌హాంషైర్ పోలీసులు వెదుకుతున్నారు. ఆమె శనివారం సాయంత్రం ఏడుగంటల ప్రాంతంలో స్నేహితురాలిని కలవడానికి ఇంటినుంచి బయలుదేరింది, అప్పుడే ఆమెను భర్త స్కాట్ హిప్‌వెల్ చివరిసారిగా చూచినట్లు చెపుతున్నారు. ఆమె అట్లా కనిపించకుండా పోవడం, అలవాటు లేని తీరు అన్నారు మిస్టర్ హిప్‌వెల్. వెళ్లినప్పుడు మిసెస్ హిప్‌వెల్ జీన్స్, ఎర్రని టీషర్ట్ వేసుకుని ఉన్నారు. ఎత్తు అయిదడుగుల నాలుగంగుళాలు. బక్కపలచని మనిషి. బ్లాండ్‌జుట్టు, నీలం కళ్లు, మిసెస్ హిప్‌వెల్ ఆచూకీ తెలిసినవారు బకింగ్‌హంషైర్ పోలీసులకు తెలియపరచాలని ప్రార్థిస్తున్నాం.

ఆమె తప్పిపోయింది. జెస్ కనిపించడంలేదు. మేగన్ కనిపించడం లేదు. శనివారం నుంచి, పేరు గూగుల్ చేశాను. విట్నీ ఆర్గస్‌లో వార్త కనిపించింది. అదనంగా వివరాలేవీ లేవు. ఉదయం జేసన్ అంటే స్కాట్, కనిపించడం గురించి ఆలోచించాను. టెరేస్ మీద నిలబడి, నా వైపు చూస్తూ చిరునవ్వుతూ సంచి అందుకుని లేచి లైబ్రరీ నుంచి బయటకు పరుగెత్తాను. రోడ్‌మీదకు నేరుగా నల్లని కాబ్ దారిలోకి. 'రేచల్, రేచల్' ఆ అందగాడు డాక్టర్ నన్ను పిలుస్తున్నాడు. 'మీ స్నేహితురాలు మిమ్మల్ని తీసుకుపోవడానికి వచ్చారు.'

మేగన్

గురువారం, 10 జనవరి 2013

ఉదయం

కొన్నిసార్లు ఎక్కడికీ పోవాలనిపించదు. మరోసారి మళ్లీ ఈ ఇంట్లో నుంచి ఏ నాడు కాలు బయటపెట్టకుంటే నాకు సంతోషంగా ఉంటుంది, అనిపిస్తుంది. పనిలోకి పోలేదన్న బాధలేదు. స్కాట్‌తో నా తావులో క్షేమంగా, వెచ్చగా, అవాంతరాలేవీ లేకుండా ఉంటే చాలు.

అంతా చీకటిగా, చల్లగా ఉండడం అందుకు సాయంగా ఉంది. వాతావరణం మరీ చీదరగా ఉంది. వారాల నుంచి వర్షం తగ్గడం లేదంటే నాకు సాయంగా ఉందనే. గడ్డకట్టుకు పోయేంత చలి. కసికొద్దీ కురుస్తున్న వాన. చెట్లలో నుంచి ఈదురగాలుల రొద మరీ పెద్దగోలగా ఉంది. ట్రెయిన్ చప్పుడు కూడా అందులో మునిగిపోతున్నది. ఎక్కడికో ప్రయాణం చేయమంటూ, నన్ను ప్రలోభపరిచే ఆ చప్పుడు, ఇప్పుడు వినిపించడమే లేదు.

ఇవాళ ఎక్కడికీ పోవాలని లేదు. పారిపోవాలని కూడా లేదు. కనీసం రోడ్ వెంట పోవాలని కూడా లేదు. నా భర్తతో పాటు, టీవీ చూస్తూ, అయిస్ క్రీమ్ తింటూ ఇక్కడే ఉండిపోవాలి. అందుకే పని నుంచి తొందరగా వచ్చేయమని తనకు కాల్ చేయాలి. అప్పుడు మధ్యాహ్నం మధ్యలో మేం సెక్స్ చేయవచ్చు.

తరువాత మాత్రం బయటకు పోవలసి ఉంటుంది. ఇవాళ మరి కమాల్‌తో కలిసే దినం. ఈ మధ్యన అతనితో నేను స్కాట్ గురించి, నేను చేసిన పొరపాట్లు అన్నిటి గురించి, భార్యగా నా వైఫల్యం గురించి చెపుతున్నాను. కమాల్ మాత్రం నన్ను నేను సంతోష పరిచే మార్గం ఒకటి వెతకాలి, అంటాడు. ఆనందం కోసం మరెక్కడో చూడడం ఆపాలి అంటాడు. అది నిజం. నేనదే చేస్తాను. అలాగని నాకు తెలుసు. ఆ పరిస్థితిలోనే ఉన్నాను. ఆలోచిస్తున్నాను. ఫక్ యిట్.

జీవితం మరీ చిన్నది.

ఈస్టర్‌కు బడికి సెలవులిస్తే, శాంటా మార్గెరీటాకు ఫ్యామిలీ హాలిడేగా వెళ్లిన సమయం గురించి ఆలోచిస్తున్నాను. అప్పుడే పదిహేను నిండాయి. ఇక బీచ్‌లో అతడిని కలిశాను. నాకంటే బాగా పెద్దవాడు. బహుశా ముప్ఫైలలో ఉంటాడు. నలభైల మొదట్లో నయినా కావచ్చు. మరునాడు సెయిలింగ్‌కు రమ్మని ఆహ్వానించాడు. బెన్ నాతో ఉన్నాడు. అతడినీ రమ్మన్నాడు. బెన్ మరి ఎప్పుడు నన్ను కాపాడుతూ ఉండే అన్నయ్యగద. వెళ్లకూడదు అన్నాడు. ఆ మనిషిని నమ్మడానికి లేదన్నాడు. మురికి సన్యాసి అన్నాడు. అది నిజమే. అతనలాగే ఉన్నాడు. నాకు మాత్రం పిచ్చెత్తింది. లిగూరియన్ సముద్రంలో ఒక వ్యక్తి యాట్‌లో చుట్టూ సెయిల్ చేసే అవకాశం మళ్లీ ఎప్పుడు రావాలి? బెన్ మాత్రం బోలెడు అవకాశాలుంటాయి, అంటాడు. బతుకంతా అడ్వెంచర్‌గా సాగుతుంది అంటాడు. మేం పోనేలేదు. ఆ వేసవిలోనే ఏ టెన్ మీద బెన్ తన మోటార్ సైకిల్ మీద కంట్రోల్ కోల్పోయాడు.

అతను, నేను సెయిలింగ్‌కు పోయే ప్రశ్నే మిగల్లేదు.

మేమిద్దరము కలిసి ఉన్నప్పుడు ఉండిన తీరు, ఇప్పుడు లేదని లోటు తెలుస్తుంది. బెన్, నేనూ భయం లేదు మాకు. కమాల్‌కు నేను బెన్ గురించి అంతా చెప్పాను. ఇప్పుడిక మిగతా సంగతులవేపు సాగుతున్నాము. నిజాలు, నిండు నిజాల వేపు. మాక్‌తో ఏం జరిగింది, అంతకు ముందు, ఆ తరువాత. కమాల్‌తో సమస్యలేదు. అతను ఆ సంగతులు మరెవరితోనూ చెప్పడు. పేషెంట్ కాన్ఫిడెన్షియాలిటీ. పేషంట్ సంగతుల గోపనీయత. కానీ, అతను ఎవరికో చెప్పగలిగినా, అతనాపని చేయడని నా భావం. అతని మీద నాకు నమ్మకం. నిజంగా నమ్మకం. అయితే సరదా సంగతి మరొకటి ఉంది. అతని ముందు అన్ని సంగతులు వెల్లడించకుండా ఉన్నానంటే, అందుకు కారణం, అతనేం చేస్తాడోనని మాత్రం కాదు. ఏం నిర్ణయాలు చేస్తాడని అంతకన్నా కాదు. కారణం స్కాట్ ఒక్కడే.

చెప్పగూడనిదేదో నేను కమాల్ ముందు చెబితే స్కాట్‌ను మోసగిస్తున్నాను అనిపిస్తుంది నాకు. నేను చేసిన నా వ్యవహారాలన్నిటిని గురించి ఆలోచిస్తే, మోసాల గురంచి తెలుసుకుంటే, ఇదొక లెక్కలోకి రాదు. కానీ అట్లా కాదు. కొన్నిసార్లు ఇది మరీ అన్యాయంగా తోస్తుంది. ఇది మరి అసలయిన జీవితం. ఇది నా హృదయం. దాన్ని అతనితో పంచుకోలేను.

చాలా సంగతులు దాచుకుంటున్నాను. అనుకుంటున్నదంతా అతని ముందు పెట్టలేనని తెలుస్తూనే ఉంది. అదే మరి చికిత్సలోని పాయింట్. కానీ, చెప్పలేను. కొన్ని సంగతలు తెలిసీ తెలియనట్లుండాలి. మగవాళ్లందరినీ కలిపేయాలి. అందులో ప్రేమికులు, ఒకప్పటి భర్తలు ఉంటారు. ఏం ఫరవాలేదని నాకు నేనే నచ్చజెప్పుకుంటాను. వాళ్లంతా ఎవరు అనేది ఇప్పుడు అప్రస్తుతం. వాళ్లవల్ల నాకిప్పుడు కలిగే ఆలోచనలు నిజం. గొంతు నులమినట్లు, గజిబిజిగా మరింత ఆకలిగా, నాకు కావలసిందేదో నేనెందుకు అందుకోగూడదు? అది నాకు వాళ్లెందుకని అందించరు? సరే, కొన్నిసార్లు అందిస్తారేమో. కొన్నిసార్లు నేను కోరేది స్కాట్ ఒకడే. ఈ భావనను నిలపుకోగలగడం ఎట్లాగని నేర్చుకుంటే–ఇప్పుడు మరి ఆ భావమే ఉంది ఈ సంతోషం మీద కేంద్రీకరించడం తెలుసుకుంటే, సందర్భాన్ని సరదాగా అనుభవించగలిగితే, తరువాత ఏం వస్తుందని తలవకుండా ఉండగలిగితే, అంతా సవ్యంగా సాగుతుంది.

సాయంత్రం

కమాల్‌తో ఉన్నప్పుడు ధ్యాసగా ఉండాలి. మనసు చెదరకుండా పట్టి ఉంచడం కష్టం. ఆ సింహం కళ్లతో అతను నన్ను చూస్తాడు. చేతులు ఒడిలో ఒకదాని మీద ఒకటి చేర్చి, కాళ్లు ఒక దానిమీద ఒకటి వేసి కూచుంటాడు. ఇక నాకు ఇద్దరం కలిసి చేయగలిగిన వ్యవహారం గురించి ఆలోచనలు రాకుండా ఆపడం అసాధ్యం. నేను ధ్యాసగా ఉండాలి. బెన్ అంత్యక్రియల తర్వాత, నేను పారిపోయాను. ఆ తరువాత గురించి మాట్లాడుతున్నాము. కొంతకాలం ఇప్స్విచ్‌లో ఉన్నాను. మరీ ఎక్కువేం కాదు. మాక్‌ను మొదటి సారిగా అక్కడే కలిశాను. అతనేదో పబ్ లేదా మరొకచోట పనిచేసేవాడు. ఇంటిదారిలో నన్ను ఎంచుకున్నాడు. నా గురించి బాధ కనబరచాడు. 'అతను కనీసం నన్ను... తెలుసా?' నవ్వసాగాను. 'అతని ఫ్లాట్'కు చేరుకున్నాం.

నేను డబ్బులడిగాను. పిచ్చిపిల్లలాగా నన్ను చూచాడతను. నా వయసు గురించి చెప్పాను. అతను మాత్రం నమ్మలేదు. అతను వేచి ఉన్నాడు. నా పదహారవ పుట్టినరోజు దాకా వేచి ఉన్నాడు. అప్పటికతను హోక్‌హామ్‌లోని తన పాతయింటికి మారిపోయాడు. ఇక ముందుకు సాగని వీధి చివరన పాతకాలం రాతి ఇల్లు. చుట్టూ స్థలం ఉంది. బీచ్ నుంచి అరమైల్ దూరం ఆ పక్కనుంచే పాత రైల్వే ట్రాక్ ఒకటి పోతుంది. నేను రాత్రంతా నిద్రలేకుండా పడి ఉండేదాన్ని. అప్పుడు నా తీరు అదోరకం అనవచ్చు. బాగా స్మోక్ చేసేవాళ్లం. ట్రెయిన్స్ చప్పుళ్లు వినబడుతున్నాయని ఊహించుకునేదాన్ని. అంతే గాదు, బయటకు పోయి లైట్‌లు కనబడతాయని చూచేదాన్ని.

కమాల్ తన కుర్చీలోనే కదిలాడు. నెమ్మదిగా తలాడించాడు. ఏమీ అనడు. అంటే నేను చెబుతూ పోవాలి. మాట సాగించాలి.

'మాక్‌తో నెనెక్కడ నిజంగా సంతోషంగా ఉండేదాన్ని. అతనితో ఉండడం.. గాడ్, సుమారు మూడేళ్లు చివరకు ఆలోచించాను. వదిలి... వచ్చినప్పుడు నాకు పందొమ్మిదేళ్లు. అవును నాకు పందొమ్మిది.

'ఎందుకని వచ్చేశావు? సంతోషంగా ఉంది గదా? 'అతను అడిగాడు. వచ్చేశాము. అనుకున్న కన్నా వేగంగా అక్కడికి చేరుకున్నాం. అంతా ఆలోచించ డానికి సమయం లేదు. కథ కల్పించే సమయం లేదు. ఇక కుదరదు. టైమ్‌లేదు. 'మాక్ నన్ను వదిలేశాడు. నా మనసు విరిచేశాడు అన్నాను.' అది నిజం, అబద్ధం కూడా. పూర్తి నిజం చెప్పాను. నేను ఇల్లు చేరే సమయానికి స్కాట్ ఇంకా రాలేదు. కనుక నేను ల్యాప్‌టాప్ ముందు పెట్టుకుని అతడి కొరకు మొదటి సారిగా గూగుల్ చేశాను. పదేళ్లలో మొదటి సారి మళ్లీ మాక్ కొరకు వెదికాను. ఏమీ దొరకలేదు. క్రేగ్ మెక్‌కెంజీలు వందల మంది ఉన్నారు. అందులో నా మాక్ మాత్రం లేదు.

శుక్రవారం, 8 ఫిబ్రవరి 2013

ఉదయం

అడవి చెట్లలో నడుస్తున్నాను. వెలుగురేకలు రాకముందునుంచే బయట తిరుగుతున్నాను. ఇంకా తెల్లవారలేదు. పైన చెట్లలో మాగ్పై చేసే గోల తప్ప అంతా

శ్మశానంలా నిశ్శబ్దంగా ఉంది. అవన్నీ పూస కళ్లతో నన్ను చూస్తున్నాయి. లెక్కకడుతున్నాయి. తెలుస్తున్నది. మాగ్‌పైల తీరు అది. వన్ ఫర్ సారో, టు ఫర్ జాయ్, త్రీ ఫర్ ఎ గర్ల్, ఫోర్ ఫర్ ఎ బాయ్, ఫైవ్ ఫర్ సిల్వర్, సిక్స్ ఫర్ గోల్డ్, సెవెన్ ఫర్ ఎ సీక్రెట్, నెవర్ టు బి టోల్డ్. అవి కొన్ని నా వద్ద ఉన్నాయి.

ససెక్స్‌లో ఎక్కడో కోర్సు పేరున స్కాట్ వెళ్లిపోయాడు. నిన్న పొద్దున్నే పోయాడు. రాత్రి వరకు రాడు. నేను ఇష్టం వచ్చినంత చేయొచ్చు.

నా సెషన్ తరువాత, తారాతో సినిమాకు పోతానని స్కాట్‌కు వెళ్లకముందే చెప్పాను. ఫోన్ ఆఫ్ ఉంటుందని చెప్పాను. సంగతి తారాకు కూడా చెప్పాను. అతను రింగ్ చేయొచ్చునని హెచ్చరించాను. నా మీద నిఘా పెడతాడు గదా. ఈ సారి తాను సంగతేంటని అడిగింది. నేను, కనుగీటి, స్మైల్ చేసి ఉండిపోయాను. తాను నవ్వింది. ఆమె ఒంటరిగా ఉంటుందని, కొంతపాటి రహస్యాలను తట్టుకుంటుందని అనుకున్నాను.

కమాల్‌తో నా సెషన్‌లో స్కాట్ గురించి మాట సాగింది. ల్యాప్‌టాప్ వ్యవహారం కూడా. అది ఒక వారం కింద జరిగింది. నేను మాక్ గురించి వెతుకుతున్నాను కదా! చాలా సెర్చ్‌లు చేశాను. ఎక్కడున్నాడు, ఏం చేస్తున్నాడు లాంటివి తెలుసుకుందామని, అంతే ఈ రోజుల్లో ఇంటర్నెట్‌లో ఇంచుమించు అందరి ఫొటోలు ఉన్నాయి. అతని ముఖం చూడాలని ప్రయత్నం. ఆ రాత్రి నేను త్వరగా పడక చేరాను. స్కాట్ టీవీ చూస్తూ ఉండిపోయాడు. నేను బ్రౌజింగ్ హిస్టరీ తొలగించడం మరిచిపోయాను. అర్థం లేని పొరపాటు. నా కంప్యూటర్‌ను మూసేముందు సాధారణంగా ఆ పని చేసి తీరుతాను. ఏం చూచింది పట్టి లేదక్కడ. ఏదో రకంగా నా పనులు పసిగట్టే మార్గాలు స్కాట్‌కు బాగా తెలుసు. టెకీ కదా మరి. అయితే అందుకు టైం పడుతుంది. అందుకే పట్టించుకోడు.

ఏమైతే నేం, నేను మరిచిపోయాను. ఇక మరుసటి నాడు యుద్ధం మొదలైంది. గాయ పరిచే రకంగా. క్రెగ్ అంటే ఎవరు, తెలుసుకోవాలి? ఎంతకాలంగా అతనితో సాగుతున్నది, ఎక్కడ కలిశాం, స్కాట్ నాకు చేయనిదేదో అతను ఏం చేస్తున్నాడు. వగైరా, గతంలో స్నేహితుడని, బుద్ధిలేక చెప్పాను. పరిస్థితి మరింత పాడైంది. స్కాట్ అంటే నీకు భయమా అని కమాల్ అడిగాడు. నాకు తెగ చిరాకు వేసింది.

'అతను నా భర్త. అతనంటే భయం లేదు.' చటుక్కున చెప్పాను.

కమాల్ షాక్ అయ్యినట్టున్నాడు. నిజానికి నన్ను నేను షాక్ చేసుకున్నాను. నా కోపం అంత పెరుగుతుందని అనుకోలేదు. స్కాట్‌ను కాపాడాలన్న భావన అంత బలంగా ఉందని కూడా అనుకోలేదు. అంతా నా క్కూడా ఆశ్చర్యంగా ఉంది.

'తన భర్తను చూచి భయపడే ఆడవాళ్లు చాలా మంది ఉన్నారు, మేగన్'. నేనేదో చెప్పే ప్రయత్నం చేశాను. అతను చెయ్యి ఎత్తి, ఆగమన్నాడు. 'నీవు వర్ణించే రకం ప్రవర్తన, అంటే నీ మెయిల్స్ చదవడం, బ్రౌజింగ్ హిస్టరీ చూడడం లాంటివన్నీ మామూలు అన్నట్లు చెబుతున్నావు. అదేం కాదు మేగన్. ఒకరి ప్రైవసీని అంతగా పాడుచేయడం నార్మల్. మానసిక హింసలో అది ఒక భాగం అంటారు.

అప్పుడు నేను నవ్వాను. అంతా నాకు నాటకీయంగా తోచింది. "అదేమీ హింస కాదు, మనం పట్టించుకోమంటే అస్సలు కాదు. నేను పట్టించుకోను. నాకు ఫర్వాలేదు.

అతను సన్నగా నవ్వాడు. అందులో నాకు దుఃఖం కనిపించింది. 'పట్టించుకోవాలి, అనిపించడం లేదా?' అడిగాడతను.

భుజాలెగరేశాను. 'పట్టించుకోవాలేమో బహుశా. అయితే వాస్తవంగా నాకు పట్టదు. అతనికి అసూయ ఉంది. నేను తన స్వంతం అన్న భావన ఉంది. అతని తీరది. అలాగని నేను అతడిని ప్రేమించడం ఆపుతానా? కొన్ని యుద్ధాలు చేసి లాభం లేదు. అయితే మామూలుగా నేను జాగ్రత్త పడతాను. జాడలు తుడిపేస్తాను. కనుక సమస్యే లేదు.'

అతను తల కొంచెంగా ఆడించాడు. అదసలు తెలియలేదు.

'నా గురించి జడ్జ్ చేశారని అనుకోలేదు' అన్నాను.

సెషన్ ముగిసింది. నాతో డ్రింక్‌కు వస్తావా, అని అడిగాను. లేదన్నాడు. కుదరదు, అది బాగుండదు అన్నాడు. ఇక నేను అతన్ని అనుసరిస్తూ ఇంటికి వెళ్లాను. అతను దగ్గరలోనే ఒక ఫ్లాట్‌లో ఉంటాడు. తలుపు తట్టాను. తలుపు తెరిచాడు, 'ఇది పరవాలేదా?' అడిగాను. చేతులు అతని మెడచుట్టూ వేశాను. మునివేళ్ల మీద లేచి పెదాలపై ముద్దుపెట్టాను. 'మేగన్. వద్దు. నాకు కుదరదు. వద్దు' గొంతు పట్టులాగ మెత్తగా ఉంది.

తోపు వెనకకు లాగడం, కోరిక, సంయమనం భలేగా సాగాయి. ఆ భావాన్ని నేను వదల దలుచుకోలేదు. దానికి వేలాడాలని చాలా బలంగా కోరిక ఉంది.

ఉదయం నేను తెల్లవారకన్నా చాలా ముందు లేచాను. నిండా కథలతో తల తిరుగుతున్నది. మెళకువగా, ఒంటరిగా, అందుబాటులోని అవకాశాలు మెదడులో కదలాడుతుండగా, అట్లా పడి ఉండలేకపోయాను. కనుక లేచాను. దుస్తులు వేసుకుని నడక సాగించాను. ఇదిగో, ఇక్కడికి చేరాను. చుట్టూ తిరుగుతున్నాను. బుర్రలో ఎన్నో తిరుగుతున్నాయి. అతనన్నాడు, ఆమె అన్నది, ఆకర్షణ, సడలింపు: ఏదో ఒక దాని మీద స్థిరపడగలిగితే, అంటిపెట్టుకుని ఉండగలిగితే, మార్పులేకుండా, మలుపులేకుండా. నేను వెదుకుతున్నది ఎప్పటికీ దొరకదంటే? అది కుదరనే కుదరదంటే?

ఊపిరితిత్తుల్లో గాలి చల్లగా తెలుస్తున్నది. వేలు చివర్లు నీలం అవుతున్నాయి. నాలో ఏదో భాగం అక్కడే పడి ఉండాలంటుంది. ఆ ఆకుల్లో చలి నన్ను ఎత్తుకుపోనీ, నావల్ల కాదు. ఇక వెళ్ల వలసిన సమయం వచ్చింది.

బ్లెన్‌హైమ్ రోడ్ చేరేసరికి ఇంచుమించు తొమ్మిది అయ్యింది. మలుపు తిరుగుతుంటే నా వైపు వస్తూ ఆమె కనిపించింది. ముందు బగ్గీలో పాప ఉంది. అసాధారణంగా పాప ప్రశాంతంగా ఉంది. ఆమె నన్ను చూచింది. తలాడించింది. బలంలేని నవ్వొక్కటి నాకేసి రువ్వింది. నేనేమీ నవ్వలేదు. ఎప్పుడూనైతే మంచి తనం కొంత నటిస్తాను. కానీ ఈ ఉదయాన నేను నేనుగా, వాస్తవంగా తోచింది. హై అంటారే ఆధారం ఉంది. ప్రయత్నించినా నటించడం కుదరదు.

మధ్యాహ్నం

మధ్యాహ్నం నిద్రలోకి జారాను. జ్వరం భావంతో, భయంతో, ద్వేష భావంతో మేల్కొన్నాను. నిజంగా తప్పు చేసిన భావన కలిగింది. అయితే తగినంత మాత్రం కాదు.

అతను నడిరాత్రి వెళ్లిపోవడం గుర్తుంది. ఇది చివరిసారి అంటూ నిజంగా చెప్పే చివరిసారి అంటూ మరోసారి నాతో చెబుతూ వెళ్లాడు. ఇలా మళ్లీ జరగకూడదన్నాడు. దుస్తులు వేసుకుంటున్నాడు. జీన్స్ లాక్కుంటున్నాడు. నేను మంచం మీద పడి ఉన్నాను. నవ్వాను. పోయిన సారి కూడా అతను అదే మాట

అన్నాడు మరి. అంతకన్నా ముందు కూడా ఒక చూపు విసిరాడు. దాన్నెలా వర్ణించాలి తెలియదు. అది కోపం కాదు, తిరస్కారం. అంతకన్నా కాదు, అదో హెచ్చరిక.

నాకు అదోలా ఉంది. ఇల్లంతా తిరిగాను. కుదురుగా ఉండలేక పోతున్నాను. నేను నిద్రలో ఉండగా ఇక్కడికి ఇంకెవరో వచ్చిన భావం కలిగింది. ఏదీ మారలేదు. కానీ అంతా వేరుగా తోస్తున్నది. వస్తువులను ఎవరో తాకి, వాటి చోటు మార్చినట్లు. తిరుగుతుంటే కూడా వెనుక మరెవరో ఉన్న భావన. కంటికి మాత్రం కనబడకుండా. తోటలోకి దారితీసే ఫ్రెంచ్ ద్వారాలను మూడు సార్లు పరీక్షించాను. తాళాలు వేసి ఉన్నాయి. స్కాట్ ఇల్లు చేరే వరకు ఓపిక లేదు. అతను నాకు అవసరం.

రేచల్

మంగళవారం, 16 జులై 2013

ఉదయం

8:04 ట్రెయిన్‌లో ఉన్నాను. అయితే లండన్‌కు మాత్రం పోవడం లేదు. విట్నీలో దిగుతాను. అక్కడ ఉంటే జ్ఞాపకాలు తరుముతూ వస్తాయని ఆశ. ఆస్టేషన్‌కు చేరుకుంటాను. అంతా వివరంగా చూస్తాను. అప్పుడు తెలుస్తుంది. అట్లాగని గట్టి నమ్మకమేమీ లేదు. కానీ ఇక చేయగలిగింది కూడా మరేదీ లేదు. టామ్‌కు కాల్ కుదరదు. మరీ అవమానంగా ఉంది. అంతేగాదు, అతను స్పష్టంగా చెప్పేశాడు. నాతో ఇక మీద ఎటువంటి వ్యవహారం కుదరదని. మేగన్ ఇంకా కనిపించడంలేదు. అరవయి గంటలయింది. విషయం జాతీయ వార్తలకు ఎక్కింది. బీబీసీ వెబ్‌సైట్, మెయిల్ ఆన్‌లైన్‌లో కూడా కనిపించింది. మిగతా సైట్‌లలో కూడా అంతో కొంతో రాశారు. బీబీసీ, మెయిల్ సర్వీస్ వార్తలను ప్రింట్ చేశాను. అవి నాతోనే ఉన్నాయి. వాటి నుంచి కొన్ని విశేషాలు తెలిశాయి. శనివారం సాయంత్రం మేగన్, స్కాట్ పేచీపడ్డారు. గొంతులు పెంచి మాట్లాడడం విన్నట్టు పొరుగువారు రిపోర్ట్ చేశారు. వాదం జరిగిందని స్కాట్ కూడా ఒప్పుకున్నాడు. అయితే తన భార్య, కోర్లీలో ఉండే మిత్రురాలు తారా ఎప్‌స్టైన్‌తో గడపడానికి వెళ్లినట్టు నమ్ముతున్నాను' అన్నాడు.

మేగన్ మాత్రం తారా ఇంటికి వెళ్లలేదు. మేగన్‌ను శుక్రవారం మధ్యాహ్నం పిలాటీస్ క్లాస్‌లో చివరిసారి చూచాను అన్నది తారా. (మేగన్ వ్యాయామానికి వెళుతుందని నాకు తెలుసు.) తను హాయిగా, మామూలుగా ఉంది. మంచి మూడ్‌లో

కూడా ఉంది. వచ్చేనెల తన ముప్పైవ పుట్టినరోజుకు, ఏదో స్పెషల్ ప్లాన్ చేయాలన్నది, అని మిస్ తారా చెప్పింది.

శనివారం సాయంత్రం ఏడుంపావు ప్రాంతంలో మేగన్ విట్నీ ట్రెయిన్ స్టేషన్ వేపు నడవడం చూచినట్లు మరెవరో చెప్పారు. ఆ ప్రాంతంలో మేగన్ కుటుంబం వారెవరూ లేరు. తల్లిదండ్రులిద్దరూ పోయారు.

మేగన్ నిరుద్యోగి. విట్నీలో చిన్న ఆర్ట్ గాలరీ నడిపించేది. అది పోయినేడు ఏప్రిల్‌లో మూతపడింది. (తను కళాభినివేశం గలదని నాకు తెలుసు)

స్కాట్ సెల్ఫ్ ఎంప్లాయిడ్ ఐటీ కన్సల్టెంట్ (ఆ సంగతి నాకు నమ్మబుద్ధిగావడం లేదు) మేగన్, స్కాట్ పెళ్లి జరిగి మూడేళ్లయ్యింది. బ్లెన్‌హైమ్ రోడ్డుల్లోని ఆ ఇంట్లో వాళ్లు 2012 జనవరి నుంచి ఉంటున్నారు.

వాళ్ల ఇంటి విలువ నాలుగు లక్షల పౌండ్లు ఉంటుందని డెయిలీ మెయిల్ వారి అంచనా.

ఇవన్నీ చదివిన తరువాత స్కాట్ పరిస్థితి బాగుండదు అనిపించింది. వాదులాడడం ఒకటే కాదు, అది పరిస్థితుల తీరు. ఒక ఆడమనిషికి ఏదో జరిగిందంటే, పోలీసులు భర్తను, బాయ్‌ఫ్రెండ్‌ను అనుమానిస్తారు. అయితే ఈ కేసులో వారికి అన్ని వాస్తవాలు అందలేదు. అందుకే భర్త ఒకని మీద మాత్రమే అనుమానం. బాయ్‌ఫ్రెండ్ గురించి తెలియదు గద. తనకు బాయ్‌ఫ్రెండ్ ఉన్నాడని తెలిసిన వ్యక్తిని నేనొక్కర్తినేనేమో.

సంచిలో ఒక కాగితం ముక్క కొరకు వెతికాను. రెండు బాటిల్స్ వైన్ కొన్న కార్డ్ స్లిప్ దొరికింది. దాని వెనుక మేగన్ హిప్‌వెల్ కనిపించకుండా పోవడానికి వీలుండే పరిస్థితులను పట్టికగా రాశాను.

1. ఆమె బాయ్‌ఫ్రెండ్‌తో పారిపోయింది, ఇకమీద అతడిని బి అని వ్యవహరిస్తాను.
2. బి ఆమెకు హాని కలిగించాడు.
3. స్కాట్ ఆమెకు హాని కలిగించాడు.
4. ఆమె సింపుల్‌గా భర్తను వదిలేసింది, మరెక్కడో బతకడానికి వెళ్లిపోయింది.
5. బి, స్కాట్ కాకుండా మరెవరో ఆమెకు హాని కలిగించారు.

మొట్టమొదటి అంశం చాలా వీలుగలది అనిపించింది. నాలుగు కూడా బలమయిన కారణం. మేగన్ స్వతంత్ర భావాలు గలది. తన దారి తాను పద్ధతి.

నాకది బాగా తెలుసు. మరొకరితో ప్రేమ వ్యవహారం ఉందంటే కూడా ఆలోచించి నిర్ణయం తీసుకునేందుకు పారిపోవలసిందే. అయిదు, జరిగింది అనడానికి లేనిది. అపరిచితులు హత్య చేయడం మామూలుగా జరిగేది కాదు.

తల మీద బొప్పి, నొప్పి పుడుతున్నది. నేను చూచిన, లేదంటే ఊహించిన, మరీ లేదంటే కలగన్న, శనివారం రాత్రి రగడ గురించి ఆలోచించకుండా ఉండలేను. మేగన్, స్కాట్‌ల ఇంటి పక్కగా పోతుంటే పైకి చూశాను. తలలో రక్తం పరుగు వినపడుతున్నది. గుబులుగా ఉంది. భయంగా ఉంది. పదిహేను నంబర్ కిటికీలు, ఎండను తిప్పికొడుతూ చూపులేని కళ్లులాగున్నాయి.

సాయంత్రం

నేను సీట్‌లో సర్దుకుంటున్నాను. అంతలో ఫోన్ మోగింది. చూస్తే కాతీ. వాయిస్ మెయిల్‌కి పోనిచ్చాను. ఆమె మెసేజ్ వదిలింది. 'హై రేచల్, ఏంలేదు. నువ్వు బాగున్నావని తెలుసుకోవడానికి ఫోన్ చేస్తున్నాను. అంతే.' నా గురించి బెంగపెట్టుకున్నది. టాక్సీ ప్రమాదం ప్రభావం. అయామ్ సారీ అని చెప్పాలి. అదే, మొన్నటి గురించి ఇల్లు ఖాళీ చెయ్యమనడం గురించి నేనట్లా అని ఉండగూడదు. కొంచెం అతిగా రియాక్ట్ అయ్యాను. నీకు ఇష్టం వచ్చినన్ని నాళ్లు ఉండు. తరువాత కొంచెం సేపు నిశ్శబ్దం. 'నాకు రింగ్ ఇవ్వు సరేనా? నేరుగా ఇంటికి వచ్చేసేయ్. రేచ్, పబ్‌కు మాత్రం పోకు సుమా!'

నాకు పోవాలని లేదు. లంచ్ టైమ్‌లో డ్రింక్ కోరిక కలిగింది. ఉదయం విట్నీలో జరిగిన ఉదంతం తరువాత తాగాలని బలంగా కోరిక తలెత్తింది. అయినా తాగలేదు. తల మరి క్లియర్‌గా ఉండాలి గదా. తలను క్లియర్‌గా ఉంచదగినంత వ్యవహారం వచ్చి చాలా కాలమయింది.

ఉదయం విట్నీకి నా ప్రయాణం, నిజంగా విచిత్రం. అక్కడికి పోయి ఎన్నాళ్లయ్యిందో అనిపించింది. నిజానికి కొన్ని దినాల కిందనే వెళ్లాను అక్కడికి. అది పూర్తిగా వేరు స్థలం వలె ఉంది. మరేదో టౌన్‌లో మరేదో స్టేషన్ లాగ తోచింది. అక్కడికి శనివారం రాత్రి వెళ్లిన నేను కూడా పూర్తి వేరు వ్యక్తినయ్యాను. ఇవాళ తాగలేదు. మత్తులేదు. తూలడం లేదు. గోల, వెలుతురు, ఏదో తెలుస్తుందన్న భయం మరీమరీ మనసులో, మెదడులో తిరుగుతున్నది.

నేను అనుమతి లేని చోటులోకి దూరుతున్నాను, అనిపించింది ఇవాళ పొద్దున. ఇప్పుడది మరి వాళ్ల జాగా కద. అక్కడ టామ్, ఆనాతో, స్కాట్, మేగన్‌తో

ఉంటారు. నేను బయటి వ్యక్తిని. అక్కడి దాన్ని కాదు. అయినా అంతా పరిచితంగా ఉంది నాకు. స్టేషన్ దగ్గర కాంక్రీట్ మెట్ల మీదుగా, న్యూస్ పేపర్ బడ్డీ పక్కగా రోస్‌బెరీ అవెన్యూ, అరబ్లాక్ దాటితే టీ జంక్షన్. కుడిపక్కన ఆర్చ్‌వే, ముందుకు సాగితే ట్రాక్ కింద తేమతో అసహ్యంగా అండర్ పాస్. అక్కడ ఎడమకు బ్లెన్‌హైమ్ రోడ్. సన్నదారి, పక్కన చెట్లు, అందమయిన విక్టోరియన్ ఇళ్లు. అదేదో ఇల్లు చేరిన భావం కలుగుతుంది. అదీయిదీ కాదు, చిన్ననాటి స్వంతయిల్లు. అప్పుడెప్పుడో వదిలివచ్చిన ఇల్లు. అంతా పరిచయమయిన ప్రాతం. చివరకు మెట్లెక్కుతుంటే, ఏది కిరకిరలాడుతుంది, తెలుసు మరి.

ఆ పరిచయం నా తలలో మాత్రమే కాదు ఉండేది. ఎముకల్లో కూడా ఉందది. అది కండరాల జ్ఞాపకశక్తి. పొద్దున్నే నల్లబారిన సొరంగంలోనుంచి అండర్‌పాస్‌లోకి నడుస్తుంటే, నా అడుగులు వేగమయ్యాయి. దాని గురించి ఆలోచన అవసరం లేదు. అక్కడ నేను ఎప్పుడూ వడిగా నడుస్తాను. ప్రతిరాత్రి, ముఖ్యంగా చలికాలంలో ఇంటికి వస్తూ అక్కడ వేగం పెంచే దాన్ని. ఒక్క క్షణం కుడికి చూడడం అలవాటు. అక్కడ ఎన్నడూ ఎవరూ కనిపించింది లేదు. అప్పటి రాత్రులలో గానీ, ఇప్పుడు గానీ, అయినా ఇవాళ ఆ చీకటిలోకి చూస్తుంటే, చచ్చేంత భయమయి ఆగిపోయాను. అక్కడ నాకు కనిపించింది ఎవరు. నేనే. కొన్ని మీటర్లు తరువాత, గోడకు చేరగలబడి, పడి ఉన్నాను. చేతులతో తల పట్టుకున్నాను. తలమీద, చేతుల మీద రక్తం ఉంది.

ఎదలో గుండె దడదడ కొట్టుకుంటున్నది. అక్కడే ఆగిపోయాను. స్టేషన్‌కు వెళుతున్న ప్రయాణికులు రెండు పక్కల నుంచి వెళ్లిపోతున్నారు. ఒకరిద్దరు మాత్రమే తలతిప్పి నా వంక చూచారు. నేను మాత్రం కదలడం లేదు. అండర్‌పాస్‌లోకి ఎందుకని వెళ్లి ఉంటాను? అక్కడికి పోవడానికి నాకు కారణం ఏముండేది? మరి అక్కడంతా చీకటిగా, చిత్తడిగా, ఉచ్చకంపు గొడుతూ ఉంటుంది మరి.

వెనుదిరిగి స్టేషన్ వేపు నడవసాగాను. అక్కడయింకా ఉండవలసిన అవసరం ఎంత మాత్రం లేదు. స్కాట్ వాళ్ల ఇంటి ముందుకు పోవలసిన అవసరం కూడా లేదు. అక్కడి నుంచి పారిపోవాలి. అక్కడే ఏదో జరిగింది. అది జరిగిందని నాకు తెలుసు.

టికెట్ డబ్బులిచ్చి, స్టేషన్ మెట్లు వేగంగా ఎక్కాను. ప్లాట్‌ఫామ్ అటువేపు, వెళుతుంటే మెదడులో మరో మెరుపు తళుక్కుమన్నది. ఈ సారి అండర్ పాస్ కాదు.

మెట్లు. మెట్ల మీద తట్టుకు పడిపోయాను. ఒకతను నా ముంజేయి పట్టుకున్నాడు. లేవనెత్తాడు ట్రెయిన్‌లో వ్యక్తి, ఎర్ర వెంట్రుకలతను. కనబడుతున్నాడు, మసకగా. మాటలు మాత్రం లేవు, నన్ను చూచి నేనే, లేదా అతనన్న ఏదో మాటకు నవ్వడం గుర్తుంది. అతను సాయం చేశాడు. అది బాగా గుర్తుంది. బలంగా గుర్తుంది. ఏదో చెడు జరిగింది. అతనిమాత్రం దానితో సంబంధం లేదు. ట్రెయిన్ ఎక్కి లండన్ వెళ్లాను. లైబ్రరీ చేరి ఒక కంప్యూటర్ టర్మినల్ ముందు కూర్చున్నాను. మేగన్ గురించి సమాచారం వెతకసాగాను. *టెలిగ్రాఫ్ వెబ్‌సైట్‌*లో ఒక చిన్న ముక్క ఉంది. ఒక ముప్పై సంవత్సరాల మనిషి పోలీస్‌కు విచారణలో సాయపడుతున్నాడు. బహుశా స్కాట్ అనుకుంటాను. అతను మేగన్‌కు ఏదో చేశాడంటే నమ్మలేను. అతనట్లా చేయడని నాకు తెలుసు. వాళ్లిద్దరు కలిసి ఉండడం చూచాను. అప్పుడువారుండే తీరు తెలుసు. మన వద్ద సమాచారం ఉంటే అందించడానికి క్రైమ్ స్టాపర్ నంబర్ ఇచ్చారక్కడ. ఇంటికి వెళుతూ వాళ్లకు కాల్ చేస్తాను. అదీ ఒక పే ఫోన్ నుంచి. వాళ్లకు బి గురించి చెబుతాను. నేను చూచింది చెపుతాను.

ఆష్‌బరీలోకి పోతుంటే నా ఫోన్ మోగింది. మళ్లీ కాతీయే పాపం. నిజంగా బెంగపెట్టుకున్నట్టుంది.

'రేచ్? ట్రెయిన్‌లో ఉన్నావా? ఇంటికి వస్తున్నావా?' ఆమె మటలో ఆతురత ఉంది.

'అవును. దారిలో ఉన్నాను. పదిహేను నిమిషాల్లో ఇంట్లో ఉంటాను' ఆమెకు చెప్పాను.

'పోలీసులు వచ్చారు రేచల్, నీతో మాట్లాడలట.' అన్నదామె. నా ఒళ్లంతా చల్లబడింది.

బుధవారం, 17 జులై 2013

ఉదయం

మేగన్ ఇంకా కనిపించడం లేదు. పోలీసులకు నేను మళ్లీ, మళ్లీ అబద్ధాలు చెప్పాను.

గతరాత్రి ఫ్లాట్‌కు చేరే సమయంలో భయంతో ఉన్నాను. పోలీసులు నా టాక్సీ ప్రమాదం విషయం అడగడానికి వచ్చి ఉంటారని నాకు నేను

నచ్చజెప్పుకుంటున్నాను. అయితే ఆ మాటకు అర్థం లేదు. తప్పంతా నాదేనని అప్పుడే చెప్పాను. కనుక ఇది శనివారం సంగతి గురించే అయ్యుంటుంది. ఏదో చేసి ఉంటాను. ఏదో భయంకరమయిన పని చేసి ఉంటాను. అది బ్లాక్ అవుట్ అయ్యుంటుంది. జ్ఞాపకం రావడం లేదు. అదేమిటి అనిపిస్తుందేమోగానీ, ఏం చేసి ఉంటాను? బ్లెన్‌హైమ్ రోడ్ వెళ్లి, మేగన్ హిప్‌వెల్ మీద దాడి చేసి, ఆ శరీరాన్ని ఎక్కడో పడేసి, వ్యవహారమంతా మరిచిపోయానా? అర్థం లేదు. అసలు అర్థం లేదు. కానీ శనివారం ఏదో జరిగిందని మాత్రం తెలుసు. రైల్వే లైన్ కింద ఆ చీకటి గుయ్యారంలోకి చూచినప్పుడే నాకా సంగతి తెలిసింది. నాళాల్లో నా రక్తం మంచులా చల్లబడింది.

నాకు బ్లాకవుట్స్ మామూలే. ఇంటికెలా చేరాను అన్న సంగతి గుర్తురాకపోవడం, పబ్‌లో మాట్లాడుతుంటే అంతగా నవ్వదగిన మాటలు ఏంసాగాయి, గుర్తుండక పోవడం, లాంటివి జరుగుతుంటాయి. కానీ, అదివేరు. కానీ గంటల పాటు జరిగినవన్నీ మరవడం. ఎంతచేసినా గుర్తురాకపోవడం? అంత బలమయిన బ్లాకవుట్.

ఈ విషయం గురించిన పుస్తకం ఒకటి టామ్ కొని తెచ్చాడు. అదేదో ప్రేమ కొద్దీ కానేకాదు. పొద్దున్నే లేచి నేను, ఎందుకొరకు తెలియకుండా సారీలు చెపుతుంటే, అతను విసిగిపోయాడు. నా వ్యవహారం నాకే అర్థం కావాలి అనుకున్నట్టున్నాడు. అట్లా ఎన్ని చేశానో? ఆ పుస్తకం ఒక డాక్టర్ రాసింది. అట్లాగని అందులోని సమాచారం అంత సత్యమా తెలియదు. జరిగిన సంగతులు మరవడమే బ్లాకవుట్ అనిపించుకోదు, అంటాడు రచయిత. అసలు మరవడానికి జ్ఞాపకాలే ఉండవు అంటాడందులో. మెదడు స్వల్పకాలపు జ్ఞాపకాలను రికార్డ్ చేసే స్థితిలో ఉండదు, అంటాడు. అటువంటి కారునలుపులో కూరుకుపోయినప్పుడు, మనిషి ప్రవర్తన మామూలుగా ఉండదు. జరిగింది అనుకుంటున్న చివరి సంగతికి మాత్రమే ప్రతిక్రియ సాగుతుంది. కొత్తగా జ్ఞాపకాలు నమోదు కావడం లేదు. కనుక ఆ చివర సంగతి కూడా గుర్తుండకుండా పోతుంది. అందుకతను ఉదాహరణలు చెప్పాడు. తాగుడు కారణంగా కలిగిన బ్లాకవుట్‌లకు అవి హెచ్చరికలుగా పనిచేస్తాయి. న్యూజెర్సీలో ఒకవ్యక్తి. నాలుగు జులైన జరిగిన పార్టీలో తప్పతాగాడు. తరువాత కారులో ఎక్కాడు. మైళ్ల దూరం తప్పుడు దిశలో పయనించాడు. ఒక

వ్యాన్‌ను గుద్దేశాడు. అందులో ఏడుగురు మనుషులున్నారు. వ్యాన్ అంటుకున్నది. ఆరుగురు చనిపోయారు. తాగినతను బాగానే ఉన్నాడు. తాగినవారు అట్లాగే ఉంటారట. అతనికసలు తాను కార్‌లోకి ఎక్కిన సంగతే గుర్తులేదు.

మరొక మనిషి సంగతి. ఈ సారి న్యూయార్క్‌లో. అతను బార్ నుంచి బయటికి వచ్చాడు. తాను పెరిగిన ఇంటికి తన కార్‌లోనే వెళ్లాడు. అక్కడి మనుషులను పొడిచి చంపేశాడు. అతని దుస్తులన్నీ తీసుకున్నాడు. కార్ ఎక్కాడు. ఇల్లు చేరి హాయిగా పడుకున్నాడు. ఉదయాన అతని స్థితి అన్యాయంగా ఉంది. తన గుడ్డలేమయింది గుర్తులేదు. ఇంటికెట్లా చేరింది గుర్తులేదు. పొద్దున్నే పోలీస్ వారు వచ్చి అరెస్ట్ చేశారు. అప్పుడతను అసలు కారణమంటూ లేకుండా, తాను ఇద్దరిని పొడిచి చంపినట్లు కనుగొన్నాడు. అంతే గుర్తొచ్చింది. అర్థం లేకుండా కనిపిస్తుంది. కానీ అట్లా జరుగుతుంది. అసాధ్యం కాదు. మేగన్ కనిపించకుండా పోవడంలో నా పాత్ర కొంత ఉందన్న నమ్మకం, నాకు, నిన్న రాత్రి యిల్లు చేరే సమయానికే ఏర్పడి ఉంది. పోలీసు అధికారులు లివింగ్ రూమ్ సోఫాలో కూర్చుని ఉన్నారు. మామూలు దుస్తులలో ఒక నలభై దాటిన వ్యక్తి, మరొక కుర్ర మనిషి యూనిఫామ్‌లో. అతగాని మెడ మీద కురుపులున్నాయి. కాతీ కిటికీ పక్కన నిలబడి ఉంది. చేతులు నులుముతున్నది. బాగా భయపడినట్లు కనబడుతున్నది. పోలీస్ వాళ్లు లేచి నిలబడ్డారు. నాతో షేక్ హ్యాండ్ చేశారు. మఫ్టీలో ఉన్నతను బాగా ఎత్తుగా ఉన్నాడు. కొంచెం వంగి ఉన్నాడు. షేక్‌హ్యాండ్ తరువాత తాను డిటెక్టివ్ ఇన్‌స్పెక్టర్ గాస్కిల్ అంటూ పరిచయం చేసుకున్నాడు. పీసీ పేరు కూడా చెప్పాడు, కానీ, గుర్తులేదు, నేను ధ్యాస పెట్టలేదు. అసలు నాకప్పుడు ఊపిరి సలపటం లేదు.

'ఏమిటి సంగతి? గట్టిగా అరిచాను.' ఏదయినా జరిగిందా? మా అమ్మకా? లేక టామ్‌కా?'

'అంతా బాగున్నారు మిస్ వాట్సన్. మీరు శనివారం సాయంత్రం చేసిన సంగతి గురించి మాట్లాడాలి,' అంతే అన్నాడు గాస్కిల్. టెలివిజన్‌లో చెప్పే పద్ధతిలో ఉంది అది. వాస్తవం అనిపించలేదు. శనివారం సాయంత్రం నేను ఏం చేశాను అన్నది వాళ్లకు కావాలి. ఏం ఘనకార్యం చేశాను నేను శనివారం సాయంత్రం?

'నేను కూచోవాలి' అన్నాను. డిటెక్టివ్ సోఫాలో అంతవరకు తను కూచున్న చోటి వేపు చెయ్యి చూపించాడు. అంటే ఆ కురుపులు మెడపక్కన. కాతీ కళ్లు మారుస్తూ నిలబడింది. కింద పెదవి కొరుకుతున్నది. భయం కనబడుతున్నది.

'మీరు ఫరవాలేదు గదా, మిస్ వాట్సన్?' గాస్కిల్ అడిగాడు, కంటిమీద గాయం వేపు సూచిస్తూ.

'టాక్సీ గుద్దింది. పడిపోయాను. లండన్‌లో నిన్న మధ్యాహ్నం. ఆస్పత్రికి వెళ్లాను. కావాలంటే కనుక్కోండి' అన్నాను.

'సరే, మరి శనివారం సాయంత్రం?' తల కొంచెం ఆడిస్తూ అడిగాడతను.

'విట్నీకి వెళ్లాను' గొంతులో వణుకుతోనే చెప్పాను.

'ఏ పనిమీద?'

కురుపు మెడ నోట్‌బుక్ తీశాడు. పెన్సిల్ సిద్ధంగా పట్టుకున్నాడు.

'మా ఆయనను చూడాలని' అన్నాను.

'ఓహ్, రేచల్' అన్నది కాతీ.

డిటెక్టివ్ ఆమెను పట్టించుకోలేదు. 'మీ భర్తనా? అంటే ఒకప్పటి భర్త కదూ? టామ్ వాట్సన్'. అవును. నేను ఇంటిపేరు ఇంకా మార్చుకోలేదు. అది అన్నింటికీ అనువుగా ఉంది. క్రెడిట్ కార్డ్‌లు, ఈమెయిల్ అకౌంట్‌లు మార్చనవసరం రాలేదు. కొత్త పాస్‌పోర్ట్ తీయనవసరం లేదు. అట్లాగన్నమాట.

'అదే ఆయనను చూడాలనుకున్నాను. అయితే, అదేమంత మంచి ఆలోచన కాదని తేల్చుకున్నాను. ఇంటికి చేరాను.'

'ఏ టైమ్‌కు?' గాస్కిల్ గొంతులో ఏ భావం లేదు. ముఖం కూడా అంతే. అతను మాట్లాడుతుంటే పెదవులు అసలు కదలడం లేదు. కురుపుల మెడ, పెన్సిల్‌తో కాగితం మీద రాస్తుంటే చప్పుడు తెలుస్తున్నది. నాకు చెవుల్లో రక్తం హోరు తెలుస్తున్నది.

'అదీ....మ్.... ఆరున్నర ప్రాంతం అనుకుంటాను. సుమారు ఆరు ప్రాంతంలో ట్రెయిన్ ఎక్కాను.'

'ఇంటికి వచ్చారు'

'ఏడున్నరయిందేమో...?' పైకి చూచాను. కాతీ కళ్లు కలిశాయి. నేను అబద్ధం చెపుతున్నాను అన్న భావం ఆ కళ్లలో కనబడుతున్నది. 'ఇంకా ఆలస్యమయ్యిందేమో. ఎనిమిది ప్రాంతం అయ్యుండవచ్చు. అవును. నిజమే. గుర్తువచ్చింది. ఇంటికి ఎనిమిదికి కొంచెం తర్వాత వచ్చాననుకుంటాను.' నా బుగ్గలు రంగు తిరుగుతున్న సంగతి నాకే అర్థమవుతున్నది. నేను అబద్ధం చెపుతున్నానని అర్థం కాకుంటే, ఈ మనిషి పోలీస్ పనికి పనికిరాడన్నమాట. డిటెక్టివ్ చుట్టు తిరిగాడు. మూలలో

బల్లకిందకు చేర్చిన ఒక కుర్చీని అందుకున్నాడు. దాన్ని తనవేపు వేగంగా మొరటుగా లాగాడు. దాన్నతను నేరుగా నా ముందుంచాడు. అందులో కూచున్నాడు. చేతులు మోకాళ్లమీద పెట్టాడు. తల ఒక పక్కకు వంచాడు. 'సరే, ఆరు ప్రాంతంలో బయలుదేరారు. అంటే విట్నీకి ఆరున్నరకు చేరి ఉంటారని గద. ఇక ఇక్కడికి ఎనిమిదికి తిరిగి వచ్చారు. అంతే విట్నీ నుంచి ఏ ఏడున్నరకో బయలుదేరి ఉండాలి. సరిగానే ఉందంటారా?' అతనడిగాడు.

'అవును సరిగానే ఉంది' అన్నాను. గొంతులో వణుకు నా వశంలో లేదు. మరోక్షణంలో ఆ గంటసేపు మీరు అక్కడ ఏం చేశారు అని అడుగుతాడు. నా వద్ద మరి సమాధానం లేదు.

'మీరు మీ ఎక్స్ చూడడానికి పోనేలేదు. మరి గంటసేపు విట్నీలో ఏం చేశారు?'

'అటుయిటు తిరిగాను'

ఇంకేమన్నా చెపుతానని అతను ఆగాడు. పబ్‌కు పోవడం గురించి చెప్పాలనుకున్నాను. కానీ అర్థం లేనిమాట. వాళ్లు సులభంగా అడిగి తెలుసుకుంటారక్కడ. ఏ పబ్ అని అడుగుతాడు. అక్కడ ఎవరితోనయినా మాట్లాడారా, అంటాడు. ఏం చెప్పాలని ఆలోచిస్తున్నాను. అప్పుడు నాకు అసలు విషయం అర్థమయింది. శనివారం సాయంత్రం నేనక్కడ ఉన్నది ఎందుకని తెలుసుకోవాలి, అడగాలనిపించింది. అది కొంచెం వేరుగా ఉంటుందిక. అడిగితే నేను నేరమేదో చేసిన అనుమానం రావచ్చు.

'ఎవరితోనయినా మాట్లాడారా?' నా మెదడులోని ఆలోచనలు అర్థమయినట్లు అడిగాడతను 'ఏదోషాప్, బార్‌కు పోయారా?'

'స్టేషన్‌లో ఒకతనితో మాట్లాడాను! సంగతి గట్టిగా చెప్పేశాను. దానివల్ల ఏదో తేలుతుందన్నట్టు.' ఇంతకూ మీకు ఇదంతా ఎందుకు? ఏం జరుగుతున్నది' అరిచాను.

డిటెక్టివ్ ఇన్‌స్పెక్టర్ గాస్కిల్ కుర్చీలో వెనుకకు వాలాడు. 'మీరు విని ఉండవచ్చు. బ్లెన్‌హైమ్ రోడ్‌లో ఉండే ఒకావిడ, మీ ఎక్స్ హస్బెండ్ ఇంటికి దగ్గరలోనే ఉంటుంది, ఆమె కనిపించడం లేదు. మేము ఇల్లిల్లు తిరిగి అడుగుతున్నాము. ఆ రాత్రి ఆమెను చూచిన గుర్తుందా, అని. మరేదయినా అసాధారణంగా జరిగిందా అని. అట్లా అడుగుతుంటేనే మీ పేరు బయటికి వచ్చింది.' అతను కాసేపు ఆగాడు. విషయం నాకు బోధపడాలన్నట్టు. 'ఆ

సాయంత్రం మీరు బ్లెన్‌హైమ్ రోడ్‌లో కనిపించారు. తప్పిపోయినావిడ, అంటే మిసెస్ హిప్‌వెల్, ఇల్లు వదిలిన సమయానికి మీరు ఆ ప్రాంతంలో ఉన్నారు. మిసెస్ ఆనా వాట్సన్ వాళ్ల ఇల్లు అక్కడికి దూరం లేదు. ఆమె మిమ్మల్ని మిసెస్ హిప్‌వెల్ వాళ్ల ఇంటి ప్రాంతంలో చూచినట్టు చెప్పారు. అప్పుడు మీ తీరు కొంత వింతగా ఉందని కూడా అన్నారు. ఆమెకు బెంగగా ఉందన్నారు. అందుకే మరి పోలీస్‌లను పిలవాలని కూడా అనుకున్నారట.'

నా గుండె, పట్టుపడిన పక్షిలాగ తపతపలాడింది. మాట రాలేదు. నా కళ్లముందు నాకు ఆ సమయంలో కనిపించిందల్లా, అండర్‌పాసింగ్‌లో ముడుచుకుపడి ఉన్న నా రూపం మాత్రమే. అదీ చేతులు మీద రక్తంతో, చేతుల మీద రక్తంతో. తప్పకుండా అది నా రక్తం. తలెత్తి గాస్కిల్ వంక చూచాను. త్వరగా ఏదో చెప్పకతప్పదని తెలుసు. అతను నా మెదడు చదువుతున్నాడు.

'నేనేమీ చేయలేదు. అన్నాను.' ఏం చేయలేదు. ఊరికే... ఊరికే మా ఆయనను చూడాలనుకున్నాను.'

'మీ ఎక్స్ భర్త' గాస్కిల్ మళ్లీ నా మాటను సవరించాడు. అతను జాకెట్ పాకెట్ నుంచి ఒక ఫోటో బయటకు తీశాడు. నాకు చూపించాడు. అది మేగన్ ఫోటో. 'ఆ మనిషిని మీరు శనివారం రాత్రి చూచారా?' అడిగాడతను. ఫోటోవేపు నేను చాలాసేపు చూచాను. ఆమె రూపం నా ముందుకు ఈ రకంగా రావడం అధివాస్తవికంగా ఉంది. నేను ఎప్పుడూ చూచే గోధుమరంగు జుట్టు మనిషి. ఆమె జీవితం గురించి నేను తలలోనే ఎన్నెన్నో ఊహించాను. తుడిపాను. ఫోటోలో తల మాత్రం దగ్గర నుంచి ఉంది. ప్రొఫెషనల్ ఫోటో అది. ఆమె రూపం నా ఊహలకన్నా హెవీగా ఉంది. నా తలలో ఉన్న జెస్ రూపం కాదది. మిస్ వాట్సన్? ఆమెను చూశారా? ప్రశ్న.

'చూచానేమో తెలియదు. నిజంగా తెలియదు. ఇప్పటికీ తెలియదు.'

'నేనట్లాగనుకోవడం లేదు'. అన్నాను.

'మీరు అనుకోవడం లేదు. అంటే చూచి ఉండవచ్చునన్నమాట'

'ఏమో సరిగా గుర్తులేదు.'

'శనివారం సాయంత్రం మీరు తాగుతూ ఉన్నారా? విట్నీకి వెళ్లడానికి ముందు, తాగుతున్నారా?' అడిగాడు.

వేడి నా ముఖంలోకి తరుముకు వచ్చింది. 'అవును' అన్నాను.

'మిసెస్ వాట్సన్, అదే ఆనా వాట్సన్, మిమ్మల్ని చూచినప్పుడు మీరు బాగా మైకంలో ఉన్నట్టున్నారు అన్నారు. అది నిజమేనా?'

'లేదు' అన్నాను చూపు డిటెక్టివ్ కళ్లలోకి సూటిగా నిలిపి. కాతీ వేపు మాత్రం చూడలేదు. 'మధ్యాహ్నం రెండు డ్రింక్స్ తీసుకున్నాను. కానీ మైకంలో మాత్రం లేను.'

గాస్కిల్ నిట్టూర్చాడు, అతనికి నిరాశ కలిగినట్టుంది. అతను కురుపుల మెడ వంక చూచాడు. తిరిగి నా వైపు చూశాడు. నెమ్మదిగా, కావాలనే నెమ్మదిగా లేచి నిలుచున్నాడు. కుర్చీని తిరిగి దాని చోటుకు నెట్టాడు. మీకుగాని శనివారం రాత్రి గురించి ఏదయినా గుర్తుకువచ్చిందంటే, అంటే మాకు సాయంగా ఉండగలది ఏదయినా వస్తే నాకు ఫోన్ చేస్తారా?' అంటూ తన బిజినెస్ కార్డ్ నా చేతికి అందించాడు.

వెళ్లడానికి సిద్ధమవుతూ అతను కాతీ వేపు చూచి తలాడిస్తుంటే, నేను సోఫాలో కూలబడ్డాను. నా గుండె వేగం తగ్గుతుండడం తెలుస్తున్నది. 'మీరు పబ్లిక్ రిలేషన్స్‌లో పనిచేస్తుంటారు. హంటింగ్‌డన్ వైట్‌లీ: అంతేనా' అన్నాడతను. తిరిగి నా గుండె వేగం పెరగసాగింది.

'అవును నిజమే' అన్నాను.

అతను పోయి ఆరా తీస్తాడు, నేను అబద్ధం చెప్పినట్టు తెలిసిపోతుంది. అట్లా జరగకూడదు. నేనే నిజం చెప్పాలి. కనుక ఇవాళ ఉదయం ఆపనే చేస్తాను. నేరుగా పోలీస్‌స్టేషన్‌కు పోయి వాస్తవం చెపుతాను. అతనికి మొత్తంగా చెప్పేస్తాను. నెలల క్రితమే నా ఉద్యోగం పోయిందనీ, శనివారం రాత్రి బాగా తాగి, మత్తులో ఉన్నాననీ, ఇంటికి ఎప్పుడు చేరిందీ నాకు జ్ఞాపకం లేదని అన్నీ చెప్పేస్తాను. నిన్నరాత్రి చెప్పవలసిన సంగతులనన్నీనూ. పైగా అతను తప్పుదారిలో పరిశోధనలో సాగుతున్నాడు. మేగన్ హిప్‌వెల్‌కు మరొకతనితో ప్రేమ వ్యవహారం సాగుతున్నట్టు నా అనుమానం అనికూడా చెపుతాను.

సాయంత్రం

పోలీసులు నేనేదో ఆసక్తిగా చూస్తున్నాను, అనుకుంటున్నారు. వెంటాడుతున్నానని, పిచ్చిదాన్ననని, నాకు మతిస్థిమితం లేదని కూడా అనుకుంటున్నారు.

పోలీస్‌స్టేషన్‌కు పోయి ఉండవలసింది కాదు. నా పరిస్థితి నేనే మరింత దిగజార్చుకున్నాను. స్కాట్‌కు ముక్క సాయం జరగలేదు. అసలు అట్లా జరుగుతుందని గదా నేను పోవడం. అతనికి నా సాయం అవసరం. అతనేదో చేశాడని పోలీసులు అనుమానిస్తారు. అది నిజం కాదని నాకు తెలుసు. అతని గురించి నాకు బాగా తెలుసు. పిచ్చిమాటలు అనిపిస్తుందికానీ, వాళ్లిద్దరూ కలిసి ఉండే తీరు, అందునా అతని తీరు నేను గమనించాను. అతనామెకు హాని చేయజాలడు.

సరే, పోలీస్‌స్టేషన్‌కు వెళ్లడానికి, స్కాట్‌కు సాయం చేయాలని మాత్రమే కాదు. అబద్ధాల సంగతి ఉందిగదా, వాటిని చక్కదిద్దాలిగద. ముఖ్యంగా నా ఉద్యోగం సంగతి.

స్టేషన్‌లోకి పోవడానికి ధైర్యం పుంజుకునేందుకు, కావలసినంత సమయం పట్టింది. కనీసం డజన్ సార్లు వెనుకకు తిరిగి ఇంటికి పోయినంత పని చేశాను. చిట్టచివరకు పోయాను. డిటెక్టివ్ ఇన్‌స్పెక్టర్ గాస్కిల్‌తో మాట్లాడాలని డెస్క్ సార్జెంట్‌ను అడిగాను. అతను నన్ను వెయిటింగ్ రూమ్‌కు పంపించాడు. అక్కడ ఉక్కగా, ఉంది. అయినా గంటపాటు అక్కడే కూచున్నాను. అప్పుడొకతను నా కోసం వచ్చాడు. అప్పటికే నేను ఉరికంబం ఎక్కబోతున్న మనిషిలాగ చెమటముద్దయి, వణుకుతున్నాను. మరో గదిలోకి పంపించారు నన్ను. అది మరీ చిన్నది. కిటికీల్లేవు. గాలి లేదు. చాలా అసౌకర్యంగా ఉంది. అక్కడ మరో పది నిమిషాలపాటు నన్ను ఒంటరిగా వదిలేశారు. అప్పుడు గాస్కిల్ మరో అమ్మాయితో బాటు వచ్చాడు. ఆమె కూడా మామూలు దుస్తుల్లో ఉంది. గాస్కిల్ గౌరవంగా గ్రీట్ చేశాడు. అది నాకు ఆశ్చర్యంగా తోచింది. తోడుగా వచ్చిన ఆవిడను డిటెక్టివ్ సార్జెంట్ రైలీ అని పరిచయం చేశాడు. ఆమె నా కంటే చిన్నది. పొడుగ్గా, పీలగా ఉంది. ముదురు రంగు జుట్టు, అదొకరకంగా అందంగా ఉంది. ఆమె నా చిరునవ్వుకు బదులివ్వలేదు.

అందరూ కూచున్నాము. ఎవరూ మాట్లాడలేదు. నేనే మొదలుపెట్టాలి అన్నట్టు చూస్తున్నారు.

'స్టేషన్‌లో ఒకతనితో మాట్లాడానని చెప్పాను కదా. అతను గుర్తొచ్చాడు, వర్ణించగలను' అన్నాను. రైలీ చాలా కొద్దిగా కనుబొమ్మలు ఎత్తినట్టుంది. కూచున్న చోటనే కొంచెం కదిలింది. మరీ ఎత్తరికాదు. మనిషి కూడా మధ్యరకం శరీరం.

ఎర్రని జుట్టు. 'నేను మెట్ల మీద జారాను. అతను నా ముంజేయి పట్టుకున్నాడు' గాస్కిల్ ముందుకు వంగాడు. అతని మోచేతులు బల్లమీద ఆనించి ఉన్నాయి. రెండు చేతులు, మూతి ముందు ఒక దాన్నొకటి పట్టి బిగించాడు.

'అతను, నీలం షర్ట్ వేసుకున్నాడు... అనుకుంటాను.'

ఇది పూర్తి నిజం కాదు. నాకు ఆమనిషి గుర్తున్నాడు. అతని జుట్టు ఎరుపుగా ఉందని బాగాగుర్తుంది. నన్ను చూచి చిరునవ్వాడని కూడా గుర్తుంది. లేదా ముఖం చిట్లించయినా ఉండాలి. అప్పటికి నేను ట్రెయిన్‌లో ఉన్నాను. అతను విట్నీలో దిగిపోయాడనుకుంటాను. నాతో మాట్లాడి ఉండవచ్చు కూడా. నేను మెట్ల మీద జారేవీలుంది. అలాగని కొంచెంగా గుర్తుంది. అయితే శనివారం నాడేనా అన్నది మాత్రం చెప్పలేను. మరెప్పుడయినా కావచ్చు. చాలాసార్లు జారాను. చాలా మెట్ల మీద జారాను. అతను వేసుకున్న దుస్తుల గురించి తెలియదు.

నేను చెప్పిన దానితో డిటెక్టివ్‌లకు సంతృప్తి కలిగినట్టు లేదు. రైలీ ఎవరికీ కనిపించని రకంగా తల ఆడించింది. గాస్కిల్ చేతులు వదిలాడు. ముందుకు జాచాడు. అరచేతులు పైకి ఉండేట్టు, అదీ నా ముందుకు. "సరే, అది చెప్పడానికే ఇంత దూరం, నా దాకా వచ్చారంటారా, మిస్ వాట్సన్?" అడిగాడు. ఆ స్వరంలో కోపంలేదు, పైగాప్రోత్సహిస్తున్నాడులాగుంది.రైలీవెళ్లిపోతేబాగుండుననిపించింది. అప్పుడు అతనితో మాట్లాడగలుగుతాను. అతడిని నమ్మగలుగుతాను.

'నేను హంటింగ్‌డన్ వైట్‌లీలో ప్రస్తుతం పనిచేయడం లేదు' అన్నాను

'ఓహ్' అంటూ అతను సీట్లో వెనుకకు వాలిపోయాడు. మరింత ఆసక్తి కలిగినట్లుంది.

'మూడు మాసాలయింది వదిలేసి. నా ఫ్లాట్‌మేట్, కాదు, ఇంటి యజమానురాలు అనాలి, ఆమెకు ఇంకా చెప్పలేదు. మరో ఉద్యోగం వెతుకున్నాను. రెంట్ గురించి బెంగపడుతుందని, చెప్పదలుచుకోలేదు. నా దగ్గర కొంత డబ్బుంది. కిరాయి కడుతూ ఉండగలను. ఏదయినా, నిన్న మీతో నా పని గురించి అబద్ధమాడాను. అందుకు క్షమాపణ చెబుతున్నాను,' అన్నాను.

రైలీ ముందుకు వంగింది. పట్టనట్టు సన్నగా నవ్వింది. 'అవునా? మీరిప్పుడు హంటింగ్‌డన్ వైట్‌లీలో పనిచేయడం లేదు, అసలు ఉద్యోగమే లేదు. అంతేనా? నిరుద్యోగి మీరు!' తల ఆడించాను. 'అంటే సైనింగ్ లాంటివేవీ అవసరం లేదు, కదూ?'

'నో'

'ఇక మీ ఫ్లాట్‌మేట్ ఇంకా మీరు నిత్యం పనిలోకి పోవడంలేదని గమనించలేదు!'

'కానీ నేను నిత్యం పోతాను. ఆఫీస్‌కు కాదనుకోండి. లండన్‌లోకి పోతాను. ఎప్పటిలాగే, అదే సమయానికి. కనుక ఆమెకు తెలియదు. తెలియకూడదనే, అంతా' రైలీ మళ్లీ గాస్కిల్ పక్కకు చూచింది. అతను మాత్రం నన్నే చూస్తున్నాడు, కొంచెం చిరాకుగానేమో. 'వింతగా ఉంది, నాకు తెలుసు' అంటూ మాట ముగించాను.

అది వింతగా లేదు సరిగదా, పిచ్చిగా ఉంది, అట్లా చెపుతుంటే.

'రైట్, అంటే నిత్యం మీరు పనిలోకి పోతున్నట్టు నటిస్తారన్నమాట' రైలీ అడిగింది. ఆమె కనుబొమ్మలు కూడా ముడుచుకుని ఉన్నాయి. అందులో నా పట్ల జాలి కనబడుతున్నదేమో. నాకు పూర్తిగా వెర్రెత్తిందని తాను అనుకుంటున్నట్టుగా ఉంది. నేను మాట్లాడలేదు, తల ఆడించలేదు, అసలేమీ చేయలేదు. ఊరకుండి పోయాను ఉద్యోగం ఎందుకు వదిలేశారో అడగవచ్చునా, మిస్ వాట్సన్?'

అబద్ధం చెపితే వచ్చేదేమీ లేదు. ఈ సంభాషణకు ముందే వాళ్లు, ఆ కంపెనీలో వివరం తెలుసుకోలేదంటే, ఇక ఇప్పుడయినా, ఆ పని చేసి తీరుతారు. 'నన్ను పంపించేశారు' చెప్పాను.

'ఉద్యోగం నుంచి తీసేశారా?' రైలీ అడిగింది. ఆమె గొంతులో ఒక రకం సంతృప్తి కనిపించింది. బహుశా ఆమె కోరిన జవాబది. 'ఎందుకని?'

చిన్నగా నిట్టూర్చాను. 'ఇది నిజంగా అంత అవసరమా? నేను ఉద్యోగం ఎందుకు వదిలితేనేమి? గాస్కిల్‌ను అభ్యర్థనగా అడిగాను.

అతనేమీ అనలేదు. రైలీ అతని ముందుకు తోసిన నోట్స్ ఏవో చూస్తున్నాడు. అయినా తల కొంచెంగా ఆడించాడు. రైలీ మాట మార్చింది.

'మిస్ వాట్సన్, నేను శనివారం రాత్రి గురించి అడగాలనుకుంటున్నాను.' *ఈ సంభాష ఇప్పటికే జరిగింది*. నేను గాస్కిల్ వేపు చూశాను. అతను నన్ను చూడడం లేదు. 'ఆల్‌రైట్' అన్నాను. గాయాన్ని తడమడానికి అన్నట్టు చేతిని తలవేపు కదిలించాను. ఆపుకోలేక పోయాను.

'శనివారం రాత్రి బ్లెన్‌హైమ్ రోడ్ ఎందుకు వెళ్లారు, చెప్పండి. మీ గతం భర్తతో ఎందుకు మాట్లాడాలి అనుకున్నారు?'

'అది మీకు అనవసరం' అన్నాను. ఆమె మరేదో అనగలిగే లోపల' కొన్ని మంచినీళ్లు ఇవ్వడం కుదురుతుందా?' అన్నాను.

గాస్కిల్ లేచి గదినుండి వెళ్లిపోయాడు. అట్లా చేస్తాడని నేను ఆశించలేదు. రైలీ ఏ మాటా అనలేదు. కేవలం నన్ను, చూస్తూ ఉండిపోయింది. ఆమె పెదవుల మీద వంకరనవ్వు ఇంకా కొంచెం మిగిలి ఉంది. ఆ చూపు నేను భరించలేక పోయాను. బల్లవేపు చూచాను. గదంతా కలియజూశాను. అది వాళ్ల పద్ధతిలో భాగమని నాకు తెలుసు. నేను చిరాకు పడాలనే, తాను మాట్లాడకుండా ఉంది. అప్పుడు నిజంగా వద్దనుకున్న సంగతులు కూడా చెప్పేస్తాను.

'అతనితో తేల్చుకోవలసిన విషయాలు కొన్ని ఉన్నాయి. వ్యక్తిగత విషయాలవి' ఏదో గొప్పగా చెప్పినట్టున్నాను.

రైలీ నిట్టూర్చింది, నేను పెదవి కొరుక్కున్నాను. గాస్కిల్ గదిలోకి వచ్చే వరకు మాట్లాడకూడదు అని స్థిరం చేసుకున్నాను. అతను రాగానే మబ్బుగా ఉన్న మంచి నీళ్లు గ్లాసు నా ముందుంచాడు. రైలీ మాట సాగించింది.

'వ్యక్తిగత విషయాలు' ఆమె రెట్టించింది.

'అవును'

రైలీ, గాస్కిల్ ముఖాలు చూచుకున్నారు. అది చిరాకుతోనా, సరదాగానా అర్థం కాలేదు. పైపెదవి మీద చెమటరుచి నాలుకకు తెలిసింది. ఒక్కగుక్క నీళ్లు తాగాను. తాజాగా లేవవి. తన ముందున్న కాగితాలను ఒకసారి పరీక్షించిన గాస్కిల్ వాటిని పక్కకు తోశాడు. ఇక వాటితో పనిలేదు. అన్నట్టుంది ఆ తీరు. వాటిలోని సంగతులేవీ తనకు ఆసక్తికరంగా లేవని అయినా ఉండాలి.

'మిస్ వాట్సన్, మీ... ఒకప్పటి భర్తగారి... ప్రస్తుత భార్య అంటే మిసెస్ ఆనా వాట్సన్ మీ గురించి ఆదుర్దా కనబరిచారు. మీరు ఆమెను కలవరపెడుతున్నారని, భర్తను కలవరపెడుతున్నారని, పిలవకుండానే వాళ్ల ఇంటికి వెళ్లారని, ఒక సందర్భంలో...' గాస్కిల్ తన నోట్స్ చూడసాగాడు. కానీ రైలీ అడ్డు తగిలింది.

'ఒకసారి మీరు వాట్సన్ దంపతుల ఇంట్లోకి దొంగచాటుగా దూరి వాళ్ల పాపాయిని, మరీ పసికూనను, ఎత్తుకుపోయారు. గది మధ్యలో ఒక బ్లాక్‌హోల్ విచ్చుకున్నది. అది నన్ను మింగేసింది. 'అది నిజంకాదు! అన్నాను. 'నేను పాపను తీసుకుపోలేదు. జరిగింది అది కాదు. అంతా తప్పు. నేను పాపను ఎత్తుకు... ఎత్తుకుపోలేదు!'

నేను బాగా గాభరాపడ్డాను. వణుకు, దుఃఖం మొదలయినయి. ఇక వెళ్లిపోతాను, అన్నాను. రైలీ తను కుర్చీని వెనుకకు తోసింది. లేచి నిలబడింది. గాస్కిల్‌ను చూచి భుజాలు ఎగరేసి, గది వదిలిపోయింది. గాస్కిల్ నాకు క్లీనెక్స్ పేపర్ అందించాడు.

'మీరు ఎప్పుడు పోవాలనుకుంటే అప్పుడు పోవచ్చు, మిస్ వాట్సన్. మీరే మాతో మాట్లాడాలని వచ్చారు.' అతను నా వైపు చూస్తూ సన్నగా నవ్వాడు. అది క్షమాపణ పూర్వకం అన్నట్టుంది. ఆక్షణాన అతనిపట్ల మంచిభావం కలిగింది. అతని చెయ్యి అందుకుని నొక్కాలి అనిపించింది. కానీ నేను కదలలేదు. ఆ పని చేయడం వికృతంగా ఉంటుందని. 'మీరు మరేదో చెప్పదలచినట్టున్నారు' అన్నాడతను. మాకు బదులు నాకు అన్నందుకు అతను నాకు మరింత నచ్చాడు.

'కొంత వ్యవధి కావాలనుకుంటాను. కాస్త కాళ్లు చాచుకుని విశ్రాంతి తీసుకోండి. తినడానికి ఏదయినా తెచ్చుకోండి. మీరు తిరిగి సిద్ధం అనుకున్నప్పుడు, తిరిగి రండి. అప్పుడిక నాకు అన్ని సంగతులూ చెప్పవచ్చు' అంటూ అతను లేచి నిలబడి నన్ను కూడా ద్వారం వేపు నడవడానికి సూచన చేశాడు.

నేను వ్యవహారమంతా పక్కనబెట్టి ఇంటికి పోవాలనుకుంటున్నాను. ట్రెయిన్ స్టేషన్ దిశగా నడుస్తున్నాను. ఏదీ పట్టించుకోనవసరం లేదు అనిపించింది. అప్పుడు నాకు ట్రెయిన్ ప్రయాణాల గురించి ఆలోచన వచ్చింది. ప్రతినిత్యం ఆ ఇల్లు, మేగన్, స్కాట్‌ల ఇంటి మీదుగా ఆ లైన్ మీద అటూ ఇటూ తిరిగాను. ఇక ఆ అమ్మాయి అసలు కనిపించకుండా పోతే? అంటే శాశ్వతంగా నన్నమాట. కానీ అట్లా జరగదని నాకు అర్థమవుతున్నది. అయినా, నేనేదయినా చెప్పినందుకు దానికి సాయం జరిగేనా? వాళ్లకు బి గురించి తెలియదు గనుక స్కాట్ దానికి హాని కలిగించాడని అభియోగం వేస్తే? ప్రస్తుతం అది బి ఇంట్లో ఉందేమో? దాన్నతను కట్టి పెట్టాడేమో? లేక గార్డెన్‌లో పూడ్చేశాడేమో?

గాస్కిల్ చెప్పింది చేశాను. హామ్ అండ్ ఛీజ్ శాండ్ విచ్ కొన్నాను. మంచినీళ్లు సీసా కూడా. వాటితో విట్నీలోని ఒకే ఒక పార్క్‌లోకి పోయాను. అది అసలు పార్క్‌లాగ కనిపించదు. పైగా చిన్నది. చుట్టూ 1930ల నాటి పాత ఇళ్లుంటాయి. గార్డెన్ నిండా ఇంచుమించు తారుపరిచిన ప్లేగ్రౌండ్ ఉంటుంది. ఆ స్థలం పక్కనే ఒక బెంచ్ అంచుమీద కూర్చున్నాను. గుంటలోని ఇసుక

తింటున్నారని, తల్లులు, ఆయాలు పిల్లలను తిడుతుంటే చూస్తున్నాను. నేను అటువంటి పరిస్థితి గురించి కలలు గన్నాను. అది సంవత్సరాల క్రితం. నేను కూడా ఇక్కడికి రావాలనుకున్నాను. హామ్ అండ్ ఛీజ్ శాండ్‌విచ్ తినడానికి కాదు. ఇక్కడికి నా స్వతం పాపాయిని తీసుకుని రావాలనుకున్నాను. పాప కోసం కొనే బగ్గీబండి గురించి ఆలోచించాను. ట్రాటర్స్‌లో అర్లీలర్నింగ్ సెంటర్‌లో కాలమంతా గడుపుతూ, అందమయిన బుజ్జి దుస్తులను, ఆట బొమ్మలను చూస్తూ కలలు గన్నాను. ఒడిలో పాపాయిని ఆడిస్తూ కూచుంటాను' అనుకున్నాను.

అది జరగలేదు, నాకు గర్భం ఎందుకు రావడం లేదన్న సంగతి ఏ వైద్యుడూ వివరించలేకపోయాడు. వయసులో ఉన్నాను. ఆరోగ్యంగా ఉన్నాను. అప్పట్లో అంతగా తాగేదాన్ని కూడా కాదు. నా భర్త వీర్యకణాలు సంఖ్యలో, లక్షణాలలో సవ్యంగా ఉన్నాయి. అయినా కడుపురాలేదు. కడుపు పడిపోవడమనే సమస్య కూడా లేదు. నాకు గర్భం రాలేదు. అంతే. ఒక రౌండ్ కృత్రిమగర్భం ప్రయత్నం కూడా చేశాను. అంతకంటే అవసరమయిన సొమ్ము మా దగ్గర లేదు. అందరూ అన్నట్లే అయింది. అనుభవం బాగుండలేదు. అది ఫలించలేదు కూడా. మా ఇద్దరి మధ్య అగాధం మొదలవుతుందని మాత్రం ఎవరూ అనలేదు. హెచ్చరించలేదు. కానీ, అదే జరిగింది. కాదంటే ముందు నా మనసు విరిగిందనాలి. ఆ తరువాత ఇద్దరి మధ్యన బంధం తెగింది.

గొడ్రాలు అన్న పరిస్థితి, ఒకరిని పట్టిందంటే వదలదు. ముప్పై దశకంలో ఉంటే తీరు మరీ దారుణం. నా స్నేహితురాళ్లందరూ తల్లులవుతున్నారు. వాళ్ల స్నేహితులంతా తల్లులవుతున్నారు. ప్రెగ్నెన్సీ, పురుడు, మొదటి బర్త్‌డేల పేరున పార్టీలు అంతటా జరుగుతున్నాయి. అందరూ నన్ను అదే మాట అడుగుతారు. మా అమ్మ, స్నేహితులు, సహోద్యోగులు ఎప్పుడు ఒకే ప్రశ్న. నా వంతు ఎప్పుడు వస్తుంది? ఆదివారం మధ్యాహ్నాలలో అందరూ కలిసి భోజనం చేస్తుంటే అక్కడ మాట్లాడడానికి మా పరిస్థితి సులభంగా, అంశంగా దొరికేది, అందరికీ. టామ్, నేను మాట్లాడడం కాదు. అందరూనూ. మేము చేస్తున్న ప్రయత్నాలేమిటి? అసలు చేయవలసింది ఏమిటి? రెండవ గ్లాస్ వైన్ తాగడం నిజంగా అవసరమా? నేనింకా చిన్నదాన్ని. ఇంకా కావలసినంత కాలం ఉంది. అయితే ఏం జరగలేదన్న పరిస్థితి నన్ను అమాంతంగా కప్పేసింది. లోపలికి లాగింది. ఇక నాకు నమ్మకం అడుగంటింది. అందరూ లోపం నాది అంటారు. నా వల్లనే పరిస్థితి అట్లాగయింది,

అంటారు. నిజానికి అతనితో చేరిన కొంత కాలానికే ఆనాకు కడుపు వచ్చింది. అంటే టామ్‌లో ఎటువంటి లోపం లేదని అర్థం. లోపం ఇద్దరం పంచుకోవాలి అన్నాను. ఆనా మాట తప్పు, తప్పంతా నాదే. యూనివర్సిటీ నాటి నుంచి నా బెస్ట్‌ఫ్రెండ్ లారా రెండేళ్లలో ఇద్దరు పిల్లలను కన్నది. ముందు బాబు, తరువాత పాప. నాకు వాళ్లు నచ్చలేదు. వాళ్ల చేరువకు వెళ్లాలనిపించలేదు. వాళ్ల గురించి ఏదీ వినడం నాకు చిరాకు. కొంతకాలం తరువాత లారా నాతో మాటలు మానేసింది. ఆఫీస్‌లో ఒక అమ్మాయి చాలా మామూలుగా ఒక సంగతి చెప్పింది. అపెండెక్టమీ లేదంటే జ్ఞానదంతం తీసేసిన వివరం చెప్పినట్లే తాను, మెడికల్‌గా, అబార్షన్ చేయించుకున్నాను అని చెప్పింది. యూనివర్సిటీలో ఉన్నప్పుడు సర్జికల్‌గా కూడా ఒకసారి చేయించుకున్నదట. దానితో పోలిస్తే ఈసారి ఎంతో సులభంగా, బాధలేకుండా జరిగింది అన్నది. ఆ తరువాత నేను ఆ అమ్మాయితో మాట్లాడలేకపోయాను. కనీసం తన వేపు చూడలేకపోయాను. ఆఫీసులో పరిస్థితి అసహ్యంగా మారింది. అంతా గమనించారు.

టామ్ నా అంత రియాక్ట్ కాలేదు. వైఫల్యం తనవల్ల వచ్చిందికాదు. అది మొదటి సంగతి. అంతేగాక, అతను నాలాగ పిల్లలుండాలి అని కోరుకోలేదు. అతనికీ తండ్రి కావాలని ఉంది. కొడుకుతో గార్డెన్‌లో బంతి ఆడాలని తాను కూడా కలలుగని ఉంటాడు. నాకు తెలుసు. లేదా కూతురిని భుజాల మీద ఎత్తుకుని పార్క్‌లో తిరగాలనయినా. అయితే, పిల్లలు లేకున్నా మా బతుకులు బాగానే సాగుతాయని తన భావం. మనం సంతోషంగా ఉన్నాముగా, ఇదే తీరు ఎందుకని కొనసాగకూడదు, అంటుండేవాడు. కానీ రానురాను పరిస్థితి కారణంగా అతను విసిగిపోయాడు. చేతికందనిదేదో లేదని బాధపడడం మామూలేనని, దాని గురించి దుఃఖించడమూ అంతేనని అర్థం చేసుకోలేకపోయాడతను.

నా బాధాకర పరిస్థితిలో నేను ఒంటరినయి మిగిలాను. నా తల్లిదండ్రులను, బాల్యాన్ని గానీ తప్పుపట్టలేను. బంధువుల్లో ఒకరెవరో లైంగికంగా బాధించడం, భయంకరమయిన ట్రాజెడీలు కూడా ఏవీ జరగలేదు. తప్పు నాది. నాకు మందు అలవాటయింది. మందుకొట్టడం నాకు మొదటి నుంచీ ఇష్టం. కానీ నాకు దుఃఖం మొదలయింది. కొంతకాలం తరువాత అది మరీ విసుగుగా మారుతుంది. చుట్టుపక్కల వారికి కూడా విసుగవుతుంది. అప్పుడు నేనిక తాగుతుంది, నుంచి తాగుబోతుగా మారిపోయాను. అంతకంటే విసుగు ఇంకొకటి లేదు. పిల్లల

విషయంలో ఇప్పుడు కొంచెం తేరుకున్నాను. నా బతుకు నాది అయింతర్వాత దృష్టి మారింది. తప్పలేదు. పుస్తకాలు, వ్యాసాలు చదివాను. సమస్యతో రాజీ తప్పదని అర్థమయింది. అందుకు అనుసరించదగిన దారులున్నాయి. నమ్మకం కూడా ఉంది. నేను చక్కబడి, మత్తు మానుకోగలిగితే, ఒక బిడ్డను దత్తు తెచ్చుకునే వీలుంటుంది. నాకింకా ముప్పై నాలుగు నిండలేదు. మించుకు పోయిందేమీ లేదు. కొన్ని సంవత్సరాల కిందకంటే ఇప్పుడు మెరుగ్గా ఉన్నాను. అప్పట్లో సూపర్ మార్కెట్‌లో తల్లులు, వాళ్ల పసిపిల్లలు ఎక్కవగా కనిపిస్తే, ఎంచుకున్న వస్తువులు ట్రాలీలోనే వదిలేసి, బయటకు పారిపోయేదాన్ని. ఇటువంటి పార్క్‌కు రావడం లేనేలేదు. ప్లేగ్రౌండ్ పక్కన కూర్చుని, బుజ్జి బుగ్గల పిల్లలంతా జారుడుబండలు ఆడుతుంటే చూడడం చేతయేది కాదు. పరిస్థితి మరీ అన్యాయంగా దిగజారిందంటే ఆకలి కూడా అడుగంటేది. పిచ్చిపుడుతుంది అనిపించేది.

కొంత కాలం, అది జరిగిందేమో కూడా. పోలీస్‌స్టేషన్‌లో నన్ను వాళ్లు అడిగినప్పుడు, పిచ్చిలో ఉండి ఉంటాను. టామ్ ఒకప్పుడు చెప్పిన మాట నన్ను కూలదోసింది. కుదేసింది. అతను చెప్పలేదు, రాశాడు. ఆ ఉదయం నేను దాన్ని ఫేస్‌బుక్‌లో చదివాను. అది నాకు షాక్ ఏమీ కాదు. ఆమె కడుపుతో ఉందని నాకు తెలుసు. అతనే చెప్పాడు. నేనూ గమనించాను. నర్సరీ కిటికీలోని పింక్ బ్లైండ్ చూచాను. అంటే రానున్నది నాకు తెలుసు. అయితే పాపను నేను ఆమె పాపగా భావించాను. అప్పుడే పుట్టిన పాపను ఎత్తుకుని, చిరునవ్వులతో తన వేపు చూస్తున్న అతని ఫొటో చూచేవరకు అదే భావన. అక్కడ గోలంతా ఇందుకొరకన్న మాట. ఇటువంటి ప్రేమ ఎన్నడూ ఎరుగను! జీవితంలోనే అన్నిటికన్నా ఆనంద దినం! అని రాసి ఉంది. ఆ మాటలు రాస్తున్న టామ్‌ను ఊహించుకున్నాను. నేనది చూస్తానని తెలుసు. ఆ మాటలు చదువుతానని తెలుసు. అవి నన్ను చంపుతాయని తెలుసు. అయినా రాశాడు. అంటే నా గురించి పట్టదు. తల్లిదండ్రులు తమ పిల్లల విషయానికి వస్తే మరింకదేన్నీ పట్టించుకోరు. తమ ప్రపంచానికి పిల్లలే కేంద్రం. లెక్కలోకి వచ్చేది పిల్లలు మాత్రమే. మరెవరూ ముఖ్యంకాదు. మరెవరి బాధ, సంతోషం గురించి పట్టదు. అవేవీ నిజం కాదు.

నాకు కోపం వచ్చింది. దిగులు మొదలయింది. ప్రతీకారం కోరానేమో. నా బాధ వాస్తవమని వాళ్లకు చూపించాలి. నాకు తెలియదు. వెర్రిపని ఒకటి చేశాను.

ఓ రెండు గంటల తర్వాత మళ్లీ స్టేషన్‌కు పోయాను. గాస్కిల్‌తో ఒంటరిగా

మాట్లాడడం కుదురుతుందా, అడిగాను. అతను మాత్రం రైలీ ఉండాలి అన్నాడు. ఆ తరువాత అతని మీద అభిమానం కొంత తగ్గింది.

'నేను వాళ్ల ఇంట్లోకి దొంగతనంగా చొరబడలేదు. అక్కడికి వెళ్లింది వాస్తవమే. టామ్‌తో మాట్లాడాలని వెళ్లాను.'

'బెల్ కొడితే జవాబు లేదు....'

'మరి లోపలికి ఎట్లాపోయారు?'

'తలుపు తీసే ఉంది'

'ముందు తలుపు తీసే ఉంది?'

నేను నిట్టూర్చాను. "కాదు ముందు తలుపు కాదు. వెనుక పక్క స్లైడింగ్ డోర్. గార్డెన్‌లోకి దారి తీసేది."

'మరిక వెనుక గార్డెన్‌లోకి ఎలా వెళ్లారు?'

'ఫెన్స్ మీద నుంచి నాకు లోపలికి దారి తెలుసు...'

'మీ ఎక్స్ ఇంట్లోకి పోయేందుకు మీరు కంచె మీద నుంచి దూకారు!'

'అవును. మేం అట్లా పోయేవాళ్లం. వెనుక మరో తాళం చెవి దాచేవాళ్లం. దాన్ని ఒక చోట పెడతామన్నమాట.'

ఇద్దరిలో ఎవరిదయినా తాళం చెవిపోయినా, ఎక్కడయినా వదిలి వచ్చినా, అటువంటి సందర్భం కొరకు. అది నాకు దొంగదారి, దూరడం కాదు. నేను దూరలేదు. టామ్‌తో మాట్లాడాలి అంతే. నేను బహుశా... బెల్ పనిచేయడం లేదు లేక మరొకటి.'

'అది నడి మధ్యాహ్నం వారాంతం కూడాకాదు. కదూ? మీ ఎక్స్ ఇంట్లో ఉంటారని ఎందుకునుకున్నారు? ఫోన్ చేసి తెలుసుకున్నారా?' రైలీ అడిగింది.

'జీసస్ నన్ను మాట్లాడనిస్తారా?' అరిచాను. ఆమె తల పంకించింది. మళ్లీ ఆ వంకర నవ్వు నవ్వింది. అక్కడికి నా గురించి తనకు అంతా తెలుసు, అన్నట్టు. నన్ను పరిశీలించి తెలుసుకోగలను, అన్నట్టు. 'కంచె మీదుగా వెళ్లాను' గొంతు కొంచెం తగ్గిస్తూ అన్నాను. గ్లాస్ డోర్ మీద తట్టాను. అది నిజానికి కొంత తెరిచి ఉంది. జవాబు లేదు. తల లోపలికి పెట్టి టామ్ పేరు పిలిచాను. మళ్లా జవాబు లేదు. కానీ పాప ఏడవడం వినిపించింది. లోపలికి వెళ్లాను. అక్కడ ఆనా–'

'అంటే మిసెస్ వాట్సన్?'

'అవును. మిసెస్ వాట్సన్, సోఫామీద ఉంది. నిద్రపోతున్నది. పాప

క్యారీకాట్‌లో ఉంది, ఏడుస్తున్నది. అరుస్తున్నది. ముఖమంతా ఎర్రనయి ఉంది. అట్లా చాలాసేపు నుంచి ఏడుస్తున్నట్లుంది, ఆ మాటలు అంటున్నప్పుడు చటుక్కున ఆలోచన వచ్చింది. పాప ఏడుపు వీధిలోకి వినబడిందని, అందుకే ఇంటి వెనుకకు వెళ్లాలనని చెప్పవలసింది.

ఆపని చేస్తే నేను మరీ అంత రాక్షసిగా కనిపించేదాన్ని కాదేమో.

'అంటే తల్లి అక్కడే ఉంది. పాప ఏడుస్తున్నది. ఆమె మాత్రం లేవడం లేదు.' రైలీ అడిగింది.

అవును, ఆమె మోచేతులు బల్ల మీద ఉన్నాయి. చేతులు ముఖం ముందున్నాయి. ఆమె ముఖకవళికలు అందుకే చూడలేకపోయాను. నేను అబద్ధం చెబుతున్నానని ఆమె అనుకున్నది నాకు తెలుసు.' 'సముదాయించాలని పాపను ఎత్తుకున్నాను. అంతే, ఏడుపు ఆపాలని మాత్రమే నా ప్రయత్నం.'

'అంతే కాదు నిజానికి, అవునా? ఆనా లేచేసరికి మీరక్కడ లేరు, ఉన్నారా?' కంచె పక్కన ఉన్నారు. ట్రాక్స్ దిక్కు'

'పాప వెంటనే ఏడుపు మానలేదు. ఆమెను నేను ఎగరేస్తున్నాను. అయినా ఏడుస్తూనే ఉన్నది. అందుకే బయటకు పోయాను.'

'ట్రెయిన్ ట్రాక్స్ వరకూనా?'

'గార్డెన్‌లోకి!'

'వాట్సన్ పాపకు హానికలిగించాలి అనుకున్నారా?'

ఎగిరి లేచి నిలబడ్డాను. నాటకీయంగా ఉండవచ్చు తెలుసు. అయినా వాళ్లు చూడాలి. గాస్కిల్ చూడాలి.

ఎంత అర్థం లేని మాట అది. 'ఇవన్నీ వినేపని నాకు లేదు. నేనిక్కడికి ఆ మనిషి గురించి చెప్పాలని వచ్చాను. మీకు సాయం చేయాలని వచ్చాను. ఇక మీరు? నా మీద ఏరకం నింద వేస్తున్నారు? ఏమిటా నింద?'

గాస్కిల్ ఏమీ పట్టనట్టు, తన మీద ఏమీ ప్రభావం లేనట్టు కూచున్నాడు. 'మిస్ వాట్సన్, ఆ.... మిసెస్ వాట్సన్ అంటే ఆనా, నిజానికి మేగన్ హిప్‌వెల్ గురించి మేము విచారణలు చేస్తుంటే మీ సంగతి చెప్పారు. మీరు పద్ధతి లేకుండా ప్రవర్తించారని, గతంలో నన్నమాట, మీరు అస్థిరంగా ఉంటారని అన్నారు. అందులోనే పాప గురించిన ఈ ప్రస్తావన కూడా వచ్చింది. ఆమెను, ఆమె భర్తను

మీరు చికాకు పెడుతున్నారని, అదేపనిగా కాల్ చేస్తుంటారని ఆమె చెప్పారు. అతను ఒక క్షణం పాటు నోట్స్‌లోకి చూచాడు. 'ప్రతి రాత్రి ఫోన్ చేస్తారట. మీ వివాహం ముగిసిందని అంగీకరించరట...'

'అది ఎంతమాత్రం నిజం కాదు. పట్టుగా అన్నాను. 'అది నిజం కాదు. అవును, నేను అప్పుడప్పుడు టామ్‌కు కాల్స్ చేస్తాను. ప్రతిరాత్రీ మాత్రం కాదు. అది అతి!' అయినా గాస్కిల్ నాకు మద్దతుగా లేదన్న భావన మొదలయింది. మళ్లీ కన్నీళ్లు వచ్చేస్తున్నాయి.

'మీరు పేరు ఎందుకు మార్చుకోలేదు?' రైలీ అడిగింది

'ఏమిటన్నారు?'

'మీరింకా ఒకప్పటి భర్త పేరు వాడుకుంటున్నారు. ఎందుకని? ఒకతను నన్ను వదిలి మరో అమ్మాయిని పెళ్లిచేసుకుంటే, నేనయితే అతని పేరు వదులుకోవాలనుకుంటాను. నా స్థానంలో వచ్చినదానితో పేరు పంచుకోను.'

'సరే, నేనంత సంకుచితంకాదు'. నేను నిజానికి సంకుచితురాలిని. ఆమె పేరు 'నా వాట్సన్ అంటే నాకు మంట.'

'రైట్, మరి ఉంగరం– మీ మెడలో గొలుసుకు వేలాడుతున్నది. అది మీ పెళ్లి ఉంగరం కాదా?'

'కాదు' అబద్ధమాడాను. 'అది... అది మా నాయనమ్మది'

'నిజంగానా? సరే, అయతే నేనొకటి చెప్పితీరాలి. మిసెస్ వాట్సన్ మాటల్లో అదే ధ్వనించింది. మీ ప్రవర్తన ప్రకారం, నాదృష్టిలో మీరు, ముందుకు సాగడానికి ఇష్టపడడం లేదు. మీ ఒకప్పటి భర్తకు ఇప్పుడు మరో ఫ్యామిలీ ఉందని అంగీకరించడం లేదు మీరు?'

'ఇప్పుడది–'

'మేగన్ హిప్ లెవెల్‌తో దానికేమిటి సంబంధం?' రైలీ మాట పూరించింది. 'వినండి మేగన్ తప్పిపోయిన రాత్రి, మీరు, అంటే బాగా తాగుతున్న నిలకడలేని స్థితిలో, ఆమె ఇంటి వీధిలో తిరుగుతున్నారని మాకు రిపోర్ట్స్ ఉన్నాయి. మేగన్‌కు, మిసెస్ వాట్సన్‌కు రూపంలో కొన్ని పోలికలున్నాయి. అది మెదడులో ఉంచుకుంటే–'

'వాళ్లస్సలు ఒకరిలాగ ఒకరు ఉండే ఉండరు!' నాకు పిచ్చి కోపంగా ఉంది. ఆమె మాటల కారణంగా. జెస్ అంటే ఆనాకు పోలిక కాదు. మేగన్ అసలు ఆనాలాగుండదు.

'ఇద్దరికీ బ్లాండ్ జుట్టు, పీలగా ఉంటారు. అందంగా, పొంకంగా, తేలిక రంగు చర్మం.....'

'అంటే నేను ఆనా అనుకుని మేగన్ హిప్‌వెల్ మీద దాడి చేశానంటారు? ఇంతకంటే వెర్రిమాట నేనెన్నడూ విన్నది లేదు.' అన్నాను. కానీ తలమీద బొప్పి మళ్లీ సలుపుతున్నది. శనివారం రాత్రి సంగతులన్నీ ఇంకా చీకటిగా మిగిలి ఉన్నాయి.

'ఆనా వాట్సన్ గారికి మేగన్ హిప్‌వెల్‌తో పరిచయం ఉందన్న విషయం మీకు తెలుసా?' గాస్కిల్ అడిగాడు. నేను నోరు వెళ్లబెట్టాను.

'నేను.... ఏమిటది? లేదు, లేదు. వాళ్లిద్దరూ ఒకరినొకరు ఎరుగరు!'

రైలీ ఒక్క క్షణం నవ్వింది. అంతలోనే తమాయించుకున్నది. 'వాళ్లకు పరిచయం ఉంది. వాట్సన్‌ల పాపను మేగన్ కొంత కాలం ఆయాగా పట్టించుకున్నది.' అంటూ ఆమె తన నోట్స్ చూచింది. 'పోయినేడు ఆగస్ట్, సెప్టెంబర్‌లలో.'

నాకు ఏమనాలో అర్థం కాలేదు. అసలు నా ఊహకు అది అందలేదు. మేగన్ నా ఇంట్లో దానితో, దాని పాపతో.

'మీ పెదవి మీద గాయం, కార్ ప్రమాదంలో అయిందా?' గాస్కిల్ అడిగాడు

'అవును, పడినప్పుడు, బహుశా నేను కొరుక్కుని ఉంటాను'

'ఎక్కడ జరిగింది, ఆ ప్రమాదం?'

'లండన్‌లో తియొబాల్డ్స్ రోడ్ హోల్‌బోర్న్ దగ్గర'

'మరి మీరు అక్కడేం చేస్తున్నారు?'

'ఏమన్నారు?'

'మీరు సెంట్రల్ లండన్‌లో ఎందుకున్నారు?'

భుజాలు ఎగరేశాను, 'ఇప్పటికే చెప్పాను' ప్రశాంతంగా అన్నాను. 'నా ఉద్యోగం పోయిందని ఫ్లాట్‌మేట్‌కు తెలియదు. అందుకే, మామూలుగా సెంట్రల్ లండన్ వెళతాను. లైబ్రరీలకు, ఉద్యోగం వేటకు, సీవీ తయారీకి.'

రైలీ తల ఆడించింది. అపనమ్మకంతోనేమో, లేకుంటే ఆశ్చర్యం.

నేను వెళ్లడానికి సిద్ధమవుతున్నట్టు నా కుర్చీ వెనక్కు తోశాను. వాళ్ల మాటలు, నన్ను చిన్నచేయడం ఇక చాలించాలి. నన్నొక వెర్రిదానిలాగ చేశారు మరి. ఇప్పుడిక తురుపు ముక్కవేయాలి. 'మనం ఇదంతా ఎందుకు మాట్లాడుతున్నదీ తెలియదు. మీకు మరింత మంచి పనులుంటాయని నేను అనుకొని ఉండాల్సింది. మేగన్

హిప్‌వెల్ అదృశ్యం గురించి విచారించడం, లాంటి సంగతులు మీరు పట్టించుకోవాలి. మీరు ఆమె లవర్‌తో మాట్లాడారు, అనుకుంటున్నాను' అన్నాను. ఇద్దరూ ఒక్కమాట అనలేదు. వాళ్లకు అతగాని గురించి తెలియదు. 'బహుశా మీకు తెలియకపోవచ్చు. మేగన్ హిప్‌వెల్ ప్రేమ వ్యవహారం సాగిస్తున్నది. అంటూ నేను బయటికి నడవ సాగాను. గాస్కిల్ నన్ను ఆగమన్నాడు. అతను నిశ్శబ్దంగా, ఆశ్చర్యకరమైన వేగంతో కదిలాడు. నేను చెయ్యి ద్వారం హ్యాండిల్ మీద వేయకముందే నా ముందు వచ్చి నిలుచున్నాడు.

'మీకు మేగన్ హిప్‌వెల్ తెలియదు, అనుకుంటున్నాను' అడిగాడు

'అవును తెలియదు' అతడిని దాటి పోయే ప్రయత్నం చేస్తూ.

'కూచోండి' అన్నాడతను, దారికడ్డంగా వచ్చి.

అప్పుడు నేను వాళ్లకు ట్రెయిన్ నుంచి చూచిన దేమిటో చెప్పాను. ఎట్లా మేగన్‌ను తన టెరేస్ మీద కూచుని ఉండగా తరుచు చూచేదాన్ని, సాయంత్రంలో సన్‌బాత్, ఉదయాన ఆమె కాఫీ తాగడం అన్నీ చెప్పాను. గడిచిన వారంలో ఆమె మరొక మనిషితో, అంటే తన భర్త కాకుండా మరొక మనిషితో ఉందనీ, లాన్‌లో వాళ్లు ముద్దుపెట్టుకున్నారని చెప్పాను.

'ఎప్పుడు జరిగిందది?' గాస్కిల్ చటుక్కున అడిగాడు. అతనికి నా మీద చిరాకు కలిగినట్టుంది. దినమంతా నా గురించి మాట్లాడుతూ కాలయాపన చేసే బదులు, మొదట్లోనే నేనీ సంగతి చెప్పి ఉండాలి.

'శుక్రవారం, శుక్రవారం పొద్దున్నే'

'అంటే తప్పిపోవడానికి ముందునాడు, మీరామెను మరొక మనిషితో చూచారు' రైలీ అడిగింది. అలసిపోయినట్టు నిట్టూర్చింది. ఆమె తన ముందున్న ఫైల్ మూసింది. గాస్కిల్ నా ముఖాన్ని పరీక్షగా చూస్తూ కుర్చీలో వెనుకకు వాలాడు.

'అతడిని వర్ణించగలరా?' గాస్కిల్ అడిగాడు

'పొడుగ్గా, డార్క్‌గా–'

'అందగాడా?' రైలీ అడ్డుతగిలింది

నేను బుగ్గలు పూరించాను. 'స్కాట్ హిప్‌వెల్ కంటే ఎత్తరి. ఎలా చెప్పగలనంటే నేను వాళ్లిద్దరూ కలిసి ఉండగా చూచాను. జెస్ మరీ– సారీ, మేగన్, స్కాట్ హిప్‌వెల్. ఇతను మరో లాగున్నాడు. సన్నగా ఉన్నాడు. ముదురు రంగు చర్మం. ఆసియావాసి అయ్యుండవచ్చు' అన్నాను.

'ట్రెయిన్‌లో నుంచే మీరతను ఎక్కడి వాడని చెప్పగలిగారా? బాగుంది. కానీ ఈ జెస్ ఎవరు?' రైలీ అన్నది.

'ఏమిటది?'

'మీరు జెస్ అన్నారు, క్షణం క్రితం'

నా ముఖంలో రంగు తిరగడం నాకే తెలుస్తున్నది. తల అడ్డంగా తిప్పాను. 'లేదే నేననలేదు అన్నాను.'

గాస్కిల్ లేచి నిలిచాడు. షేక్ చేయడానికని చెయ్యిచాచాడు. 'ఇక చాలనుకుంటాను,' నేను షేక్ హ్యాండ్ చేశాను. రైలీని పట్టించుకోకుండా వెనుదిరిగాను. బ్లెన్‌హైమ్ రోడ్ చాయలకు మాత్రం పోకండి మిస్ వాట్సన్. చాలా అవసరమయితే తప్ప మీ ఎక్స్‌కు కాల్ చేయకండి. ఆనా వాట్సన్, ఆమె పాపల దిక్కు కూడా పోకండి' గాస్కిల్ అన్నాడు.

ఇంటికి వెళుతూ ట్రెయిన్‌లో ఇవాళ జరిగిన పొరపాట్లను తరచి చూస్తుంటే, ఆశ్చర్యం కలిగింది. నాకు కలగవలసిన భావాలు కలగలేదని ఆశ్చర్యంగా ఉంది. ఆలోచిస్తే అది కూడా అర్థమైంది. గతరాత్రి డ్రింక్ తీసుకోలేదు. ఇప్పుడిక తాగాలని లేదు. చాలాకాలం మీద మొదటిసారిగా, నా బాధగాక మరేదో విషయంలో ఆసక్తి మొదలయింది. ఇప్పుడొక ఉద్దేశ్యం ఉంది. చూపు మరల్చడానికి ఒక సాకు ఉంది.

గురువారం, 18 జులై 2013

ఉదయం

ఇవాళ ట్రెయిన్ ఎక్కే ముందు మూడు న్యూస్ పేపర్‌లు కొన్నాను. మేగన్ తప్పిపోయి నాలుగు నాళ్లయ్యింది. అయిదు రాత్రులు గడిచినాయి. విషయానికి చాలా కవరేజ్ వస్తున్నది. అనుకున్నట్లే డెయిలీ మెయిల్ వారు, బికినీలో ఉన్న మేగన్ ఫొటో సంపాయించారు. అంతేగాదు. చాలా వివరాలతో ప్రొఫైల్ రాశారు.

రోషెస్టర్‌లో 1983లో మేగన్ మిల్స్‌గా పుట్టింది. పదేళ్ల వయసులో తల్లిదండ్రులతో నార్‌ఫోక్‌లోని కింగ్స్‌లిన్‌కు మారింది. చాలా చురుకయిన అమ్మాయి. మంచి చిత్రకారిణి, గాయని. 'హాయిగా నవ్వుతుంది. అందమయినది, మరీ స్వతంత్రురాలు' అన్నది ఒక స్కూల్ ఫ్రెండ్ ఆమె గురించి. అన్న బెన్‌పోవడంతో

ఆమె విశృంఖలత మరింత పెరిగింది. అతనితో ఆమె చాలా దగ్గరగా ఉండేది. అతనికి పందొమ్మిది, తనకు పదిహేను వయసులో బెన్ మోటర్ బైక్ ప్రమాదంలో పోయాడు. అంత్యక్రియల తరువాత మూడవనాడు ఆమె ఇంటి నుంచి పారిపోయింది. రెండు మార్లు అరెస్టయింది. ఒకసారి దొంగతనానికి, మరొకసారి వ్యభిచారానికి. తల్లిదండ్రులతో ఆమె సంబంధం పూర్తిగా తెగిందని మెయిల్ రాసింది. వాళ్లిద్దరూ కొన్ని సంవత్సరాల క్రితం పోయారు. కూతురితో సయోధ్య లేకుండానే. (ఇది చదివిన తర్వాత మేగన్ గురించి మరీ బాధ కలిగింది. తాను ఒకరకంగా, నాలాంటిదే అనిపించింది. ఒంటరి, అంతేగాదు, ఎవరూ లేని మనిషి.)

పదహారు వయసులో ఒక బాయ్‌ఫ్రెండ్‌తో కలిసి బతకసాగింది. వాళ్లు ఉత్తర నార్‌ఫోక్‌లోని హోక్‌హామ్ అనే పల్లెలో ఆ అబ్బాయి ఇంట్లో ఉండేవారు. 'అతను పెద్దవాడు. మ్యూజీషియన్ లాంటిదేదో, డ్రగ్స్ వ్యవహారంలో వాడు. వాళ్లిద్దరూ కలిసిన తరువాత మేం కలవడం తగ్గింది' అన్నది స్కూల్ ఫ్రెండ్. బాయ్‌ఫ్రెండ్ పేరు రాయలేదు. అంటే అతను దొరకలేదని అర్థం. అసలు లేనేలేడేమో. స్నేహితురాలు ఈ కథ కల్పించి ఉంటుంది. పేపర్‌లో తన పేరు చూడవచ్చునని.

ఆ తరువాత చాలా సంవత్సరాలు వివరాలు లేవు. ఒక్క సారిగా మేగన్ ఇరవై నాలుగేళ్లది అయింది. లండన్‌లో ఉంటున్నది. నార్త్ లండన్‌లోని ఒక రెస్టారెంట్‌లో వెయిటర్‌గా పనిచేస్తున్నది. అక్కడే స్కాట్ హిప్‌వెల్‌ను కలిసింది. అతను ఐటీ కాంట్రాక్టర్. రెస్టారెంట్ మేనేజర్‌తో నేస్తంగా ఉంటాడు. ఇక వీళ్ల స్నేహం బలపడింది. కొంతకాలం తీవ్రంగా ప్రేమ తరువాత, మేగన్, స్కాట్ పెళ్లి చేసుకున్నారు. అప్పటికి ఆమె వయసు ఇరవై ఆరు. అతనికి ముప్పై.

మరికొంత మంది మాటలున్నాయి. తాను మాయమయిన రాత్రి, కలిసి ఉండవలసిన మిత్రురాలు తారా ఎప్‌స్టయిన్ వాళ్లలో ఒకరు. 'మేగన్ చక్కని కేర్‌ఫ్రీ అమ్మాయి' అన్నదామె. చాలా సంతోషంగా ఉండేదని కూడా తారా చెప్పింది. 'స్కాట్ తనకు హాని చేసి ఉండడు. అతనికి మేగన్ మీద చాలా ప్రేమ!' తారా చెప్పిన వాటిలో అన్నీ అనుమానం మాటలే. అయితే మేగన్ ఒకప్పుడు నడిపించిన గ్యాలరీని వాడిన ఒక ఆర్టిస్ట్ మాటలు మాత్రం నాకు ఆసక్తికరాలుగా తోచాయి. అతని పేరు రాజేష్ గుజ్రాల్. 'మేగన్ గొప్పమనిషి. చురుకయినది, సరదాగా ఉంటుంది, అందగత్తె, అన్నిటికీ మించి మరీ ప్రైవేట్ మనిషి. బయటపడదు, అయినా మనసుగలది' అన్నాడతను. రాజేష్‌కు తనమీద మోజు ఉందని ధ్వనిస్తున్నది ఆ

మాటల్లో. మిగిలిన మరొక కోట్, డేవిడ్ క్లార్క్ అనే ఒకప్పటి సహోద్యోగిది 'మేగ్, స్కాట్ ఇద్దరు, గొప్ప జంట. కలిసి ఇద్దరు ఎంతో సంతోషంగా ఉంటారు. అంతే ప్రేమలో కూడా' అన్నాడతను. పరిశోధన గురించి కొన్ని వార్తలున్నాయి. పోలీస్ స్టేట్‌మెంట్‌లో మాత్రం అసలేమీ లేదు. చాలా మంది సాక్షులతో మాట్లాడాము, అంటారు. చాలా సూత్రాల వెంట పరిశోధన సాగుతున్నది, అంటారు. ఆసక్తిగా ఉండేమాట ఒకటి డిటెక్టివ్ గాస్కిల్ చేసిన వ్యాఖ్యానం. తమ పరిశోధనకు ఇద్దరు మగవాళ్లు సాయం చేస్తున్నారట. అంటే ఆ ఇద్దరూ అనుమానితులని అర్థం. ఒకరు స్కాట్ అయితే, మిగిలినది బి యా? బి అంటే రాజేష్ అయ్యుండవచ్చా? పేపర్‌లో మరీ మునిగినట్టున్నాను. ప్రయాణం సంగతి మరిచిపోయాను. ట్రెయిన్ మామూలుగా రెడ్‌సిగ్నల్ దగ్గర ఆగిపోయినప్పుడు, అప్పుడే ఎక్కిన భావం కలిగింది. స్కాట్ గార్డెన్‌లో మనుషులున్నారు. ఇద్దరు యూనిఫామ్డ్ పోలీసులు వెనుక తలుపు దగ్గర ఉన్నారు. నా తల తేలిపోతున్నది. ఏమయినా దొరికిందా కొంపదీసి? ఆమెగాని దొరికిందా? గార్డెన్‌లో పూడ్చిగానీ, ఫ్లోర్ చెక్కల కింద కూరిగానీ శరీరం దొరికిందా? రైల్వేలైన్ పక్కన కనిపించిన దుస్తులను గురించి ఆలోచించకుండా ఉండలేను. అందులో అర్థంలేదు. మేగన్ మిస్ కావడానికి ముందుగద నేను వాటిని చూచాను! ఏమయినా, ఆమెకు హాని గనుక జరిగి ఉంటే, స్కాట్ వల్ల మాత్రం కాదు. అతనట్లా చేయడు. అతనికి మేగన్ మీద పిచ్చిప్రేమ. అందరూ అదే మాట అంటున్నారు. ఇవాళ అంతగా వెలుగులేదు. వాతావరణం మారింది. ఆకాశం మూసుకున్నది. భయపెడుతున్నది. ఇంట్లోకి చూడలేకున్నాను. ఏం జరిగేదీ కనిపించడం లేదు. ఎటూ తోచడం లేదు. సమస్యలో మంచికో, చెడుకో నేనొక భాగాన్ని, ఇట్లా బయటినుంచి చూడడం బాగుండలేదు. ఏం జరిగేది నాకు తెలియాల్సిన అవసరముంది.

కనీసం నా దగ్గర ఒక పథకం ఉంది. శనివారం రాత్రి జరిగిన సంగతులను ఏదోరకంగా గుర్తుతెచ్చుకునేందుకు దారి ఏదయినా ఉందేమో మెదడు తెలుసుకోవాలి. లైబ్రరీకి చేరి కొంత పరిశోధన సాగించాలని పథకం. హిప్నో తెరపీతో నా జ్ఞాపకాలు తిరిగి వస్తాయా, తెలుసుకోవాలి. పోయిందనుకున్న కాలాన్ని, తిరిగితేవడం వీలయేనా? ఇక రెండవది, ఇది చాలా ముఖ్యం అనుకుంటున్నాను, మేగన్ ప్రేమికుని గురించి చెపితే పోలీసులకు నమ్మకం

కుదరలేదు. కనుక స్కాట్ హిప్‌వెల్‌తో కలిసి మాట్లాడాలి. అతనికి చెప్పవలసిన అవసరం ఉంది. అతనికి తెలియాలి.

సాయంత్రం

ట్రెయిన్ నిండా వానలో తడిసిన మనుషులున్నారు, వాళ్ల దుస్తుల నుంచి ఆవిర్లు లేచి, కిటికీ అద్దాల మీద తేమ పేరుతున్నది. శరీరాల వాసన, సెంట్‌లు, లాండ్రీ సబ్బు అన్నీ కలిసి తడిసిన ఆ తలలపైన తిరుగుతున్నది. ఉదయాన మొదలయిన కారు మబ్బులు సాయంత్రం వరకు అట్లాగే ఉన్నాయి. మరింత బరువయి, నల్లనయి ఒక్కసారిగా పగిలినట్లు, మాన్‌సూన్ లాగ ఈ సాయంత్రం వర్షం మొదలైంది. సరిగ్గా అది ఆఫీస్ వర్కర్లు బయటకు వచ్చి బజార్లో రద్దీ పెరిగే సమయం. దారులన్నింటా రద్దీ. ఎక్కడివారక్కడ తంటాలు. ట్యూబ్ స్టేషన్ ప్రవేశద్వారం ముందు, తెరుచుకుంటున్న, మూసుకుంటున్న గొడుగులతో అంతా సతమతమవుతున్నారు. నా దగ్గర గొడుగు లేదు. నిలువునా తడిసిపోయాను. ఎవరో ఒక బకెట్ నీళ్లు నా మీద గుమ్మరించినట్టుంది. నా కాటన్ ట్రౌజర్ తొడలకు అతుక్కున్నది. ఫేడెడ్ బ్లూ షర్ట్‌లో నుంచి అంతా కనబడుతున్నది వికారంగా. బాగ్ ఎదకు అదిమి పట్టుకుని లైబ్రరీ నుంచి ట్యూబ్ స్టేషన్ వరకు ఒకే పరుగుపెట్టాను. సంచితో దాచలగలిగినంత దాచేనేమో. ఎందుకోగానీ, నాకిదంతా సరదాగా తోచింది. వర్షంలో ఇరుక్కుపోవడంలో ఏదో చిత్రమయిన పరిస్థితి ఉంది. గ్రేస్ ఇన్ రోడ్ చివరకు చేరేవరకు నేను ఆగకుండా ఒకటే నవ్వుతున్నాను. అసలు ఊపిరి ఆడకుండానన్నమాట. అంతగా ఇది వరకు ఎప్పుడు నవ్వాను, జ్ఞాపకం లేదు.

ఇప్పుడు నేను నవ్వడం లేదు. సీట్ దొరికిన వెంటనే, మేగన్ కేస్ గురించి ఫోన్‌లో చూచాను. నేను భయపడినంతా అయ్యింది. 'శనివారం సాయంత్రం తన ఇంటినుంచి మాయమైన మేగన్ హిప్‌వెల్ విచారణలో భాగంగా, విట్నీ పోలీస్‌స్టేషన్ వారు, ఒక ముప్పై అయిదేళ్ల అతనిని కాషన్ కింద ప్రశ్నిస్తున్నారు. ఇంకెవరు, స్కాట్. అందులో అనుమానం లేదు. పోలీస్‌లు తీసుకుపోకన్నా ముందు, తను నా ఈ మెయిల్ చదివి ఉంటాడనుకుంటాను. కాషన్ కింద విచారణ అంటే, అతను అనుమానితుడు అని అర్థం. అయినా అట్లాగని దాన్ని నిర్వచించలేదు మరి. అది జరిగికూడా ఉండకపోవచ్చు. ఆమె ఇంకా బతికే ఉందని, ఒక హోటేల్ బాల్కనీలో కూచుని, సముద్రం చూస్తుంటుందని నాకు మళ్లీమళ్లీ అనిపిస్తుంది. కాళ్లు

రెయిలింగ్స్ మీద పెట్టి, కోల్డ్ డ్రింక్ చప్పరిస్తున్న మూర్తి కనిపిస్తుంది.

అటువంటి ఆలోచనతో నాకు సంతోషము, నిరాశ రెండూ కలుగుతాయి. నిరాశ అంటే నాకు కడుపులో దేవుతుంది. స్కాట్‌కు మోసం చేసినందుకు ఆమె మీద ఎంత కోపం వచ్చినా, తనకు హాని జరగాలని మాత్రం నాకు లేదు. నేను ఆదర్శ దంపతులుగా వేసుకున్న చిత్రాన్ని ఆమె చింపి పోగులు వేస్తేనేమి? లేదు. ఈ మిస్టరీలో నేను కూడా భాగం అన్న భావన నాకుంది. నాకు వారితో సంబంధం ఉంది, అనుకుంటాను. నేను కేవలం గర్ల్ ఆన్ ద ట్రెయిన్ కాదు. పనీ, పాటా లేకుండా అటుఇటు తిరిగే వ్యక్తిని కాదు. మేగన్ క్షేమంగా తిరిగి రావాలని నా కోరిక, నిజంగా, ఇప్పుడే కాకున్నా! ఈ ఉదయం స్కాట్‌కు ఒక మెయిల్ పంపించాను. అతని అడ్రస్ సంపాదించడం కష్టమే కాదు. అతని పేరు గూగుల్ చేశాను. షిప్‌వెల్ కన్సల్టింగ్ కో–యూకే అనే సైట్ దొరికింది. అందులో అతను, రకరకాల సేవలు, క్లౌడ్ , వెబ్ బేస్‌డ్ సర్వీసెస్ గురించి ప్రకటనలు పెట్టాడు. అతనేనని అర్థమైంది. అందులోని అడ్రస్ వాళ్ల ఇల్లే.

సైట్‌లో ఇచ్చిన కాంటాక్ట్‌కు చిన్న మెసేజ్ పంపాను.

డియర్ స్కాట్
నా పేరు రేచల్ వాట్సన్. మీకు నేను తెలియను,
మీ భార్య గురించి మీతో మాట్లాడాలి అనుకుంటున్నాను. ప్రస్తుతం తానెక్కడున్న
సంగతి నాకు తెలియదు, ఆమెకు ఏమయిందని కూడా నాకు తెలియదు.
అయినా నా దగ్గర ఉన్న సమాచారం సాయపడుతుంది అనుకుంటున్నాను.
మీరు నాతో మాట్లాడకూడదు అనుకోవచ్చు.
అర్థం చేసుకోగలను. మాట్లాడాలి అనుకుంటే
ఈ అడ్రస్‌కు ఈమెయిల్ చెయ్యండి.
యువర్స్ సిన్సియర్‌లీ
రేచల్

అతను కాంటాక్ట్ చేస్తాడేమో తెలియదు. అతని స్థానంలో నేనుంటే, నేను చేసి ఉండను. పోలీస్‌ల లాగే తాను కూడా నన్ను తలతిక్క మనిషి అనుకోవచ్చు. పత్రికలలో కేస్ గురించి చదివి ఏదో రాసింది అనుకోవచ్చు. అతను అరెస్ట్

అయ్యాడా, తెలియదు. అతనికి నా మెసేజ్ చూచే అవకాశమే అందదేమో. అతను అరెస్ట్ అయితే మెసేజ్ చూచేదల్లా పోలీస్‌లు. అది నాకేమంత మంచిది కాదు. అయినా ప్రయత్నం ఆగకూడదు. ఇక ఇప్పుడు నాకు దిక్కు తోచకుండా, ఎవరో అడ్డు తగులుతున్నట్టు ఉంది. పెట్టెలోని అంతమంది జనం మధ్యనుంచి, అటువేపు – అంటే మా ఇంటి వేపు – చూడలేను. ఒక వేళ చూచినా, ధారగా కురుస్తున్న వానలో ఏమీ కనిపించదు. సాక్ష్యాలు నీళ్లలో కొట్టుకుపోతున్నాయని అనుమానం. ముఖ్యమైన క్లూలు మళ్లీ అందకుండా మాయమవుతున్నాయేమో? రక్తం మరకలు, కాలి గుర్తులు, డీఎన్ఏ నిండిన సిగరెట్ పీకలు అన్నీను. డ్రింక్ కోరిక బలంగా పుట్టింది. నాలుక మీద వైన్ రుచి ఇంచుమించు తెలుస్తున్నది. ఆల్కహాల్ నా రక్తప్రవాహంలో చేరి, తలకు చేరితే ఉండే తీరును, సరిగ్గా ఊహించగలను.

నాకు డ్రింక్ కావాలి, అవసరం లేదు. ఎందుకంటే ఇవాళ గనుక తాగకపోతే మూడు నాళ్లవుతుంది. వరుసగా మూడు నాళ్లు మందు మానిన సందర్భం నాకు గుర్తురావడం లేదు. నానోట్లో మరేదో రుచి కూడా తెలుస్తున్నది. అది అలవాటయిన మొండితనం. స్థైర్యం ఉండే కాలం కూడా ఉండేది ఒకప్పుడు. బ్రేక్‌ఫాస్ట్‌కు ముందు 10కే పరుగెత్తేదాన్ని, నిత్యం 1,300 కాలరీల ప్రకారం వారాలు గడిపేదాన్ని నా విషయంగా టామ్‌కు నచ్చే సంగతులలో అదికూడా ఒకటి. నీ మొండి తనమే, నీ బలం అన్నాడతను. పరిస్థితి మామధ్య మరీ దిగజారిన తరువాత జరిగిన వాదం ఒకటి గుర్తుంది. అతని ఓపిక పూర్తిగా అడుగంటింది. 'రేచల్, నీకేమయింది? ఇంత బలహీనంగా ఎప్పుడయ్యావు?' అంటూ అడిగాడతను.

నాకు తెలియదు. ఆ బలమంతా ఎటుపోయిందీ తెలియదు. అసలది పోయిందని తెలియదు. కాలం గడుస్తున్న కొద్దీ ముక్కముక్కగా జారిపోయిందనుకుంటాను.

ట్రెయిన్ ఒక్కసారిగా ఆగిపోయింది. బ్రేకులు భయంకరంగా కీచుమన్నాయి. అప్పుడది విట్నీ వద్ద లండన్‌వైపు సిగ్నల్ వద్ద ఉంది. నిలబడిన ప్రయాణికులంతా తూలిపోయారు. ఒకరినొకరు గుద్దుకుని కాళ్లు తొక్కుకుని సారీలు చెప్పుకుంటున్నారు. కళ్లు పైకెత్తి చూచాను. శనివారం రాత్రి మనిషి కళ్లతో చూపు సూటిగా కలిసింది. అల్లంరంగు జుట్టు, నాకు సాయం చేసిన వ్యక్తి అతను. సూటిగా నన్నే చూస్తున్నాడు. భయపెట్టేంత నీలంకళ్లు నా మీదనే గురిపెట్టి ఉన్నాయి. భయమయింది, చేతినుంచి ఫోన్ జారిపోయింది. దాన్ని తీసుకుని తిరిగి పైకి

చూచాను. అయితే ఈ సారి నేరుగా అతనివైపు చూడలేదు. పెట్టె అంతా కలియజూచాను. మోచేత్తో అద్దం మీద ఆవిరి తుడిచి బయటకు చూచాను. అప్పుడు తిరిగి అతని దిక్కు చూచాను. అతను నవ్వాడు . తల ఒక పక్కకు వాలి ఉంది.

నాకు తెలుసు, నా ముఖం వేడెక్కింది. అతని చిరునవ్వుకు ఎట్లా సమాధానం చెప్పాలి అర్థం కాలేదు. ఆ నవ్వు అర్థమేమిటో తెలియదు మరి. ఓహ్, హలో, ఆ రాత్రి చూచాను, గుర్తున్నారు అనా? లేక మెట్ల మీద జారిపడిన తాగినమ్మాయి. తనే పిచ్చిపిచ్చిగా మాట్లాడింది, అనా? లేక మరేదన్నా అర్థం ఉందా? తెలియదు. కానీ ఇప్పుడు ఆ సంగతి గురించి తలుచుకుంటే నేను జారిపడుతున్న చిత్రంతో బాటు కొంత సౌండ్‌ట్రాక్ కూడా ఉందన్న నమ్మకం కలుగుతున్నది. 'యూ ఆల్‌రైట్, లవ్?' అన్నాడతను. నేను తలతిప్పి కిటికీలో నుంచి మళ్లీ చూడసాగాను. అతని కళ్లు నా మీద ఉండడం తెలుస్తున్నది. నేను దాక్కోవాలి, మాయం కావాలి. ట్రెయిన్ భయంకరంగా వణికి కదిలింది. అంటే సెకండ్‌లలో విట్నీ స్టేషన్‌లో ఉంటుంది. అందరూ సర్దుకోవడం, దిగే ప్రయత్నాలు మొదలవుతాయి. వార్తా పత్రికలు మడతపెడతారు. కిండ్‌ల్స్, ఐపాడ్స్ మూసేస్తారు. దిగే దారి పట్టుకుంటారు. మళ్లీ పైకి చూశాను. అమ్మయ్య, అతనక్కడ లేడు. ట్రెయిన్ దిగుతున్నాడు.

అప్పుడు నాకు, నేను బుద్ధితక్కువ రకం అని అర్థమైంది. నేనూ లేవాలి. అతని వెంట వెళ్లాలి. మాట్లాడాలి. ఏం జరిగింది, ఏం జరగలేదు, అతనే చెప్పగలిగి మనిషి. కనీసం కొన్ని ఖాళీలయినా భర్తీ చేయగలుగుతాడు. లేచాను. కానీ తటపటాయించాను. ఇప్పటికే బాగా ఆలస్యమయ్యింది. తెలుసు. తలుపులు మూసుకుంటాయి. నేను పెట్టెమధ్యలో ఉన్నాను. తలుపులు మూసుకునేలోగా అందరినీ తోసుకుంటూ పోయి దిగడం వీలుగాదు. బీప్ అంటూ తలుపులు మూసుకున్నాయి. ఇంకా నిలబడి ట్రెయిన్ ముందుకు పోతుంటే కిటికీలో నుంచి చూడడానికి తిరిగాను. అతను ప్లాట్‌ఫామ్ అంచున నిలబడి ఉన్నాడు. శనివారం రాత్రి మనిషి. వర్షంలో నన్నే చూస్తున్నాడు కూడా.

ఇంటికి చేరుతున్న కొద్దీ నాపట్ల నాకు చిరాకు పెరిగింది. నార్త్ కోట్‌లో ట్రెయిన్ మారి, విట్నీకి తిరిగి వెళ్లి అతడిని వెతకాలని పీకుతున్నది. అర్థం లేని ఆలోచన. తెలుస్తూనే ఉంది. ఆ ప్రాంతంలో తిరగవద్దని గాస్కిల్ నిన్ననే హెచ్చరించాడు. ఇప్పుడు పోతే బుద్ధిలేక తలమీదికి తెచ్చుకున్నట్టే. అయితే శనివారం ఏం జరిగిందీ గుర్తురాకపోవడంతో మాత్రం అంతా నిరుత్సాహంగా,

నీరుగారిపోతున్నది. ఈ మధ్యాహ్నం కొన్ని గంటలపాటు ఇంటర్‌నెట్‌లో పరిశోధన సాగింది. (అది సంపూర్ణం కాదని ఒప్పుకోవాలి.) అందులో నేను ముందే అనుకున్నది సత్యమని తేలింది. బ్లాకవుట్ వల్ల జ్ఞాపకం లేకుండాపోయిన సమయాన్ని తిరిగి గుర్తుచేయడంలో హిప్నాసిస్ సాధారణంగా పనిచేయదు. అంతకుముందు చదివిన చోట కూడా అదే చెప్పారు. బ్లాకవుట్‌లో అసలు జ్ఞాపకాలు ఏర్పడవు. కనుక గుర్తంచుకునేందుకు అసలేమీ ఉండదు. నాటైమ్ లైన్ ఇప్పుడది ఒక బ్లాక్‌హోల్. ఇక మీద కూడా అంతే.

మేగన్

గురువారం, 7 మార్చ్ 2013

మధ్యాహ్నం

గది చీకటిగా ఉంది, గాలి ఆడటం లేదు. మా వాసన అంతటా నిండి ఉంది. మేము మళ్లీ స్వాన్‌లో ఉన్నాము. అదే చూరు కింద గది. అతనింకా అక్కడే ఉన్నాడు, నన్ను చూస్తూ. అందుకే అంతా వేరుగా ఉంది.

'ఎక్కడికి వెళ్లాలని ఉంది?' అడిగాడతను

'కోస్టా డీ లాలజ్‌లో బీచ్ మీద ఒక ఇంటికి' అతనికి చెప్పాను

అతను చిరునవ్వు చిందించాడు. 'అక్కడేం చేద్దాము?'

నేను గట్టిగా నవ్వాను. 'ఇది కాక ఇంకేమిటి అనా?'

అతని వేళ్లు నా పొట్ట మీద కదులుతూ రాస్తున్నాయి. 'అవును, ఇదికాక'

'ఓ కెఫే తెరుద్దాము. ఆర్ట్ షో చేద్దాము. సర్ఫింగ్ నేర్చుకుందాము.'

అతను నా తుంటి ఎముకపైన ముద్దు పెట్టుకున్నాడు. 'థాయ్‌లాండ్ సంగతేమిటి?' అన్నాడు

నేను ముక్కు తిప్పాను. 'అక్కడంతా బాగుండదు. సిసిలీ పోదాం. ద ఎగాడీ దీవులు, బీచ్ బార్ పెడదాం. చేపలు పడదాం' అన్నాను.

అతను మళ్లీ నవ్వాడు. ఇక నా మీద మరింత పైకి కదిలాడు. 'నిగ్రహం కుదరదు' గొణిగాడు. 'నీ ముందు నిగ్రహం కుదరదు'

నాకు నవ్వాలని ఉంది. గట్టిగా అరిచి చెప్పాలని ఉంది: *చూచావా? నే గెలిచాను!* ఇది చివరిసారి కాదని చెప్పాను. ఎన్నడూ చివరిసారి కాదు. పెదవి కొరుక్కున్నాను. కళ్లు మూసుకున్నాను. నేను చెప్పింది నిజం. నాకు తెలుసది. అలాగని చెప్పినందుకు నాకు ఉపయోగం లేదు. నా గెలుపును నిశ్శబ్దంగా అనుభవిస్తాను. అతడిని తాకడం ఎంత ఆనందమో, నా మాట గెలుపు కూడా అంతే ఆనందం.

ఆ తరువాత అతను, అంతకు ముందెన్నడూ లేనివిధంగా నాతో మాట్లాడాడు. మామూలుగా నయితే ఎంతసేపు నేనే మాట్లాడతాను. ఈ సారి అతను మనసు విప్పాడు. ఏదో ఖాళీతనం భావన గురించి, తాను వదిలివచ్చిన కుటుంబం గురించి, నాకన్నా ముందటి అమ్మాయిల గురించి, అంతకు ముందటి అమ్మాయి గురించి చెప్పాడు. ఆ మనిషి తన బతుకు నాశనం చేసిందట. అంతా ఖాళీతనం మిగిలిందట. నాకు సోల్‌మేట్స్ మీద నమ్మకం లేదు. అయితే మా ఇద్దరిమధ్య ఒక అవగాహన కుదిరింది. అంతకు ముందెప్పుడూ అటువంటి అనుభవం కలుగలేదు. కనీసం, చాలాకాలంగా. అది సమాన అనుభవాలతో వస్తుంది. బతుకులో బాధ ఎలాగుండేదీ తెలియడంతో వస్తుంది.

ఖాళీతనం: అది నేను అర్థం చేసుకోగలను. దాన్ని బాగుచేయడానికి దారేదీ లేదన్న నమ్మకం ఇప్పుడిప్పుడే కలుగుతున్నది. తెరపీ సెషన్స్‌లో నాకు తెలిసింది అదే. జీవితంలో ఖాళీలు శాశ్వతంగా మిగులుతాయి. వాటి చుట్టూ పెరగాలి. కాంక్రీట్ చుట్టూ చెట్టు వేళ్లులాగ. దొరికిన ఖాళీలలో ఇమిడిపోవాలి. ఈ సంగతులన్నీ తెలుసు. అయితే గట్టిగా బయటకి చెప్పాను. కనీసం ఇప్పుడు.

'ఎప్పుడు పోదాము?' అతడిని అడిగాను. అతను సమాధానం ఇవ్వలేదు. నేను నిద్రపోయాను. లేచేసరికి అతను వెళ్లిపోయాడు.

శుక్రవారం, మార్చ్ 2013

ఉదయం

స్కాట్ నా కోసం టెరేస్ మీదకు కాఫీ తెచ్చాడు.

'రాత్రి నిద్రపోయావు' నా తలను ముద్దాడడానికి వంగుతూ అన్నాడు. నా వెనుక నిలబడి ఉన్నాడు. చేతులు నా భుజాల మీద ఉన్నాయి. వెచ్చగా, బలంగా. నేను తలను వెనుకకు వంచి అతని ఒంటికి తగిలించాను. కళ్లు మూసుకుని ట్రాక్

మీద ట్రెయిన్ చప్పుడు, అది మా ఇంటి ముందు ఆగేవరకు వింటూ ఉన్నాను. ముందు మేము ఈ ఇంటికి మారినప్పుడు, స్కాట్ ఇక్కడి నుంచి ట్రెయిన్‌లో వాళ్లకు వేవ్ చేసేవాడు. అది చూస్తే నాకు నవ్వు వచ్చేది. నా భుజాల మీద అతని పట్టు కొంచెం బిగుసుకున్నది. ముందుకు వంగి నా మెడ మీద ముద్దాడాడు.

'నిద్రపోయావు. ఇప్పుడు బాగుంది అనుకుంటాను' అన్నాడు

'అవును' నేనన్నాను

'అంటే, అది పని చేసిందనా? ఆ తెరపీ' అడిగాడు

'అంటే నా సమస్య తీరిపోయిందా, అంటున్నావా?'

'తీరిందని కాదు' అన్నాడు. అతని స్వరంలోని బాధ అర్థమయింది. 'నేనన్నది అదికాదు....'

'తెలుసులే' చెయ్యి ఎత్తి అతని చేతిని నొక్కాను. 'సరదాకు అన్నానులే. అదొక ప్రాసెస్ అనుకుంటాను. అంత సింపుల్ కాదు. తెలుసా? అది పనిచేసింది అనే సమయం ఒకటి ఉంటుందేమో నాకు తెలియదు. బాగుపడ్డానని అనే సమయం అన్నమాట'

నిశ్శబ్దం కొంతసేపు నిలిచింది. అతని పట్టు మరింత బలంగా మారింది. 'అంటే అది కొనసాగాలి, అంటున్నావా?' అడిగాడు. అవునన్నాను.

అతనే సర్వస్వం అనుకున్న రోజులున్నాయి. అతనుంటే చాలు అనుకున్నాను. ఆ భావన సంవత్సరాలు సాగింది. అతడిని పరిపూర్తిగా ప్రేమించాను. ఇప్పుడు కూడా ప్రేమిస్తున్నాను. అయితే ఇక ముందుకు సాగాలని మాత్రం లేదు. నేను నేనుగా మిగిలేది, రహస్యంగా నిన్నటి మధ్యాహ్నంలాగ గడిపినప్పుడు మాత్రమే. అంత ఉక్కలో, చీకటిలో కూడా నాలో జీవం నాట్యం చేస్తుంది. ఒక సారి పారిపోతే, అది చాలదు అని తెలుసుకుంటానని ఎవరు చెప్పాలి? మళ్లీ ఇప్పటిలాగా మిగిలిపోతానని ఎవరు చెప్పాలి? ఇందులో భద్రత లేదు. గొంతు నులిమినట్టుంది. మళ్లీ ఒకసారి, మరోసారి పారిపోవాలని అనుకుంటానేమో? అలా పోయి చివరికి, ఆ పాత పట్టాల పక్కన మిగులుతానేమో? అంతకుమించి పోవడానికి మరోచోటు లేదు. రిస్క్ తీసుకోవాలి కాదా?

వీడ్కోలు చెప్పడానికి కిందకు వెళ్లాను. అతను పనిలోకి వెళ్లిపోతున్నాడు. చేతులు నా నడుము చుట్టూ వేసి నా తల మీద ముద్దుపెట్టాడు.

'లవ్ యు మెగ్స్' గొణిగాడు. ప్రపంచంలో అందరికన్నా పడిపోయిన మనిషికిలాగ, నాకు తీవ్రమయిన భావం పుట్టింది. అతను తలుపు వేసేదాకా కూడా ఓపిక లేదు. ఏడుపు మొదలవుతుందని తెలుసు.

రేచల్

శుక్రవారం, 19 జులై 2013

ఉదయం

2:04 ట్రెయిన్ ఇంచుమించు ఖాళీగా ఉంది. కిటికీలు తెరిచి ఉన్నాయి. నిన్నటి తుఫాను తరువాత గాలి చల్లగా ఉంది. మేగన్ మాయమయి 133 గంటలయింది. నాకు మాత్రం నెలలపాటుగా లేని స్వస్థత ఉన్నట్టుంది. అద్దంలో చూస్తే ముఖంలో తేడా కనిపించింది. చర్మం తేటపడింది. కళ్లు మళ్లీ వెలుగుతున్నాయి. నాకు తేలికగా ఉంది. ఒక్క పిసరు కూడా బరువు తగ్గలేదని తెలుసు. అయినా భారంగా లేదు. నేను నేను లాగున్నాను. అంటే ఒకప్పటి నేనులాగన్నమాట.

స్కాట్ నుంచి సమాచారం ఏదీ రాలేదు. ఇంటర్‌నెట్‌లో గాలించాను. అరెస్ట్ వార్త ఏదీలేదు. అంటే అతను నా ఈ మెయిల్‌ను పక్కనపెట్టాడన్న మాట. నాకు నిరాశ అనిపించింది. అయినా అలాగే జరుగుతుందని అనుకుని ఉండాలి. ఇంటినుంచి వస్తుంటే గాస్కిల్ కాల్ వచ్చింది. ఇవాళ స్టేషన్‌కు రాగలుగుతారా అని అడిగాడు. ఒక్క క్షణం తెగ భయపడిపోయాను. కానీ అతను తనదయిన ప్రశాంతమయిన మెత్తని గొంతుతో, ఒకటి రెండు ఫొటోలు చూడడానికి మాత్రమే అని చెప్పాడు. స్కాట్ హిప్‌వెల్‌ను అరెస్ట్ చేశారా అని అడిగాను.

'ఎవరినీ అరెస్ట్ చేయలేదు, మిస్ వాట్సన్' అన్నాడతను

'మరి మీరు అండర్ కాషన్ ప్రశ్నిస్తున్న మనిషి...?

'చెప్పడానికి నాకు స్వతంత్రం లేదు.'

అతని మాట తీరు ఎంతో ప్రశాంతంగా నిచ్చేదిగా, హామీ యిస్తున్నట్టు ఉంది. అతనంటే మళ్లీ అభిమానం మొదలయింది.

నిన్న సాయంత్రం జాగింగ్ బాటమ్స్, టీషర్ట్ వేసుకుని సోఫాలో కూచుని చేయవలసిన పనుల పట్టీ రాసుకున్నాను. వీలయే విధానాలు కూడా. ఉదాహరణకు రద్దీగా ఉండే సమయంలో విట్నీ స్టేషన్‌లో ఉండి, శనివారం రాత్రినాటి ఎర్రజుట్టు మనిషి కనిపించే దాకా చూడవచ్చు. ఆయన్ను డ్రింక్‌కు పిలిచి, ఏం తెలుస్తుందో చూడవచ్చు. అతనేమయినా చూచాడా, ఆ రాత్రి ఏం జరిగింది ఆరా తీయవచ్చు. అయితే అక్కడ ఆనా, టామ్ కనబడే ప్రమాదం ఉంది. వాళ్లు నా గురించి రిపోర్ట్ చేయవచ్చు. చిక్కుల్లో (మరిన్ని చిక్కుల్లో) పడిపోతాను. మరింత ప్రమాదం నాకే రావచ్చు. ఆనాటి పేచీ మాటలు ఇంకా తలలో తిరుగుతున్నాయి. తల, పెదవి మీద శరీరపరంగా సాక్షాలున్నాయి. ఆ మనిషే నన్ను గాయపరిచాడేమో? అతను నవ్వాడు, వేవ్ చేశాడు అంటే అర్థంలేదు. పిచ్చివాడేమో? నాకలాగ అనిపించలేదు. వివరించలేను గానీ, అతని గురించి అట్లా అనుకోలేను.

స్కాట్‌ను మరోమారు కాటాక్ట్ చేయవచ్చు. అతను నాతో మాట్లాడడానికి తగిన కారణం ఉండాలి. అయితే నేనేమి చెప్పినా వెర్రిమనిషిలాగ కనబడతానేమో? మేగన్ కనబడకుండా పోవడంలో నా ప్రమేయం ఉందని అనుకుంటాడేమో? నా గురించి పోలీస్‌లకు రిపోర్ట్ చేయవచ్చు. అప్పుడు మళ్లీ చిక్కుల్లో పడడం ఖాయం.

హిప్నాసిస్ మరో మార్గం. గతం గుర్తు చేసుకోవడంలో దానివల్ల సాయం ఉండదని అనిపిస్తుంది. అయినా ప్రయత్నం చేయాలని ఉబలాటంగా ఉంది. దానివల్ల బాధయితే ఉండదు గదా!

నోట్స్ సిద్ధం చేస్తూ, న్యూస్ స్టోరీస్ చదువుతూ కూచుని ఉండగానే, కాతీ ఇంటికి వచ్చింది. డేమియెన్‌తో తను సినిమాకు పోయింది. నేను మత్తులో లేకుండా కనబడితే తనకు చక్కని సర్‌ప్రయిజ్‌గా తోచింది. అయినా అనుమానంగానే ఉంది. మంగళవారం పోలీస్ వచ్చిపోయిన తరువాత మేమిద్దరం ఎదురుపడి మాట్లాడింది లేదాయె. మూడు నాళ్లుగా మందు ముట్టలేదని చెప్పాను. నన్ను వాటేసుకుంది తను.

'మళ్లీ మామూలవుతున్నావు అంటే ఎంతో సంతోషం' సంతోషంగా అంది కాతీ, అక్కడికి నా గురించి అంతా తెలిసినట్లు 'పోలీసులతో ఆనాడు, ఒక పొరపాటు ఆలోచన వల్ల జరిగింది. నాకు, టామ్‌కు మధ్య తంటాలేమీ లేవు. ఇక నాకు ఆ మిస్సింగ్ అమ్మాయి గురించి ఏమీ తెలియదు. నీకసలు బెంగ అవసరం లేదు.'

చెప్పాను. ఆమె నన్ను మళ్లీ హగ్ చేసింది. ఇద్దరికీ టీ తయారు చేసింది. ఏర్పడిన మంచి వాతావరణాన్ని వాడుకుని, నా ఉద్యోగం గురించి తనకు చెప్పాలనుకున్నాను. అయినా చక్కని సాయంత్రాన్ని పాడుచేయడం నచ్చలేదు.

ఈ ఉదయాన కూడా తాను నాపట్ల మంచి మూడ్‌లో ఉంది. నేను బయలుదేరుతుంటే కౌగిలించుకున్నది. 'రేచ్, నీ విషయం సంతృప్తిగా ఉంది. అన్నీ చక్కబరుచుకున్నావు. నిజానికి నేను చాలా భయపడ్డాను' అన్నది. అప్పుడిక తాను ఈ వారాంతం డేమియెన్‌తో గడపడానికి వెళుతున్నట్టు చెప్పింది. ఇక నాకు వచ్చిన మొదటి ఆలోచన రాత్రి ఇంటికి తొందరగా రావడం. ఎవరూ నా గురించి ఏదో అనకుండా ఒక డ్రింక్ తాగడం.

సాయంత్రం

క్వినైన్ చేదురుచి. చల్లని జిన్ అండ్ టానిక్‌లో నాకు నచ్చేది అదే. ష్వెప్స్ వారి టానిక్ వాటర్ ఉండాలి. అదీ గాజు సీసాలో, ప్లాస్టిక్ కాదు. ఈ ప్రీమిక్స్‌డ్ రకాలు బాగుండవు. అయినా తప్పదు. ఈ పని చేయగూడదని నాకు తెలుసు. అయినా దినమంతా దీని గురించే ఆలోచన. ఒంటరి తనం భావన ఒకటే కాదు, అదొక ఉత్తేజం. అడ్రినాలిన్, నాకు బాగుంది. చర్మంలో తెలుస్తున్నది. ఇవాళ బాగా గడిచింది. ఈ ఉదయం డిటెక్టివ్ ఇన్‌స్పెక్టర్ గాస్కిల్‌తో ఒంటరిగా గంటసేపు మాట్లాడాను. స్టేషన్‌కు పోగానే నేరుగా అతని ముందుకు తీసుకుపోయారు. అతని ఆఫీస్‌లోనే కూచున్నాము. ఈ సారి ఆ ఇంటర్వ్యూ గదితో పనిలేదు. కాఫీ కావాలా అన్నాడు. నేను సరే అన్నాను. ఆశ్చర్యంగా ఆయనే లేచి స్వయంగా కాఫీ కలిపాడు. ఫ్రిజ్‌మీద ఒక కెటిల్, నెస్‌కెఫే ఉన్నాయి, ఒక మూలన. చక్కెరలేదని అపాలజీ చెప్పాడు.

అతనితో ఉండడం నాకు బాగుంది. ఆ చేతులు కదులుతుంటే చూడడం బాగుంది. ఆయనంతగా మాట్లాడడు. ఊరికే వస్తువులన్నీ కదుపుతుంటాడు. ఇంతకు ముందు ఆ సంగతి గమనించలేదు. ఇంటర్వ్యూ గదిలో కదిలించగల వస్తువులేవీ లేవుమరి. ఇక్కడ తన ఆఫీస్‌లో తన కాఫీ మగ్‌ను, స్టేప్లర్, పెన్నుల జార్ అన్నింటినీ సర్దుతున్నాడు. కాగితాలను మరింతగా నీట్‌గా సర్దాడు. చేతులు పెద్దవి. వేళ్లు పొడుగ్గా ఉన్నాయి, గోళ్లు శుభ్రంగా కత్తిరించి ఉన్నాయి. ఉంగరం లేదు.

ఈ ఉదయాన వేరుగా ఉంది. నేను అనుమానితురాలిలాగ ఫీల్ కాలేదు. నా

వల్ల ఉపయోగం ఉంది అనిపించింది. ఆయన ఒక ఫోల్డర్ తీశాడు. దాన్ని నా ముందు పెట్టాడు. అందులో కొన్ని ఫొటోగ్రాఫ్స్ ఉన్నాయి. అప్పుడు నావల్ల చాలా చాలా ఉపయోగం ఉందనిపించింది. ఫొటోల్లో స్కాట్ హిప్‌వెల్, నేను అంతకు ముందు చూడని ముగ్గురు మనుషులు, ఇక చివర బి ల స్నాప్స్ ఉన్నాయి.

ముందు నాకు నమ్మకంగా చెప్పడానికి వీలు కాలేదు. పిక్చర్ వేపు అదే పనిగా చూచాను. ఆనాడు ఆమెతో చూచిన వ్యక్తి రూపాన్ని గుర్తు చేసుకుంటున్నాను. అతను వంగి దాన్ని కౌగిలించుకున్నాడు ఆనాడు.

'అతనే, అతనే అనుకుంటాను' అన్నాను.

'గట్టిగా చెప్పడం లేదు'

'అతనే అనుకుంటాను'

ఆయన ఫొటోలు తీసుకుని పరిశీలించసాగాడు. 'వాళ్లు ముద్దుపెట్టుకోవడం చూచారు. అదే కదా మీరన్నది? పోయిన శుక్రవారం నాడే గదా? అంటే వారం క్రితం!'

'అవును శుక్రవారం పొద్దున్న. వాళ్లు బయట తోటలో ఉన్నారు.'

'చూచిన విషయాన్ని పొరపాటుగా అర్థం చేసుకున్న పరిస్థితి లేదుగా? అది మామూలు హగ్ కాదు. ముద్దు కూడా లైంగికత లేని రకం కాదు!'

'కాదు, అది అసలయిన ముద్దు, అసలయిన రొమాంటిక్ రకం.'

ఆయన పెదవులు వణికాయి అనిపించింది, నవ్వ బోతున్నట్టు.

'ఎవరతను?' గాస్కిల్‌ను అడిగాను. 'అతను... ఆమెతో ఉన్నాడంటారా?' జవాబు లేదు తల కొంచెం ఆడించాడు.

'ఇది... నా వల్ల ఏమయినా ఉపయోగం, సహాయం జరిగిందా? ఏ కొంచెమయినా?'

'అవును మిస్ వాట్సన్, మీరెంతో సాయం చేశారు. వచ్చినందుకు తాంక్యూ.'

ఒక్క సెకండ్ షేక్ హ్యాండ్ చేశాము. ఆయన ఎడమ చేతిని తేలికగా నా కుడి భుజం మీద వేశాడు. తిరిగి దాన్ని ముద్దాడాలి అనిపించింది. అంత మెత్తని మనసుతో నన్నెవరయినా తాకి చాలా నాళ్లయింది. కాతీ మాట వేరు.

గాస్కిల్ ముందు నడుస్తుండగా, గది వదలి ఆఫీస్ ప్రధానభాగం, ఓపెన్ ప్లాన్ విభాగంలోకి వెళ్లాము. అక్కడ డజన్ వరకు పోలీస్ ఆఫీసర్లున్నారు. ఒకరిద్దరు నా వంక పక్క చూపులు చూచారు. ఆ చూపుల్లో కొంత ఆసక్తి, లేదంటే

ఏవగింపు ఉండవచ్చు. సరిగా అర్థం కాలేదు. అక్కడి నుంచి కారిడార్‌లోకి నడిచాము. అప్పుడు అతను నావేపే వస్తుండడం కనిపించింది. పక్కన రైలీ ఉంది. అతనే స్కాట్ హిప్‌వెల్. అతను మెయిన్ ఎంట్రెన్స్‌లో నుంచి వస్తున్నాడు. తల వంగి ఉంది. అయినా అతనే అని గుర్తించగలిగాను. అతను తల ఎత్తి గాస్కిల్ వేపు చూచి, గుర్తింపుగా ఆడించాడు. అప్పుడు నా వంక చూచాడు. క్షణం పాటు మా చూపులు కలిశాయి. అతను నన్ను గుర్తించాడని ఒట్టుపెట్టి చెప్పగలను. నాకు, తన టెరేస్ నిలబడి ఉన్న ఆ ఉదయం తలపునకు వచ్చింది. అతను ట్రాక్ వంక చూస్తున్నాడు. నన్ను చూస్తున్నాడు అనిపించింది. కారిడార్‌లో పక్కపక్కగా ఎవరి దారిలో వారుగా నడిచాము. చాలా దగ్గరగా వచ్చాడు. తాకగలిగేంత దగ్గరగా. అసలు వ్యక్తిని చూస్తే అందంగా ఉన్నాడు. ముడుచుకున్న స్ప్రింగ్ లాగున్నాడు. నెర్వస్ ఎనర్జీ వెదజల్లు తున్నట్లున్నాడు. హాల్‌వేలోకి వస్తూ వెనుదిరిగి చూచాను. అతని కళ్లు నా మీద ఉన్న భావం కలిగింది. వెనక్కు చూస్తే మాత్రం నా వంక చూస్తున్నది రైలీ.

ట్రెయిన్‌లో లండన్ వెళ్లి లైబ్రరీ చేరాను. కేస్ గురించి దొరికిన అన్ని ఆర్టికిల్స్ చదివాను. ఏమీ వార్తలు లేవు. ఆష్‌బరీలో హిప్నో వైద్యుల గురించి వెతికాను. కానీ మరీ ముందుకు సాగలేదు. అది ఖర్చు వ్యవహారం, పైగా జ్ఞాపకశక్తి విషయంలో పనిచేస్తుందన్న నమ్మకం లేదు. తమకు జ్ఞాపకాలు తిరిగి వచ్చాయని చెపుతున్నవారి కథనాలు వింటే, నాకు పద్ధతి పనిచేయదు అన్నమాటకన్నా పనిచేయడం గురించి భయంగా ఉన్నట్టు తోచింది. ఆ శనివారం రాత్రి ఏం జరిగింది, తెలియడం గురించేగాదు, మరెన్నో రకాలుగా నాకు భయాలున్నాయి. నేను చేసిన బుద్ధిలేని, దద్దమ్మ పనులు తెలుసుకుని భరించలేనని భయం. అన్న మాటలు తెలుస్తాయని మరో భయం.

నేను మాటలు అంటుంటే టామ్ ముఖంలో భావాలు ఏమిటంటే మరింత భయం. అందుకే ఆ చీకటిలోనికి తొంగి చూడడం భయం.

స్కాట్‌కు మరొక ఈ మెయిల్ పంపడం గురించి ఆలోచించాను. కానీ, నిజానికి ఆ అవసరం లేదు. ఇవాళ పొద్దున డిటెక్టివ్ ఇన్‌స్పెక్టర్ గాస్కిల్‌తో కలిసి మాట్లాడిన తరువాత పోలీస్‌లు నన్ను సీరియస్‌గా తీసుకుంటున్నట్టు రుజువయింది. ఇక మీద మరింతగా నా పాత్ర అవసరం లేదు. ఆ విషయం నేను అంగీకరించాలి. నేను సాయపడినట్టు భావించుకోవచ్చు. నేను మేగన్‌తో ఆ మనిషిని చూడడం, మరునాడు అది మాయం కావడం కాకతాళీయం కానే కాదు.

జి & టి రెండవ క్యాన్ తెరిచాను. అది క్లిక్ మన్నది. పొంగింది, సంతోషంగా. ఇవాళ మొత్తం మీద నేను టామ్ గురించి ఆలోచించలేదని అర్థమయింది. పోనీ, ఇప్పటి వరకు. నేను స్కాట్ గురించి, గాస్కిల్ గురించి, బి గురించి, ట్రెయిన్ వ్యక్తి గురించి ఆలోచిస్తున్నాను. టామ్ అయిదవ స్థానానికి నెట్టివేయబడ్డాడు. డ్రింక్ చప్పరించాను. చివరకు సెలబ్రేట్ చేయడానికి ఏదో దొరికింది అనిపించింది. నేనిక బాగుపడతానని తెలుసు. సంతోషంగా ఉండబోతున్నాను. అది చాలా దూరం లేదు.

శనివారం, 20 జులై 2013

ఉదయం

నాకు బుద్ధిరాదు. పొరపాటు, అవమాన భావాల కింద నలుగుతూ మేలుకున్నాను. బుద్ధిలేని పని చేశానని వెంటనే అర్థమైంది. సరిగ్గా ఏం చేశాను, గుర్తు చేసుకోవడానికి ప్రయత్నాలు మొదలయినయి. అది నాకు బాగా తెలిసిన, బాధాకరమయిన తంతు. ఈ మెయిల్ పంపించాను. అది నా పొరపాటు. గడిచిన రాత్రి ఎప్పుడో, నా ఆలోచనలలో నడియాడే పురుషుల పట్టికలో టామ్‌కు ప్రమోషన్ ఇచ్చాను. అతనికి ఈ మెయిల్ పంపించాను. నా లాప్‌టాప్ మంచం పక్కనే పడి ఉంది. అదక్కడే నా పొరపాటును నాకు చెపుతూ కూచుని ఉంది. బాత్‌రూమ్ దారిలో నేను దానిమీద నుంచి దాటాను. నేరుగా టాప్ నుంచి నీళ్లు తాగాను. నన్ను నేను అద్దంలో ఒక క్షణం చూచాను.

నా తీరు బాగుండలేదు. అయినా మూడు రోజులు ఆఫ్ అంటే తక్కువేమీ కాదు. ఇక ఇవాళ మొదలు పెడతాను. షవర్ కింద చాలా సేపు నిలుచున్నాను. రానురాను నీటి వేడిమి తగ్గించాను. నెమ్మదినెమ్మదిగా నీళ్లు పూర్తిగా చల్లనయినయి. ఒక్కసారిగా చల్లనీటి ప్రవాహంలో దిగలేము. అది బాధాకరంగా ఉంటుంది. అయితే అందులోకి నెమ్మదిగా ఒక క్రమం ప్రకారం పోతే, అసలు సంగతే తెలియదు. కప్పను రివర్స్‌లో మరగబెట్టినట్టుంటుంది. చల్లనీరు నా చర్మానికి చాలా బాగుంది. తల మీద కంటిమీద, గాయాల బాధ తెలియకుండా చేస్తుందది.

లాప్‌టాప్ కిందకు తీసుకుపోయాను. కప్పు టీ తయారు చేసుకున్నాను. టామ్‌కు ఈమెయిల్ రాసి పంపకుండా ఉండే అవకాశం, ఆవగింజంత ఉంది.

లోతుగా ఊపిరి పీల్చాను. జీమెయిల్ అకౌంట్ ఓపెన్ చేశాను. అందులో కొత్త మెసేజ్‌లు లేవు. అది చాలా రిలీఫ్‌గా ఉంది. సెంట్ ఫోల్డర్ మీద నొక్కాను. అదుగో ఉంది. మెయిల్ పంపించాను. అతను బదులివ్వలేదు. అయినా, మెయిల్ పంపింది నిన్న రాత్రి పదకొండు తరువాత. అప్పటికి కొన్ని గంటలపాటు తాగుతూ ఉన్నాను. అడ్రినాలిన్, మందు ప్రభావం అప్పటికి తగ్గి ఉంటుంది. మెసేజ్ మీద క్లిక్ చేశాను.

నా గురించి పోలీస్‌లకు అబద్ధాలు చెప్పడం ఆపమని మీయావిడకు దయచేసి చెప్పగలవా? అది నీచం, అనిపించడం లేదా? నన్ను సమస్యల్లోకి నెట్టితే ఏం ఒరుగుతుంది? నాకు తాను, తన కూతురి గురించి ఏదో ఉందనడం? అది మారాలి. నన్ను నా మానాన వదలమని చెప్పు.

కళ్లు మూసుకున్నాను, లాప్‌టాప్ తటాలున మూశాను. నేను కుంచించుకుపోతున్నాను. నాశరీరమంతా వడి తిరుగుతున్నది. నేను చిన్నగా మారాలి. మాయమయిపోవాలి. టామ్ మెయిల్‌ను పోలీసులకు చూపించదలిస్తే నేను నిజంగా సంకటంలో పడతాను. అందుకే నాకు చచ్చేంత భయంగా ఉంది కూడా. నేను కసిదీర్చుకోవాలని వాళ్ల గురించే పట్టించుకుంటానని, అనడానికి ఆనా గనుక సాక్ష్యాల కోసం వెతుకుతున్నదంటే, ఈ మెయిల్ ప్రధాన స్థానంలో ఉంటుంది. తన కూతురి గురించి ఎందుకు రాశాను నేను? ఎటువంటి మనిషి అయితే ఆ పనిచేస్తుంది. ఎటువంటి మనిషి ఆరకంగా ఆలోచిస్తుంది? నాకు దానిపట్ల దుష్టభావన లేనేలేదు. ఒక పసికూన గురించి నేను చెడుగా ఆలోచించను. అది ఎవరి పాపయినా గానీ. టామ్ కూతురి గురించి అసలే అట్లా ఆలోచించను. నా తీరు నాకే అర్థం కావడంలేదు. నేనిట్లాగెందుకని మారాను, అర్థం గావడం లేదు. దేవుడా, తానేమనుకుంటాడు? అసహ్యించుకుంటాడు. నాకు నేనంటేనే అసహ్యం కలుగుతున్నది. రాత్రి ఆ మెయిల్ రాసిన నా గురించి ఆ మాట. అది నేను కానే కాదు. నేనలాంటి దాన్ని కాదు. నేను అసహ్యించుకునే రకం కాను.

అవునేమో? అర్థంలేని దినాలను గురించి ఆలోచించకుండా ఉండే ప్రయత్నం చేస్తున్నాను. కానీ ఇటువంటి సమయాల్లో జ్ఞాపకాలు నా తలలోకి దూసుకుని వచ్చేస్తాయి. చివరి సమయంలో మరో రగడ. నిద్రలేవడం, పార్టీ తరువాత, బ్లావుట్ తరువాత, రాత్రి నా తీరు గురించి టామ్ నాకు చెప్పడం, అతని కలగిన అపరాధ భావం, అతని తోటి ఉద్యోగి భార్యను అవమానించడం, నా భర్తతో

పెట్టుకుంటున్నావని ఆమె మీద అరవడం. 'ఇక నిన్ను వెంటబెట్టుకుని ఏనాడూ ఎక్కడికీ వెళ్లను' అతను నాతో అన్నాడు. 'నేను స్నేహితులను ఇంటికి రమ్మని ఎప్పుడూ పిలవను, ఎందుకో తెలుసా? నీతో పబ్‌కు రావాలని ఉండదు ఎందుకో తెలుసా? నిజంగా నీకు తెలుసుకోవాలని ఉందా? అంతటికీ నీవే కారణం. నీ వల్ల నాకు సిగ్గుగా ఉంది.'

హ్యాండ్ బ్యాగ్ తాళం చెవులు అందుకున్నాను. రోడ్ చివరన లాండిస్‌కు పోతాను. ఉదయాన తొమ్మిది మాత్రమే అయిందన్న సంగతి నాకు పట్టదు. నాకా చాలా భయంగా ఉంది. ఆలోచించవలసిన అవసరం రాకూడదు. పెయిన్ కిల్లర్స్ వేసుకుని ఒక డ్రింక్ తాగితే, నాకు మతి తప్పుతుంది. దినమంతా నిద్రపోతాను. ఏం జరిగేదీ తరువాత చూడవచ్చు. ముందుతలుపు వరకు పోయాను. చెయ్యి హ్యాండిల్ మీద ఉంది. అక్కడే ఆగాను. క్షమాపణ చెప్పగలను. ఇప్పుడే ఆ పని చేస్తే, పరిస్థితి కొంతయినా మెరుగు కావచ్చు. ఆనాకు, పోలీస్‌లకు మెసేజ్ చూపించ వద్దని అతడిని ప్రాధేయపడి అడగవచ్చు. ఆమె నుంచి నన్ను కాపాడడం టామ్‌కు కొత్తేమీ కాదు. పోయిన వేసవిలో, టామ్, ఆనాల ఇంటికి నేనే వెళ్లినప్పుడు, నేను పోలీస్‌లకు చెప్పినట్టు జరగలేదు. మొట్టమొదటి మాట, నేను డోర్‌బెల్ నొక్కనేలేదు. నాకేం కావాలి, నాకే తెలియదు. ఏమనుకున్నదీ నాకు ఇప్పటికీ సరిగా తెలియదు. అయితే నడిచి పోయి కంచె దూకింది నిజం. అంతా నిశ్శబ్దంగా ఉంది. ఏమీ వినిపించలేదు. స్లైడింగ్ డోర్ దాకా వెళ్లాను. లోపలికి చూచాను. ఆనా సోఫాలో నిద్రలో ఉన్న మాట నిజం. నేను తనను గానీ టామ్‌ను గానీ పిలిచింది లేదు. ఆమెను నిద్ర లేపదలుచుకోలేదు. పాప ఏడవడం లేదు. హాయిగా నిద్ర పోతున్నది. అదీ అమ్మ పక్కనే. నేను పాపను ఎత్తుకుని బయటకు వచ్చాను. వీలయినంత వేగంగా, పాపతో పాటు కంచె దిక్కు పరుగు పెట్టడం గుర్తుంది. పాప నిద్రలేచి కొంచెం గింజుకున్నది. నేను ఏం చేస్తున్నాను అనుకున్నది నాకే తెలియదు. పాపకు హాని చేయాలని లేదు. తనను ఎదకు అదుముకుని ఫెన్స్ చేరాను. అప్పటికి పాప ఏడవసాగింది. దాన్ని ఎగరేస్తూ, ఏడుపు మాన్పించే ప్రయత్నం చేశాను. మరో చప్పుడు మొదలయింది. ట్రెయిన్ వస్తున్నది. నేను కంచెనుంచి ఇంటి ముఖంగా తిరిగాను. ఆనా కనిపించింది. నా వేపు పరుగున వస్తున్నది. తన నోరు పెద్దగా తెరిచి ఉంది. పెదవులు కదులుతున్నాయి. కానీ అంటున్నదేమీ నాకు వినిపించలేదు. తాను పాపను నానుంచి లాక్కున్నది. నేను పారిపోయే ప్రయత్నం చేశాను. కానీ తట్టుకుని

పడిపోయాను. తాను అరుస్తూ నాపక్కన నిలిచి ఉంది. అట్లాగే ఉండు, లేదంటే పోలీసులను పిలుస్తాను అన్నది. టామ్‌కు ఫోన్ చేసింది. తాను ఇంటికి వచ్చి దానితో పాటు లివింగ్ రూమ్‌లో కూచున్నాడు. అదే పనిగా ఏడుస్తున్నది. పోలీసులకు ఫోన్ చేస్తాను అంటుంది. కిడ్నాపింగ్ నేరం మీద నన్ను అరెస్ట్ చేయిస్తాను అంటుంది. టామ్ దాన్ని ప్రశాంతపరిచాడు. పోనీలెమ్మని ప్రాధేయపడ్డాడు. నన్ను వెళ్లిపోనివ్వాలని చెప్పాడు. దాన్నుంచి నన్ను రక్షించాడు. తరువాత నన్ను కారులో ఇంటికి చేర్చాడు. నేను దిగిన తరువాత వచ్చి నా చేయి పట్టుకున్నాడు. అది దయతో అనుకున్నాను. కానీ చేతిని గట్టిగా, మరింత గట్టిగా, ఇంకా గట్టిగా నొక్కాడు. నేను ఏడిచిన దాకా నొక్కాడు. అతని ముఖం ఎర్రనయింది. తన కూతురికి హానికలిగే పని మళ్లీ చేశావంటే, చంపేస్తాను అన్నాడు.

ఆ నాడు ఏం చేయాలనుకున్నది నాకు తెలియదు. ఇప్పటికీ తెలియదు. తలుపు వద్ద, నావేళ్లు హ్యాండిల్ మీద ఉండగా తటపటాయించాను. పెదవిని గట్టిగా కొరుక్కున్నాను. ఇప్పుడిక తాగడం మొదలు పెడితే, గంట, రెండు గంటల పాటు బాగుంటుంది. అంతేగానీ తర్వాత కాదని తెలుసు. హ్యాండిల్ వదిలేసి వెనుకకు వచ్చాను. మళ్లీ లాప్‌టాప్ తెరిచాను. క్షమాపణ చెప్పాలి. క్షమాభిక్ష కోసం అర్థించాలి. ఈమెయిల్ అకౌంట్‌లోకి మళ్లీ లాగ్ ఇన్ అయ్యాను. ఒక కొత్త మెసేజ్ ఉంది. టామ్ నుంచి కాదు. స్కాట్ హిప్‌వెల్ నుంచి.

డియర్ రేచల్,

కాంటాక్ట్ చేసినందుకు థ్యాంక్స్, మేగన్ ఎప్పుడూ మీ గురించి చెప్పిన గుర్తులేదు. అయితే తనకు గ్యాలరీకి వచ్చేవారు ఎంతోమంది ఉండేవారు.

నాకు పేర్లు అంతగా గుర్తుండవు. మీకు తెలిసిన సంగతుల గురించి మాట్లాడదలిచాను.

07583 123657 మీద వీలయినంత త్వరగా ఫోన్ చేయండి.

రిగార్డ్స్

స్కాట్ హిప్‌వెల్

ఒక్క క్షణం పాటు అతను తప్పు అడ్రస్‌కు మెయిల్ పంపించినట్లు అనిపించింది. మెసేజ్ మరెవరికో అనిపించింది. అయితే భావం నిలిచింది మరీ

తక్కువ సేపు. అప్పుడు జ్ఞాపకం వచ్చింది. నాకు గుర్తుంది. సోఫా మీద కూచోవడం. రెండవ బాటిల్ మధ్యలో నా పాత్ర ముగియాలనుకోలేదని నాకే అర్థమయింది. నేను దారి నడి మధ్యన ఉండగోరను. వెంటనే బదులు రాశాను.

అతని మెయిల్ నుంచి నా మెయిల్‌కు స్క్రోల్ చేశాను.

డియర్ స్కాట్,

మిమ్మల్ని మళ్లీ కాంటాక్ట్ చేస్తున్నాను, క్షమించండి. కానీ, మనం మాట్లాడడం చాలా అవసరం అనుకుంటాను. మేగన్ ఎప్పుడయినా మీతో నా గురించి చెప్పిందేమో తెలియదు. నేను గ్యాలరీ ద్వారా ఫ్రెండ్‌ను. నేను కూడా విట్నీలో ఉండేదాన్ని. మీకు ఆసక్తి గల సమాచారం నావద్ద ఉంది అనుకుంటున్నాను. ఇదే ఈ మెయిల్ అడ్రస్‌కు జవాబు పంపండి.

రేచల్ వాట్సన్

నా ముఖం వేడెక్కడం తెలుస్తున్నది. కడుపులో ఆసిడ్ గుంటలాగ మండుతున్నది. నిన్న తెలివిగా, తికమక లేకుండా చక్కగా ఆలోచించగలిగిన పరిస్థితిలో ఈ కథలో నా పాత్ర ముగిసిందని, ఒప్పుకోవాలని నిర్ణయించాను. నా తెలివి ఏమయిందో తెలియదు. మందు ముందు అది చతికిలబడింది. తాగిన తరువాత నేనుండే తీరు ముందు వీగిపోయింది. తాగిన రేచల్‌కు పర్యవసానాలతో పనిలేదు. తాను విపరీతంగా ఆశావాది అవుతుంది. లేదంటే ఏహ్యాభావంలో కూరుకుపోతుంది. తనకు గతంలేదు, భవిష్యత్తులేదు. తాను ఆక్షణంలో మాత్రమే బ్రతుకుతుంది. తాగిన రేచల్, కథలో భాగంగా సాగాలని, స్కాట్ తనతో మాట్లాడేట్లు ఒప్పించాలిన అబద్ధమాడింది. నేను అబద్ధమాడాను.

ఒళ్లంతా కత్తులతో గాట్లు పెట్టుకోవాలని ఉంది. అప్పుడయినా ఈ సిగ్గు, అవమానం తెలియకుండా పోతాయి. కానీ, అంతపని చేయడానికి బోలెడంత ధైర్యం కావాలి. అది లేదు. టామ్‌కు రాయాలని మొదలుపెట్టాను. రాశాను, తుడిపేశాను. రాశాను, డిలీట్ చేశాను. రాత్రి నేనన్న మాటలకు క్షమకోరడానికి తగిన మాటలు దొరకడం లేదు. నేను చేసిన పొరపాట్లన్నింటినీ టామ్‌ను క్షమించమని అడగాలంటే అదొక గ్రంథమవుతుంది.

సాయంత్రం

వారం క్రితం, సరిగ్గా ఒక వారం క్రితం మేగన్ హిప్‌వెల్, బ్లెన్‌హైమ్ రోడ్ లో పదిహేను నంబర్ నుంచి బయలుదేరి నడిచింది. అదృశ్యమైంది. ఆ తరువాత ఆమెను ఎవరూ చూడలేదు. శనివారం నుంచి ఆమె ఫోన్‌ను, బ్యాంక్ కార్డులను వాడిన జాడలేదు. ఈ సంగతులు ఇవాళ ఒక న్యూస్ స్టోరీలో చదివితే ఏడుపు ముంచుకొచ్చింది. నాకున్న రహస్య ఆలోచనలు సిగ్గు పుట్టించేటట్టున్నాయి. మేగన్, విప్పదీయవలసిన మిస్టరీ కాదు. సినిమా మొదట్లో ట్రాకింగ్ షాట్‌లోకి అందంగా, మరేదో గ్రహం నుంచి వచ్చిన మెత్తని జీవిలాగ, అలా తేలుతూ వచ్చే రూపం కాదు. ఆమె శూన్యం కాదు. ఆమె వాస్తవం.

నేను ట్రెయిన్‌లో ఉన్నాను. వాళ్ల ఇంటికి వెళుతున్నాను ఆమె భర్తను చూడబోతున్నాను.

అతనికి ఫోన్ చేయవలసి వచ్చింది. అక్కడే నాశనం మొదలయింది. ఆ మెయిల్‌ను పట్టించుకోక ఉండలేకపోయాను. అతను పోలీస్‌కు చెపుతాడు. కాదంటారా? ఎవరో అపరిచిత వ్యక్తి కాంటాక్ట్ చేసి, సమాచారం ఉందని చెప్పి, తరువాత కనబడకుండా పోతే, నేనయితే అదే పని చేస్తాను. ఇప్పటికే పోలీస్‌లకు చెప్పేశాడేమో? అక్కడికి నేను వెళితే, వాళ్లే ఎదురవుతారేమో?

నా మామూలు సీట్‌లో ఇక్కడ కూచుని, నామామూలు రోజు కావోవచ్చు లెండి, నేనేదో కొండ నుంచి కిందకి జారుతున్నట్టు అనిపిస్తున్నది. అతని నంబర్ డయల్ చేసినప్పుడు పొద్దున కూడా అట్లాగే అనిపించింది. చీకటి గుయ్యారంలో పడుతున్నట్టు. ఎప్పుడు నేలకు గుద్దుకుంటామని తెలియనట్టు. అతను నాతో గొంతు తగ్గించి మాట్లాడాడు. ఆ మాటలు వినగూడని వారు ఆ గదిలో ఎవరో ఉన్నట్టు.

'మనం కలిసి నేరుగా మాట్లాడుకోవచ్చా?' అతను అడిగాడు

'నేను.... లేదు కుదరదేమో...'

'ప్లీస్'

ఒక క్షణం పాటు జంకాను తరువాత సరేనన్నాను.

'మా ఇంటికి రాగలరా? ఇప్పుడు కాదు, మా... ఇప్పుడు మరోవరో అంతా ఉన్నారు. ఇవాళ సాయంత్రం అయితే!'

అడ్రస్ ఇచ్చాడు. నేను రాసుకుంటున్నట్టు నటించాను

'కాంటాక్ట్ చేసినందుకు తాంక్స్' అన్నాడతను, పెట్టేశాడు.

అవును, అంటున్నప్పుడు అది మంచి ఆలోచ కాదని తెలుసు. పేపర్‌ల నుంచి, స్కాట్ గురించి నాకు తెలిసినది అసలేమీ లేదు. ఇక నా పరిశీలనవల్ల ఎంత తెలుసు? నిజంగా తెలియదు. స్కాట్ గురించి నాకేమీ తెలియదు. నాకు జేసన్ గురించి సంగతులు తెలుసు. అటువంటి మనిషి లేడని నాకు నేనే పదేపదే చెప్పుకోవలసి వస్తున్నది. స్కాట్ భార్య వారం రోజులుగా కనిపించడం లేదని మాత్రం, గట్టిగా తెలుసు. అతను బహుశా అనుమానితుడు అని కూడా తెలుసు. నేను ఆ ముద్దు దృశ్యం చూచాను గనుక, ఆమెను చంపడానికి స్కాట్‌కు కారణం ఉందని తెలుసు. ఆ సంగతి అతనికి తెలియకపోవచ్చు. కానీ.... అంతా చిక్కుముడులు పడుతున్నది. కానీ, ఆ ఇంటికి పోయే అవకాశం జారవిడవడం ఎట్లా? ట్రెయిన్ నుంచి నేనా ఇంటిని వందలమార్లు చూచాను. ఆ ఇంటికి వెళ్లడం, లోనికి పోవడం, వాళ్ల వంటింట్లో కూచోవడం, వాళ్లిద్దరూ కూచునే ఆ టెరేస్ మీద కూచోవడం, అక్కడే గద వాళ్లను నేను చూచింది?

మరీ లాగుతుననట్టుంది. ట్రెయిన్‌లో కూచున్నాను. చేతులు కట్టుకున్నాను. వణుకు పుట్టకుండా పక్కలను అదుపుతున్నట్టు గట్టిగా, సాహసంలో సాగుతున్న చిన్న బాబుకు లాగ ఆత్రం పెరుగుతున్నది. వాస్తవం గురించి ఆలోచించడం మానుకున్న నాకు మళ్లీ ఒక ప్రయోజనాత్మక గమ్యం దొరికినట్టు ఆనందంగా ఉంది. మేగన్ గురించి ఆలోచన మానేశాను ఇప్పుడు.

ఆమె గురించి ఆలోచిస్తున్నాను. ఆమె గురించి నాకు, కొంచెం–చాలా కాదు, తెలుసని స్కాట్‌ను ఒప్పించాలి. అప్పుడు మాత్రమే, ఆమెను మరొక మగవానితో చూచానని చెబితే, అతను నమ్ముతాడు. ముందే అబద్ధాలాడినట్లు చెపితే, అసలు నమ్మడు. కనుక ఆమె గ్యాలరీకి వెళ్లడం, కాఫీ తాగుతూ కబర్లు చెప్పడం గురించి ఊహిస్తున్నాను. అసలు ఆమె కాఫీ తాగుతుందా? లేదంటే ఆర్ట్ గురించి మాట్లాడవచ్చు. యోగా లేదంటే భర్తల గురించి మాట్లాడవచ్చు. నాకు ఆర్ట్ గురించి ముక్క తెలియదు. ఎన్నడూ యోగా చెయ్యలేదు. నాకు మొగుడు లేడు. అదేమో మొగుడిని మోసగించింది.

ఆమె నిజమయిన స్నేహితులు, ఆమె గురించి అన్నమాటలు మననం చేసుకున్నాను. అద్భుతమయినది, సరదామనిషి, అందగత్తె, మంచి మనసుగలది, ప్రేమ పాత్రురాలు. ఒకే తప్పుచేసింది. అట్లా జరుగతుంది. మనలో ఎవరూ పర్‌ఫెక్ట్ కారు మరి!

ఆనా

శనివారం, 20 జులై 2013

ఉదయం

ఎవీ, ఆరుకంటే ముందే నిద్రలేచింది. నేను పడక నుంచి లేచి నర్సరీలోకి వెళ్లి తనను ఎత్తుకువచ్చాను. పాలిచ్చి తనను నాతో బాటే మా బెడ్‌రూమ్‌కు తెచ్చాను.

నేను మళ్లీ నిద్రలేచినప్పుడు టామ్ పక్కనలేడు. కానీ, మెట్ల మీద ఆయన కాళ్ల చప్పుడు వినిపిస్తున్నది. పాడుతున్నాడు. మెల్లగా, శృతి లేకుండా. 'హాపీ బర్త్‌డే టూయూ, హాపీ బర్త్‌డే టూయూ...' అంతకు ముందు నేనా సంగతి గురించి ఆలోచించనే లేదు. పూర్తిగా మరిచిపోయాను. నా చిన్న పాపను తీసుకుని తిరిగి పడక చేరడం తప్ప ఇంకో సంగతి గురించి నాకు ఆలోచనేలేదు. ఇప్పుడేమో నిద్రనుంచి పూర్తిగా లేవకుండానే నవ్వుతున్నాను. కళ్లు తెరిచాను. ఎవీ కూడా స్మైల్ చేస్తున్నది. పైకి చూస్తే, టామ్ మంచం చివర పక్కన నిలబడి ఉన్నాడు. చేతిలో ఒక ట్రే ఉంది. నాఓర్లా కీలీ ఏప్రన్ వేసుకుని ఉన్నాడు. మరే దుస్తులు లేవు.

'పుట్టినరోజు పాపాయికి పడకలోనే బ్రేక్‌ఫాస్ట్' అన్నాడతను. ట్రే మంచం చివరన పెట్టాడు. ఇటుగా నన్ను ముద్దు పెట్టుకునేందుకు వచ్చాడు.

నా ప్రెజెంట్‌లను విప్పి చూచాను. అందమయిన సిల్వర్ బ్రేస్‌లెట్. అందులో ఓనిక్స్ పొదిగి ఉంది. అది ఎవీ నుంచి. ఒక నల్లని సిల్క్ టెడ్డీ, మ్యాచింగ్ నిక్కర్స్ టామ్ ఇచ్చాడు. చిరునవ్వు ఆపలేకుండా ఉన్నాను. అతను పడక ఎక్కాడు. పడుకున్నాడు. ఇద్దరి మధ్యన పాపాయి ఎవీ ఉంది. అది తండ్రి చూపుడు వేలిని తన

బుజ్జి చేతితో గట్టిగా పట్టి ఉంది. పాప పాదం నేను పట్టుకున్నాను. నాకు ఎదలో తారాజువ్వలు ఎగరేసినట్లుంది. అసాధ్యం. ఇంత ప్రేమ.

కొంతసేపటికి అట్లాపడి ఉండడం ఎవీకి నచ్చినట్టు లేదు. తనను ఎత్తుకుని నేను కిందికి వెళ్లాను. టామ్ ఇంకా నిద్రలో ఉన్నాడు. అతనట్లా ఉండాలి కాసేపు. అవీయివీ సర్దుతూ కొంతకాలం గడిపాను. బయట వసారాలోకి వెళ్లి కాఫీ తాగాను. నిండని ట్రెయిన్‌లు అటుఇటు దడదడా వెళ్లిపోతున్నాయి. నాకు లంచ్ గురించి ఆలోచన వచ్చింది. వేడి వాతావరణం. రోస్ట్‌లకు తగని వేడి. అయినా చేస్తాను. మరి టామ్‌కు రోస్ట్ బీఫ్ ఇష్టం. చల్లదనం కోసం తరువాత అయిస్ క్రీమ్ తినవచ్చు. తనకు నచ్చే మెర్లట్ తేవడానికి బయటకి పోవాలి. ఏవీని సిద్ధం చేశాను. బగ్గీలో బిగించాను, అంగళ్ల వేపు వెళ్లాము.

టామ్ ఇంట్లోకి మారడానికి అవునన్నప్పుడు, అందరూ నాకు పిచ్చెత్తింది, అన్నారు. అయితే పెళ్లయిన మనిషిని ఎంచుకున్నందుకే అందరూ నాకు పిచ్చి అనుకున్నారు. పెళ్లికావడమే గాదు, అతని భార్య స్థిమితం లేని మనిషి అన్నారు. కానీ అందరూ అన్నది తప్పు అని నేను రుజువు చేశాను. ఆమె ఎంతటి చిక్కులు తెచ్చినా టామ్, ఎవీల ముందు అది తక్కువే. ఇంటి గురించి మాత్రం వాళ్లన్నది నిజం. ఇవాళటి వాతావరణం ఉన్నప్పుడు, ఎండ దంచుతుంటే, మా చిన్న వీధిలో నడుస్తుంటే, పక్కన చెట్లు, పరిశుభ్రత, పర్‌ఫెక్ట్‌గా ఉంటుంది. ఒక చివరన దారిలేదు అనలేము, గానీ, అందరికీ ఆ భావన ఉంది. పేవ్‌మెంట్‌ల మీద నాలాంటి తల్లులు, పట్టీవేసిన కుక్కలు, స్కూటర్‌ల మీద చిన్నపిల్లలు, అది ఆదర్శ సమాజం అనవచ్చు. ట్రెయిన్‌ల బ్రేకులు చేసే కీచుకీచు గోలను పట్టించుకోనంత వరకు అది ఆదర్శప్రాంతమే. తల తిప్పి పదిహేను నంబర్ కేసి చూడనంత వరకు ఆదర్శ ప్రాంతమే.

నేను తిరిగి వచ్చే సమయానికి టామ్ డైనింగ్ టేబుల్ ముందు కూచుని ఉన్నాడు. కంప్యూటర్‌లో ఏదో చూస్తున్నాడు. షార్ట్స్ వేసుకున్నాడు, షర్ట్ లేదు. అతను కదులుతుంటే చర్మం కింద కండరాల కదలిక కనబడుతున్నది. అతడిని చూస్తే నాకింకా కడుపులో గుబులు పుడుతుంది. హలో అన్నాను. తన ప్రపంచంలో ఉన్నాడు. వెళ్లి భుజం మీద వేళ్లు తాకించాను. ఉలిక్కిపడ్డాడు. లాప్‌టాప్‌ను చటుక్కున మూశాడు.

లేచి నిలబడుతూ 'హేయ్' అన్నాడు. సన్నగా నవ్వుతున్నాడు. కానీ ముఖంలో అలసట, ఏదో చింత కనబడుతున్నది.

నా కళ్లల్లోకి సూటిగా చూడకుండానే ఏవీని ఎత్తుకున్నాడు

'ఏమిటి ? ఏమిటది?' అడిగాను

'ఏంలేదు' అన్నాడు. కిటికీ వేపు తిరిగాడు. ఎవీని ఆడిస్తున్నాడు.

'టామ్ ఏమయింది?'

'ఏమీలేదులే! అంటూ తిరిగి ఒక చూపు నావేపు విసిరాడు. అతనేమీ అనకముందే నాకు ఆమాట తెలుసు! 'రేచల్. మరో ఈ మెయిల్!' తల ఆడించాడు. అందులో గాయపడిన, అప్‌సెట్ అయిన తీరు తెలిసింది. నాకది గిట్టదు.

కొన్ని సార్లు నాకు ఆ ఆడదాన్ని చంపాలి అనిపిస్తుంది.

'ఏమంటుంది?'

మళ్లీ తల ఆడించాడు. 'ఏమంటేనేం? ఎప్పుడూ ఉండేదే చెత్త.'

'అయామ్ సారీ' అన్నాను. చెత్త వివరాలు అడగదలుచుకోలేదు. అతనికి చెప్పాలని ఉండదు. నాకది తెలుసు.

అదంతా చెప్పి నా మనసు పాడుచేయడం, అతనికి నచ్చదు.

'ఓకే అసలేమీ లేదు, ఎప్పటిలాగే, అర్థం లేని సణుగుడు.'

'గాడ్' ఎప్పటికయినా దాని బాధ వదిలేనా? అది మనల్ని ఏనాటికయినా సుఖంగా ఉండనిస్తుందా?'

తను దగ్గరగా వచ్చాడు. కూతురు మధ్యలో ఉండగా ముద్దు పెట్టాడు నాకు. 'మనం సంతోషంగా ఉన్నాము.' ఉన్నాంగదా' అన్నాడు.

సాయంత్రం

మేం సంతోషంగా ఉన్నాం. లంచ్ తిని లాన్‌లో పడుకున్నాం. మరీ వేడి పెరిగిన తరువాత లోపలికి వెళ్లి అయిస్ క్రీమ్ తిన్నాం. టామ్ గ్రా ప్రీ చూస్తున్నాడు. నేనూ, ఎవీ కలిసి ఆట పిండి కలిపాం. పాప ఆ పిండిని కూడా కొంత తిన్నది. జీవితంలో ఏం జరుగుతున్నదని ఆలోచించాను. ఎంత అదృష్టవంతురాలిని, కోరినదంతా ఎట్లా అందింది అనుకుంటున్నాను. టామ్ వేపు చూచాను. నన్ను అతను ఎంచుకున్నందుకు దేవునికి కృతజ్ఞతలు చెప్పుకున్నాను. ఆ ఆడమనిషి నుంచి

అతడిని రక్షించడానికి నన్ను తెచ్చేడేమో. అది టామ్‌కు చివరకు పిచ్చెత్తేలా చేసి ఉండేది. అతడిని అరగదీసేదని నిజంగా అనుకుంటాను. అది, ఆయనను గుర్తించరాకుండా, మార్చి ఉండేది. టామ్ పాపను పైకి తీసుకుపోయి స్నానం చేయిస్తున్నాడు. ఇక్కడి నుంచే సంతోషంగా పాప పెట్టే కేరింతలు వినబడుతున్నాయి. మళ్లీ చిరునవ్వు వచ్చింది. ఇవాళ నా ముఖం నుంచి నవ్వు జారిందేలేదు. వాషింగ్ ముగించాను. లివింగ్ రూమ్ సర్దాను. రాత్రి తిండి గురించి ఆలోచించాను. ఏదో లైట్‌గా తింటే చాలు. చిత్రంగా ఉంది. ఇదే కొన్ని సంవత్సరాల కిందనయితే, పుట్టినరోజు నాడు ఇంట్లోనే ఉండడం, వంట వండడం చాలా చిరాకుకు కారణమయ్యేది. కానీ ఇప్పుడదంతా ఏమీ లేదు. అంతా పర్‌ఫెక్ట్‌గా ఉంది. ఉండవలసిన తీరుగా, కేవలం మా ముగ్గురితో.

ఎవీ ఆటబొమ్మలన్నీ లివింగ్ రూమ్ నేల మీద అంతటా పడి ఉన్నాయి. వాటిని ఒక చోట చేర్చాను. ట్రంక్‌లో పెట్టేశాను. ఇవాళ తనను రాత్రి తొందరగా నిద్రపుచ్చాలని ఆలోచన. తరువాత టామ్ తెచ్చిన చెడ్డీ తొడుక్కోవాలని. చీకటి పడడానికి గంటలు పడుతుంది. అయినా మాంటిల్ పీస్ మీద కొవ్వొత్తులు వెలిగించాను. మెర్లట్ రెండవ సీసా తెరిచాను. అది కొంతసేపు అట్లాఉండి బ్రీద్ చేయాలి. కర్టెన్‌లు మూయాలని సోఫా మీద వంగాను. తల పూర్తిగా ఎదమీదకు వంచుకుని, వీధిలో అటుపక్కన పేవ్‌మెంట్ మీద నడుస్తూ ఒక ఆడమనిషి కనిపించింది. ఆమె పైకి చూడడం లేదు. కానీ అది తానే. నాకు బాగా తెలుసు. కొంచెం మరింత ముందుకు వంగాను. ఎదలో సమ్మెట పోట్లు పడుతున్నాయి. దాన్ని సరిగా చూడాలని ప్రయత్నం. కానీ కుదరడం లేదు. అదిక కనిపించడమే లేదు.

ముందు నుంచి బయటకు పరుగెత్తి వీదిలో దాని వెంట పరుగెత్తాలని, ఇటు తిరిగాను. కానీ టామ్ దారిలో నిలబడి ఉన్నాడు. ఎవీకి టవల్ చుట్టి ఎత్తుకుని ఉన్నాడు.

'ఏంటలాగున్నావు? ఏమయినా జరిగిందా?' అడిగాడు

'ఏమీ లేదు, అన్నాను. చేతులు జేబుల్లో పెట్టుకున్నాను. అవి వణుకుతుండడం తాను చూడగూడదు.' 'ఏమీ జరగలేదు. ఏమీ జరగలేదు.'

రేచల్

ఆదివారం, 21 జులై 2013

ఉదయం

నిద్ర లేచేసరికి బుర్రనిండా అతనే ఉన్నాడు. ఏదీ వాస్తవంగా కనిపించడం లేదు. అదంతా అంతే. నా చర్మం జిల్ జిల్ మంటున్నది. ఒక డ్రింక్ కొరకు మనసు పీకుతున్నది. కానీ కుదరదు. బుద్ధి శుద్ధంగా ఉండాలి. మేగన్ కొరకు, స్కాట్ కొరకు.

నిన్న ఒక ప్రయత్నం చేశాను. తలస్నానం చేసి కొంచెం మేకప్ వేసుకున్నాను. పడుతుందన్న ఒకే ఒక జీన్స్ వేసుకున్నాను. కాటన్ ప్రింట్ బ్లౌజ్, లో హీల్స్ గల శాండిల్స్ కూడా. అంతా బాగుంది అనిపించింది. నేనెట్లా కనిపిస్తాను అన్న సంగతి పట్టించుకోవడం అర్థం లేనిదని నాకు నేనే నచ్చజెప్పుకున్నాను. నేనెట్లాగున్నాను, అన్నది స్కాట్ మనసులో ఉండే చివరి అంశం కావచ్చు. అయినా నిర్లక్ష్యం కూడదు. అతని చేరువకు పోవడం ఇదే మొదటిసారి. కనుక కొంత జాగ్రత్త. ఉండవలసిన దానికి చాలా ఎక్కువేమో.

ట్రెయిన్ ఆష్బరీ నుంచి ఆరున్నరకు బయలుదేరింది. ఏడు దాటిన తరువాత విట్నీ చేరుకున్నది. రోస్‌బెరీ అవెన్యూలో నడిచాను. అండర్‌పాస్‌లో నుంచి ఈ సారి పోతుంటే అటుయిటు చూడలేదు. చూడలేక పోయాను అనాలి. ఇరవై మూడు నంబర్, అంటే టామ్, ఆనాల ఇంటి మీదుగా గబగబా దాటిపోయాను. తలపూర్తిగా వంచుకున్నాను. చలువకళ్ల జోడు కూడా ఉంది. వాళ్లు నన్ను చూడగూడదని

ప్రార్థిస్తూ పోయాను. అంతా ప్రశాంతంగా ఉంది. చుట్టూ ఎవరూ లేరు. ఒకటి రెండు కార్‌లు రోడ్ మధ్యలో నుంచి జాగ్రత్తగా, పార్క్ చేసిన కార్లను తప్పించుకుంటూ ముందుకు పోయినయి. అదంతా ఎవరూ లేనట్లు, నిద్రలో ఉన్నట్టు ఉండే వీధి. కలిగినవారి ఇళ్లు గనుక శుభ్రంగా ఉంటుంది. అక్కడి వారంతా యువవయస్కులే. ఏడుగంటల ప్రాంతం, అందరూ రాత్రి భోజనాలు చేస్తుంటారు. లేదంటే అమ్మా, నాన్నా, నడుమ దూరిన పిల్లలు, అంతా సోఫాలో కూచుని ఉంటారు. ఎక్స్ ఫ్యాక్టర్ చూస్తుంటారు.

ఇరవై మూడు నంబర్ నుంచి పదిహేను వరకు యాభై, అరవై అడుగులకన్నా ఎక్కువ ఉండదు. కానీ ఆ నడక సాగదీసినట్లు సాగింది. నడుస్తూనే ఉన్నట్టు తోచింది. కాళ్లు సీసం లాగ బరువనిపించాయి. అడుగులు సమంగా పడడంలేదు. తాగిన మత్తులాగుంది. జారి పేవ్‌మెంట్ మీద పడతాను, అనిపించింది.

నేను తలుపు తట్టడం ముగియక ముందే, స్కాట్ దాన్ని తెరిచాడు. అతను కనిపించినప్పుడు ఇంకా నా చెయ్యి ఎత్తి, వణుకుతూ ఉంది. అతను దారంతా నిండినట్టున్నాడు.

'రేచల్?' ఎత్తునుంచి కిందకు చూస్తూ అడిగాడు. చిరువ్వేదీ లేదు. తల ఆడించాను. చెయ్యి చాచాడు. నేను దాన్ని అందుకున్నాను. ఇంట్లోకి రమ్మన్నట్టు తల ఆడించాడు. నేను ఒక క్షణం కదల లేదు. అతడిని చూస్తే భయంగా ఉంది. దగ్గర నుంచి చూసే భయపెట్టేంత ఆకారం. ఎత్తుగా, వెడల్పు భుజాలతో, చేతులు, ఎద తీర్చిదిద్దినట్లు. చేతులు మరీ పెద్దవి. అతను నన్ను నలిపిపడేయగలడు అన్న ఆలోచన తళుక్కుమన్నది. గొప్ప ప్రయత్నం లేకుండా, మెడ విరిచి, ఒంటిని ముద్ద చేసేయగలడు.

అతని పక్కనుంచే హాల్‌లోకి నడిచాను. అప్పుడే నా చెయ్యి అతని చేతికి తగిలింది. నా ముఖం జేవురించిందని అర్థమైంది. పాత చెమట వాసన కొడుతున్నాడు. షవర్ చేసి ఎంతకాలమయిందో అన్నట్టు తలమీద జుట్టు అట్టగట్టి ఉంది. లివింగ్ రూమ్‌లోకి చేరిన తరువాత, ఇదంతా ఇదివరకే జరిగింది, అన్న భావం కలిగింది. అది భయపెట్టేంత బలంగా వచ్చింది. అటుచివర గోడలో ఫయర్ ప్లేస్, అటుయిటు ఆల్కోవ్స్, వీధిలో నుంచి వెలుగు, వంగిన బ్లైండ్స్‌లో నుంచి వస్తున్న తీరు, ఎడమకు చూస్తే, గాజు పలకల్లో నుంచి గడ్డి కనిపిస్తుందని తెలుసు. ఆ మీద రెయిల్‌వే లైన్. ఇటు చూచాను, కిచెన్ టేబుల్, దాని వెనుక ఫ్రెంచ్ డోర్స్,

పచ్చని లాన్ కనిపించాయి. నాకు ఈ ఇల్లు తెలుసు. ఇక తల తిప్పసాగింది. కూచోవాలి అనిపించింది. గత శనివారం బ్లాక్‌హోల్ మనసులో మెదిలింది.

అయితే దానికి అర్థం లేదు. నాకు ఆ ఇల్లు తెలుసు అంటే నేనందులో ఎప్పుడో ఉన్నాను, అనికాదు. అది అచ్చంగా ఇరవై మూడు నంబర్ ఇంటిలాగే ఉంది గనుక తెలుసు. హాల్‌వేలో ముందుకు పోతే మెట్లుంటాయి. కుడిపక్కన లివింగ్‌రూమ; అందులోంచి పోతే కిచెన్. ఇక వసారా, గార్డెన్‌లను ట్రెయిన్ నుంచి చూస్తూనే ఉంటాను. నేను పై అంతస్తులోకి వెళ్లలేదు. కాని వెళితే మాత్రం మెట్ల చివరన లాండింగ్, దానిమీద పెద్ద సాష్ విండో, అందులోంచి ఎక్కిదాటితే, రూఫ్, టెరేస్ ఉంటాయి. రెండు బెడ్‌రూమ్‌లు ఉంటాయని తెలుసు. మాస్టర్ బెడ్‌రూమ్‌లో రెండు పెద్ద కిటికీలు, వీధి వేపు వెనుక చిన్న పడకగది. అందులోంచి తోట కనబడుతుంది. ఆ ఇంటి సంగతి నాకు అంతగా తెలుసు అన్నంత మాత్రాన, నేనక్కడికి ఇదివరకే వచ్చానని అర్థం కానేకాదు.

అయినా స్కాట్ దారితీస్తుంటే, కిచెన్‌లోకి చేరాను. అప్పటికే నాకు వణుకు పుడుతున్నది. టీ యిస్తానన్నాడు. నేను టేబుల్ దగ్గర కూర్చున్నాను. అతను కెటిల్‌లో నీరు మరిగించాడు. మగ్‌లో ఒక టీ బ్యాగ్ పడేశాడు. మరుగుతున్న నీరు పోస్తుంటే, బాగా చిందాయి. అతను గొణుక్కున్నాడు. గదిలో ఆంటిసెప్టిక్ వాసన బలంగా వస్తున్నది. అసలు స్కాట్ తీరే అట్లాగుంది. టీషర్ట్ వెనుక భాగంలో చెమట మరక ఉంది. జీన్స్ పిరుదల మీద వదులుగా వేలాడుతున్నాయి. అవీ మరీపెద్ద సైజ్ అతనికి అన్నట్లున్నాయి. అతను తిండి తిని ఎన్నినాళ్లయి ఉంటుంది, అనిపించింది..

టీ మగ్ నాముందుంచాడు. బల్ల అటుపక్కన కూచున్నాడు. చేతులు కట్టుకున్నాడు. నిశ్శబ్దం విస్తరించింది. మా మధ్యన అది నిండింది. గదంతా వ్యాపించింది. చెవుల్లో గింగురుమంటున్నది. నాకు వేడిగా, చికాకుగా ఉంది. మెదడు ఒక్కసారిగా ఖాళీ అయింది. అక్కడ నేనేం చేస్తున్నాను, అర్థం కాలేదు. అసలెందుకని వచ్చాను? దూరంగా రొద వినిపించింది. ట్రెయిన్ వస్తున్నది. పరిచయమున్న ధ్వని. అప్పుడు కాస్త నెమ్మదితనం తోచింది.

'మీరు మేగన్ ఫ్రెండ్ అన్నమాట?' చివరకు అతను అన్నాడు.

అతని నోట ఆమె పేరు వింటుంటే, గొంతు పూడుకుపోయింది. బల్లవేపు చూచాను. మగ్‌ను చేతులతో చుట్టేశాను.

'అవును, తను నాకు తెలుసు. కొంచెంగా. గ్యాలరీ కారణంగా.'

అతను నా వేపు చూచాడు. మరేదో చెపుతాను అన్నట్టు. పళ్లు బిగబట్టినప్పుడు అతని దవడ కండరాలు కదలిక చూడగలిగాను. మాటలు వెతుకుతున్నాను. అవి అందడం లేదు. ముందే అనుకుని ఉండవలసింది.

'ఏమయినా తెలిసిందా?' అడిగాను. చూపులు కలిశాయి. ఒక క్షణం భయం తోచింది, తప్పుమాట అన్నాను. వార్త తెలియడం, తెలియక పోవడంతో నాకు సంబంధం లేదు. కోపగించుకుంటాడు. నన్ను పొమ్మంటాడు.

'లేదు, అసలు మీరు చెప్పదలుచుకున్న సంగతి ఏమిటి?'

ట్రెయిన్ నెమ్మదిగా ముందుకు సాగిపోయింది. నేను పట్టాలవంక చూచాను. అదేదో అవుట్ ఆఫ్ బాడీ అనుభవం కలుగుతున్న విధంగా, నన్ను నేనే చూస్తున్నట్టు.

'మేగన్ గురించి ఏదో చెప్పాలని మీరు ఈ మెయిల్‌లో రాశారు' అతని గొంతు స్థాయి పెరిగింది.

నేను బలంగా ఊపిరి పీల్చాను. చికాకుగా ఉంది. నేను చెప్పే మాటతో వ్యవహారం అధ్వాన్నమవుతుంది. ఆ సంగతి నాకు బాగా తెలుసు. అతనికి బాధ కలుగుతుందని తెలుసు.

'నేనామెను మరొకతనితో చూచాను' అన్నాను. ఆ మాటలు మొరటుగా, గట్టిగా, తయారీ లేకుండా, అసందర్భంగా వచ్చాయి. అతను కళ్లు పెద్దవి చేసి నా దిక్కు చూచాడు. 'ఎప్పుడు? ఆదివారం రాత్రి చూచారా? పోలీస్‌లకు చెప్పారా?'

'కాదు, శుక్రవారం పొద్దున,' అన్నాను. అతని భుజాలు కుంగాయి.

'ఆమె శుక్రవారం నాడు లక్షణంగా ఉందిగద. ఆ సంగతి ఎందుకిప్పుడు?' దవడలో కదలిక తెలుస్తున్నది. అతను కోపగించుకుంటున్నాడు.' మీరు తనని... మీరు తనని ఎవరితో చూచారు? ఒక మగమనిషితోనా?'

'అవును నేను–'

'అతనెట్లాగుంటాడు?' అతను లేచి నిలిచాడు. వెలుగుకు అడ్డంగా 'పోలీస్‌లకు చెప్పారా'? మళ్లీ అడిగాడు.

'చెప్పాను, కానీ వాళ్లు నా మాటను సీరియస్‌గా పట్టించుకున్నారా తెలియదు' అన్నాను.

'ఎందుకని?'

'అదీ.... తెలియదు... మీకు తెలుసు అనుకున్నాను.'

అతను ముందుకు వంగాడు. చేతులు బల్లమీద ఆనించాడు. పిడికిళ్లు బిగించి ఉన్నాయి.

'ఏమిటి మీరంటున్నది? మీరెక్కడ చూచారు? ఆమె ఏం చేస్తున్నది?'

మళ్లీ లోతయిన శ్వాస. 'ఆమె ... బయట మీ లాన్‌లో ఉంది. అదుగో అక్కడ,' అన్నాను. 'తనను... నేను ట్రెయిన్‌లో నుంచి చూచాను.' అతని ముఖంలో అపనమ్మకం కనిపించింది నిజం. 'నేను ఆష్‌బరీ నుంచి నిత్యం లండన్‌కు ట్రెయిన్‌లో వెళుతుంటాను. ఇక్కడి నుంచే గద వెళ్లేది. నేను చూచాను. తాను మరొకతనితో ఉంది. అది మీరు మాత్రంకాదు'

'ఎట్లా తెలుసు? శుక్రవారం పొద్దున? శుక్రవారం-అంటే తను కనిపించకుండా పోవడానికి ముందు రోజు?'

'అవును'

'నేనూర్లో లేను. ఎక్కడికో వెళ్లాను. బర్మింగ్‌హామ్‌లో కాన్ఫరెన్స్. శుక్రవారం సాయంత్రం వచ్చాను.' అతని బుగ్గలలో రంగుచుక్కలు కనిపించాయి. అతని అనుమాన భావన మరేదో భావానికి దారితీస్తున్నది. 'మరెవరో, అయితే...'

'ఆమె అతడిని ముద్దుపెట్టుకున్నది. వాళ్లిద్దరూ ముద్దాడుతున్నారు.' చెప్పక తప్పలేదు.

బిగిసిన పిడికిళ్లతో చేతులు పక్కనుండగా అతను నిటారుగా నిలుచున్నాడు. బుగ్గల మీద రంగు చుక్కలు మరింత చిక్కనయ్యాయి. కోపం పెరుగుతున్నది.

'అయామ్ సారీ, అయామ్ సారీ, అది వినదగిన సంగతి కాదు, తెలుసు'

చెయ్యెత్తి పొమ్మన్నట్టు ఆడించాడు. ఒక రకం ధిక్కారంతో, నా సానుభూతి పట్ల ఆసక్తి లేదు.

ఆ భావన నాకు తెలుసు. నాకు ఒకనాటి దృశ్యం స్ఫుటంగా గుర్తుకువచ్చింది. నాలుగిళ్ల తరువాత నావంటింట్లో ఉన్నాను. ఒకప్పటి స్నేహితురాలు లారా ఎదురుగా ఉంది. ఆమె బొద్దు పాపడు ఒడిలో మసులుతున్నాడు. మా పెళ్లి బంధం ముగిసిందని ఆమె నాకు సాంత్వనం మాటలు చెపుతున్నది. నాకు పిచ్చి కోపం వచ్చింది. శుష్క వచనాలు. ఆమెకు నా బాధ గురించి ముక్క తెలియదు. ఏదో బూతుమాట అని పొమ్మన్నాను. బిడ్డడి ముందు అట్లా మాట్లాడవద్దు అన్నది. ఆ తరువాత నేనామెను కలిసింది లేదు.

'అతగాడెలాగుంటాడు? మీరు తనతో చూచిన ఆ మనిషి?' స్కాట్ అడిగాడు. అటువేపు తిరిగి ఉన్నాడు. లాన్ దిశగా చూస్తున్నాడు.

'పొడుగ్గా ఉన్నాడు. మీకన్నా ఎత్తు. కావచ్చు. ముదురు రంగు చర్మం. ఆసియా మనిషి అనుకుంటాను. భారతీయుడు, అటువంటిదేదో.'

'వాళ్లు ముద్దాడుతున్నారు. బయట గార్డెన్‌లో?'

'అవును'

దీర్ఘంగా నిట్టూర్చాడు. 'నాకొక డ్రింక్ కావాలి. మీక్కూడా బియర్ కావాలా?' అతను నా వేపు తిరిగాడు.

నాకు కావాలి. డ్రింక్ కోరిక బలంగా ఉంది. కానీ వద్దన్నాను. ఫ్రిజ్ నుంచి బాటిల్ తెచ్చాడు. తెరిచి తాగసాగాడు. చల్లని పానీయం నా గొంతులో దిగుతున్నట్టు అనిపించింది. నా చేతులు గ్లాస్ కోసం అడుగుతున్నాయి. స్కాట్ అటు కౌంటర్ మీద వాలాడు. తల ఎదమీదికి దించుకుని ఉన్నాడు.

నాకు భరించరాకుండా ఉంది. నేను చేసింది సాయం కాదు. అతను బాధను పెంచాను. అతను దుఃఖంలో దూరాను. అక్కడికసలు నేను వెళ్లి ఉండగూడదు. అబద్ధం చెప్పి ఉండగూడదు. ఎప్పుడూ అబద్ధం ఆడి ఉండగూడదు. నేను లేచి నిలబడుతున్నాను. 'అది నాకు తెలియదు గానీ, అది మంచిదేమో? కాదంటారా? ఆమె బాగుందని అర్థం గదా? ఆమె ఎవరితోనో పారిపోయింది.' అర్థం లేని నవ్వు నవ్వుతూ అన్నాడు. బుగ్గమీద నుంచి కన్నీటి చుక్క తుడుచుకున్నాడు. నా హృదయం కుంచించుకుపోయింది. 'కానీ, మరి తను కాల్ చేయలేదంటే నమ్మకం కలగడం లేదు.' సమాధానం నా వద్ద ఉందన్నట్టు చూచాడు. 'తప్పక కాల్ చేస్తుంది. కదూ? నేనంత భయంతో, ఎంత వివశుడుగా ఉంటాను, తనకు తెలుసు. తాను కసితీర్చుకునే రకం కాదు. ఏమంటారు?'

అతను నాతో, నిన్ను నమ్ముతున్నాను అన్నట్టు మాట్లాడుతున్నాడు. మేగన్ స్నేహితురాలిని గద. అది అబద్ధమని నాకుతెలుసు. అయినా అదీ బాగుంది. అతను మరో గుక్క బియర్ తాగి గార్డెన్ వేపు తిరిగాడు. నేను కూడా అటు చూస్తే కంచె పక్కన చిన్న రాళ్లకుప్ప కనిపించింది. అదొక రాకరీ, మొదలు పెట్టారు కానీ మధ్యలో వదిలేశారు.

అతను బాటిల్ మళ్లీ పైకెత్తాడు, కానీ ఆగాడు. నా దిక్కు తిరిగాడు.

'మీరు మేగన్‌ను ట్రెయిన్ నుంచి చూచారు.' అడిగాడు. ' అంటే మీరు ఊరికే

కిటికీలో నుంచి చూస్తున్నారు. ఆమె సరిగ్గా అక్కడుంది. మీకు తెలిసిన వ్యక్తి తాను?' రూమ్‌లో వాతావరణం మారింది. అతను ఏదీ తేల్చుకోలేని స్థితిలో ఉన్నాడు. నేను తన పక్షమా? నన్ను నమ్మవచ్చునా? ఆ ముఖంలో అనుమానం కదలాడింది.

'అవును, తానెక్కడుండేదీ నాకు తెలుసు' అన్నాను. కానీ వెంటనే తప్పుగా అన్నానని అర్థమయింది. 'మీరు ఎక్కడ ఉంటారని అన్నమాట. చాలా కాలం క్రితం ఇక్కడికి వచ్చాను. అందుకే అప్పుడప్పుడు ఇటు చూస్తుంటాను.' అతను నా వేపు తదేకంగా చూస్తున్నాడు. మళ్లీ ముఖంలో వేడి తెలుస్తున్నది. 'తానెప్పుడు బయటే ఉండేది.' ఖాళీ సీసా కౌంటర్ మీద పెట్టేశాడు. నా వేపు రెండడుగులు నడిచాడు. టేబుల్ వద్ద పక్క కుర్చీలో కూర్చున్నాడు.

'అంటే మేగన్ మీకు బాగా తెలుసని అర్థమా? ఇంటికి వచ్చేంత అన్నమాట?

నా మెడలో రక్తం పరుగు తెలుస్తున్నది. వెన్నెముక చివరన చెమట, అడ్రినాలిన్ పిచ్చిప్రవాహం. ఆ మాటలు అని ఉండకూడదు, అబద్ధాన్ని మరింత పెంచి ఉండగూడదు.

'ఏదో ఒక్కసారి మాత్రమే. కానీ నాకు ఇల్లు బాగా తెలుసు. నేనొకప్పుడు ఈ పక్కనే ఉండేదాన్ని,' అతను కనుబొమ్మలు ఎత్తాడు. 'రోడ్ దిగువన, నంబర్ ఇరవై మూడు.'

నెమ్మదిగా తలాడించాడు. 'వాట్సన్ అంటే మీరు, ఏమిటి టామ్ మొదటి భార్యా?'

'అవును రెండేళ్ల క్రితం వెళ్లిపోయాను'

'అయినా మేగన్ గ్యాలరీకి వెళుతుంటారా?'

'అప్పుడప్పుడు.'

'ఇక మీరు తనను చూచినప్పుడు, ఏమని... స్వంత విషయాలేమయినా మాట్లాడిందా, నా గురించి?' అతని గొంతు బొంగురయ్యింది, 'మరెవరి గురించైనా?'

తల అడ్డంగా ఆడించాను, 'లేదు, లేదు. ఏదో కాలక్షేపం మాటలు, అంతే.' కాసేపు నిశ్శబ్దం. ఒక్కసారిగా గదిలో వేడి పెరిగినట్లుంది. ఆంటిసెప్టిక్ వాసన తీవ్రంగా. నా కుడి పక్కన ఒక సైడ్ టేబుల్ ఉంది. దాని మీద ఫ్రేమ్‌లో ఫొటోలున్నాయి. మేగన్ నా వేపు నవ్వింది. ఏదో తప్పు పడుతున్నట్టు.

'ఇక నేను వెళ్లాలి' అన్నాను. 'మీ టైమ్ చాలా తీసుకున్నాను' లేవసాగాను.

కానీ అతను చెయ్యి చాచి నా మణికట్టు పట్టుకున్నాడు. కళ్లు నా ముఖం నుంచి కదలడం లేదు.

'అప్పుడే పోకండి' అన్నాడు మెత్తగా, నేను లేవలేదు. చెయ్యి మాత్రం లాక్కున్నాను. నన్నేదో పట్టి ఉంచినట్టు చిరాకుగా ఉంది. 'అతను.... ఆ మనిషి... తనతో మీరు చూచిన మనిషి, మళ్లీ చూస్తే అతడిని గుర్తించగలరా?' నేప్పటికే పోలీస్ ముందు అతడిని గుర్తించాను, అని చెప్పలేకపోయాను. పోలీసులు నా మాటలు నమ్మలేదు, అన్న అంశమే, నేను ఈయనను కలవాలనుకోవడానికి ఆధారం. నిజం ఒప్పుకుంటే, నమ్మకం పోతుంది. కనుక మళ్లీ అబద్ధమాడాను.

'చెప్పలేను, గుర్తుపడతానేమో'. ఒక క్షణం ఆగాను. వార్తాపత్రికల్లో మేగన్ స్నేహితులొకరు అన్నమాట చూచాను. అతని పేరు రాజేష్, అతనేమో అని–'

స్కాట్ అప్పటికే తల అడ్డంగా ఆడిస్తున్నాడు. 'రాజేష్ గుజ్రాల్? గ్యాలరీలో తన చిత్తరువులు ప్రదర్శించేవాడు. అతను మంచిమనిషి, పెళ్లయినవాడు, పిల్లలున్నారు.' అక్కడితో అంతా తేలినట్టు. 'ఒక క్షణం' అంటూ లేచాడు. అతని ఫొటో ఏదయినా ఉండవచ్చు.

పై అంతస్తుకు వెళ్లాడు. వచ్చినప్పటి నుంచి, బిగిసిపోయి కూచున్నానని అర్థమయింది. భుజాలు వాలాయి. మళ్లీ ఫొటోగ్రాఫ్‌లు చూచాను. బీచ్‌లో సన్‌డ్రెస్‌లో మేగన్. ఆమె ముఖం క్లోస్ అప్. కళ్లు మరీ నీలంగా ఉన్నాయి. ఇద్దరూ కలిసి ఉన్న ఫొటో మాత్రం లేదు.

స్కాట్ వచ్చాడు. చేతిలోని కరపత్రాన్ని నాకు అందించాడు. గ్యాలరీలో ఒక షో గురించి ఫ్లయర్ అది. తిప్పి చూపించాడు. 'అదుగో, అతనే రాజేష్' అంటూ.

ఆ వ్యక్తి రంగురంగుల నైరూప్యచిత్రం పక్కన నిలిచి ఉన్నాడు. పెద్ద వయసువాడు, గడ్డం ఉంది, పొట్టిగా బొద్దుగా ఉన్నాడు. నేను చూచిన మనిషి కాడితను. పోలీసుల ముందు గుర్తించిన మనిషి కాడు. 'అతను కాదు' అన్నాను. స్కాట్ నా పక్కన నిలుచున్నాడు. కరపత్రంలోకి చూస్తున్నాడు. మళ్లీ వేగంగా పై అంతస్తులోకి వెళ్లాడు.

కొంచెం సేపు తర్వాత లాప్‌టాప్‌తో తిరిగి వచ్చి టేబుల్ వద్ద కూర్చున్నాడు.

'నేను...' అంటూ మెషీన్‌ను ఆన్ చేశాడు. 'నేననుకోవడం....' మాట మానేశాడు. నేనతనినే చూడసాగాను. దవడ కండరాలు బిగించి ఉన్నాయి. తదేకంగా ఏదో ఆలోచిస్తున్నాడు. 'మేగన్ ఒక తెరపిస్ట్ వద్దకు వెళ్లేది. అతని పేరు... అబ్దిక్. కమాల్ అబ్దిక్. అతను ఆసియా వాసి కాదు. సెర్బియా, లేదా బోస్నియాలాంటి ఏదో దేశం నుంచి వచ్చాడు. అతను కూడా ముదురు రంగు మనిషే. దూరం నుంచి

చూస్తే భారతీయుడు అనిపిస్తాడు. అతను కంప్యూటర్‌లో వెతుకుతున్నాడు. 'ఒక వెబ్‌సైట్ ఉంది, అనుకుంటాను. ఉంది అది. అందులో పిక్చర్ ఉంది...'

లాప్‌టాప్‌ను ఇటు తిప్పాడు. స్క్రీన్ నాకు కనిపించేట్టు. బాగా చూడాలని ముందుకు వంగాను. 'అదుగో అతనే' తప్పకుండా అతనే, అన్నాను.

అతను లాప్‌టాప్‌ను చటుక్కున మూసేశాడు. చాలాసేపు అతనేమీ అనలేదు. మోచేతులు బల్లమీద పెట్టి నుదిటికి వేళ్లు ఆనించి కూచున్నాడు. చేతులు వణుకుతున్నాయి.

'తనకు ఆంగ్జయిటీ అటాక్స్ వస్తుండేవి.' చివరకు చెప్పసాగాడు. 'నిద్రపట్టదు. మరేవో అట్లాగే. పోయినేడు ఎప్పుడో మొదలయింది. సరిగ్గా ఎప్పుడంటే గుర్తులేదు.' నా వంక చూడకుండా మాట్లాడుతున్నాడు. తనలో తానుగా అన్నట్టు. నేను అక్కడ ఉన్న సంగతి జ్ఞాపకం లేనట్టు. 'ఎవరినయినా కన్సల్ట్ చేయమని చెప్పింది నేనే. వెళ్లమని చెప్పిందీ నేనే. నా వల్లనేమీ కావడంలేదు మరి. అతని గొంతు జీరవోయింది. 'తనకు నేను సాయపడలేకపోయాను. తానేమో మునుపు కూడా అట్లాంటి సమస్యలుండేవి, అన్నది. వాటంతటవే తగ్గుతాయి అనికూడా. కానీ నేనే తనను డాక్టర్ వద్దకు వెళ్లడానికి ఒప్పించాను. అదుగో అతని వద్దకు వెళ్లసాగింది.' కొంచెం దగ్గి గొంతు సవరించుకున్నాడు. 'తెరపీ పనిచేస్తున్నట్టు కనిపించింది. తాను సంతోషంగా ఉంటున్నది. విషాదంగా చిన్న నవ్వు నవ్వాడు. ఎందుకో ఇప్పుడు అర్థమవుతున్నది.

నేను చెయ్యి ముందుకు కదిలించి అతని ముంజేతి మీద తట్టాను. ఏదో లాలనగా, అతను మాత్రం చటుక్కున చెయ్యి లాక్కున్నాడు. లేచి నిలుచున్నాడు. 'ఇక మీరు వెళ్లాలి' దురుసుగా అన్నాడు. 'అమ్మ ఎప్పుడయినా రావచ్చు. ఒకటి రెండు గంటలు వదలకుండా మాట్లాడుతుంది' అన్నాడు. వెళుతుండగా తలుపు దగ్గర నా చెయ్యి పట్టుకున్నాడు. 'మిమ్మల్ని ఇంతకుముందు ఎక్కడయినా చూచానంటారా?' అడిగాడతను.

ఒక్క క్షణం చెప్పాలనిపించింది. చూచి ఉండవచ్చు. పోలీస్‌స్టేషన్‌లో చూచి ఉండవచ్చు. లేదా ఈ వీధిలో. శనివారం రాత్రి నేనిక్కడే ఉన్నాను, అని. తల అడ్డంగా ఆడించి 'లేదులెండి. నేనలాగనుకోవడం లేదు,' అన్నాను వీలయినంత వేగంగా ట్రెయిన్ స్టేషన్‌కు నడిచాను. వీధిలో సగం దారిలో వెనక్కు తిరిగాను. నన్నే చూస్తూ అతనింకా వాకిటిలోనే నిలబడి ఉన్నాడు.

సాయంత్రం

ఆదుర్దాగా ఈ మెయిల్ చూస్తున్నాను. కానీ టామ్ నుంచి వర్తమానం ఏదీ లేదు. అదే పనిగా తాగుతుండేవారి బతుకులు ఈ మెయిల్స్ మెసేజ్‌లు, మొబైల్ ఫోన్‌లు రానప్పుడు, ఈ ఎలెక్ట్రానిక్స్ గోలంతా లేనప్పుడు ఎంత బాగుండేవో. ఇవాళ మేగన్ గురించి పత్రికల్లో ఒక్కముక్కలేదు. మొదటి పేజీలో టర్కీ రాజకీయ సమస్య గురించి, లేదంటే విగాన్ అనే చోట కుక్కలు నాలుగేళ్ల అమ్మాయిని పీక్కుతిన్న సంగతి గురించి, ఇంగ్లండ్ ఫుట్‌బాల్ జట్టు, మాంటెనెగ్రో చేతుల్లో ఘోరంగా ఓడిపోవడం గురించి రాసుకున్నారు. మేగన్ మరపునకు వచ్చింది. అయితే తాను కనిపించక వారం అయ్యింది.

కాతీ నన్ను బయటికి లంచ్‌కు రమ్మన్నది. డేమియన్ వాళ్ల తల్లిని చూడడానికి బర్మింగ్‌హమ్ వెళ్లాడు. కనుక తనకు ఏమీ తోచడం లేదు. డేమియెన్ తనను వెంటరమ్మనలేదు. వాళ్లిద్దరూ రెండు సంవత్సరాలుగా కలిసి తిరుగుతున్నారు. అయినా కాతీ యింకా అతని తల్లిని కలవనేలేదు. మేము హై స్ట్రీట్‌లో జిరాఫ్‌కు వెళ్లాము. అది నాకు అసలు నచ్చని చోటు. గది మధ్యలో కూచున్నాము. అయిదేళ్లు నిండని పిల్లలంతా అక్కడ తెగ గోల చేస్తున్నారు. కాతీ నన్ను ప్రశ్నలు అడగసాగింది. గడిచిన రాత్రి ఎక్కడికి వెళ్లాను, తనకు తెలుసకోవాలని ఉంది. 'ఎవరయినా ఉన్నారా?' నమ్మకం కళ్లలో నిండుగా ఉండగా అడిగింది. అది నిజంగా మనసును తాకేలా ఉంది.

ఇంచుమించు అవును అన్నంత పని చేశాను. అది నిజం మరి. అయితే అబద్ధం చెప్పడం సులువు. విట్నీలో ఏఏ మీటింగ్‌కు వెళ్లానని చెప్పాను.

'అదా' కాస్త విస్తుపోతూ చూపులు తిండిమీదకు వాల్చింది. 'శుక్రవారం ఏదో జరిగింది అనుకున్నాను' అన్నది.

'అవును, కానీ పని అంత సులభంగా జరగదు. కాతీ' అన్నాను. కానీ, నాకే అది బాగుండలేదు. తనకు మరి నా తాగుడు గురించి బెంగ. 'ఏదో ప్రయత్నంలో ఉన్నాను' అని కూడా జోడించాను.

'నేను గాని, నీతో రావాలని ఉంటే....'

'ఇప్పుడు కాదులే. అయినా తాంక్స్.'

'పోనీ, ఇద్దరం కలిసి మరేదో చేయవచ్చు. జిమ్‌కు వెళ్లడం, అలాంటివి,' అడిగింది.

నేను నవ్వాను. కానీ తాను సీరియస్‌గా అడుగుతున్నది. అర్థమయిన తరువాత, సరే ఆలోచిస్తాను, అన్నాను. ఆమె వెళ్లిపోయింది. తిరిగి వచ్చానని డేమియెన్ ఫోన్‌చేసి చెప్పాడు. కనుక తాను అతని ఇంటికి వెళ్లింది. అతను పిలిస్తే చాలు, ఎందుకట్లా పరుగెడతావు? అని అడుగుదామనిపించింది. కానీ నేను ఇటువంటి విషయాలలో సలహా ఇవ్వగల స్థాయిలో ఇప్పుడు లేను. అసలు ఏ విషయంలోనూ సలహా ఇవ్వలేను. అన్నింటికి మించి ఒక డ్రింక్ తాగాలని ఉంది. (జిరాఫ్‌లోకి వచ్చినప్పటి నుంచి కోరిక ఉండనే ఉంది. వెయిటర్ కూడా ఓ గ్లాస్ వైన్ కావాలా అని అడిగింది. కాతీ మాత్రం, నో తాంక్యూ అని నొక్కి మరీ చెప్పింది.) ఆమెకు వీడ్కోలు చెప్పాను. వెంటనే రానన్నసంగతి తెలిసినట్టు చర్మం చిమచిమ మొదలయింది. మంచి ఆలోచనలన్నింటినీ పక్కకు నెట్టాను. (వద్దు తప్పు, నీ పరిస్థితి *నిజంగా* మెరుగవుతున్నది.) ఆఫ్ లైసెన్స్ అంగడికి వెళ్లడానికని షూస్ వేసుకుంటున్నాను. అంతలో ఫోన్ మోగింది. టామ్. తప్పక, బ్యాగ్ నుంచి ఫోన్ తీశాను. స్క్రీన్ చూశాను. గుండె డ్రమ్‌లాగ మోగసాగింది.

'హై' కాసేపు మౌనం. 'అంతా బాగానే ఉందా?' నేనడిగాను.

కొంచెం సేపు తరువాత స్కాట్ అన్నాడు మరి, 'ఆ ఫైన్' నేను బాగానే ఉన్నాను. తాంక్స్ చెబుదామని కాల్ చేశాను. నిన్నటి గురించి. నాకు విషయం చెప్పాలని టైమ్ ఇచ్చినందుకు.'

'ఓహ్ ఏం ఫరవాలేదు, మీరసలు–'

'డిస్టర్బ్ చేస్తున్నానా?'

'లేదు. ఫరవాలేదు' లైన్‌లో మళ్లీ నిశ్శబ్దం. నేను మాట సాగించాను.' 'అంతా ఫైన్. మీరు అసలేమయినా తెలిసిందా? పోలీస్‌లతో మాట్లాడారా?'

'మధ్యాహ్నం ఒక ఆఫీసర్ వచ్చారు' అన్నాడతను. నా గుండె వేగం పెరిగింది. డిటెక్టివ్ సార్జెంట్ రైలీ. నేను ఆమె ముందు కమాల్ అబ్దిక్ ప్రసక్తి తెచ్చాను. అతనితో మాట్లాడితే లాభం ఉండవచ్చు అన్నాను.'

'మీరు... నాతో మాట్లాడిన సంగతి ఆమెకు చెప్పారా?' నా నోరు పూర్తిగా ఎండిపోయింది.

'లేదు. చెప్పలేదు. బహుశా ఏమీ తెలియదు. అతని పేరు నేనే చెపితే మేలు అనుకున్నాను. అబద్ధమే గానీ, నేను చాలా ఆలోచిస్తున్నానని, మేగన్ తెరపిస్ట్‌తో

మాట్లాడితే, ఏమయినా తెలియవచ్చునని చెప్పాను. గతంలో వాళ్ల సంబంధం గురించి నాకు అనుమానం ఉందని కూడా అన్నాను.

నాకు తిరిగి ఊపిరి ఆడుతున్నది. 'ఆమె ఏమంది?' అడిగాను

'అతనితో ఇది వరకే మాట్లాడాము. మరోసారి మాట్లాడుతాము అన్నది. అతని గురించి అంతకు ముందు ఎందుకు చెప్పలేదంటూ వంద ప్రశ్నలు అడిగింది. ఆమె... ఏమో తెలియదు. ఆమె మీద నమ్మకం కలుగలేదు. ఆమె నా పక్షాన ఉండవలసిన మనిషి. కానీ ఎంత సేపు ఆమె ఏదో తరచి వెతుకుతున్నది అనిపించింది. నాకు నచ్చలేదు.' స్కాట్‌కు కూడా ఆమె నచ్చలేదంటే నాకు, ఆ సంగతి నచ్చింది. కానీ అది దద్దమ్మ ఆలోచన. మొత్తానికి మా ఇద్దరి మధ్య సమాన లక్షణాలున్నాయన్నమాట. మమ్మల్ని కలపడానికి అది మరో పోగు.

'ముందుకు వచ్చినందుకు థాంక్స్ చెపుదామనుకున్నాను. వింతగా వినిపిస్తుందేమో గానీ, అంతగా దగ్గరకాని మనిషితో మాట్లాడడం బాగుంది. మళ్లీ సరిగ్గా ఆలోచించ గలుగుతాను అనిపించింది. మీరు వెళ్లి పోయారు. నేనిక మేగన్ ఆ తెరపిస్ట్ దగ్గరకు మొదటి సారి వెళ్లిన సందర్భం గురించి ఆలోచించసాగాను. ఆ అబ్డిక్ వద్ద నుంచి తిరిగి వచ్చిన తర్వాత ఆమె తీరు గురించి ఆలోచించాను. ఆమెలో ఏదో ఓ తేలికతనం కనిపించింది.' అతను గట్టిగా ఊపిరి వదిలాడు.

'ఏమో తెలియదు, అంతా ఊహకావచ్చు' అన్నాడు.

నాకు నిన్న కలిగిన భావమే కలిగింది. అతను మాట్లాడుతున్నాడు. నాతో మాత్రం కాదు. అతనికి నేను ఒక సౌండింగ్ బోర్డ్‌గా దొరికాను. అంతే. అయినా నాకు అది బాగుంది. అతనికి సాయం చేయగలిగినందుకు బాగుంది.

'మేగన్ వస్తువులన్నింటినీ మరోసారి వెతుకుతూ దినమంతా గడిపాను,' అన్నాడు. 'మా గది వెతికాను. ఇల్లంతా అరడజన్ సార్లు వెతికాను. తానెక్కడుంది, తెలియడానికి సూచనగా ఏదో ఒకటి, ఏదయినా దొరుకుతుందని. అతను పంపినది ఏదయినా ఉందేమో. కానీ, ఏమీ కనిపించలేదు. ఈమెయిల్స్, ఉత్తరాలు ఏవీ లేవు. అతడితో మాట్లాడాలని కూడా అనుకున్నాను. కానీ ప్రాక్టీస్‌కు ఇవాళ సెలవు. మొబైల్ నంబర్ దొరకలేదు.'

'అది మంచి ఆలోచన అనుకుంటున్నారా? అతడిని పోలీసులకు వదలడం మంచిది అనిపించలేదా?' అడిగాను. గట్టిగా చెప్పాను గానీ, మనమిద్దరం ఒకటే

అనుకోవాలి. అతను ప్రమాదకారి. మునుముందయినా అంతేకాగలడు. 'ఏమో తెలియదు. నాకేమీ తెలియదు.' అతని గొంతులో ఒక అసహాయత వినిపించింది. వినడానికి బాధగా ఉంది. కానీ, నా దగ్గర ఊరట అందించడానికి ఏమీ లేదు. అతని శ్వాస వినబడుతున్నది. వేగంగా, వెంటవెంటనే. అదేదో భయానికి గురయినట్టు. అతనితో మరెవరయినా ఉన్నారా అడగాలి అనిపించింది. కానీ తప్పు. అందులో తప్పుడు భావన వినబడే వీలుంది.

'నేను మీ ఎక్స్‌ను చూచానివాళ,' అన్నాడతను. నా చేతుల మీద వెంట్రుకలు నిక్కబొడవడం తెలిసింది.

'ఓహ్?'

'అవును, పేపర్ కొరకు వెళ్లాను. అతను వీధిలో కనిపించాడు. నా పరిస్థితి గురించి క్షేమం అడిగాడు. వార్తలేమయినా ఉన్నాయా, అని కూడా.'

'ఓహ్' అన్నాను మరోమారు. అది మాత్రమే అనగలిగాను. మాటలు రావడం లేదు. అతను టామ్‌తో మాట్లాడగూడదు. నాకు మేగన్ హిప్‌వెల్‌తో పరిచయం లేదని టామ్‌కు తెలుసు. ఆమె మాయమయిన రాత్రి నేనా ప్రాంతంలో ఉన్నానని టామ్‌కు తెలుసు.

'మీ గురించి ఏమీ చెప్పలేదు. యూ నో.... మిమ్మల్ని కలిసింది, ఆయనకు చెప్పడం సరియయినదా తెలియలేదు.'

'లేదు చెప్పకుండా ఉండడమే మంచిది. ఏమో తెలియదు. అంతా వెకిలిగా ఉంటుందేమో?'

'సరే మరి' అన్నాడతను. ఆ తరువాత చాలాసేపు మాటలు లేవు. నా గుండె వేగం తగ్గాలని వేచి ఉన్నాను. అతను ఫోన్ పెట్టేస్తాడేమో. కానీ అంతలోనే 'తాను నా గురించి ఎన్నడూ నిజంగా మాట్లాడలేదా?' అడిగాడు అతను.

'లేదు, అదికాదు మాట్లాడింది. ఏమిటంటే మేము అంత తరుచుగా మాట్లాడింది లేదు. కానీ–'

'ఇంటికి కూడా వచ్చాననన్నారు. మేగన్ ఎవరినయినా ఇంటికి పిలవడం తక్కువ. ఆమె ప్రైవేట్ రకం మనిషి. తన ఉనికిని తాను కాపాడుకుంటుంది.'

నేను కారణం వెతుకుతున్నాను, ఇంటికి వచ్చానని చెప్పి ఉండగూడదు.

'ఒక పుస్తకం కోసం వచ్చాను.'

'నిజంగా?' అతనికి నమ్మకం కలగలేదు. అది పుస్తకాలు చదవదు. ఆ ఇంటి గురించి ఆలోచించాను. ఎక్కడా పుస్తకాలు కనిపించలేదు. 'ఎటువంటి సంగతులు చెప్పింది? నా గురించి?'

'ఏముంది, తాను సంతోషంగా ఉన్నాను అన్నది. అంటే మీతోనన్న మాట. మీ మధ్య సంబంధం' అన్నాను. కానీ ఆ మాటలు అంటుంటే ఎంత పొందికలేని మాటలు అర్థమయింది. వివరంగా ఏమి చెప్పగలను? ఏదో ఒకటి చెప్పాలి.

'దాపరికం లేకుండా చెప్పాలంటే, నా సంబంధాలు అంతంతగా ఉండేవి. కనుక అదే పోల్చిచూచిన తీరన్నమాట. మీ గురించి మాట్లాడితే తన ముఖంలో వెలుగు కనిపించేది.' భయంకరమయిన మాట. అర్థం లేని మాట.

'నిజంగానా?' అతను గమనించినట్టు లేదు. ఆ గొంతులో ఏదో భయం వినిపించింది. అదెంతో బాగుంది వింటుంటే, కొంచెం ఆగాడు. అతని శ్వాస వినపడుతున్నది. వేగంగా, లోతుగా లేకుండా. 'మేము గట్టిగా పేచీపడ్డాం.' అంటే తాను మాయమయిన రాత్రి అన్నమాట. తనకు నా మీద కోసం కలిగింది. అన్నమాట నాకు అసహ్యంగా ఉంది.'

'ఆమెకు మీమీద కోపం అంతగా కొనసాగదని అంటాను. జంటల పేచీలు ఎప్పటికీ ఉండేవే,' అన్నాను.

'కానీ ఇది మరో రకం. భయంకరంగా సాగింది. ఎవరికీ చెప్పాలని లేదు. చెప్పానంటే తప్పంతా నాదే అంటారు.'

ఈ గొంతులో మరేదో లక్షణం ఉంది. దోషభావం నిండినట్టు, ఎవరో వెంటబడినట్లు ఉందది.

'అది ఎట్లా మొదలయింది జ్ఞాపకం లేదు,' అన్నాడతను. నమ్మకం కలగక పోవడానికి సమయం పట్టలేదు. కానీ, వెంటనే, నేను మరిచిపోయిన వాదనల్నింటినీ గురించి ఆలోచనవచ్చింది. నాలుక కొరుక్కున్నాను. 'నాకు బాగా పిచ్చెత్తింది. నేను మరీ... ఆమెపట్ల మరీ నిర్దయగా ఉన్నాను. నేను భ్రష్టుడనయ్యాను. పూర్తి భ్రష్టత్వం. ఇక తను అప్‌సెట్ అయింది. పై గదిలోకి వెళ్లి బ్యాగ్‌లో కొన్ని వస్తువులు తీసుకున్నది. అవేమిటంటే నాకు తెలియదు. కానీ తరువాత చూస్తే తన టూత్ బ్రష్ కనిపించలేదు. అంటే తనకు ఇంటికి వచ్చే ఆలోచన లేదని తెలిసింది. ఇక నేను అనుకున్నాను.... రాత్రి తారా ఇంట్లో ఉంటుంది, అనుకున్నాను. అంతకు ముందొకసారి అట్లా జరిగింది. ఒకే ఒక్కసారి. చికాకులు ఎప్పటికీ జరిగేవి అనడానికి లేదు.'

'నేను తన వెంట వెళ్లను కూడా లేదు' అన్నాడతను. అతను మాట్లాడుతున్నది నాతో కాదని మరొకసారి నాకు కొట్టినట్టు తోచింది. అతను కన్ఫెస్ చేస్తున్నాడు. ఆ పద్ధతికి అతనొక పక్కన ఉంటే, నేను ఇంకొక పక్క ఉన్నాను. అదీ ఎవరికీ కనబడకుండా, గుర్తింపు లేకుండా ఉన్నాము.

'అంటే అది శనివారం రాత్రి కదూ?'

'అదే, తనను నేను చివరిసారిగా చూడడం.'

మరెవరో ఒకరు ఆమెను చూచారు. లేదా 'వర్ణించిన రకం ఆడమనిషిని చూచారు. ' ఆమె ఏడుంపావు ప్రాంతంలో విట్నీ స్టేషన్ వేపు నడిచి పోయింది. ఈ సంగతి నాకు వార్తాపత్రికల కారణంగా తెలుసు. ఆ తరువాత ఆమెనెవరూ చూడలేదు.

ప్లాట్‌ఫామ్ మీదగానీ, ట్రెయిన్‌లో గానీ, ఆమెను చూచిన జ్ఞాపకం ఎవరికీ లేదు.

విట్నీలో సీసీ టీవీ లేదు, కోర్ట్‌లోని సీసీ టీవీల్లో ఆమె కనిపించలేదు. అలాగని ఆమె అక్కడికి పోలేదని చెప్పడానికి లేదని వారు రాశారు. స్టేషన్‌లో కొన్ని బ్లైండ్ స్పాట్స్ ఉన్నాయి.

అవి కెమెరాల్లో కనిపించవు. 'ఏ సమయానికి మీరు ఆమెను కాంటాక్ట్ చేయడానికి ప్రయత్నించారు?' నేను అడిగాను. మరో నిడుపాటి సైలెన్స్.

'నేను.... నేను పబ్‌కు వెళ్లాను. రోజ్, మీకు తెలుసుగా కింగ్‌లీ రోడ్ మలుపు మీద ఉంటుంది! నేను చల్లబడవలసిన అవసరంతోచింది. అప్పుడు ఆలోచనలు సవ్యంగా సాగుతాయి. ఒకటి రెండు పైంట్స్ తాగాను. ఇంటికి వెళ్లిపోయాను. అది పదింటికి కొంచెం ముందు. ఈలోగా తన కోపం చల్లబడుతుందనీ, తిరిగి వచ్చేస్తుందని ఆశించాను. కానీ తాను రాలేదు.'

'అంటే పది ప్రాంతాల మీరు ఫోన్ చేశారు!'

'కాదు,' అతని స్వరం గుసగుస స్థాయికి దిగింది...' 'చెయ్యలేదు. ఇంట్లో మరో రెండు బియర్‌లు తాగాను. టీవీ చూచాను. వెళ్లి పడుకున్నాను.'

టామ్‌తో నేను పెట్టుకున్న వాగ్వాదాలు అన్నింటి గురించి ఆలోచించాను. బాగా తాగిన తరువాత కూసిన కారుకూతలన్నింటి గురించి ఆలోచించాను. వీధిలోకి తుఫానులాగ వెళ్లిపోవడం, గట్టిగా అరవడం. మళ్లీ ముఖం చూడను అని

చెప్పడం అన్నీ మెదడులో తిరిగాయి. అంతా జరిగిన తర్వాత అతను తప్పక ఫోన్ చేసేవాడు. నాకు నచ్చజెప్పేవాడు. ఇంటికి రమ్మని బుజ్జగించేవాడు.

'తాను తారా ఇంటి, వంటింట్లో కూచుని ఉంటుందని ఊహించాను. నా గురించి చెడ్డగా మాట్లాడుతూ అన్నమాట. కనుక వదిలేశాను.'

అతను వదిలేశాడు. అది నిర్లక్ష్యం, పట్టలేనితనం. మరిక తానీ సంగతి ఎవరికీ చెప్పలేదంటే ఆశ్చర్యం లేదు. స్కాట్ ఇలా చేస్తాడని నేను ఊహించలేదు. మేగన్ వెనుక టెరేస్ మీద నిలబడే స్కాట్, తన పెద్ద చేతులు దాని భుజాల మీద పెట్టి, దేన్నుంచయినా కాపాడుతాను అన్నట్టు ఉంటాడు. నాకు ఆ స్కాట్ తెలుసు.

ఫోన్ పెట్టేయడానికి సిద్ధంగా ఉన్నాను. కానీ మాట్లాడుతూనే ఉన్నాడు. 'త్వరగా నిద్రలేచాను, ఫోన్‌లో మెసేజ్‌లు ఏవీ రాలేదు. అయినా నేను గాభరా పడలేదు. తారాతో ఉందనే అనుకున్నాను. కోపం ఇంకా తగ్గలేదని అనుకున్నాను. అప్పుడు కాల్ చేశాను. వాయిస్ మెయిల్‌కు పోయిందది. అప్పటికీ నేను గాభరాపడలేదు. ఇంకా నిద్రలో ఉంది. లేదా నా కాల్ తీయడం లేదు అనుకున్నాను. నాకు తారా నంబర్ దొరకలేదు. ఆమె చిరునామా ఉంది. మేగన్ డెస్క్ మీద ఒక బిజినెస్ కార్డ్ మీద ఉందది. అందుకే లేచి డ్రైయివ్ చేస్తూ అక్కడికి వెళ్లాను.'

అతనికి పట్టిలేకుంటే, తారా ఇంటికి పోవలసిన అవసరం ఎందుకు తోచింది? అది నా మెదడుకు తోచిన ప్రశ్న. అయినా మాటలకు అడ్డురాలేదు.

'తారా ఇంటికి చేరే వరకు తొమ్మిది దాటింది. తాను తలుపు తీసేముందు ఆలస్యం చేసింది. కానీ నన్ను చూచిన తరువాత నిజంగా ఆశ్చర్యంలో మునిగింది. అంత పొద్దున్నే నేను, వాళ్ల ఇంటి ముందుకు వస్తానని తానెన్నడూ ఊహించి ఉండదు. అప్పుడే నాకు అర్థమైంది. మేగన్ అక్కడ లేదని అప్పుడు నాకు అర్థమయింది. ఆలోచన మొదలయింది.... నేనిక...' మాటలు సాగలేదు. అతడిని అనుమానించినందుకు నన్ను నేను హీనంగా అనుకోవడం మొదలయింది.

'వాళ్ల పిలాటిస్ క్లాస్‌లో అంటే శుక్రవారం తరువాత మేగన్‌ను చూడనే లేదని అన్నది ఆవిడ. అప్పుడు నాకు భయం మొదలయింది.'

ఫోన్ పెట్టేశాను. అతని గురించి మీకు తెలియకుంటే, ఆమెతో అతని తీరు చూచి ఉండకుంటే, నాలాగ కాక, అతను చెప్పినవన్నీ నిజాలు కావని అనుకోవడం గురించి ఆలోచించాను.

సోమవారం, 22 జులై 2013

ఉదయం

అంతా గజిబిజిగా ఉంది, ప్రశాంతంగా పడుకున్నాను కానీ కలలు వచ్చాయి. ఉదయాన నిద్రమత్తు వదలడం కష్టమయింది. వేడి వాతావరణం తిరిగి వచ్చింది. సగం మాత్రమే నిండిన రైలుపెట్టె ఉక్కగా ఉంది. ఇవాళ నిద్ర లేవడం ఆలస్యమైంది. పత్రిక కొనడానికి సమయం లేదు. ఇంటర్‌నెట్ వార్తలు కూడా చూడలేదు. కనుక బీబీసీ సైట్ చూడాలని ఫోన్‌లో ప్రయత్నం చేశాను. ఎందుకోగాని అది సులభంగా అందడం లేదు. నార్త్‌కోట్‌లో ఒకతను ఐప్యాడ్ పట్టుకుని ఎక్కాడు. అతనికి వార్తలు అందడంలో సమస్య రాలేదు. అతను నేరుగా *డెయిలీ టెలిగ్రాఫ్*‌కు వెళ్లాడు. అక్కడ పెద్ద అక్షరాలలో వార్త ఉంది. మేగన్ హిప్‌వెల్ అదృశ్యం సంబంధంగా ఒక వ్యక్తి అరెస్ట్.

నాకు చాలా భయమయింది. నన్ను నేను మరిచి, సరిగా చూడడానికి అతని మీదికి వంగాను. అతను నా వంక చూచాడు. భయపడిపోతూ అన్నమాట.

'అయామ్ సారీ, నాకు ఆమె తెలుసు. ఆ తప్పిపోయిన ఆవిడ. నేనామెను ఎరుగుదును.'

'ఓహ్ అన్యాయం కదూ!' అన్నాడతను. అతను మధ్యవయసు మనిషి. చక్కని మాట, చక్కని దుస్తులు.' మీరు స్టోరీ చదువుతారా?'

'ప్లీస్ నా ఫోన్‌లో ఏదీ రావడం లేదు'

అతను జాలిగా నవ్వాడు, టాబ్ అందించాడు. హెడ్‌లైన్‌ను తాకాను. వివరాలు వచ్చాయి.

> 13 జులై శనివారం నుంచి కనిపించకుండా పోయిన విట్నీ యువతి మేగన్ హిప్‌వెల్ (29 ఏళ్లు) సంబంధంగా ముప్పై దాటిన ఒకతనిని అరెస్ట్ చేశారు. అతను మేగన్ హిప్‌వెల్ భర్త అని పోలీసులు నిర్ధారణగా చెప్పలేకపోయారు. శుక్రవారం అతడిని అనుమానితుడిగా ప్రశ్నించారు. పోలీస్ స్టేట్‌మెంట్‌లో ఈ ఉదయం చెప్పిన ప్రకారం, అరెస్ట్‌ను ధృవీకరించారు. అతడిమీద నేరారోపణ మాత్రం చేయలేదు. మేగన్ గాలింపు సాగుతున్నది. ఘటనా స్థలం అనుకుంటున్న ఒక చిరునామా కొరకు అన్వేషణ సాగుతున్నది.

ఆ ఇంటి పక్కగా వెళుతున్నాము. మామూలుగా గాక, ట్రెయిన్ ఇవాళ అక్కడ ఆగకుండా ముందుకు పోతున్నది. తల తిప్పి చూచాను. కానీ అప్పటికే దాటేశాం. ఇల్లు వెళ్లిపోయింది. నా చేతులు వణుకుతున్నాయి. అలాగే ఐప్యాడ్ తిరిగి ఇచ్చాను. అతను దుఃఖంగా తల ఆడించాడు. 'అయామ్ వెరీ సారీ' అన్నాడు.

'ఆమె చనిపోలేదు,' అన్నాను నేను. నా గొంతు మారింది. నా మీద నాకే నమ్మకం కలుగలేదు. కన్నీళ్లు కంట్లో గుచ్చుకుంటున్నాయి. నేనతని ఇంట్లోకి వెళ్లాను. టేబుల్ పక్కన కలిసి కూచున్నాను. అతని కళ్లలోకి చూచాను. ఏదో భావం కలిగింది. అతని ఆ పెద్ద చేతుల గురించి, వాటితో నన్ను నలిపి చంపడం గురించి, అలా ఎన్నో. మేగన్ చిన్న కాయం. సులభంగా విరిగే రకం. అతను ఆమెను నలిపివేయగలుగుతాడు.

విట్నీ స్టేషన్ వస్తుంటే, బ్రేకులు కీచుమన్నాయి. నేను ఎగిరినట్లు లేచాను.

'నేనిక వెళ్లాలి,' పక్కనున్న పెద్ద మనిషితో అన్నాను. అతను కొంచెం ఆశ్చర్యపడినట్లుంది. అయినా గౌరవంగా తలాడించాడు.

'గుడ్ లక్' అన్నాడు కూడా.

ప్లాట్‌ఫామ్ మీద, మెట్ల మీదుగా పరుగుగా నడిచాను. జనం రాకకు ఎదురుగా పోతున్నాను. సుమారు మెట్ల చివరన జారబోయాను. ఒకతను 'జాగ్రత్త' అన్నాడు. నేను అతని వేపు చూడలేదు. కాంక్రీట్ మెట్ల అంచు చూస్తున్నాను. కింద నుంచి రెండవ దాని వేపు. అక్కడ రక్తం మరక ఉంది. అది ఎంతకాలంగా ఉందని ఆలోచన. అది వారం నాటిది కావచ్చా? అది నారక్తమా? లేక తనదా? ఆ ఇంట్లో దాని రక్తం మరకలున్నాయా? అందుకే అతడిని అరెస్ట్ చేశారా? వంటిల్లు, లివింగ్‌రూమ్, అన్నింటినీ మనోఫలకం మీద చూస్తున్నాను ఆ వాసన. అంతా శుభ్రంగా ఆంటిసెప్టిక్ అది బ్లీచ్ వాసనా? తెలియదు. ఇప్పుడు గుర్తులేదు. నాకు గుర్తున్నదల్లా అతని వీపు మీద చెమట, అతని ఊపిరిలో బియర్ వాసన.

అండర్ పాస్‌లో నుంచి పరుగుపెట్టాను. బ్లెన్‌హైమ్ రోడ్ మలుపులో తూలాను. తలవంచుకుని పేవ్‌మెంట్ మీద వడిగా నడుస్తున్నాను. ఊపిరి బిగబట్టాను. పైకి చూడాలంటే చచ్చే భయం. కానీ చూస్తే మాత్రం ఏమీ లేదక్కడ. స్కాట్ ఇంటి ముందు నిలిచి వ్యాన్‌లేవీ లేవు. పోలీస్ కార్లు లేవు. అప్పటికే ఇంటి సోదా ముగించారా? ఏదో దొరికితే తప్పకుండా అక్కడే ఉంటారు. అన్నింటినీ పరిశీలించడానికి గంటలు పడుతుంది. అన్నింటినీ చూడాలి. నడక వేగం

పెంచాను. అతని ఇంటికి చేరి ఆగాను. గట్టిగా ఊపిరి పీల్చాను. పక్కింటి వాళ్ల పరదాలు కదిలాయి. నన్నెవరో చూస్తున్నారు. చెయ్యి పైకెత్తి ద్వారం వరకు నడిచాను. నేనిక్కడ ఉండగూడదు. ఇక్కడ ఏం చేస్తున్నాను తెలియదు. ఊరికే చూడాలి, అంతే. తెలుసుకోవాలి. ఒక్క క్షణం నా మనసు చెబుతున్న ప్రతి మాటకు వ్యతిరేకంగా పోయి ఆ తలుపు మీద తట్టడం లేదా వెనుదిరగడం మధ్య పట్టుబడి ఉండిపోయాను. వెళ్లిపోవాలని వెనుదిరిగాను. సరిగ్గా అప్పుడే తలుపు తెరుచుకున్నది.

నేను కదిలే లోపల, అతని చెయ్యి వేగంగా ముందుకు వచ్చింది. అతను ముంజేయి పట్టేసుకున్నాడు. తన వేపు లాక్కున్నాడు. మూతి ముడుచుకుని ఉన్నాడు. కళ్లు భయంకరంగా ఉన్నాయి. అతను వివశుడుగా ఉన్నాడు. భయం, ఆడ్రినాలిన్ కలిసి కలవరపెడుతుండగా, నాకు చీకటి ముంచుకు రావడం కనిపించింది. అరవాలని నోరు తెరిచాను. అప్పటికే ఆలస్యమైంది. అతను నన్ను ఎత్తి ఇంట్లోకి లాగేశాడు. తలుపు ధడాలున వేశాడు.

మేగన్

గురువారం, 21 మార్చ్ 2013

ఉదయం

నేను ఓడిపోను. నా గురించి ఇది తనకు తెలియాలి. ఇటువంటి ఆటలలో నేనెప్పుడూ ఓడిపోను. నా ఫోన్ స్క్రీన్ బ్లాంక్‌గా ఉంది. మొండిగా, పట్టనట్టు ఖాళీ. టెక్స్‌ట్ మెసేజ్‌లు లేవు. మిస్‌డ్ కాల్స్ లేవు. దానివేపు చూచినప్పుడల్లా ఎవరో నా చెంప వాయించినట్లు అనిపిస్తుంది. ఇక కోపం పెరుగుతుంది. మరింత పెరుగుతుంది. హోటల్ గదిలో నాకేమయింది? ఏం ఆలోచించానక్కడ? మాకు మధ్య బంధం కుదిరిందని, ఇరువురి మధ్యన నిజంగా ఏదో ఉందని అంతేనా? అతనికి నాతో ఎక్కడికో పారిపోవాలని ఎంతమాత్రం లేదు. కాని అతగాడిని ఒక క్షణం పాటు నమ్మాను. క్షణంకన్నా ఎక్కువే. అక్కడే నాకు తిక్కరేగుతుంది. అర్థంలేని, వెర్రిదాన్నయ్యాను. అంతసేపు అతను నన్ను చూచి నవ్వుతున్నాడు.

'నేను ఏడుస్తూ అక్కడే ఉండిపోతాను' అని అతను అనుకుంటే, రాబోయే విషయాన్ని ఎదురుకుంటాడు. అతను లేకుండా నేను బతకగలను. అతను లేకుండా హాయిగా ఉండగలను. అయితే ఓడిపోవడం మాత్రం నాకు నచ్చదు. అది నా తీరు కాదు. ఇదేదీ నా తీరు కాదు. నన్ను కాదంటే సహించను. అక్కడి నుంచి వెళ్లిపోయేది ముందు నేను. దానివల్ల నాకు పిచ్చెత్తుతున్నది. మరోలా కుదరడం లేదు. హోటల్లో ఆ మధ్యాహ్నం గురించి, అతనన్న మాటలను మరీ మరీ గుర్తు చేసుకోకుండా ఉండలేక పోతున్నాను. అప్పుడు నాకు కలిగిన భావాలు తలలో తిరుగుతున్నాయి.

బాస్టర్డ్

నేను ఊరికే మాయమవుతానని, ఏమీ అనకుండా వెళ్లిపోతానని అనుకుంటే మాత్రం తానుతప్పు చేస్తున్నాడు. వెంటనే పిక్ అప్ చేయకుంటే, అతని మొబైల్‌కు గానీ, ఇంటికి గానీ ఫోన్ చేయడం మానేస్తాను. ఈ నిర్లక్ష్యం సహించలేను. బ్రేక్‌ఫాస్ట్ దగ్గర స్కాట్ నన్ను తెరపీ సెషన్, క్యాన్సిల్ చేయమని అడిగాడు. నేనేమీ అనలేదు. విననట్లు నటించాను.

దేవ్ మనల్ని డిన్నర్‌కు పిలిచాడు. వాళ్ల ఇంటికి వెళ్లి ఏళ్లయింది. సెషన్‌ను రీ అరేంజ్ చేయలేవా?' అన్నాడు. అతను మాటతీరు తేటగా ఉంది. చాలా సులభంగా అడుగుతున్నట్లు ఉంది. కానీ, తాను నన్ను గమనించడం తెలుస్తున్నది. కళ్లు నా ముఖం మీదే ఉన్నాయి. వాదం మొదలు కానుంది. నేను జాగ్రత్తగా ఉండాలి.

'కుదరదు స్కాట్, చాలా లేటయింది, ఇప్పటికే' అన్నాను. 'దేవ్, కారెన్‌లను శనివారం రమ్మని అడగకూడదూ?' అసలు ఆ దంపతులను ఇంటికి పిలిచే ఆలోచనే నాకు నచ్చదు. అయినా అవుననాలి, తప్పదు.

'ఆలస్యం ఏమీ కాలేదు,' అన్నాడతను. తన కాఫీ కప్ నా ముందు బల్ల మీద పెడుతూ క్షణం పాటు చేతిని నా భుజం మీద పెట్టాడు. 'క్యాన్సిల్ చెయ్యి, సరేనా?' అంటూ గదిలోనుంచి వెళ్లిపోయాడు.

ముందు తలుపు మూసుకున్న వెంటనే, కాఫీ కప్ అందుకుని గోడమీదికి బలంగా విసిరాను.

సాయంత్రం

అది తిరస్కారం కాదని నాకు నేను నచ్చజెప్పుకోగలిగాను. నీతిపరంగా, వృత్తిపరంగా అతను సరయినపని చేయడానికి ప్రయత్నిస్తున్నాడని, నేను సముదాయించుకోవాలి. అయితే, అది నిజం కాదని నాకు తెలుసు. కనీసం పూర్తి కారణం కాదు. ఎవరి మీదయినా నిజంగా కోరిక ఉంటే, నీతులు (వృత్తి కూడా) అడ్డంరావు. వారి కోసం ఏదయినా చేయవచ్చు. తనకు నా మీద అంత ప్రేమ లేదని అర్థం.

మధ్యాహ్నమంతా స్కాట్ కాల్స్‌ను పట్టించుకోలేదు. సెషన్‌కు ఆలస్యంగా వెళ్లాను. రిసెప్షనిస్ట్‌తో ఒక మాట కూడా మాట్లాడకుండా, నేరుగా అతని ఆఫీసులోకి

వెళ్లిపోయాను. తను డెస్క్ ముందు కూచుని ఉన్నాడు. ఏదో రాస్తున్నాడు. నేను వస్తుంటే తలెత్తి చూచాడు. నవ్వను మాత్రం లేదు. తిరిగి తన కాగితాలలోకి చూడసాగాడు. నన్ను చూస్తాడని అక్కడే నిలబడి వేచి చూచాను. చాలా కాలం పట్టినట్టు అనిపించింది.

'బాగానే ఉన్నావా?' చివరకు అడిగాడు. అప్పుడు సన్నగా నవ్వాడు.... 'ఆలస్యం చేశావు.'

నా గొంతులో శ్వాస ఆగుతున్నది. మాట పెగలలేదు. అటుపక్కకు నడిచి అతని మీదికి వాలాను. నా కాలు తన తొడకు తగులుతున్నది. తను కొంచెం వెనక్కు తగ్గాడు.

'మేగన్, ఏమయింది?' అన్నాడు

తల ఆడించాను, చెయ్యి చాచాను అందుకున్నాడు.

'మేగన్' తల ఆడిస్తూ అన్నాడు.

నేనేమీ అనలేదు.

'ఇలా కాదు, నీవు కూచోవాలి. మాట్లాడదాం' అన్నాడు.

తల ఆడించాను

'మేగన్'

నా పేరు పలికిన ప్రతిసారీ తిక్కరేగింది.

లేచి నిలుచున్నాడు, డెస్క్ అటుపక్కకు అంటే నా నుంచి దూరం పోయాడు. గది మధ్యలో నిలుచున్నాడు.

'రా వచ్చి కూచో', చాలా మామూలుగా, బరువుగా అన్నాడు

నేను కూడా గది మధ్యకు వెళ్లాను. చెయ్యి అతని నడుమ్మీద వేశాను. మరో చెయ్యి ఎదమీద పెట్టాను. తను నా మణికట్టులను పట్టుకున్నాడు. దూరంగా కదిలాడు.

'వద్దు, మేగన్ వద్దు, మనికిది పనికిరాదు' దూరం పోయాడు

'కమాల్' నా గొంతు ఒక రకంగా వచ్చింది. అది నాకు అసలు నచ్చలేదు. 'ప్లీస్' అన్నాను.

'అది... ఇక్కడ... అది మంచి తీరుకాదు. మామూలు కాదు. నన్ను నమ్ము. కానీ....'

అప్పుడు, నాకు తనతో ఉండాలని ఉంది అని చెప్పాను.

'అది ట్రాన్స్‌ఫరెన్స్ మేగన్. అప్పుడప్పుడు అట్లాగే ఉంటుంది. నాకు కూడా. పోయినసారి ఈ టాపిక్ నీకు చెప్పి ఉండవలసింది. సారీ' అన్నాడు.

నాకు గట్టిగా అరవాలనిపించింది. అతను ఎంత వెర్రిగా చెప్పాడు, అందులో జీవం లేదు. మామూలుగా చెప్పాడు.

'అసలు నీకెటువంటి భావన లేదు, అంటున్నావా?' అడిగాను. 'ఇదంతా నేను ఊహించుకుంటున్నాను అంటావా?'

అతను తల అడ్డంగా ఆడించాడు. 'నీవు అర్థం కోసుకోవాలి మేగన్. వ్యవహారం ఇంత వరకు రాకుండా నేను ఆపవలసింది.' నేనతనికి చేరువుగాజరిగాను. చేతులు అతని నడుమ్మీద వేశాను. నా దిక్కు తిప్పుకున్నాను. మళ్లీ అతను నా చేతులు పట్టేసుకున్నాడు. అతని నిడుపాటి వేళ్లు నా చేతులను పట్టేశాయి. 'నా ఉద్యోగం పోతుంది,' అన్నాడు. ఇక నాకు వశం తప్పింది.

నేను కోపంగా, తీవ్రంగా వెనుకకు జరిగాను. నన్ను పట్టుకునే ప్రయత్నం చేశాడు. కానీ తనకు కుదరలేదు. నేను అరుస్తున్నాను. అతని ఉద్యోగం సంగతి పట్టదు అన్నాను. అతను నన్ను నెమ్మది చేసే ప్రయత్నంలో ఉన్నాడు. దిగులుగా ఉన్నాడు అనిపించింది. రిసెప్షనిస్ట్ మిగతా పేషెంట్‌లు ఏమనుకుంటారనేమో. నా భుజాలను గట్టిగా పట్టుకున్నాడు. బొటన వేళ్లు నా చేతుల్లోకి నొక్కుతున్నాయి. చిన్నపిల్లలా ప్రవర్తించకు, తగ్గు అంటున్నాడు. నన్ను గట్టిగా కుదిపాడు. ముఖం మీద ఒక్కటి ఇచ్చుకుంటాడు, అనిపించింది. ఒక క్షణం పాటు. నేనతడిని మూతిమీద ముద్దుపెట్టుకున్నాను. కింద పెదవిని వీలయినంత గట్టిగా కొరికాను. నోట్లో అతని రక్తం రుచి తెలుస్తున్నది. నన్ను వెనకకు తోసేశాడు.

ఇంటి వస్తూ ప్రతీకారానికి పథకం రాశాను. అతనికి నేను చేయగలిగినన్నింటి గురించీ ఆలోచించాను. ఉద్యోగం ఊడబీకించవచ్చు. మరింత చేయవచ్చు. అయినా ఏదీ చేయను. అతనంటే నాకు మరీమరీ ఇష్టం. అతనికి హాని చేయాలని లేదు. తిప్పికొట్టినందుకు, నిజానికి అంతా బాధపడేది కూడా లేదు. నన్ను కలత పెడుతున్నది మరొకటి ఉంది. నా కథ ముగింపు వరకు సాగలేదు. మరొకరితో మళ్లీ మొదలుపెట్టలేను. కష్టం, ఇప్పుడు ఇంటికి పోవాలని లేదు. చేతుల మీద గాట్లు గురించి ఏమని చెప్పాలి, తెలియడం లేదు.

రేచల్

సోమవారం, 22 జులై 2013

సాయంత్రం

ఇక నేను వేచి చూచాను. ఏమీ తెలియక పోవడం, అన్నీ మరీమరీ నెమ్మదిగా కదలడం, చాలా బాధాకరంగా ఉంది. అయినా చేయగలిగింది ఏమీ లేదు.

ఉదయం భయానికి గురికావడం సరయినదే. కానీ, దేని గురించి భయం అన్నది మాత్రం తెలియలేదు. స్కాట్ గురించి కాదు. నన్ను లోపలికి లాగినప్పుడు నా కళ్లలోని తీవ్ర భయాన్ని గమనించి ఉంటాడు. అందుకే వెంటనే నన్ను వదిలేశాడు. కళ్లలో క్రూరత్వం, రూపంలో పోషణ లేకపోవడం, అతను కుంచించుకుపోయినట్లు ఉన్నాడు. తలుపు మూసేశాడు కదా. 'ఇక్కడ ఏం పని? అంతటా ఫొటోగ్రాఫర్లు, పత్రికల వాళ్లు ఉన్నారు. నా ఇంటికి ఎవరూ రాగూడదు. ఇక్కడ తిరగకూడదు. పుకార్లు పుడతాయి. వాళ్లేదయినా చేస్తారు. ఫొటోలు తీస్తారు. మరేదయినా....'

'బయట ఎవరూ లేరు' అన్నాను. నిజానికి నేనసలు గమనించనే లేదు. జనం కార్లలో కూచుని ఉన్నారేమో? ఏదో జరుగుతుందని ఎదురు చూస్తుంటారు బహుశా.

'ఇక్కడేం చేస్తున్నారు?' అతను గట్టిగా అడిగాడు మళ్లీ

'అది... వార్తల్లో ఉంది, తెలుసుకోవాలని.... అతనేనా? అతడిని అరెస్ట్ చేశారా?'

తలాడించాడు. 'అవును పొద్దున్నే. ఫ్యామిలీ లియెజా పర్సన్ వచ్చింది, నాకు చెప్పడానికి. కానీ ఆవిడ... ఎందుకని మాత్రం చెప్పలేకపోయింది. ఏదయినా దొరికిందేమో. ఏమిటని నాకు మాత్రం చెప్పరు. తను మాత్రం కాదు లెండి. తాను దొరకలేదని నాకు తెలుసు.'

మెట్ల మీద కూచుని చేతులు చుట్టూ కట్టుకున్నాడు. మొత్తం ఒళ్లు వణుకుతున్నది.

'నాకు కుదరడం లేదు. ఫోన్ మోగుతుందని వేచి చూడడం అసలు చికాకు. మోగితే, ఏం తెలుస్తుందో? చెడు వార్త తెలుస్తుందా? నిజంగా....' అతను ఆగిపోయాడు. నన్నేదో మొదటి సారి చూస్తున్నట్టు తలెత్తి చూచాడు.

'ఎందుకు వచ్చారు?' అన్నాడు

'నాకు, నేను... మీరు ఒంటరిగా ఉన్నారు, అనిపించింది.'

నాకు పిచ్చెత్తింది అన్నట్టు చూచాడు. 'నేనేం ఒంటరిగా లేను', అన్నాడు. లేచి నా పక్కనుంచి తోసుకుంటూ లివింగ్ రూమ్‌లోకి వెళ్లాడు. ఒక్క క్షణం నేను అక్కడే ఉండిపోయాను. అతని వెంట వెళ్లాలా, లేక వెళ్లిపోవాలా, అర్థం కాలేదు. అంతలో అతని మాట వినిపించింది. 'మీకు కాఫీ గాని కావాలా?'

బయట లాన్‌లో ఒక ఆడమనిషి ఉంది. పొడుగ్గా ఉంది. జుట్టు కొంత భాగం నెరిసింది. ఆమె సిగరెట్ కాలుస్తున్నది. చక్కని దుస్తులు వేసుకుని ఉంది. నల్ల ట్రౌజర్స్, తెల్ల షర్ట్ గొంతు వరకు. వసారాలో నడుస్తున్నది. నేను కనిపించగానే ఆగింది. సిగరెట్ బండల మీద పడేసి కాలి బొటన వేలితో నలిపింది.

'పోలీస్?' అనుమానంగా అడిగింది, వంటింట్లోకి వస్తూ.

'కాదు, నేను–'

'తను రేచల్ వాట్సన్ అమ్మా. అబ్దిక్ గురించి నాకు సమాచారం ఇచ్చినావిడ.'

ఆమె నెమ్మదిగా తల పంకించింది. స్కాట్ వివరణతో సరిపోయినట్లు లేదు. నన్నామె లోనికి తీసుకుపోయింది.

ఎగాదిగా నిదానంగా చూచింది. అప్పుడు 'అలాగా' అన్నది.

'నేను, మామూలుగా...' నేనక్కడ ఉండడానికి సరయిన కారణం నాదగ్గర లేదు. ఏం చెప్పగలను? విషయం తెలుసుకోవాలని వచ్చాను. ఊరికే చూడడానికి వచ్చాను. అనగలనా?

'సరే మీరు చేసిన పనికి స్కాట్ ఎంతో కృతజ్ఞుడిగా ఉన్నాడు. అసలేం

జరుగుతున్నది. తెలియాలని ఎదురుచూస్తున్నాం.' ఆమె నా వేపు అడుగులు వేసింది. మోచేయి పట్టుకున్నది. ముందు తలుపు దిశగా దారితీసింది. నేను స్కాట్ వేపు చూచాను. అతను కిటికీలోనుంచి ఎటో నిశ్చలంగా చూస్తున్నాడు. రెయిల్ ట్రాక్ అటుపక్కకు.

'వచ్చినందుకు చాలా తాంక్స్ మిసెస్ వాట్సన్, మీరు మాకెంతో మేలు చేశారు.'

మెట్ల మీద ఉన్నాను. ముందు తలుపు గట్టిగా వేసిందామె. పైకి చూడగానే, బగ్గీ తోస్తూ టామ్, పక్కన ఆనా కనిపించారు. నన్నుచూడగానే రాతిబొమ్మల్లా ఆగిపోయారు. ఆనా చెయ్యెత్తి నోటికి పెట్టుకున్నది. వెంటనే వేగంగా తన పాపను అందుకున్నది. సింహం తన కూనలను కాపాడుతున్నట్టుందది. దాన్ని చూస్తే నవ్వు పుట్టింది. 'నేను నీ కొరకు రాలేదే, నీ బిడ్డ మీద నాకు ఏ మాత్రం ఆసక్తి లేదు.' అని చెప్పాలనిపించింది.

నన్ను వెలివేశారు. స్కాట్ వాళ్ల తల్లి ఆ సంగతి తేల్చింది. వెలివేసినందుకు నాకు నిరాశగా ఉంది. అయినా పట్టించుకోనవసరం లేదు. వాళ్లకు కమాల్ అబ్దిక్ దొరికాడు. వాళ్లతగాడిని పట్టేశారు. అందుకు సాయంచేసింది నేనే. నేనేదో మంచి పనిచేశాను. అతను పట్టుబడి పోయాడు. మేగన్ ఆచూకీ తెలుసుకుని ఇంటికి తేవడానికి మరేమీ కాలం పట్టదు.

ఆనా

సోమవారం 22 జులై 2013

ఉదయం

టామ్ నన్ను ఒక ముద్దు, వింత నవ్వుతో తొందరగా నిద్రలేపాడు. తన మీటింగ్ లేట్‌గా మొదలవుతుంది గనుక, ఎవీని తీసుకుని బ్రేక్ ఫాస్ట్‌కు బయటికి వెళదాం అన్నాడు. మొదట్లో మేము తరుచు కలుస్తున్నప్పుడు వెళ్లే చోటు అది. మేము కిటికీ పక్కన కూచుంటాము. ఆమె లండన్‌లో పనికి పోతుంది గనుక ఇటుగా వచ్చి చూచే ప్రమాదం లేదు. అయినా ఒక థ్రిల్ ఉండేది. ఏదో కారణంగా తాను త్వరగా ఇంటికి రావచ్చు. ఒంట్లో బాగుండక, కావలసిన కాగితాలేవో మరిచిపోయి. నేనట్లా కలలుగనే దాన్ని. తాను అట్లా ఒకనాడు రావాలని, నన్ను టామ్‌తో ఉండగా చూడాలని, ఒక్క క్షణంలో అతను తన సొత్తు కాదని తెలుసుకోవాలని అనుకునేదాన్ని, ఒకప్పుడామె కనిపిస్తే బాగుండును, అనుకునే రోజులుండేవి, అంటే నమ్మకం కుదరదు.

మేగన్ తప్పిపోయిన తరువాత, నేను వీలయినంత వరకు ఇటుగా నడవడం మానుకున్నాను. ఆ ఇంటి పక్కగా పోతుంటే, ఒంటిమీద జెర్రులు పాకినట్లు ఉంటుంది. అయితే కెఫేకు పోవడానికి మరి అదొకటే దారి. టామ్ నాకంటే కొంచెం ముందు నడుస్తున్నాడు. బగ్గీ బండి తోస్తున్నాడు. పాపకు పాటేదో పాడుతున్నాడు. నవ్విస్తున్నాడు, తనను. ఇలా బయటకు పోవడం నాకు చాలా యిష్టం. అందరూ మావేపు చూసే తీరు తెలుస్తూ ఉంటుంది. *ఎంత చక్కని కుటుంబం*, అని వాళ్లంతా

అనుకుంటారని తెలుసు. అది నాకు గర్వంగా ఉంటుంది. జీవితంలో మరెప్పుడూ కలగని గర్వం అది.

అలా, నేను నా సంతోషం బుడగలో తేలుతూ పోతున్నాను. మేము పదిహేను నంబర్ ముందుకు వచ్చినప్పుడే సరిగ్గా తలుపులు తెరుచుకున్నాయి. ఒక్క క్షణం నేను భ్రమలో ఉన్నాను అనిపించింది. అది బయటకు వచ్చింది. అదే రేచల్. బయటకు వచ్చి కొద్దిసేపు ఆగింది. మమ్మల్ని చూచి శిలయిపోయింది. భయంకరం, మా వేపు చూచి వింతగా నవ్వింది. అది వెకిలినవ్వు, నేను వశం తప్పాను. ఒక్కసారిగా ఎవీని బగ్గీలో నుంచి ఎత్తుకున్నాను. పాప అదిరిపడింది. ఏడుపు లంకించుకున్నది.

రేచల్ మా నుంచి దూరంగా నడిచి పోయింది. అంటే స్టేషన్ వైపు.

'రేచల్, ఇక్కడేం చేస్తున్నావు రేచల్?' అంటూ టామ్ పిలిచాడు. ఆమె పోతూనే ఉంది. వేగంగా, మరింత వేగంగా, చివరకు పరుగుపెట్టింది. మేమిద్దరం మాత్రం అక్కడే నిలిచిపోయాం. టామ్ నా వేపు తిరిగాడు. నా ముఖంలోని తీరు చూచాడు. 'పద ఇంటికి పోదాం' అన్నాడు.

సాయంత్రం

ఇంటికి వెళ్లాక తెలిసింది. మేగన్ హిప్‌వెల్ అదృశ్యం సంబంధంగా ఎవరినో అరెస్ట్ చేశారు. ఆ మనిషి గురించి నేనెన్నడూ విన్నది లేదు. ఆ అమ్మాయి వెళుతుండే తెరపిస్ట్ అట. ఊరటగా తోచింది అనుకుంటాను. మరి నేను ఏవేవో సంగతులు ఆలోచిస్తూ, అనుకుంటూ ఉన్నాను.

'అపరిచితుడెవరూ అయ్యుండడు అని నేను చెపుతూనే ఉన్నాను. అట్లాగెప్పుడూ జరగదు. ఏమయితేనేం, ఏం జరిగింది మనకు తెలియదు. ఆ అమ్మాయి బాగానే ఉందేమో. మరెవరితో ఎగిరిపోయిందేమో?' అన్నాడు టామ్.

'అయితే ఆయననెవరినో ఎందుకు అరెస్ట్ చేశారు?'

తను భుజాలు ఎగరేశాడు. జాకెట్ వేసుకుంటున్నాడు. ధ్యాస చెదిరింది. టై సర్దుకుంటున్నాడు. వెళ్లి ఇవాళటి చివరి క్లయింట్‌ను కలవడానికి వెళుతున్నాడు.

'మనమేం చేయాలిప్పుడు?' అతడిని అడిగాను

'మనమా?' తాను నా వేపు వింతగా చూచాడు

'దాని గురించి, అంటే రేచల్ గురించి, అది అక్కడికి ఎందుకు వచ్చింది? అది హిప్‌వెల్ వాళ్ల ఇంట్లో ఏం చేసింది? మన గార్డెన్‌లోకి రావడానికి ప్రయత్నించింది అంటావా? ఆ గార్డెన్‌లన్నీ దాటి?'

టామ్ విషాదంగా నవ్వాడు. 'నేనట్లాగనుకోను. మనం మాట్లాడుతున్నది రేచల్ గురించి. ఆమె అంత శరీరంతో ఆ కంచెలన్నీ దూకుతుందా? అక్కడ ఏం చేస్తున్నదంటే నాకు తెలియదు. పొరపాటున తప్పు ఇంటికి పోయిందేమో?'

'అంటే మన ఇంటికి రావాలని వచ్చిందా?'

టామ్ తలాడించాడు. 'నాకు తెలియదు. చూడూ, ఆ సంగతి మరిచిపో. సరేనా? తలుపు వేసి ఉంచు. తాళం వెయ్యి.'

నేను తనకు రింగ్ చేసి సంగతేమిటో తెలుసుకుంటాను.

'మనం పోలీసులకు కాల్ చేయాలనుకుంటాను.'

'చేసి ఏం చెప్పాలి? తానసలు ఏమీ చేయనేలేదాయె'

'ఈ మధ్యన ఏమీ చేయలేదు. మేగన్ హిప్‌వెల్ కనిపించకుండా పోయిన రాత్రి అది ఇక్కడికి వచ్చిందన్న సంగతి మరి?' అన్నాను. 'దాని గురించి పోలీసులకు ఏనాడో చెప్పి ఉండాలి.'

'ఆనా, కమాన్' ఆయన చేతులతో నా నడుము చుట్టేశాడు. 'మేగన్ హిప్‌వెల్ కనబడకుండా పోవడానికి, రేచల్‌కు అసలు సంబంధం లేదని నా భావన. అయినా తనతో మాట్లాడుతాను. ఓకే?'

'కానీ పోయినసారి తరువాత నీవన్నది–'

'తెలుసు,' అన్నాడు మృదువుగా? ఏమన్నాడో తెలుసు టామ్ నన్ను ముద్దు పెట్టుకున్నాడు. చేతిని నా జీన్స్ నడుము పట్టీలోకి దూర్చాడు. 'ఎంతో అవసరమయితే తప్ప, మనం పోలీస్‌లతో పెట్టుకోగూడదు' అన్నాడు. ఆ అవసరం ఉందని నేననుకుంటాను.

అది నవ్విన ఆ నవ్వును గురించి ఆలోచించకుండా ఉండలేక పోతున్నాను. అది ఎలాంటి నవ్వు? ఏదో గెలిచాను చూచావా, అన్నట్టు. ఇక్కడి నుంచి మారిపోవాల్సిందే. దాన్నుంచి దూరం వెళ్లిపోవాలి.

రేచల్

మంగళవారం, 23 జులై 2013

ఉదయం

నిద్రలేచిన తర్వాత నా పరిస్థితి నాకు తెలియడానికి కొంత టైమ్ పట్టింది. ఏదో ఉత్సాహం. అందులో కలిసి మరేదో తెలియని భయం. నిజం తెలిసే సమయం దగ్గరయిందని తెలుసు. ఆ సత్యం భయంకరంగా ఉంటుందని కూడా తెలుసు. మంచంలో కూచున్నాను. లాప్‌టాప్ అందుకుని ఆన్ చేశాను. బూట్ కావడం కొరకు వేచి ఉన్నాను. అప్పుడు గానీ ఇంటర్‌నెట్‌కు వెళ్లవచ్చు. అదంతా అంతులేని సమయం తీసుకుంటున్నది. కింద కాతీ యింట్లో తిరగడం తెలుస్తున్నది. బ్రేక్‌ఫాస్ట్ గిన్నెలు కడుగుతున్నది. పళ్లు తోముకోడానికి పై అంతస్తుకు వచ్చింది. నా పడకగది తలుపు ముందు కొంతసేపు తచ్చాడింది. చెయ్యెత్తి తలుపు తట్టడం ఊహించాను. కానీ ఆమె మనసు మార్చుకుంది. తిరిగి కిందికి వెళిపోయింది.

బీబీసీ వార్తల పేజ్ వచ్చింది. బెనిఫిట్ కట్స్ గురించి పతాక శీర్షిక. 1970ల నాటి మరో టెలివిజన్ నటుడు లైంగిక వ్యవహారం అభియోగానికి గురికావడం రెండవ వార్త. మేగన్ గురించి ఏమీ లేదు. కమాల్ గురించి కూడా లేదు. నాకు నిరాశ కలిగింది. అనుమానితుని మీద అరెస్ట్ తరువాత ఇరవైనాలుగు గంటలలోగా అభియోగం తేవాలి. ఆ గడువు ముగిసింది. కొన్ని పరిస్థితులలో వ్యక్తిని మరో పన్నెండు గంటలు నిర్బంధంలో ఉంచవచ్చు. నిన్నంతా పరిశోధిస్తూ గడిపాను గనుక నాకీ సంగతులన్నీ తెలుసు. స్కాట్ ఇంట్లోనుంచి బయటకు పంపారు.

తర్వాత ఇక్కడికి తిరిగి వచ్చాను. టెలివిజన్ పెట్టి దినమంతా వార్తలు చూస్తూ, ఆన్‌లైన్ వ్యాసాలు చదువుతూ గడిపాను. వ్యాసాలన్నీ వేచి ఉండడం గురించి.

మధ్యాహ్నం సమయానికి పోలీసులు అనుమానితుడిని పేరు ప్రకటించారు. డా. అబ్దిక్ ఇంట్లో, అతని కార్‌లో అందిన సాక్ష్యాధారాల గురించి ప్రస్తావించారు. ఏం దొరికిందని మాత్రం చెప్పలేదు. బహుశా రక్తమా? ఆమె ఫోన్, ఇంకా దొరకనే లేదు మరి. దుస్తులు, సంచి, టూత్ బ్రష్ ఏదైనా కావచ్చు. అదే పనిగా కమాల్ ఫొటో చూపిస్తున్నారు. అది అందమయిన ముఖం క్లోజ్‌అప్‌లు. అది కావాలని తీసిన ఫొటో కాదు. చెప్పకుండా తీసింది. అతను ఎక్కడో హాలిడేలో ఉన్నాడు. నిజంగా స్మైల్ చేయడం లేదు. ఇంచుమించు నవ్వు ముఖం. మరీ మెత్తని వాడుగా కనబడుతున్నాడు. అంత అందగాడు హంతకుడు కాజాలడు. అయినా కనిపించే తీరు, మోసం చేస్తుందని మాట ఉంది గదా! టెడ్ బుండీ అనే హంతకుడు ప్రఖ్యాత నటుడు కారీ గ్రాంట్ లాగ ఉండేవాడట.

మరిన్ని వార్తల కొరకు దినమంతా వేచి ఉన్నాను. అభియోగాల వివరాలను ప్రకటిస్తారని చూచాను. కిడ్నాప్, దాడి అంతకన్నా అన్యాయం. ఆమె ఎక్కడుందనే సంగతి గురించి ఆత్రం. అతనామెను ఎక్కడ ఉంచాడు? బ్లెన్‌హైమ్ రోడ్, స్టేషన్, స్కాట్ ఇంటి ఫ్రంట్ డోర్ బొమ్మలు చూపించారు. గత వారం రోజులుగా మేగన్ ఫోన్ గానీ, బ్యాంక్ కార్డులు గానీ వాడిన దాఖలాలు లేవన్న సంగతి గురించి వ్యాఖ్యాతలు, ఎన్నో సంగతులను ఊహించి చెప్పారు. టామ్ చాలా సార్లు ఫోన్ చేశాడు. నేను ఎత్తలేదు. అతనికి కావలసిందేమిటో తెలుసు. నిన్న ఉదయం నేను స్కాట్ హిప్‌వెల్ ఇంటికి ఎందుకు వెళ్లానని అడుగుతాడు. ఏమన్నా అనుకోనీ, దాంతో అతనికి సంబంధం లేదు. ఈ ప్రపంచంలో అన్ని సంగతులు అతని గురించి కాదు. అంతేగాదు, ఆ మనిషి ప్రోద్బలంతో ఫోన్ చేస్తున్నాడని కూడా ఊహించగలను. ఆమెకు నేను సంజాయిషీ చెప్పవలసిన అవసరం లేదు.

అంతులేకుండా ఎదురు చూచాను. ఏ వార్తా లేదు. బదులుగా, కమాల్ గురించి మరిన్ని సంగతులు. మేగన్ చెప్పిన రహస్యాలు, బాధలు అన్నింటినీ విన్న ఆ వ్యక్తి విశ్వాస పాత్రుడయిన మానసిక వైద్యుడు. ఆమె నమ్మకం పొందగలిగాడు. తరువాత దుర్వినియోగం చేశాడు. ఆమెను లొంగదీశాడు. ఆ తరువాత ఏం చేసిందీ ఎవరికి తెలుసు?

అతను ముస్లిం అని అర్థమయింది. బోస్నియన్. బల్కాన్స్ వివాదం నుండి బయటపడ్డాడు. పదిహేనేళ్ల వయసులో శరణార్థిగా బ్రిటన్ చేరాడు. హింస అతనికి కొత్త కాదు. తండ్రి, ఇద్దరు అన్నలు సైబ్రెనికాలో పోయారు. ఇంట్లో హింస కారణంగా అరెస్ట్ కూడా అయినవాడు. కమాల్ గురించి వింటున్న కొద్దీ. నేననుకున్నది నిజమన్న భావం బలపడుతున్నది. అతని గురించి పోలీసులకు చెప్పడం సరైన పని. స్కాట్‌ను కాంటాక్ట్ చేయడం సరైన పని. లేచి డ్రెసింగ్ గౌన్ చుట్టుకున్నాను. కిందకు పరుగెత్తి టీవీ పెట్టాను. ఇవాళ ఎక్కడికీ వెళ్లే ఉద్దేశం లేదు. కాతీ అనుకోకుండా ఇంటికి వస్తే, ఒంట్లో బాగుండలేదని చెప్పవచ్చు. ఓ కప్పు కాఫీ కలుపుకున్నాను. టీవీ ముందు కూచున్నాను. ఎదురుచూపులు సాగాయి.

సాయంత్రం

మూడు గంటల ప్రాంతంలో విసుగు మొదలైంది. అర్థం లేని వార్తలు, విశేషాలు చికాకు పుట్టించాయి. మేగన్ గురించి ఏమీ తెలియకపోవడం, అసంతృప్తిగా ఉంది. కమాల్ సంగతీ అంతే, ఇక ఆఫ్ లైసెన్స్ అంగడికి వెళ్లి రెండు వైట్‌వైన్ సీసాలు కొన్నాను.

మొదటి సీసా అడుగుకు చేరుతున్నాను. అప్పుడేదో జరిగింది. వార్తలలో మరేదో వచ్చింది. సగం కట్టిన లేదా సగం కూల్చిన బిల్డింగ్, దూరంగా పేలుళ్లు. సిరియా, ఈజిప్ట్ లేకుంటే సూడాన్‌లలో. సౌండ్ తగ్గించి పెట్టాను. అసలు పట్టింపులేదు. అప్పుడు కనిపించింది స్క్రీన్ అడుగున నడుస్తున్న టిక్కర్‌లో ప్రభుత్వం లీగల్ ఎయిర్ కట్స్ ఎదురుకుంటున్నది. ఫెర్నాండో టోరెస్, కాలు పట్టేసినందుకు నాలుగు వారాలు ఆటకు దూరంగా ఉంటాడు. అట్లాగే మేగన్ హిప్‌వెల్ అంతర్ధానం కేసులో అనుమానితుడు, ఎటువంటి చార్జ్ లేకుండా వదిలివేయబడ్డాడు. గ్లాస్ కింద పెట్టి రిమోట్ అందుకున్నాను. వాల్యూమ్ బటన్ అదేపనిగా నొక్కాను. ఇది సరికాదు. యుద్ధం రిపోర్ట్ కొనసాగుతున్నది. అదే సాగుతున్నది. దాంతో నా బీపీ పెరుగుతున్నది. చివరకది ముగిసింది. తిరిగి స్టూడియోకు ఇక పత్రికలో వివరాలు:

'మేగన్ హిప్‌వెల్ అంతర్థానం సంబంధంగా నిన్న అరెస్టయిన కమాల్ అబ్దిక్, ఎటువంటి చార్జ్ లేకుండా రిలీస్ అయ్యాడు. అబ్దిక్ ఆ అమ్మాయికి తెరపిస్ట్. అతను నిన్న నిర్బంధంలోకి తేబడ్డాడు. కానీ ఈ ఉదయం అతడిని వదిలిపెట్టారు.

అతని మీద అభియోగం తేవడానికి తగినంతగా సాక్ష్యాధారాలు లేవని పోలీసుల కథనం.'

ఆ తరువాత ఆమె చెప్పేదేమీ నేను వినడం లేదు. కళ్లు మసకలు కమ్ముతుండగా అక్కడే కూచున్నాను. చెవులు గింగురు మంటున్నాయి. ఆలోచనలు ముప్పిరిగొంటున్నాయి. అతడిని పట్టేశారు కానీ వెళ్లిపోనిచ్చారు.

తరువాత, పైన గదిలోకి. మరీ ఎక్కువగా తాగేశాను. కంప్యూటర్ స్క్రీన్ సరిగా చూడలేకపోతున్నాను. అన్నీ రెండు రెండు కనబడుతున్నాయి. మూడు కూడా. చేత్తో ఒక కంటిని మూస్తే చదవగలుగుతాను. కానీ తలనొప్పి వస్తుంది. కాతీ ఇంటికి వచ్చింది. నన్ను పిలిచింది. నేను బెడ్‌లో ఉన్నానని చెప్పాను. ఒంట్లో బాగోలేదన్నాను. తాగుతున్నానని తనకు తెలిసిపోతుంది.

పొట్టనిండా ఆల్కహాల్ ఉంది. వాంతి వచ్చేలాగ ఉంది. ఆలోచన సూటిగా సాగడం లేదు. అంత త్వరగా తాగడం మొదలు పెట్టాల్సింది కాదు. అసలు తాగి ఉండకూడదు. ఓ గంట కింద స్కాట్ నంబర్‌కు ఫోన్ చేశాను. కొన్ని నిమిషాల కింద మరోసారి. అది కూడా చేసి ఉండవలసింది కాదు. కమాల్ ఏం అబద్ధాలు చెప్పాడు? తెలుసుకోవాలని ఉందంతే. ఎటువంటి అబద్ధాలను వారు వెర్రిగా నమ్మారు? పోలీసులు మొత్తం వ్యవహారాన్ని పాడుజేశారు. వెధవలు. ఆ ఆడది రైలీ, అంతా ఆమె తప్పే. నాకు బాగా తెలుసు.

న్యూస్ పేపర్లతో లాభం లేదు. అతను గతంలో అరెస్ట్ కాలేదు, అంటున్నారిప్పుడు. అది పొరపాటట. అతగాడు పరిస్థితుల వల్ల బాధితుడు అంటున్నారు.

ఇక తాగాలని లేదు. మిగిలిన దాన్ని సింక్‌లో ఒంపేయాలి. తెలుసు. లేకుంటే పొద్దున లేచే సరికి ఎదురుగా అది ఉంటుంది. తాగి పడేస్తాను. ఒకసారి మొదలయిందంటే అదిక కొనసాగాలి అంతే. అందుకే సింక్‌లో పోయాలి. ఆ పని చేయనని నాకు తెలుసు. ఉదయానికి ఏదో ఉండాలి గదా!

చీకటి పడింది, ఎవరో ఆమె పేరు పిలుస్తున్నారు. ఆ గొంతు ముందు తగ్గుగా, తరువాత బిగ్గరగా, కోపంగా, నిరాశగా, మేగన్ పేరు పిలుస్తున్నారు. స్కాట్, అతనికి అమ్మాయితో సంతోషం లేదు. అతనే అదే పనిగా పిలుస్తున్నాడు. అది కల. అనుకుంటాను. దాన్ని పట్టేయాలని ప్రయత్నం. ఎంత గట్టిగా పోరాడితే అంతదూరం పోతుందది.

బుధవారం, 24 జులై 2013

ఉదయం

తలుపు మీద మెల్లగా తట్టడం విని మేలుకున్నాను. వాన కిటికీల మీద బాదేస్తున్నది. ఎనిమిది దాటింది. అయినా బయటంతా చీకటిగా ఉంది. కాతీ తలుపు నెమ్మదిగా తోసి తెరిచింది. లోనికి తొంగి చూచింది. 'రేచల్? ఎలాగున్నావు?' ఆమెకు మంచం పక్కనే ఉన్న బాటిల్ కనిపించింది. భుజాలు కుంగిపోయాయి. 'ఓహ్ రేచల్' అంటూ తాను లోపలికి వచ్చింది. బాటిల్ పైకెత్తింది. ఏమీ చెప్పడానికి ధైర్యం లేదు. 'పనిలోకి పోవడం లేదా?' ఆమె అడిగింది. 'నిన్నయినా పోయావా?'

ఆమె నా జవాబు కొరకు వేచి ఉండలేదు. వెనుదిరిగింది. 'ఇలాగే సాగితే ఎప్పుడో ఉద్యోగం ఊడబెరుకుతారు' అన్నది.

ఇప్పుడయినా చెప్పాలి, ఇప్పటికే తను కోపంగా ఉంది. వెంటవెళ్లి చెప్పేయాలి. నెలల క్రిందనే ఒకనాడు క్లయింట్‌తో మూడు గంటలు లంచ్ పేరున పోయాను. అక్కడ మరీ మొరటుగా, అన్యాయంగా ప్రవర్తించాను. ఆ కంపెనీ అకౌంట్ ముగిసిపోయింది. అందుకని నా ఉద్యోగం కూడా పోయింది' అంటూ చెప్పాలి. కళ్లు మూసుకుంటే ఆ నాటి లంచ్ చివర తంతు గుర్తు వస్తున్నది. వెయిట్రెస్ నన్ను చూచిన తీరు, ఆమె నుంచి జాకెట్ అందుకోవడం, ఊగుతూ ఆఫీస్ చేరడం, అందరూ నన్నే చూడడం అన్నీ. మార్టిన్ మైల్స్ నన్ను ఒక పక్కకు తీసుకుపోయాడు. *నీవిక ఇంటికి వెళిపోతే బాగుంటుంది రేచల్* అన్నాడు.

ఒక్కసారిగా ఉరుము వినిపించింది. మెరుపు కూడా, నేను అదిరిపడి నిలబడ్డాను. రాత్రి నేను ఏమి అనుకున్నాను? నా చిన్న బ్లాక్ బుక్‌లో చూచాను. నిన్న మధ్యాహ్నం తరువాత అందులో ఏమీ రాయలేదు. కమాల్ వయసు జాతీయత, అరెస్ట్ కావడం. పెన్ అందుకుని చివరి పాయింట్ కొట్టేశాను.

కిందకు వెళ్లి కాఫీ చేసుకుని, టీవీ ఆన్ చేశాను. పోలీస్ వారు గతరాత్రి ప్రెస్ కాన్ఫరెన్స్ పెట్టారు. దాని విశేషాలు ఇప్పుడు స్కై న్యూస్‌లో చూపిస్తున్నారు. డిటెక్టివ్ ఇన్స్‌పెక్టర్ గాస్కిల్ ఉన్నాడు. పాలిపోయిన ముఖంతో, బిర్రుగా విమర్శకు గురయినట్టు ఉన్నాడు. ఒకసారి కూడా కమాల్ పేరు ఎత్తలేదు. కేవలం ఒక అనుమానితుని నిర్బంధంలో ఉంచి, ప్రశ్నించాము. అన్నాడు. అయితే అభియోగం ఏదీ వేయకుండా వదిలేశాము. పరిశోధన మాత్రం సాగుతున్నది. అని జోడించాడు.

కెమెరా అతని నుంచి స్కాట్ మీదికి పాస్ అయింది. అతను బెరుకుగా, ముందుకు వంగి కూచున్నాడు. లైట్ల వెలుగులో కళ్లు ఆర్పుతున్నాడు. ముఖం ముడుచుకున్నట్టు తెలుస్తున్నది. అతడిని అట్లా చూడడం బాధగా ఉంది. కళ్లు కిందకు దింపి మెత్తగా మాట్లాడాడు. తాను నమ్మకం వదులుకోలేదని, పోలీసులు ఏమన్నా సరే తాను మాత్రం మేగన్ తిరిగి ఇంటికి వస్తుందన్న నమ్మకం వదలదలుచుకోలేదని అన్నాడు.

అతని మాటలు బోలుగా తోచాయి. వాటిలో నిజం లేదనిపించింది. కానీ, అతని కళ్లలోకి సూటిగా చూడకుండా అదెందుకు అని చెప్పలేను. మేగన్ ఇంటికి వస్తుందన్న నమ్మకం అతనిలో అడుగంటి ఉండాలి. అందుకు కారణం గత కొన్ని నాళ్లలో జరుగుతున్న సంగతులు. లేదంటే ఆమె ఇక రాదన్న సంగతి అతనికి తెలిసయినా ఉండాలి.

అప్పుడే నాకొకటి తోచింది. అతని నంబర్‌కు నిన్నకాల్ చేసిన సంగతి. ఒకసారి మాత్రమా? రెండుసార్లా? పరుగెత్తి పైకి వెళ్లి ఫోన్ కొరకు చూచాను. అది పడక బట్టల మధ్యన ఉంది. అందులో మూడు మిస్డ్ కాల్స్ కనిపించాయి. ఒకటి టామ్ నుంచి, రెండు స్కాట్ నుంచి. మెసేజెస్ మాత్రం లేవు. టామ్ గతరాత్రి కాల్ చేశాడు. స్కాట్ మొదటి కాల్ కూడా రాత్రే కానీ కొంచెం తరువాత. అది అర్ధరాత్రికి కొంత ముందు. రెండో కాల్ పొద్దున చేశాడు. కొన్ని నిమిషాల కింద మాత్రమే.

నాకు కొంచెం ఊరట తోచింది. ఇది మంచి సంగతి. తల్లి తీరు తరువాత కూడా, ఆమె తీరు పర్యవసానాల దృష్టిలో కూడా (మీ సాయానికి కృతజ్ఞతలు, ఇక కనిపించకుండా వెళ్లండి) స్కాట్ ఇంకా నాతో మాట్లాడాలి అనుకుంటున్నాడు. అతనికి నా అవసరం ఉంది. ఆ క్షణంలో కాతీ పట్ల కృతజ్ఞత భావం పెల్లుబికింది. తాను మిగిలిన బాటిల్‌ను ఒంపేసినందుకు కృతజ్ఞతలు చెప్పాలి అనిపించింది. నేను మత్తులో ఉండగూడదు. కనీసం స్కాట్ కొరకయినా నా ఆలోచనలు క్రమంగా సాగితే అతనికి సాయపడగలుగుతాను.

స్నానం చేశాను, దుస్తులు వేసుకుని మరో కప్ కాఫీ కలుపుకున్నాను. అప్పుడిక లివింగ్ రూమ్‌లో కూచున్నాను. నా బ్లాక్ బుక్ పక్కనే ఉంది. ఇక స్కాట్‌కు కాల్ చేశాను.

'మీ గురించి వివరంగా చెప్పి ఉండాలి. మీరేమిటి అన్న సంగతి' ఫోన్ ఎత్తగానే అతనన్న మాటలు అవి. ఆ స్వరంలో ఏ భావమూ లేదు. మౌనంగా ఉంది. నా కడుపు బిగుసుకుపోయింది. అతనికి సంగతి తెలిసిపోయింది. 'అతడిని

వదిలేసిన తరువాత డిటెక్టివ్ సార్జెంట్ రైలీ నాతో మాట్లాడారు. మేగన్‌తో తనకు ప్రేమ వ్యవహారం ఏదీ లేదని అతను తేల్చిచెప్పాడు. అటువంటిది ఏదో ఉందని చెప్పిన వ్యక్తి, నమ్మదగిన వ్యక్తి కాదు' అన్నారావిడ. ఆమె తాగుతుంది. బహుశా మనస్థిమితం లేనిది అని కూడా అన్నారు. అయితే ఆ వ్యక్తి పేరు చెప్పలేను. నేను మాత్రం ఆవిడ మాట్లాడింది మీ గురించే అనుకుంటున్నాను.'

'కానీ అదేం కాదు' అన్నాను. నేను, నేనింకా ...వాళ్లను చూచినప్పుడు నేను తాగి లేను. అది ఉదయం ఎనిమిదిన్నరకు. 'అంటే ఏదో అర్థం ఉంది అన్నట్టు. పైగా వాళ్లకు ఆధారాలు దొరికాయి. వార్తలలో ఆ సంగతి చెప్పారు కూడా. వాళ్లకు –'

'అసంపూర్తి సాక్ష్యం'

ఫోన్ డెడ్ అయింది

శుక్రవారం, 26 జులై 2013

ఉదయం

నేను లేచి నా ఆఫీస్‌కు ప్రయాణాలు చేయడం లేదు. నటించడం వదిలేశాను. పడక నుంచి లేవాలని తోచడం లేదు. పళ్లు చివరిసారిగా బుధవారం నాడు తోముకున్నట్టు ఉన్నాను. ఇంకా అనారోగ్యం నటిస్తున్నాను. అయినా ఎవరూ నా వల్ల మోసపోవడం లేదని తెలుసు.

లేవడం, దుస్తులు వేసుకోవడం, ట్రెయిన్ ఎక్కడం, లండన్ వెళ్లడం, వీధుల వెంట తిరగడం, అర్థం లేదు. ఎదుర్కోలేను. ఎండకాస్తున్నప్పుడే అదంతా కష్టం. ఈ వర్షంలో అసాధ్యం. చల్లగా, ఆగకుండా తరుముతున్న వాన మూడు నాళ్లుగా.

నాకు నిద్ర సమస్యగా ఉంది. అందుకు కారణం తాగుడు మాత్రమే కాదు. పీడకలలు కూడా. నేను ఎక్కడో బందీగా ఉన్నాను. ఎవరో వస్తున్నారని తెలుసు. బయటకు దారి ఉంది. ఆ సంగతి నాకు తెలుసు. అంతకు ముందు చూచిన గుర్తు ఉంది. అయితే అక్కడికి దారి మాత్రం దొరకడం లేదు. అతనెవరో వచ్చేశాడు. నేను అరవలేకపోతున్నాను. ప్రయత్నం చేశాను. గుండెల్లోకి గాలి పీల్చాను. బయటకు వదిలాను. అయినా చప్పుడు మాత్రం రాదు. ఏదో గురగురమంటుంది. చనిపోతున్న మనిషి చివరి శ్వాస కొరకు తంటాలు పడినట్టు.

కొన్ని సారి అటువంటి కలల్లో నేను బ్లెన్‌హైమ్ రోడ్ అండర్ పాస్‌లో ఉంటాను. వెనుకకు రావడానికి దారిలేదు. అది మూసుకుపోయింది. ముందుకు పోలేను. అక్కడ ఏదో ఉంది. ఎవరో కాపు కాసి ఉన్నారు. భయంతో లేస్తాను. వాళ్లు మేగన్‌ను కనుగొనలేరు. ప్రతినిత్యం, ప్రతి గంట గడిచిన కొద్దీ నాకీ భావం బలపడుతున్నది. తప్పిపోయింది. కనిపించడం లేదు. శరీరం కూడా దొరకలేదు. అటువంటి కథలలో ఆమె కథ ఒకటి, ఆమె పేరు ఒకటి అవుతుంది. స్కాట్‌కు న్యాయం, శాంతి అందవు. ఏడవడానికి ఆమె శరీరం కూడా ఉండదు. ఆమెకేమయింది ఎన్నిటికీ తెలియదు. కేస్‌కు అంతం, ఒక తీర్మానం ఉండవు. ఇట్లా ఆలోచిస్తూ పడి ఉంటాను. బాధపడుతుంటాను. అంతకన్నా మించిన బాధ మరొకటి లేదు. తెలియక పోవడం అనేదాన్ని మించిన బాధాకరమయిన సంగతి ఇంకొకటి లేదు. దానికిక ముగింపు ఉండదు.

అతనికి మెయిల్ రాశాను. నా సమస్య గురించి నిజం ఒప్పుకున్నాను. కానీ మళ్లా అబద్ధమాడాను. ఇప్పుడంతా కంట్రోల్‌లో ఉంది అన్నాను. సాయం తీసుకుంటున్నాను, అని కూడా బొంకాను. మానసిక స్థిమితం తప్పలేదు అనిచెప్పాను. అది నిజమా, అబద్ధమా నాకు తెలియదు. నేను చూచిన సంగతి గురించి అనుమానమే లేదన్నాను. ఆ సమయంలో నేను తాగలేదు అని తెలిపాను. కనీసం అది నిజం. అతను బదులు రాయలేదు. రాస్తాడని నేను అనుకోలేదు. అతనితో తెగతెంపులు చేసుకున్నాను. అధ్యాయం ముగిసింది. అతనితో చెప్పదలుచుకున్న సంగతులు ఇక చెప్పలేను. వాటిని రాయలేను. అక్కడవి సరిగా కుదరవు. కమాల్ వేపు వారి దృష్టి మరలించడంతో ఏదీ సంపూర్తికాదని, నేనలా చేసినందుకు, అనుకున్నందుకు, ఎంతో బాధపడుతున్నానని అతనికి తెలియాలి. అదుగో అతనే అనడం నా ఉద్దేశ్యం కానేకాదు. నేను మరేదో చూచి ఉండవలసింది. ఆ శనివారం రాత్రి నా కళ్లు తెరుచుకుని ఉండవలసింది.

సాయంత్రం

నేను పూర్తిగా తడిశాను. గడ్డ కట్టేంత చలి ఉంది. వేళ్లు చివరు తెల్లబారి, ముడతలు పడినయి. అయిదున్నర ప్రాంతాన మొదలయిన హ్యాంగ్ ఓవర్‌తో నా తల పగిలిపోతున్నది. అది సరిగానే ఉంది. నేను మధ్యాహ్నానికి ముందే తాగడం మొదలు

పెట్టాను మరి. మరో బాటిల్ కొరకు పోయాను. కానీ ఏటీఎమ్ అడ్డుతగిలింది. అది ఎప్పుడెప్పుడా అనుకుంటున్న సందేశం ముందుంచింది. మీ అకౌంట్‌లో తగినన్ని ఫండ్స్‌లేవు అన్నది.

ఆ తరువాత నేను నడక సాగించాను. గమ్యం లేకుండా కనీసం గంటపాటు నడిచాను. వర్షం కురుస్తూనే ఉంది మరి. ఆష్‌బరీలో కాలినడకవారిని మాత్రమే అనుమతించే కేంద్రంలో ఒక్కర్తినే ఉన్నాను. అట్లా నడుస్తుండగా ఎక్కడో ఒక నిర్ణయం చేశాను. నేను చేయవలసిన పని ఏదో ఉంది. అసంపూర్తిగా వదిలిన వాటిని పూర్తిచేయాలి. బాగా తడిసి, పూర్తిగా సోబర్‌గా ఉన్నాను. ఇక నేను టామ్‌కు కాల్ చేయాలి. నేనేం చేశానని తెలుసుకోవడం కాదు నా లక్ష్యం. అన్న మాటలు అసలు అవసరం లేదు. ఆ శనివారం రాత్రి గురించి ఇవన్నీ, కానీ నేను తెలుసుకోవాలి. దానితో మెదడు పరుగెడుతుంది. ఎందుకోగానీ, చాలా ముఖ్యమయిన విషయం, నేను మిస్ అవుతున్నానని, అది తప్పక ఉందని నాకు గట్టిగా తెలుసు. అది బహుశా నన్ను నేను మభ్యపెట్టడం మాత్రమే కావచ్చు. నేను పనికిరానిదాన్ని కాదు, అది నాకు నేను రుజువు చేసుకోవడానికి మరో ప్రయత్నం కావచ్చు. కానీ బహుశా అది నిజమూ కావచ్చు.

'సోమవారం నుంచి నిన్ను పట్టుకోవాలని ప్రయత్నం చేస్తున్నాను' అన్నాడు టామ్ ఫోన్ ఆన్సర్ చేయగానే! 'మీ ఆఫీస్‌కు కూడా ఫోన్ చేశాను.' అతను జోడించాడు. ఆ తరువాత అర్థం చేసుకో అన్నట్టు కొంతసేపు ఆగాడు.

సిగ్గుతో, అవమానంతో అప్పటికే నేను కుంగిపోయాను. 'నీతో మాట్లాడవలసిన అవసరం ఉంది, శనివారం రాత్రి గురించి. ఆ శనివారం రాత్రి' అన్నాను.

'ఏం మాట్లాడుతున్నావు? నేను నీతో సోమవారం గురించి మాట్లాడాలి, రేచల్. స్కాట్ హిప్‌వెల్ ఇంట్లో ఏం వెలగబెడుతున్నావు?'

'అది ముఖ్యం కాదు, టామ్–'

'అదే ముఖ్యం నాకు. అక్కడేం చేస్తున్నావు? నీవు అర్థం చేసుకోగలవు. కాదంటావా? అతను.... నేననేది, మనకేం తెలుసు? అంతేనా? అతను ఆ అమ్మాయికి ఏదయినా చేసి ఉండవచ్చు కాదంటావా? అదే తన భార్యకు.'

'అతను తన భార్యకు ఏమీ చేయలేదు. అతను కానే కాదు' నమ్మకంగా అన్నాను.

'నీకు ఎట్లా తెలుసంటావ్? రేచల్, ఏమిటి వ్యవహారం?'

'నేను, అది... నీవు నన్ను నమ్మాలి, అంతే. నేను నీకు ఇందుకోసం ఫోన్ చేయలేదు. ఆ శనివారం గురించి నీతో మాట్లాడాలి. నీవు పంపిన మెసేజ్ గురించి. నీకు అంత కోపం వచ్చింది. నేను ఆనాను బెదరగొట్టాను, అన్నావు.'

'ఆ, అది నిజమే. నీవు వీధి వెంట తూలుతూ పోతుంటే తాను చూచింది. ఆమె గురించి నీవు బూతులు మాట్లాడావు. ఆమె మతి చెదిరిపోయింది. ఎవీతో జరిగిన సంఘటన తర్వాత, ఆమె అలాగయింది.'

'తాను... తాను ఏమయినా చేసిందా?'

'అంటే ఏమిటని?'

'నాకు?'

'ఏమిటది?'

'నాకు గాయమయింది, టామ్ . తలమీద, రక్తం కారుతూ ఉందప్పుడు'.

'అంటే ఆనా నీకు హాని చేసింది అంటున్నావా?' అతనిప్పుడు అరుస్తున్నాడు. చాలా కోపంగా ఉన్నాడు. 'సీరియస్‌గా రేచల్ ఇక చాలు! నేను ఆనాకు నచ్చజెప్పాను. ఒకటి కాదు, రెండు కాదు, చాలా సార్లు. నీ గురించి పోలీస్‌ల దాకా వెళ్లవద్దని, కానీ నీవిట్లాగే మాట్లాడుతుంటే మాత్రం. మమ్మల్ని వేధిస్తుంటే మాత్రం, కథలు అల్లుతుంటే–'

'నేనామె గురించి ఏమీ అనట్లేదు టామ్! సంగతి తెలుసుకోవాలి, అనుకుంటున్నాను, అంతే నేను–'

'నీకు గుర్తులేదంటావ్! అవును మరి. రేచల్‌కు ఏదీ గుర్తుండదు.' అతను అలసినట్టు నిట్టూర్చాడు. చూడు, ఆ వేళ ఆనా నిన్ను చూచింది. నీవు మైకంలో ఉన్నావు. పిచ్చిగా వాగుతున్నావు. తాను నాతో చెప్పాలని యింటికి వచ్చింది. అప్‌సెట్ అయి ఉంది. ఇక నీ కొరకు నేను బయలుదేరాను. నీవు వీధిలో ఉన్నావు. కింద పడిపోయావు అనుకుంటా. నీవు అప్‌సెట్‌గా ఉన్నావు. చెయ్యి కోసుకున్నావు!

'నేనా పని చేయలేదు'

'సరే నీ చేతి మీద రక్తం ఉంది. అది ఎట్లా వచ్చింది నాకు తెలియదు. ఇంటికి తీసుకుపోతాను, అన్నాను. నీవు మాట వినలేదు. నీవు అదుపులో లేవు. అర్థం లేకుండా అరుస్తున్నావు. నడుస్తూ వెళ్లిపోయావు. నేను కారు తేవడానికి పోయాను. తిరిగి వస్తే నీవు కనిపించలేదు. స్టేషన్ దాటి డ్రైవ్ చేస్తూ పోయాను. నీవు

కనిపించలేదు. ఇంకొంత సేపు వెతుకుతూ తిరిగాను. నీవు చుట్టుపక్కల ఎక్కడో ఉంటావని ఆనా భయంగా ఉంది. తిరిగి వస్తానని, ఇంట్లోకి దూరతావని తన భయం. నీవు పడిపోతున్నావన్నది నా భయం. ఏదో చిక్కులో పడతావని... చివరకు నేను ఆష్‌బరీ దాకా వెళ్లాను. బెల్ మోగించాను. కానీ నీవు ఇంట్లో లేవు. ఒకటి, రెండు సార్లు పిలిచాను. మెసేజ్ వదిలాను. అవును నిజమే. బాగా కోపంగా ఉన్నాను. ఆ సమయానికి వశం తప్పి ఉన్నాను.'

'అయామ్ సారీ టామ్, అయామ్ రియల్లీ సారీ' అన్నాను.

'అవును అది నీకు అలవాటయిన మాటే గద,' అతనంటాడు

'నేను ఆనా మీద బూతులు అరిచాను అన్నావు. అసలు ఏమన్నాను?' ఆలోచనే అసహ్యంగా ఉన్నా సరే, అడిగాను.

'నాకు తెలియదు.' మాట తెగేశాడు. ' వెళ్లి తనను పిలవమంటావా? ఆ సంగతి గురించి ఇద్దరూ ముచ్చటించవచ్చు.'

'టామ్...'

'సరే, నిజం చెప్పాలంటే, ఇప్పుడంతా ఎందుకు?'

'ఆ రాత్రి నీవు మేగన్ హిప్‌వెల్‌ను కలిశావా?'

'లేదు, మాటలో ఏదో బరువు తోచింది.' 'ఎందుకని? నీవు కలిశావా? నీవేమీ చేయలేదు గదా, కొంపదీసి!'

'లేదు. నేనేమీ చేయలేదులే.'

అతను కాసేపు మాట్లాడలేదు. 'సరేగానీ, ఇప్పుడు ఆ సంగతి ఎందుకని అడుగుతున్నావు? రేచల్, నీకేమయినా తెలిస్తే...

'నాకేమీ తెలియదు. నేనేమీ చూడలేదు' అన్నాను.

'సోమవారం నీవు హిప్‌వెల్ ఇంట్లో ఎందుకున్నావు? ప్లీజ్ చెప్పు కనీసం ఆనాకు బెంగ తగ్గుతుంది దాంతో. తను చాలా బెంగగా ఉంది.'

'అతనికి చెప్పవలసింది ఏదో ఉంది. సాయపడే సమాచారం అనుకున్నాను'

'తనను, ఆ అమ్మాయిని నీవు చూడలేదు, కానీ పనికివచ్చే మాటేదో చెప్పాలనుకున్నావు.'

కొంత సేపు సందేహించాను. అతనికి ఎంత చెప్పవచ్చు, అర్థం కాలేదు. ఆ వ్యవహారం స్కాట్ వరకు పరిమితం చేయాలా?

'అది మేగన్ గురించి, దానికి మరొకరితో ప్రేమ వ్యవహారం సాగుతున్నది.'

'ఆగు, నీకు తాను తెలుసా?'

'కొంత వరకు,' అన్నాను.

'ఎలా?'

'తన గ్యాలరీ వల్ల'

'ఓహ్. ఇక అతనెవరు?'

'ఆమె తెరపిస్ట్, కమాల్ అబ్దిక్. వాళ్లిద్దరూ కలిసి ఉండగా చూచాను. అతనితో చెప్పాను.

'నిజంగానా? ఆ అరెస్టయిన మనిషి. అతగాడిని వదిలిపెట్టినట్టున్నారు?'

'వదిలారు. అది నా తప్పు. నేను మరీ నమ్మదగిన సాక్షిని కాదు గదా!'

టామ్ నవ్వాడు. అతను నన్నేమీ వెక్కిరించడం లేదు. 'రేచల్ పోనీ. ముందుకు వచ్చి నీవు మంచిపనే చేశావు. వదలడం నీ వల్ల మాత్రమే కాదని నాకనిపిస్తుంది.' వెనుక నుంచి పాపాయి చప్పుళ్లు వినిపిస్తున్నాయి. టామ్ ఫోన్ మూసి ఏదో అన్నాడు. నాకు వినిపించలేదు. 'ఇక వెళ్లాలి' అన్నాడతను. ఫోన్ కిందపెట్టడం, బిడ్డను ఎత్తుకోవడం, ముద్దాడడం, భార్యను కౌగిలించుకోవడం, అన్నీ ఊహించగలను. నా గుండెలో దిగిన కత్తి కదిలింది, గుండ్రంగా తిరిగింది.

సోమవారం, *29 జులై 2013*

ఉదయం

8.07 అవుతున్నది. నేను ట్రెయిన్‌లో ఉన్నాను. మళ్లీ ఆ లేని ఆఫీస్‌కు. వారాంతం మొత్తం కాతీ, డేమియెన్ ఇంట్లోనే ఉండిపోయింది. రాత్రి వచ్చింది. తాను తిట్టడానికి అవకాశం ఇవ్వలేదు. నేను నేరుగా నా ప్రవర్తన గురించి క్షమాపణలు మొదలుపెట్టాను. నాకసలు బాగుండలేదని, ఏదో నెట్టుకు వస్తున్నానని, మలుపు తిరిగే ప్రయత్నంలో ఉన్నానని చెప్పాను. ఆమె సరేనన్నది. లేదంటే క్షమాపణలు అంగీకరించినట్లు నటించి ఉండాలి. నాకు హగ్ ఇచ్చింది. మంచితనంతోనే. మేగన్ వార్తల నుంచి పూర్తిగా పక్కకు తొలిగింది. సన్‌డే టైమ్స్‌లో ఒక వ్యాఖ్యానం రాశారు. విషయం పోలీసుల అసమర్థత. అందులో ఈ ప్రసక్తి వచ్చింది. క్రౌన్ ప్రాసెక్యూషన్ సర్వీస్‌లోని ఒక అజ్ఞాత స్రోతస్సు నుంచి వచ్చిన వ్యాఖ్య 'ఇలాంటి చాలా కేసులలో

పోలీస్ వారు తొందరపడి అరకొర సాక్ష్యం ఆధారంగా అరెస్టులు చేశారు' అని రాశారు.

సిగ్నల్ దగ్గరకు వస్తున్నాము. తెలిసిన ఆ గడగడ, కుదుపు. ట్రెయిన్ వేగం తగ్గింది. పైకి చూచాను. చూడాలి మరి. చూడకుండా ఉండలేను. అక్కడ యిక చూడడానికి అసలేమీ మిగలలేదు. తలుపులు వేసి ఉన్నాయి. తెరలు మూసి వున్నాయి. వాన తప్ప చూచేందుకు ఏమీ లేదు. గార్డెన్‌లో మురికిగా నీరు చేరుతున్నది.

పిచ్చి ఆలోచనతో విట్నీలో ట్రెయిన్ నుంచి దిగాను. టామ్ నాకు సాయం చేయలేకపోయాడు. కానీ ఆ మరో మనిషి చేయగలుగుతాడేమో–అదే, ఆ ఎర్రజుత్తు గలాయన. దిగిన వాళ్లంతా మెట్లు దిగి వెళ్లినవరకు వేచి ఉన్నాను. ఒకే ఒక బెంచ్ మీద పైన కప్పుంది. దానిమీద కూచున్నాను. అదృష్టం తగులుతుందేమో ట్రెయిన్ ఎక్కుతూ అతను కనబడతాడేమో. వెంట వెళ్లవచ్చు. మాట్లాడవచ్చు. నాకు మిగిలిన ఒకే ఒక విషయం అది. చివరి పాచిక విసరాలి. ఇది పనిచేయలేదంటే, విషయాన్ని వదిలేయాలి అంతే.

అరగంట గడిచిపోయింది. మెట్లమీద అడుగులు చప్పుడు వినిపించి నప్పుడల్లా నా గుండె వేగంగా కొట్టుకుంటుంది. హై హీల్స్ టకటక వినబడితే చాలు, భయంలో మునిగిపోతాను. ఆనా గనుక నన్నక్కడ చూచిందంటే చిక్కుల్లో పడతాను. టామ్ హెచ్చరించాడు కూడా. పోలీస్‌లను పిలవవద్దని దాన్ని ఒప్పించాడు. కానీ నేనట్లాగే మొండిగా సాగితే.... తొమ్మిందిపావు. అతను ఉద్యోగంలోకి అంత ఆలస్యంగా వెళ్లే తీరయితే తప్ప, ఇవాళటికి దొరకనట్టే వాన పెరిగింది. లండన్‌లో గమ్యం లేకుండా మరో దినం తిరగలేను. కాతీ నుంచి అరువు తీసుకున్న పది కాయితం ఒకటే మిగిలింది. అమ్మను అప్పు అడగడానికి ధైర్యం సమకూర్చుకునే వరకు, దానితోనే నడిపించాలి. మెట్లు దిగాను. అవతలి ప్లాట్‌ఫామ్ చేరి ఆష్‌బరీ తిరిగి పోవాలని ఆలోచన. సరిగ్గా అప్పుడే స్టేషన్ ఎంట్రెన్స్‌లోని న్యూస్ ఏజెంట్ అంగడి నుంచి స్కాట్ రావడం కనిపించింది. కోట్‌ను ముఖం మీదకు లాక్కుని వస్తున్నాడు. వెంట పరుగెత్తి, మలుపు దగ్గర పట్టుకున్నాను. అంటే అండర్‌పాస్ ఎదురుగా నన్నమాట. చెయ్యి పట్టుకున్నాను. అతను వెనుదిరిగాడు. అదిరిపడ్డాడు.

'ప్లీస్, నీతో మాట్లాడవచ్చా?' అన్నాను.

'జీసస్ క్రైస్ట్. ఏంగావాలి నీకు' ముక్కు విరిస్తూ మరోదే బూతు మాట కూడా అన్నాడు.

నేను వెనుకకు తగ్గాను. చేతులు పైకెత్తాను. 'అయామ్ సారీ, అయామ్ సారీ. క్షమాపణ చెపుదామని. విషయం చెపుదామని...' వాన మరీ మరీ పెరిగింది. వీధిలో మేమిద్దరమే ఉన్నాము. పూర్తిగా తడిసి ఉన్నాము. స్కాట్ నవ్వు మొదలు పెట్టాడు. చేతులు గాల్లోకి ఎత్తి, అదే పనిగా నవ్వసాగాడు. 'ఇంటికి రా, ఇక్కడుంటే, మునిగిపోతాం' అన్నాడు. స్కాట్ పై అంతస్తుకు వెళ్ళి నా కొరకు ఒక టవల్ తెచ్చాడు. ఈ లోగా కెటిల్ మరుగుతున్నది. వారం క్రితం కంటే ఇల్లు కొంత గజిబిజిగా ఉంది. అంటిసెప్టిక్ వాసన పోయి మరేదో వాసన మొదలయింది. లివింగ్ రూమ్‌లో ఒక మూలన వార్తాపత్రికలు కుప్పగా పడి ఉన్నాయి. కాఫీ టేబుల్ మీద కడగని మగ్‌లు ఉన్నాయి. మాంటిల్ పీస్ మీద కూడా. టవల్ అందిస్తూ, స్కాట్ పక్కన నిలిచాడు. 'ఇదొక టిప్ మాత్రమే' తెలుసు. క్లీనింగ్, నా వస్తువులనీ సర్దడం సాగించి అమ్మ పిచ్చెత్తించింది. పేచీ పడ్డాం కూడా. వెళ్ళిపోయింది. ఈ మధ్యలో అసలు ఎక్కువగా వచ్చేది కాదు.' అతని మొబైల్ ఫోన్ మోగింది. దానివేపు చూచాడు. మళ్లీ జేబులో పెట్టుకున్నాడు. తన ప్రసక్తి వస్తేచాలు. స్పీక్ ఆఫ్ ద డెవిల్.'

అతని వెంట వంటింట్లోకి వెళ్లాను.

'జరిగిందానికి ఎంతో బాధగా ఉంది' అన్నాను.

భుజాలు ఎగరేశాడు. 'తెలుసు, అయినా అందులో మీ తప్పేమీ లేదు. మీరు కాకుంటే నేనయినా చెప్పేవాడినే.'

'అంటే నేను తాగి లేకుంటే అంటున్నారా?'

అతను అటు తిరిగి ఉన్నాడు. కాఫీ కలుపుతున్నాడు.

'అదే అనుకోండి. అయినా అతని మీద అభియోగం వేయడానికి తగినంత సాక్ష్యం వాళ్ల దగ్గరలేదు.' మగ్ అందించాడు. బల్ల దగ్గర కూచున్నాము. సైడ్ బోర్డ్ మీద ఫొటో ఫ్రేమ్ ఒకటి బోర్లించి ఉందని గమనించాను. స్కాట్ మాట్లాడుతున్నాడు. 'ఏవేవో దొరికాయి. వెంట్రుకలు, చర్మం కణాలు, అన్నీ అతని ఇంట్లో. ఆమె అక్కడికి రాలేదని అతనేమీ అనలేదు కూడా. మొదట్లో అన్నాడనుకోండి. తరువాత తను వచ్చింది' అని అంగీకరించాడు.

'ఎందుకని అబద్ధం చెప్పాడు?'

నిజమే ఆమె రెండు సార్లు తన ఇంటికి వచ్చిందని ఒప్పుకున్నాడు. అయితే మాట్లాడడానికే అన్నాడు. దేని గురించి, చెప్పాడు. ఈ కాన్ఫిడెన్షియాలిటీ వ్యవహారం ఒకటి ఉందిగద. వెంట్రుకలు, చర్మం కణాలు కింద అంతస్తులో దొరికాయి. బెడ్‌రూమ్‌లో అవేవీ లేవు. వాళ్ల మధ్య అటువంటిదేమీ లేదని అతను ఒట్టుపెట్టి చెపుతున్నాడు. కానీ, అతను అబద్ధాలాడాడు, అయితే చెయ్యి ఎత్తి కళ్లమీద రుద్దుకున్నాడు. ముఖం లోపలికి కుంచించుకు పోతున్నట్టు కనిపించింది. భుజాలు వాలి ఉన్నాయి. మనిషే కుంచించుకుపోయాడు. 'కార్ మీద కొంత రక్తం కనిపించింది.'

'ఓహ్ మై గాడ్'

'అవును, తన బ్లడ్ టైప్‌తో మ్యాచ్ అయ్యింది కూడా. చాలా చిన్న శాంపుల్. డీఎన్ఏ దొరుకుతుందా తెలియదన్నారు. అందులో ఏమీ లేకపోవచ్చు. అదీ వాళ్ల మాట. ఏమీ లేకపోవడం ఎట్లా? కార్ మీద రక్తం కనబడుతుంటే?' అతను తల ఆడించాడు. 'మీరు చెప్పింది సరిగా ఉంది. అతని గురించి విన్నకొద్దీ, అనుమానం పెరుగుతున్నది.' అతను నా వేపు చూచాడు. సూటిగా అక్కడికి వచ్చిన తర్వాత అదే మొదటిసారి. 'అతను దాన్ని అనుభవించాడు. అది వద్దని ఉంటుంది. కనుక అతను... వాడేదో చేశాడు అదంతేనాకు తెలుసు.'

అతను పూర్తిగా నమ్మకం వదులుకున్నాడు. తప్పుబట్టడానికి కూడా లేదు. రెండు వారాలపైన అయింది. ఆమె ఫోన్ తిరిగి ఆన్ కాలేదు. క్రెడిట్ కార్డ్ వాడలేదు. ఏటీఎం నుంచి డబ్బు తీయలేదు. ఎవరికంట పడలేదు. అంటే అదికపోయింది.'

'తను పారిపోయి ఉండవచ్చునని వాడు పోలీస్‌లతో అన్నాడు.' అన్నాడు స్కాట్

'డాక్టర్ అబ్దిక్ అన్నాడా?'

స్కాట్ అవును అన్నట్టు తల పంకించాడు. 'ఆమె నాతో సంతోషంగా లేదనీ, అందుకే పారిపోయి ఉంటుందనీ చెప్పాడు.'

'అనుమానం పక్కకు తిప్పే ప్రయత్నం. మీరేదో చేసి ఉంటారని పోలీసులు అనుకోవాలని...'

'నాకు తెలుసు. అయితే వాళ్లేమో ఆ భడవ చెప్పినవన్నీ ఒప్పుకుంటున్నారు. అతని గురించి మాట్లాడిన తీరు చూచానుగా. ఆ రైలీ అనేది. దానికి వాడంటే ఇష్టం లాగుంది. దరిద్రగొట్టు శరణార్థి భడవ.'

నిస్సహాయంగా తల వాల్చాడు. 'అతనే నిజమేమో. మేం గట్టిగా పోట్లాడాము. కానీ, నాతో తాను సంతోషంగా లేదూ అంటే మాత్రం నమ్మకం కుదరదు. లేదేమో, లేదనుకుంటా!' మూడవసారి అంటుంటే తనకు తానే నచ్చజెప్పుకుంటున్నట్లుంది. 'అఫెయిర్ పెట్టుకున్నది అంటే నాతో సంతోషంగా లేదనే కదా!'

'అవసరం లేదు. అది బహుశా మరో రకం, ఏదో అంటారు, ట్రాన్స్ఫరెన్స్ వ్యవహారం. మార్పు కొరకు. అదే మాట అంతేనా? ఒక పేషెంట్‌కు భావాలు కలుగుతాయి. లేదా కలిగాయి అనుకుంటారు. ఏది, తెరపిస్ట్ గురించి. తెరపిస్ట్ మాత్రమే వాళ్లను అడ్డుకోగలుగుతాడు.

నేను చెప్పే మాటలు వినడం లేదు, అనిపించింది.

అతను నా ముఖంకేసి చూస్తున్నాడు.

'ఏమయింది? మీకేమయింది? మీరు మీ భర్తను వదిలేశారు, అంటే మరొకతని కొరకేనా?'

తల అడ్డంగా ఆడించాను. ' పరిస్థితి తిరగబడింది. ఆనా ప్రవేశించింది.'

'సారీ, ' అతను ఆగాడు.

అతనేమి అడుగుతాడు తెలుసు. అడగక ముందే నేనే చెప్పాను. మేము కలిసి ఉండగానే అది ముందే మొదలయింది.

తాగుడు, అదేకదా, మీరు అడగదలిచింది అంతేనా?

అతను మరోసారి తలపంకించాడు.

'పాప పుట్టాలని ప్రయత్నం' గొంతు వణికింది. ఇంకా, ఇంతకాలం తర్వాత, ఆ సంగతి గురించి మాట్లాడితే చాలు, కళ్లలో నీళ్లు తిరుగుతాయి. 'సారీ' అన్నాను.

'ఫరవాలేదు' లేచి నిలుచున్నాడు. సింక్ వద్దకు వెళ్లాడు. నా కోసం మంచి నీరు తెచ్చాడు. నాముందు బల్ల మీద ఉంచాడు. గొంతు సవరించుకున్నాను. వీలయినంత మామూలుగా ఉండే ప్రయత్నం చేశాను. 'బిడ్డ కొరకు ప్రయత్నాలు ఫలించలేదు. నేను డిప్రెస్ అయ్యాను. తాగడం మొదలైంది. నాతో ఉండడం చాలా ఇబ్బంది అయ్యింది. టామ్ ఇక మరెక్కడో సాంత్వన వెతుకున్నాడు. అందించడానికి అది ఆనందంగా ముందుకు వచ్చింది.'

'అయామ్ రియల్లీ సారీ. అన్యాయం. తెలుసు... నేనూ పిల్లలు కావాలి అనుకున్నాను. మేగన్ మాత్రం ఇంకా సమయం రాలేదు, అంటూ టలాయించింది.' ఈ సారి కన్నీరు తుడుచుకునే వంతు అతనిదయింది. 'మేం పేచీ పడిన విషయాలలో అదీ ఒకటి... ఆ విషయంగా వాదాలు జరిగాయి.'

'ఆమె వెళ్లిపోయిననాడు కూడా ఆసంగతిగానే రగడ జరిగిందా?'

అతను నిట్టూర్చాడు. కుర్చీ నెట్టిలేచి నిలబడ్డాడు. 'కాదు అది మరొక విషయం,' అటు తిరుగుతూ అన్నాడు.

సాయంత్రం

ఇంటికి చేరే సరికి కాతీ ఎదురుచూస్తున్నది. తను కిచెన్‌లో నిలబడి ఉంది. గడగడా నీళ్లు తాగుతున్నది.

'ఆఫీస్‌లో బాగా గడిచిందా?' అడిగింది. పెదవులు బిగించి ఉన్నాయి. తనకు తెలిసిపోయింది.

'కాతీ...'

'డేమియన్‌కు ఇవాళ యూస్టన్ దగ్గర్లో మీటింగ్ ఉంది. బయటకు వస్తూ మార్టిన్ మైల్స్‌ను కలిశాడు. వాళ్లిద్దరికీ కొంత పరిచయం ఉంది. డేమియన్, లెయింగ్ ఫండ్స్ మేనేజ్‌మెంట్‌లో పనిచేసేవాడు, గుర్తుందా? మార్టిన్ వాళ్ల పీఆర్ నడిపించేవాడు.'

'కాతీ....'

ఆమె చెయ్యి పైకెత్తింది. మరో గుక్క నీరు తాగింది. 'నీవక్కడ నెలలుగా పనిచేయడం లేదు. నెలలయింది. నాకెంత బాధగా ఉంటుందో నీకేమయినా తెలుసా? డేమియెన్ ఎంత బాధపడి ఉంటాడు? ప్లీస్ ప్లీస్ మరో ఉద్యోగం దొరికింది, ఆ సంగతి నీకు చెప్పలేదు, అను. పనికి పోతున్నట్లు నటించలేదని చెప్పు. పొద్దునా, రాత్రి నాతో అబద్ధాలాడడం లేదని చెప్పు, ఇంత కాలంగానూ.'

'నీకెట్లా చెప్పాలో తెలియదు.'

'ఎట్లా చెప్పాలని తెలియలేదు నీకు.' కాతీ, *తాగి పనిలోకి పోయినందుకు నా ఉద్యోగం ఊడింది తెలుసా*, అంటే ఎట్లుండేది. ఏమీ?' నేను వణికిపోయాను. ఆమె ముఖం మారింది. 'అయామ్ సారీ, కానీ నిజంగా రేచల్!' ఆమె నిజంగా చాలా మంచిది. 'ఇంతకూ ఏం చేస్తున్నావు? ఎక్కడికి పోతావు? దినమంతా ఏం చేస్తావు?'

'నడుస్తాను, లైబ్రరీకి పోతాను. కొన్నిసార్లు...'

'పబ్‌కు పోతావు, అంతేనా?'

'కొన్నిసార్లు, కానీ'

'నాకెందుకు చెప్పలేదు?' దగ్గరా వచ్చి భుజం మీద చెయ్యి వేసింది. 'నాకు చెప్పి ఉండాల్సింది.'

'నాకు అవమానం అనిపించింది!' అన్నాను. ఏడవసాగాను. దీనంగా ఉంది పరిస్థితి. కానీ ఏడవసాగాను. అదే పనిగా ఏడ్చాను. పాపం కాతీ నన్ను పొదివి పట్టుకున్నది. తల నిమిరింది. 'అంతా సర్దుకుంటుందిలే' అన్నది. నేను బాగుంటానన్నది. నాకు అధ్వాన్నంగా ఉంది. ఎప్పుడూ లేనంతగా నా మీద నాకు ఏవగింపు కలిగింది. తరువాత, సోఫా మీద, కాతీతో టీ తాగుతూ కూచున్నప్పుడు, తానేదో చెప్పింది. నేను మందు మానుకుంటాను. సీవీ సిద్ధం చేస్తాను. మార్టిన్ మైల్స్‌ను కలిసి రెఫరెన్స్ ఇమ్మని ప్రాధేయపడతాను. లండన్ ప్రయాణాల పేరున డబ్బు వృథా చేయడం మానుకుంటాను.

'మనసు విప్పి అడుగుతున్నా, రేచల్ ఇంతకాలంగా ఇదంతా ఎట్లా సాగిస్తూ వచ్చావు, అర్థంకాదు.'

'నేను భుజాలు ఎగరేశాను, పొద్దున్నే 8.04 ఎక్కుతాను. సాయంత్రం 17.56లో తిరిగి వస్తాను. అది నా ట్రెయిన్. అదే ఎక్కుతాను, అట్లాసాగుతుంది.'

గురువారం, 1 ఆగస్టు 2013

ఉదయం

నా ముఖం మీద ఏదో కప్పినట్టు ఉంది. శ్వాస వీలుగావడం లేదు. ఉక్కిరిబిక్కిరి అవుతున్నాను. మెలుకువలోకి తేలి వచ్చాను. నేను గాలి కొరకు తంటాలు పడుతున్నాను. ఎదలో బాధగా ఉంది. లేచి కూచున్నాను. కళ్లు పెద్దవి చేసి చూస్తున్నాను. గది మధ్యలో ఏదో కదులుతున్నది. చిక్కని నల్లని కేంద్రం. అది రానురాను విస్తరిస్తున్నది. అరిచినంత పని చేశాను. అప్పుడు సరిగా మెలకువ వచ్చింది. అక్కడేమీ లేదు. నేను మాత్రం బెడ్ మధ్యలో కూచుని ఉన్నాను. నా చెంపలు కన్నీళ్లతో తడిసి ఉన్నాయి.

ఇంచుమించు తెల్లవారింది. బయటి వెలుతురు రంగు మారుతున్నది. గడిచిన కొన్ని దినాలుగా కురుస్తున్న వర్షం కిటికీల మీద ఇంకా బాదుతున్నది. ఇక మళ్లీ పడుకునేది లేదు. ఎదలో నా గుండె సమ్మెటపోట్ల లాగ కొట్టుకుంటూ బాధ కలిగిస్తుంటే, నిద్రరాదు.

కింద కొంత వైన్ మిగిలి ఉంది, అనుకున్నాను. గట్టిగా చెప్పలేను. రెండవ బాటిల్ ఖాళీ అయినట్టు లేదు. అది వెచ్చగా ఉంటుంది. ఫ్రిజ్‌లో పెట్టడం కుదరదు. కాతీ చూచి ఒంపేస్తుంది. నేను బాగుపడాలని తను గట్టిగా కోరుకుంటుంది. అయితే ఇప్పటి వరకు తన పథకాల ప్రకారం ఏదీ జరగడం లేదు. హాల్‌వేలో చిన్న అల్మారా ఉంది. అందులో గ్యాస్ మీటర్ ఉంటుంది. వైన్ మిగిలిందంటే అందులో దాచేస్తాను.

నెమ్మదిగా పాకినట్టు లాండింగ్ మీదకు చేరాను. ఆ మసక వెలుగులో మునివేళ్ల మీద మెట్లు దిగాను. ఆ చిన్న కప్‌బోర్డ్ తెరిచాను. బాటిల్ తీశాను. అది మరీ తేలికగా ఉంది. ఉంటే గింటే ఒక గ్లాస్ ఉంటుంది. ఏమీ లేనిదానికన్నా మేలు గదా. దాన్ని ఒక మగ్‌లో పోశాను. (కాతీ కిందకు వస్తే టీ తాగుతున్నట్టు నటించవచ్చు). బాటిల్ బిన్‌లో పడేశాను. (దాన్ని పాలడబ్బా, క్రిస్ప్స్ పాకెట్‌ల కింద దాచేశాను.) లివింగ్ రూమ్‌లో చేరి టీవీ ఆన్ చేశాను. దాన్ని మ్యూట్ చేశాను. సోఫా మీద కూర్చున్నాను.

చానల్స్ మారుస్తున్నాను. అంతా పిల్లల టీవీ, వార్తల చానల్స్. అంతలో తెలిసిన ప్రాంతం, కోర్లీవుడ్(అడవి) కనిపించింది. అది పక్కనే ఉంటుంది. ట్రెయిన్‌లో వెళుతుంటే కనిపిస్తుంది. ధారాపాతంగా వర్షంలో క్లోరీవుడ్ ట్రెయిన్ పక్కనుంచి చెట్లమధ్య గల పొలాలన్నీ నీరు నిండి ఉన్నాయి.

ఏం జరుగుతున్నది అర్థం చేసుకునేందకు నాకింత సమయం ఎందుకు పడుతుందో అర్థంగాదు. పది సెకండ్లు, పదిహేను, ఇరవై పాటు, కార్లు, నీలం తెలుపు టేప్ వెనుక ఒక తెల్లని గుడారం వంక చూస్తున్నాను. నా శ్వాస త్వరత్వరగా సాగుతున్నది. కొంతసేపటికి ఊపిరి బిగపట్టాను. శ్వాస ఆడడం లేదు.

అదుగో అది ఇంతకాలం చెట్ల మధ్యన ఉంది. ఇక్కడే రెయిల్వే ట్రాక్ పక్కన. ఆ పొలాల వెంట నిత్యం తిరుగుతున్నాను. పొద్దున్నా, సాయంత్రం, ప్రయాణిస్తూ ఏమీ పట్టకుండా.

అడవి చెట్ల మధ్యన. అక్కడి తప్ప పొదల్లో గుంట తవ్వి త్వరత్వరగా పూడ్చారు. అంతకన్నా అధ్వాన్నంగా ఊహించాను. అసాధ్యాలు ఊహించాను. అడవిలో లోపల ఎవరూ వెళ్లని చోట, ఆ శరీరం, చెట్టునుంచి తాటి చివర వేలాడుతూ. అసలది తానుకాదేమో. మరెవరో కావచ్చు. మరెవరూ కాదని నాకు తెలుసు.

ఇక స్క్రీన్ మీదకు ఒక రిపోర్టర్ వచ్చాడు. నల్లని జుట్టు పుర్రెకు అంటుకున్నట్టు ఉంది. వాల్యూమ్ పెంచాను. నాకు తెలిసిన సంగతులే, అతను చెపుతుంటే విన్నాను. అప్పుడు అనిపించింది. శ్వాస ఆడకపోవడం నాకు కాదు మేగన్‌కు. 'అవును నిజం,' అతను అంటున్నాడు. స్టూడియోలోని ఎవరితోనో మాట్లాడుతున్నాడు. చేతితో చెవిని నొక్కుతున్నాడు. 'కోర్లీవుడ్ అడుగున, ఒక ఫీల్డ్‌లో వరద నీటిలో మునిగిన ఒక యువతి మృతదేహాన్ని కనుగొన్నట్టు పోలీసులు నిర్ధారించారు. ఆ స్థలం మేగన్ హిప్‌వెల్ ఇంటికి అయిదు మైళ్ల కన్నా తక్కువ దూరం. మిసెస్ హిప్‌వెల్ జులై మొదటి భాగంలో నిజానికి జులై పదమూడున కనిపించకుండా పోయిన సంగతి మీకు తెలిసిందే. ఆ తరువాత ఆమె కనిపించలేదు. తమ కుక్కలతో వాకింగ్ కొరకు వచ్చిన వారు ఈ ఉదయం ఈ దేహాన్ని చూచారు. అయితే దేహం ఎవరిది అని ఇంకా గుర్తించలేదు, అంటున్నారు పోలీసులు. కానీ, అది మేగన్ హిప్‌వెల్ అయి ఉంటుందని వారి నమ్మకం. ఆవిడగారి భర్తకు వర్తమానం తెలియజేశారు.'

అతను కొంతకాలం మాటలు మానేశాడు. న్యూస్ ఏంకర్ అతడిని ప్రశ్నలు అడుగుతున్నది. కానీ నాకు అవేవీ వినిపించడం లేదు. నా చెవుల్లో రక్తం ఉరుముతున్నది. మగ్ పెదవులకు చేర్చాను. మిగిలిన నాలుగు చుక్కలు తాగేశాను. రిపోర్టర్ తిరిగి మాట్లాడుతున్నాడు. 'అవును, కే, నిజమే. శరీరాన్ని చెట్లమధ్యన పూడ్చిపెట్టినట్టు కనబడుతున్నది. అది జరిగి కొంతకాలం అయింది. బహుశా, తీవ్రమైన వర్షాల కారణంగా అది బయటపడింది. ఘోరం, నేను అనుకున్నదానికన్నా చాలా ఘోరం. ఇప్పుడు దాన్ని చూడగలుగుతున్నాను. మట్టిలో ముఖం నాశనమైంది. తెల్లబడిన చేతులు బయటపడినాయి. సమాధిలో నుంచి బయటకు రావాలని ప్రయత్నిస్తూ, గోళ్లతో మట్టి తోడుతున్నట్టు పైకి తిరిగి ఉన్నాయవి. నాకు నోట్లో ఏదో వేడిరుచి తెలిసింది. చేదు వైన్‌తో కలిసి పైత్యరసం. నోట్లో వాంతి చేయడానికి పైకి పరుగెత్తాను.

సాయంత్రం

ఇంచుమించు దినమంతా బెడ్‌లో ఉన్నాను. తలలోనే సమాచారాన్ని సర్దాలని చూచాను. జ్ఞాపకాలు, ఫ్లాష్ బ్యాక్‌లు కలల నుంచి అన్నింటిని ఒకచోట చేర్చి, శనివారం రాత్రి ఏమయింది, తెలుసుకోవాలి. వాటికి అర్థం వెతికే ప్రయత్నంలో

స్పష్టంగా చూడాలని అన్నింటిని కాగితం మీద రాశాను. కాగితం మీద కలం గరగరలాడుతూ కదులుతుంటే, చెవిలో ఎవరో గుసగుసలాడినట్లుంది. నాకు భయం మొదలైంది. ఫ్లాట్‌లో మరెవరో ఉన్నారన్న భావం బలపడింది. అంటే తలుపు అటుపక్కనన్నమాట. ఆమెను గురించి ఊహించకుండా ఉండలేకపోతున్నాను. పడకగది తలుపు తెరవడానికి వీలుగానంత భయం. కానీ తెరిస్తే మాత్రం అక్కడ ఎవరూ లేరు. కిందికి పోయి మళ్లీ టీవీ పెట్టాను. అవే దృశ్యాలు ఇంకా చూపుతున్నారు. వర్షంలో అడవిచెట్లు, బురదదారులలో పోతున్న పోలీస్‌కార్‌లు అసహ్యంగా తెల్లని టెంట్. అంతా మసకగా. ఇక ఉన్నట్టుండి కెమెరాను చూచి నవ్వుతూ మేగన్. అందంగా ఎవరూ ముట్టనట్టు. తరువాత తల వంచుకుని స్కాట్. తన ఇంట్లోకి తాను వెళుతూ ఫొటోగ్రాఫర్‌ను తప్పించుకుంటూ సౌండ్ ట్రాక్ వినాలని లేదు. అయినా వాల్యూమ్ పెంచాను. చెవుల్లో మోగుతున్న నిశ్శబ్దాన్ని నిలపడానికి. ఇప్పటికీ ఆ స్త్రీని ఎవరూ గుర్తించలేదు. కానీ, ఆమె మరణించి కొంతకాలం అయింది. కొన్ని వారాలు అయి ఉండాలి, అన్నారు పోలీసులు. మరణ కారణం కూడా తేలలేదన్నారు వారు. హత్యలో లైంగిక ఉద్దేశాలు ఉన్న సాక్ష్యాలు లేవు అన్నారు. అది నాకు అర్థం లేని మాటగా తోచింది. వాళ్లు అంటున్నదేమిటో నాకు తెలుసు. ఆమె బలాత్కారానికి గురికాలేదని, అంతే. అది నిజానికి మంచి విషయం. అంతేగాని హత్య వెనుక లైంగిక కారణాలు లేవు అని మాత్రం అర్థం చెప్పలేం. కమాల్ ఆ అమ్మాయి కావాలనుకున్నాడు. కానీ అది జరగలేదు. ఆమె ఆ వ్యవహారాన్ని అంతం చేయాలని చూచి ఉంటుంది. అతనికది నచ్చలేదు, ఇది నాకు కలిగిన ఆలోచన. అది లైంగిక కారణం, కాదంటారా? ఇక వార్తలు చూడలేకపోయాను. తిరిగిపైన గదిలోకి చేరాను. దుప్పటిలో దూరాను. హాండ్‌బాగ్‌ను బోర్లించాను. కాగితాల ముక్కల మీద రాసుకున్న నోట్స్ కొరకు చూచాను. సేకరించిన సమాచారం ముక్కలు అవన్నీ. నీడలలాగ మారుతున్న జ్ఞాపకాలు. అయితే అవన్నీ నాకెందుకు, ఒక క్షణం అనిపించింది. అవి ఏ పనికి సాయం చేస్తాయి?

మేగన్

గురువారం, 13 జూన్ 2013

ఉదయం

ఈ వేడిలో నిద్ర పోలేను. కనిపించని పురుగులు ఒంటిపై పాకుతున్నాయి. ఎదమీద రాష్ వచ్చింది. అనువుగా ఉండే అవకాశం లేదు. స్కాట్ నుంచి వెచ్చదనం వెలువడుతున్నట్టు ఉంది. అతని పక్కన పడుకుంటే అగ్గి పక్కన పడుకున్నట్టు ఉంది. అతని నుంచి ఎంతో దూరం పోలేను. పరుపు అంచున వేలాడతాను. అసహ్యంగా ఉంది. స్పేర్ రూమ్‌లో ఫూటాన్ మీద పడుకోవాలి అన్న ఆలోచన వచ్చింది. అతను నిద్రలేస్తే, నేను పక్కన లేకుంటే అసలు నచ్చదు తనకు. ఇక ఆ తరువాత ఏదో పేరున కీచులాట మొదలవుతుంది. మామూలుగా స్పేర్ రూమ్‌ను వాడడానికి మరిన్ని ఆలోచనలు. అక్కడ పడుకుంటే, నేను ఎవరి గురించి ఆలోచిస్తున్నాను, అని. కొన్నిసార్లు అరిచి చెప్పాలి అనిపిస్తుంది. నన్ను వెళ్లిపోనీ, నాకు ఊపిరి సలపనీ. అందుకే నాకు నిద్రరాదు. కోపం వస్తుంది. అప్పటికే పోరాటం మొదలయినట్టు తోస్తుంది. అది కేవలం నా ఊహలలో మాత్రమే అయినా సరే.

ఇక నా తలలో ఆలోచనలు గిరగిరా, గిరగిరా, గిరగిరా తిరుగుతుంటాయి.

ఊపిరి ఆడడంలేదు అనిపిస్తుంది.

ఈ ఇల్లు ఎప్పుడు మరీ ఇంత చిన్నది అయింది? నా బతుకు ఎప్పుడు ఇంత బోరింగ్ అయింది? ఇదేనా నేను కోరింది? జ్ఞాపకం లేదు. తెలిసిందల్లా కొన్ని

నెలలకింద నేను సంతృప్తిగా ఉన్నాను. ఇప్పుడు నేను ఆలోచించలేను. నిద్రరాదు, బొమ్మ గీయలేను, పరుగెత్తి పారిపోవాలన్న కోరిక ముంచెత్తుతున్నది. రాత్రి నిద్రరాక పడి ఉంటే, అది వినిపిస్తోంది. నెమ్మదిగా, కానీ తెగకుండా. కాదనే లేకుండా. చెవిలో గుసగుసగా. పారిపో, కళ్లు మూసుకుంటే, గతం భవిష్యత్తు చిత్రాలు తలలో నిండిపోతాయి. కావాలని కలలుగన్నవి కనబడతాయి. అది, అవతల పడేసినవి అగుపడతాయి. ఇక సుఖం ఉండదు. ఎటువేపు తిరిగినా ముందుకు సాగని దారులే. మూతబడిన గ్యాలరీ, ఈ వీధిలో ఇండ్లు, పిలాటిస్ ఆవిడ దొంగను చూచినట్టు గమనించడం, గార్డెన్ అటుపక్కన ట్రాక్, దాని మీద ట్రెయిన్స్, ఎప్పటికీ ఎవరినో ఎక్కడికో తరలిస్తూ. అది నాకు తిరిగి తిరిగి గుర్తుచేస్తుంది. నిత్యం డజన్ సార్లు. నేనిక్కడ స్థిరపడి పోయానని. ఇక నాకు పిచ్చెత్తినంత పనవుతుంది.

అయినా కేవలం కొన్ని మాసాల కింద, నేను సుఖంగా ఉన్నాను. మెరుగవుతున్నాను. బాగున్నాను. నిద్రపోతున్నాను. పీడకలల భయం లేదు. హాయిగా శ్వాసించగలిగాను.అవును, అయినా నేను పారిపోవాలి, అనుకున్నాను. నిత్యం కాదు. కమాల్‌తో మాట్లాడడం సాయంగా తోచింది. అందులో అనుమానం లేదు. నాకది నచ్చింది. అతను నా సంతోషం పెంచాడు. అంత ముగింపు వరకు చేరలేదు అనిపిస్తుందిప్పుడు. నేనసలు దానిలోతులోకి పోనేలేను. అది నా తప్పు, ఒప్పుకుంటాను. నేను దద్దమ్మలాగ ప్రవర్తించాను. చిన్నపాపలాగ ప్రవర్తించాను. తిరస్కరింపబడడం నచ్చదు గనుక. ఓడిపోవడం కూడా కొంత నేర్చుకోవాలి. ఇప్పుడు సిగ్గుగా, ఎబ్బెట్టుగా తోస్తుంది. ఆలోచనే వస్తేనే ముఖం వేడెక్కుతుంది. నా గురించి అది అతని చివరి ఆశగా కాగూడదు. అతను నన్ను మరో మారు చూడాలి. మరింత బాగా చూడాలి. అతని వద్దకు వెళితే సాయం చేస్తాడని, తప్పక అనిపిస్తుంది. అతనటువంటి వ్యక్తి. నేను కథ చివరకు చేరవలసిన అవసరం ఉంది. ఎవరికో, ఒక్కసారయినా చెప్పాలి. అది అవసరం. మాటలు గట్టిగా పలకాలి. అవి నాలోనుంచి బయటకు రాలేదంటే లోలోన నన్ను నమిలేస్తాయి. నాలో ఒక శూన్యబిలం, అవి వదిలితే అది రానురాను పెద్దదవుతుంది. అది నన్ను మింగేస్తుంది.

నా ఆత్మగౌరవాన్ని, సిగ్గును దిగమింగుకుని, అతని వద్దకు వెళ్లాలి. అతను వినక తప్పదు. వినేలా చేస్తాను.

సాయంత్రం

నేను తారాతో సినిమాలో ఉన్నానని స్కాట్ అనుకుంటాడు. నేను మాత్రం కమాల్ ఫ్లాట్ బయట పదిహేను నిమిషాలుగా నిలబడి ఉన్నాను. తలుపు తట్టడానికి బలం పుంజుకుంటున్నాను. చివరి సారి తరువాత, మళ్లీ ఇప్పుడు తాను నన్ను చూడబోయే తీరు గురించి చాలా భయంగా ఉంది. నేను బాధపడుతున్నానని అతనికి అర్థం కావాలి. అట్లాగే తగిన దుస్తులు వేసుకున్నాను. ప్లెయిన్‌గా, సింపుల్‌గా, జీన్స్, టీషర్ట్, మేకప్ అసలు లేదు. ఇది వశపరచడం గురించి కాదు. అతనికది అర్థం కావాలి.

అతని ఫ్రంట్ డోర్ చేరి, బెల్ నొక్కుతుంటే, నా గుండె వేగం పెరగడం తెలుస్తున్నది. ఎవరూ రాలేదు. లైట్‌లు వెలుగుతున్నాయి. అయినా తలుపు తీయలేదు. బహుశా నేను బయట ఉండడం తాను చూచాడేమో. లేక పై అంతస్తులో ఉన్నాడేమో, నిర్లక్ష్యం చేస్తే నేను వెళ్లిపోతాను, అనుకుంటున్నాడేమో. నేను వెళ్లను. నా పట్టుదల గురించి అతనికి తెలియదు. ఒకసారి అనుకున్నాను, అంటే నా బలం ముందు ఎవరయినా బలాదూరే.

మళ్లా బెల్ మోగించాను. మరోసారి అంటే మూడవ సారి. మెట్ల మీద అడుగుల చప్పుడు చివరకు వినిపించింది. తలుపు తెరచుకుంది. ట్రాక్ సూట్ బాటమ్స్, తెల్లని టీషర్ట్ వేసుకుని ఉన్నాడు. కాళ్లకు జోళ్లు లేవు. తల తడిగా ఉంది, ముఖం ఎర్రగా ఉంది.

'మేగన్' ఆశ్చర్యంతో. కోపం మాత్రంలేదు. ప్రారంభం అట్లా బాగానే ఉంది. 'బాగున్నావా? అంతా బాగుందా?'

'అయామ్ సారీ,' అన్నాను. అతను వెనుకకు జరిగి నాకు దారి ఇచ్చాడు. నాలో కృతజ్ఞత పెల్లుబికింది. అది ఇంచుమించు ప్రేమలాగుంది.

కిచెన్‌లోకి దారి తీశాడు. అంతా గందరగోళంగా ఉంది. కౌంటర్, సింక్‌ల మీద గిన్నెలు, వగైరా కుప్పగా పడి ఉన్నాయి. బిన్‌లో నుంచి ఖాళీ టేక్ అవే కార్టన్స్ ఎక్కువయి పడిపోతున్నాయి. అతని డిప్రెషన్‌లో ఉన్నాడేమో అనుమానం కలిగింది. నేను ద్వారంలో నిలబడ్డాను. అతను నాకు ఎదురుగా కౌంటర్ మీద వాలినట్టు నిలబడ్డాడు. చేతులు ఎదమీద కట్టుకున్నాడు.

'ఏం చేయమంటావు?' అడిగాడు. ముఖంలో ఏ భావమూ లేకుండా ఏర్పాటు

చేసుకున్నాడు. అతని తెరపిస్ట్ తీరు. అతడిని గిల్లాలి అనిపిస్తుంది, నవ్వించాలి అనిపిస్తుంది.

'నేను నీకు చెప్పాలి – ' మొదలు పెట్టాను. ఆపేశాను. నేరుగా విషయంలోకి దూకలేను. ముందు కొంత తయారీ అవసరం. కనుక మాట మార్చాను. 'క్షమాపణ చెప్పాలనిపించింది' అన్నాను. జరిగిందానికి, పోయినసారి. 'ఏం ఫరవాలేదు. దాన్ని గురించి పట్టించుకోకు. మరెవరితోనయినా మాట్లాడాలి అనుకుంటే, రెఫరెన్స్ ఇస్తాను. కానీ–'

'ప్లీస్ కమాల్'

'మేగన్, ఇక మీద నీకు కౌన్సెలింగ్ చేయలేను'

'తెలుసు. నాకది తెలుసు. మరెవరితోనో మళ్లీ మొదలుపెట్టడం కుదరదు. నాకు కుదరదు. మనం ఇంత దూరం వచ్చాము. దగ్గరయ్యాము. చెప్పవలసింది కొంత ఉంది. ఒకసారి మాత్రమే, ఆ తరువాత వెళ్లిపోతాను. ప్రామిస్. తరువాత ఎప్పుడూ నిన్ను విసిగించను.'

అతను తల ఒక పక్కకు వంచాడు. నా మీద తనకు నమ్మకం లేదు చెప్పగలను. ఇప్పుడు నన్ను తిరిగి రానిస్తే, నన్నిక ఎప్పుడూ వదిలించుకోలేడు, అనుకుంటున్నాడు.

'నా మాట పూర్తిగా విను. ప్లీస్. ఇది ఇలాగే కొనసాగదు. ఎవరో వినవలసిన అవసరం నాకుంది.'

'నీ భర్త?' అతను అడిగాడు. కాదన్నట్టు తల ఊపాను.

'లేదు–అతనితో చెప్పలేను. ఇంత కాలం తరువాత అసలు కుదరదు. అతనిక నన్ను నన్నులా చూడలేడు. నేనతనికి మరెవరో అయిపోతాను. నన్నెలా క్షమించాలి అతనికి అర్థం కాదు. ప్లీస్, కమాల్. ఆ విషాన్ని నేను ఉమ్మకుంటే నాకెన్నడూ నిద్ర పట్టదు, అనిపిస్తుంది. తెరపిస్ట్‌గా కాదు, స్నేహితుడుగా, దయదలచి విను.' అతని భుజాలు కొంత కుంగుతుండగా అటు తిరిగాడు. అంతా అయిపోయింది అనిపించింది. అప్పుడతను ఒక కప్‌బోర్డ్ తెరిచాడు. రెండు గ్లాసులు బయటకు తీశాడు.

'స్నేహితులం కదా, సరే కాసింత వైన్ కావాలా?'

అతను ముందు నడవగా ఇద్దరం లివింగ్ రూమ్‌లోకి వెళ్లాం. అందులో వెలుతురు తక్కువగా ఉంది. ఎవరూ పట్టించుకోని తీరు, వంటింట్లో లాగే అక్కడ

కూడా కనబడుతున్నది. ఒక గ్లాస్ టేబుల్‌కు అటుయిటు కూచున్నాము. టేబుల్ మీద కాగితాలు, పత్రికలు, టేక్ అవే మెనూలు పెద్ద కుప్పగా పడి ఉన్నాయి. నా చేతులు నా గ్లాస్ చుట్టూ బంధించినట్లు ఉన్నాయి. ఒక సిప్ తాగాను. ఎర్రగా ఉంది, కానీ చల్లగా. మింగాను. మరో గుక్క తాగాను. నేను మొదలుపెడతానని ఎదురుచూస్తున్నాడు. కానీ నాకు కష్టంగా ఉంది. ఊహించిన కన్నా కష్టంగా ఉంది. ఈ రహస్యం నేను ఎంతోకాలం దశాబ్దాలు నా జీవితంలో మూడవ వంతుకన్నా ఎక్కువ కాలం దాచాను. దాన్ని బయటపెట్టడం అంత సులభం కాదు. నేను మాటలు మొదలు పెట్టాలని మాత్రం తెలుసు. ఇప్పుడాపని చేయలేకపోతే, ఆ మాటలను గట్టిగా బయటకు చెప్పే ధైర్యం మరెప్పుడూ కలగక పోవచ్చు. ఆ మాటలే అందకుండా పోవచ్చు. గొంతులో ఇరికిపోతాయేమో. నిద్రలో ఊపిరాడక చస్తానేమో.

'ఇప్ స్విచ్ వదిలిన తరువాత, మాక్‌తో ఉండసాగాను. హోక్‌హాంలో ఒక వీధి చివర ఉంటుంది అతని ఇల్లు. అదంతా చెప్పాను కదూ? అది మరీ ఏకాంత వ్యవహారం. రెండు మైళ్ల వరకు ఎవరూ ఉండరు. అంగళ్లు కావాలంటే మరో రెండు మైళ్లు పోవాలి. మొదట్లో చాలా పార్టీలు చేశాము. ఎప్పుడూ లివింగ్ రూమ్‌లో కొంతమంది, మత్తునిద్రలో పడి ఉండేవారు. వేసవిలో నయితే బయట హామక్‌లో పడుకునేవారు. కానీ అదంతా విసుగనిపించింది. చివరకు మాక్ అందరితోనూ తగువులు పెట్టుకున్నాడు. అందరూ రావడం మానేశారు. ఇద్దరమే మిగిలాము. ఎవరూ కనిపించకుండానే రోజులు గడిచిపోసాగాయి. పెట్రోల్ స్టేషన్‌లో కావలసిన సరుకులు కొనేవాళ్లం. ఇప్పుడు అనుకుంటే వింతగా ఉంటుంది కానీ, కానీ నాకు అదే కావాలి అనిపించేది. ఇప్ స్విచ్, ఆ మనుషులు, నేను చేసిన పనులు అన్నింటి తరువాత ఆ తీరు నచ్చింది. మాక్, నేను పాత రైల్వే పట్టాలు, గడ్డి, ఇసుకదిబ్బలు, విశ్రాంతి ఎరుగని సముద్రం.

కమాల్ తల ఒక పక్కకు వంచాడు. అరనవ్వు ఒకటి విసిరాడు. నాకు లోపల ఏదో తిరగబడినట్లు తోచింది. 'వినడానికి బాగుంది. కానీ పరిస్థితిని రొమాంటిక్ చేస్తున్నావు, అనిపించడం లేదా?' విశ్రాంతి ఎరుగని సముద్రం అన్నీ. 'వదిలేయ్ కాదు, ఏమయినప్పటికీ, సరేగానీ ఎప్పుడయినా నార్త్ నార్‌ఫోక్ వెళ్లావా? అది ఏడ్రియాటిక్ కాదు. అది నిజంగా అలజడిగా ఉంటుంది. విశ్రాంతి ఎరుగని గ్రే రంగు.'

అతను చేతులు రెండు పైకెత్తి 'ఓకే' అన్నాడు.

మరుక్షణం నాకు బాగనిపించింది. టెన్షన్, వెంటనే భుజాలు, మెడనుంచి బయటికి కారిపోయినట్లుంది. వైన్ మరో సిప్ తాగాను. ఈ సారి అది కొంచెం తక్కువ చేదుంది.

'నేను మాక్‌తో హాయిగా ఉన్నాను. అది నాకు నచ్చే ప్రదేశంలాగ వినిపించదని నాకు తెలుసు. నాకు నచ్చేరకం బతుకు కూడా కాదది. అయితే బెన్ మరణం, ఆ తరువాత వచ్చిన అన్నింటినీ కలిపి చూస్తే అది నాకు బాగుంది. మాక్ నన్ను రక్షించాడు. నన్ను ప్రేమించాడు. భద్రంగా ఉంచాడు. ఇక అతను బోరింగ్ రకం కాదు. నిజంగా, ఉన్నది ఉన్నట్టు చెప్పాలంటే, మేం బాగా డ్రగ్స్ తీసుకునే వాళ్లం. దినమంతా వాటి ప్రభావంలో ఉంటే విసుగు సంగతి తెలియదుమరి.

కమాల్ తల ఆడించాడు. 'అర్థం చేసుకోగలను. అయినా అది నిజమయిన రకం ఆనందం కాదని, అట్లా వినిపించడం లేదని మాత్రం చెప్పగలను. అటువంటి సంతోషం నిలవదు. అది ఎవరినీ పట్టి ఉంచదు' అన్నాడతను.

'నేను నవ్వాను, నా వయసు అప్పటికి పదిహేడు. ఆ మనిషి నాకు మంచి ఉత్సాహం పంచాడు. నన్ను ఆరాధించాడు. అందుకే నా తల్లిదండ్రులనూ, ఇంటినీ, అన్నింటినీ వదులుకోగలిగాను. అన్నింటినీ అంటే గుర్తొచ్చింది, మా అన్నయ్య సంగతి. ఆ భావం అట్లా సాగాలని నేను కోరలేదు. అప్పటి వరకు నాకు బాగుంటే చాలు, అనుకున్నాను.'

'మరేమయింది?'

అప్పుడు గది చీకటిగా మారినట్టు కనిపించింది. విషయం వచ్చేసింది. ఎన్నడూ చెప్పని ఆ విషయం.

'నాకు కడుపు వచ్చింది'

అతను తల పంకించాడు. నా మాటలు కొరకు వేచి ఉన్నాడు. అతను నన్ను ఆపితే బాగుండును, అని నాలోని ఒక భాగం అంటున్నది. మరిన్ని ప్రశ్నలు అడిగితే బాగుండును. అతను ఆపనిచేయలేదు. వేచి చూస్తున్నాడు, అంతే ఇంకా చీకటి పెరిగింది.

'తొలగించే ఆలోచన వచ్చేటప్పటికి సమయం మించిపోయింది. నాకు తెలిస్తే అదే చేసి ఉండేదాన్ని. బుద్ధిలేకుండా, పట్టకుండా ఉండకుంటే అన్నమాట. ఆ పాప అవసరం లేదు. అది నిజం, ఇద్దరికీ అవసరం లేదు.'

కమాల్ లేచి నిలుచున్నాడు. వంటింట్లోకి వెళ్లాడు. కళ్లు తుడుచుకునేందుకు నా కోసం కాయితం రోల్ తెచ్చాడు. అది నాకు అందించి కూచున్నాడు. నేను మాట సాగించడానికి కొంత కాలం పట్టింది. సెషన్స్‌లో లాగే అతను మాత్రం కూచుని ఉన్నాడు. చేతులు ఒళ్లో పెట్టుకుని, నన్నే చూస్తూ, ఓపికగా, కదలకుండా కూచున్నాడు. అందుకు అంతులేని నిగ్రహం అవసరం. ఆ ప్రశాంతత ఆ పట్టనితనం, బహుశా అది అలసట కలిగించే పరిస్థితి అనుకుంటాను. నా కాళ్లు వణుకుతున్నాయి. తాటి నుంచి వేలాడుతూ ఆడే బొమ్మలాగ నా మోకాళ్లు ఉన్నట్టుండి కదులుతున్నాయి. కిచెన్ డోర్ వరకు నడిచి, తిరిగి వచ్చాను. అరచేతులను గోకుతున్నాను.

'ఇద్దరమూ బుద్ధిలేకుండా ప్రవర్తించాము. అసలు జరుగుతున్న సంగతులను గుర్తించను కూడా లేదు. అలాగే సాగాము. నేను ఒక డాక్టర్ వద్దకు పోలేదు. సరయిన తిండి తినలేదు. సప్లిమెంట్స్ తీసుకోలేదు. చేయదగినది ఏదీ చేయలేదు. మా బతుకులు మేము బతుకుతున్నాము. ఏదో మారింది అన్న సంగతిని కూడా అంగీకరించలేదు. బరువు పెరిగాను. నెమ్మది అయ్యాను. అలసట మొదలయింది. ఇద్దరికీ చిరాకు పెరిగింది. కీచులాటలు నిరంతరం సాగేవి. అయినా పాప పుట్టిన దాకా నిజానికి ఏదీ మారలేదు.'

నన్ను అతను ఏడవనిచ్చాడు. నేనట్లా ఏడుస్తుంటే, నాకు దగ్గరగా ఉన్న కుర్చీలోకి మారాడు. నా పక్కనే కూచున్నాడు. అతని మోకాళ్లు నా తొడలకు ఇంచుమించు తగులుతున్నాయి. ముందు వంగాడు. నన్ను తాకను మాత్రం లేదు. కానీ మా శరీరాలు దగ్గరగా ఉన్నాయి. అతని సెంట్ వాసన తెలుస్తున్నది. అంత మురికి గదిలో కూడా అది శుభ్రంగా తెలుస్తున్నది. సూటిగా, ఘాటుగా.

నా గొంతు గుసగుసలాగుంది. ఈ మాటలు గట్టిగా చెప్పడం సరికాదు, అనిపించింది. ఇంట్లోనే ప్రసవం అయింది. 'అది తెలివిలేని పని. కానీ నాకు అప్పట్లో ఆసుపత్రుల గురించి ఒక ఆలోచన ఉండేది. చివరిసారి నేను ఆసుపత్రికి వెళ్లింది బెన్ చనిపోయినప్పుడు. పైగా నేను స్కాన్‌లూ చేయించుకోలేదు. స్మోక్ చేస్తున్నాను. తాగుతున్నాను కొంత. వాళ్లిచ్చే ఉపన్యాసాలు వినలేను. అదేదీ భరించలేను. ఇక చివరివరకు.... అదంతా నిజం అన్న భావన లేదు, అనుకుంటా. అది జరుగుతుందన్న స్పృహ లేదనుకుంటా.

'మాక్‌కు ఒక స్నేహితురాలుండేది. ఆమె ఒక నర్స్, లేదంటే కొంత నర్సింగ్ ట్రెనింగ్ చేసిందేమో. అలాంటిదన్నమాట. ఆమె వచ్చింది. అంతా బాగుంది.

అదేమంత కష్టం కాలేదు. అనేదేమిటంటే అంతా భయంకరంగా ఉంది, బాధగా ఉంది. అయినా పాప పుట్టింది. మరీ చిన్నగా ఉంది. దాని బరువెంతో నాకు గుర్తులేదు. అన్యాయం కదూ?

కమాల్ ఒక మాట అనలేదు. అసలు కదలలేదు. 'పాప ముద్దుగా ఉంది. నల్లని కళ్లు, గోధుమ జుట్టు, అసలు అంతగా ఏడ్చేది కాదు. హాయిగా పడుకునేది. మొదటి నుంచీ అంతే, చాలా మంచి పిల్ల.' నేను ఒక క్షణం ఆగక తప్పలేదు. 'అంతా కష్టంగా ఉంటుంది, అనుకున్నాను. కానీ అదేమీ లేదు,' అన్నాను.

ఇంకా చీకటిగా ఉంది. బాగా గుర్తుంది. పైకి చూస్తే కమాల్ కనిపించాడు. నన్నే చూస్తున్నాడు. చూపులో మెత్తదనం ఉంది. వింటున్నాడు. నేనింకా తనకు చెప్పాలి. నానోరేమో ఎండిపోతున్నది. కనుక మరో గుక్క వైన్ తాగాను. మింగడం కష్టంగా ఉంది. 'పాపను ఎలిజిబెత్ అన్నాము 'లిబ్బీ' అన్నమాట.' ఇంతకాలం తరువాత పాపపేరు గట్టిగా పలకడం వింతగా ఉంది. లిబ్బీ మళ్లీ అన్నాను. నోట్లో ఆ పేరు తిరగడం బాగుంది. మరలా మరలా అనాలని ఉంది. కమాల్ చివరకు నా చెయ్యి అందుకున్నాడు. నా నాడి మీద బొటనవేలు పెట్టాడు.

'ఒక నాడు మేము కీచులాడాము. మాక్, నేను అన్నమాట, ఎందుకంటే గుర్తులేదు. ఎప్పుడూ ఏదో పేచీ ఉండనే ఉండేది. చిన్నదిగా మొదలయి చిలికి గాలివానయ్యేది. కొట్టుకోవడం, అంత అన్యాయం మాత్రం ఉండదు. అరుచుకుంటాము. వెళిపోతానంటాము. కాదంటే తను వెళిపోయేవాడు. రెండునాళ్ల దాకా కనిపించేవాడు కాదు. పాప పుట్టిన తరువాత అట్లా జరగడం అదే మొదటిసారి. అంటే నన్ను ఒంటరిగా వదిలి తను వెళ్లిపోవడం. పాప నెలల వయసు మాత్రమే. ఇంటి కప్పు కారసాగింది. బాగా గుర్తుంది. వంటింట్లో నీటి చుక్కలు బకెట్‌లో పడినచప్పుడు. గడ్డకట్టేంత చలిగా ఉంది. సముద్రం మీద నుంచి చల్లగాలులు. వాన దినాలుగా సాగింది. లివింగ్‌రూమ్‌లో మంట వెలిగించాను. కానీ అది మరలా మరలా ఆరిపోసాగింది. నేనిక అలసిపోయాను. వెచ్చదనం కొరకు కొంచెం మందుకొట్టాను. అది కూడా పనిచేయలేదు. అందుకని స్నానం తొట్టిలో దిగాలనుకున్నాను. నాతో లిబ్బీని కూడా తీసుకున్నాను. అది నా ఎదమీద ఉంది. దాని తల నా గెడ్డం కింద ఉంది.

గది రానురాను చీకటయింది. నేను నీటిలో పడి ఉన్నాను. పాప శరీరం నాకు తాకుతున్నది. తల పక్కన ఒక కొవ్వొత్తి మాత్రం వెలుగుతున్నది. దాని రెపరెప,

మైనం కాలిన వాసన తెలుస్తూ ఉంది. గాలి చల్లగా మెడను తాకుతున్నది. నేను బరువుగా ఉన్నాను. శరీరం వెచ్చదనంలోకి జారుతున్నది. అలసి ఉన్నాను. ఉన్నట్టుండి కొవ్వొత్తి ఆరిపోయింది. చల్లదనం తెలిసింది. బాగా చలి. పళ్లు టకటక కొట్టుకుంటున్నాయి. ఒళ్లు వణికిపోతున్నది. ఇల్లంతా కదులుతున్నట్టు అనిపించింది. గాలి రొదపెడుతున్నది. పై కప్పు పలకలను కదిలిస్తుంది అనిపించింది.

'నేను నిద్రలోకి జారాను', అన్నాను. ఆ తరువాత మాటలు రావడం లేదు. 'పాప తాకడం తెలుస్తున్నది. ఎదమీద కాదు. తన శరీరం, నా చెయ్యి, టబ్ అంచు మధ్యన ఉంది. తన ముఖం నీళ్లలో మునిగి ఉంది. ఇద్దరమూ చల్లగా ఉన్నాము. కొంత సేపు కదలికలు లేవు.' నేను అతని వేపు చూడలేకపోతున్నాను. చూస్తే, అతను నానుంచి దూరం పోవడంలేదు. ఒక్కమాట అనడు, చెయ్యి భుజం చుట్టూ వేసి దగ్గరగా తీసుకున్నాడు. నా ముఖం అతని ఎదమీద ఉంది. అతని ఒంటిని పీలుస్తున్నాను. మరేదో భావం కొరకు చూస్తున్నాను. తేలిక భావం. నా సంగతి, నా రహస్యం ఇప్పుడిక మరో మనిషికి తెలుసు. కనుక తేలికతనం. నాకు బరువు దింపినట్లుంది. అతని తీరు చూస్తే నేను సరయిన పని చేసినట్లు తోచింది. అతనికి నా మీద కోపం రాలేదు. నన్నతను రాక్షసిగా చూడడం లేదు. ఇక్కడ నేను ఆపదలేకుండా ఉన్నాను. అతని వల్ల నాకు చాలా భద్రత ఉంది.

అతని చేతులలో అట్లా ఎంత కాలం ఉన్నదీ, తెలియదు. తిరిగి తెలిసినప్పుడు, నా ఫోన్ మోగుతున్నది. నేను ఎత్తలేదు. కొంతసేపు తరువాత టెక్స్ట్ వచ్చిందన్న సంగతిగా బీప్ అయ్యింది. అది స్కాట్ నుంచి. 'ఎక్కడున్నావు?' మరో కొన్ని క్షణాల తరువాత, ఫోన్ తిరిగి మోగసాగింది. ఈ సారి తారా నుంచి, కమాల్ కౌగిలి నుంచి వదిలించుకుని, ఎత్తాను.

'మేగన్, నీ సంగతేమిటో నాకు తెలియదు. నీవు వెంటనే స్కాట్‌కు కాల్ చేయాలి. నాకు నాలుగు మార్లు కాల్ చేశాడు. వైన్ కొరకు బయటకు వెళ్లావని చెప్పాను. అతను నమ్మినట్టు లేదు. నీవు ఫోన్ ఎత్తడంలేదు అంటున్నాడు.' ఆమె మాటలలో ఆదుర్దా ఉంది. తనను ఏదో రకంగా ఊరడించాలి. నాకు అందుకు తగిన శక్తి లేదు.

'ఓకే. తాంక్స్, వెంటనే తనకు ఫోన్ చేస్తాను'

'మేగన్ – ' తను అంటుండగా, నేను కాల్ ముగించాను, మరో మాటేదో వినిపించే లోగా.

పది గంటల దాటింది. ఇక్కడ రెండు గంటల సమయం గడిచింది. ఫోన్ ఆఫ్ చేసి కమాల్ వేపు తిరిగాను.

'ఇంటికి పోవాలని లేదు' అన్నాను

అతను తలాడించాడు. ఉండిపొమ్మని మాత్రం అనలేదు. 'తిరిగి రావచ్చు. కావాలనుకుంటే, మరెప్పుడయినా' అన్నాడు బదులుగా.

నేను ముందుకు కదిలాను. మా శరీరాల మధ్య జాగా తగ్గేరకంగా. మునివేళ్ల మీద లేచి అతని పెదాల మీద ముద్దుపెట్టుకున్నాను. అతను నా నుంచి దూరం పోలేదు.

రేచల్

శనివారం, 3 ఆగస్టు 2013

ఉదయం

రాత్రి కలవచ్చింది. అడవిలో చెట్ల మధ్య ఉన్నాను. ఒంటరిగా నడుస్తూ. అది ఉదయమా, సాయంత్రమా, సరిగా గుర్తులేదు. కానీ అక్కడ మరెవరో ఉన్నారు. వాళ్లు కనిపించడంలేదు. కానీ ఉన్నారని మాత్రం తెలుసు. నా వెంట వస్తున్నారు. నాకు వాళ్లు కంటబడకూడదని ఉంది. పరుగెత్తి పోవాలని ఉంది. కానీ కుదరలేదు. నా కాళ్లు చేతులు మరీ బరువుగా ఉన్నాయి. ఇక అరవాలని ప్రయత్నం చేస్తే అసలు చప్పుడే రావడం లేదు. మెలుకువయింది. బ్లైండ్ సందుల్లో నుంచి తెల్లని వెలుగు దూసుకువస్తున్నది. తన పని ముగించుకుని వర్షం చివరకు ఆగిపోయింది. గది వెచ్చగా ఉంది. వాసన మాత్రం కుళ్లుగా, పుల్లగా, ఘోరంగా ఉంది. నేను గురువారం నుంచి గదిలో నుంచి బయటకు పోలేదు. కింద వ్యాక్యూమ్ కిరకర, రొద వినబడుతున్నది. కాతీ పరిశుభ్రత పనిలో ఉంది. తరువాత బయటకు పోతుంది. అప్పుడు కానీ నేను ధైర్యంగా బయటపడే ప్రయత్నం చేయలేను. అయితే ఏం చేయాలి అన్నది ఇంకా తేలలేదు. నన్ను నేను సరిచేసుకునే పరిస్థితి కనిపించడం లేదు. తాగుడుతో మరో రోజు గడుస్తుందేమో? ఇక రేపటి నుంచి మామూలు అవుతాను.

ఫోన్ కొంతపాటి చప్పుడు చేసింది. బ్యాటరీ అయిపోతుందని సూచన. చార్జర్‌కు పెడదామని తీశాను. పోయిన రాత్రి రెండు మిస్డ్ కాల్స్ ఉన్నాయని

తెలిసింది. వాయిస్ మెయిల్‌కు డయల్ చేశాను. ఒక మెసేజ్ ఉంది. 'రేచల్ హై అమ్మను. విను. రేపు అంటే శనివారం లండన్ వస్తున్నాను. కొంత షాపింగ్ చేయవలసి ఉంది. కాఫీకి మరొక దానికి కలిసే వీలుంటుందా? నీవు వచ్చి నాతో ఉండడానికి మంచి సమయం కాదు, అనిపించింది. ఏమిటంటే ఒక కొత్త ఫ్రెండ్ దొరికాడు. మొదటి రోజుల్లో ఎట్లాగుండేదీ నీకు తెలుసు. 'తను కిలకిల నవ్వింది. 'నీకు అప్పు ఇవ్వగలగడం సంతోషం. దాంతో రెండు వారాలు గడుస్తాయి. రేపు మాట్లాడుకుందాం ఒకే బై.'

తనతో అంతా చెప్పేయాలి. అసలు పరిస్థితి మొత్తం విప్పి చెప్పాలి. ఆ సందర్భంగా అంతగా తాగకుండా ఉండనవసరం లేదు. పడక నుంచి నన్ను నేను పైకి లాక్కున్నాను. కింది అంగళ్లకు వెళ్లవచ్చు. బయలుదేరే ముందు రెండు గ్లాస్‌లు తాగవచ్చు. ఇక చూడవచ్చు. మళ్లీ ఫోన్ వేపు చూచాను. మిస్‌డ్ కాల్స్ చూచాను. ఉన్న ఒకటి అమ్మ నుంచి వచ్చింది. మరొకటి స్కాట్ నుంచి. ఉదయం ఒకటి కన్నా పావుగంట ముందు. కూచున్నాను. ఫోన్ చేతిలో ఉంది. తిరిగి ఫోన్ చేయాలి! మనసులో చర్చ. తరువాత చేయవచ్చేమో? రెండు కాకున్నా ఒక గ్లాస్ తర్వాత. ఫోన్ చార్జింగ్ కోసం ప్లగ్‌లో పెట్టాను. బ్లైండ్స్ ఎత్తాను. బాత్‌రూమ్‌లోకి వెళ్లి చల్లని షవర్ నడిపించాను. ఒళ్లు తోముకున్నాను. తల కడుక్కున్నాను. తలలో ఒక స్వరం, ఏదో చేయమంటున్నది. దాని ఆపాలని ప్రయత్నం. తన భార్య శరీరం దొరికి నలభై ఎనిమిది గంటలు పూర్తి కాలేదు. అర్థరాత్రి మరో ఆడదానికి ఫోన్ చేస్తాడా?

సాయంత్రం

నేల ఇంకా పూర్తిగా ఎండలేదు. సూర్యుడు మాత్రం తెల్లనిమబ్బు మధ్య నుంచి బయటపడుతున్నాడు. ఒకే ఒక చిన్న వైన్ బాటిల్ కొన్నాను. ఒకే ఒక్కటి. తాగకూడదు. కానీ అమ్మతో లంచ్ అంటే, అది నాకు పరీక్ష. అమ్మ టీటోటలర్ అయినా తాను మూడువందల పౌండ్స్ నా అకౌంట్‌లోకి పంపుతానన్నది. కనుక తనతో గడిపే సమయం వృధా మాత్రం కాదు.

పరిస్థితులు బాగుండలేదని అంగీకరించలేదు. ఉద్యోగం పోయి నెలయిందని తనతో చెప్పలేదు. అసలు ఉద్యోగంలో నుంచి తీసేశారన్నది బయటికే రాలేదు. (ఆగిపోయిన జీతం చేతికందే వరకు తానిచ్చే సొమ్ము అందివస్తుందని అమ్మ

అనుకుంటున్నది) తాగుడు గురించిన పరిస్థితి కూడా మాటల్లోకి రాలేదు. నేను తాగిన సంగతి తను గ్రహించలేదు. కాతీకి తెలిసింది. అంటే నేను ఇంట్లోనుంచి బయటకు వస్తున్నప్పుడు అన్నమాట. నా వేపు ఒక చూపు విసిరింది. 'ఓరి దేవుడా, అప్పుడేనా' అన్నది... తనకెట్లా తెలుసుంది? అంతుబట్టదు. కానీ ఎప్పుడూ పట్టేస్తుంది. అరగ్లాస్ తాగినా సరే. ఒక్క చూపులో పట్టేస్తుంది.

'నీ కళ్లు చూస్తే తెలిసిపోతుంది, అంటుందామె. నన్ను నేను అద్దంలో చూస్తే మాత్రం ఎప్పటిలాగే కనబడతాను. తన ఓపిక అడుగంటుతున్నది. సానుభూతి కూడా. ఆపేయాలి. ఇవాళనే మాత్రం కాదు. ఇవాళ కుదరదు. చాలా కష్టం. అందు కోసం సిద్ధమయి ఉండవలసింది. అనుకుని ఉండవలసింది. కానీ అదేదీ జరగలేదు. ట్రెయిన్ ఎక్కాను. ప్రతి పేపర్‌లో నుంచి పైకి చూస్తూ తాను అంతటా వ్యాపించి ఉంది. అందంగా, ఆ జుట్టుతో, ఆనందంగా మేగన్. కెమెరాలోకి సూటిగా చూస్తున్నది. నా వేపే.

ఎవరో తమ ద టైమ్ ప్రతి వదిలేసి పోయారు. అందులో రిపోర్ట్ చదివాను. లాంఛనంగా గుర్తించే తంతు రాత్రి జరిగింది. ఇవాళ పోస్ట్‌మార్టమ్ ఉంది. 'మిసెస్ హిప్‌వెల్ మరణ కారణం నిర్ధారించడం కష్టం కావచ్చు. ఆ శరీరం కొంతకాలంగా బయటే ఉంది. చాలానాళ్లుగా నీటిలో మునిగి ఉంది. అందుకే నిర్ణయం కష్టం' అని ఒక పోలీస్ అధికారి అన్నట్టు రాశారు. ఆలోచనే భయంకరంగా ఉంది. ఆమె చిత్రం ఎదురుగా ఉందాయె. బొమ్మలో ఎలా కనిపించింది, ఇప్పుడెలాగుంటుంది.

కమాల్ ప్రసక్తి కూడా కొంత ఉంది. అతడిని అరెస్ట్ చేయడం, వదిలిపెట్టడం, దానితో బాటే చాలా లీడ్స్ వెంట పరిశీలిస్తున్నాము అని డీ ఐ గాస్కిల్ మాటలు. అంటే వాళ్లకు ఏమీ అర్థం కావడం లేదని నాకుతోచింది. పత్రిక మడతపెట్టి కింద కాళ్లదగ్గర పెట్టాను. దాని ముఖం మరింతసేపు చూడలేను. అర్థంలేని ఆ మాటలు చదవలేను. కిటికీమీద తల వాల్చాను. త్వరలోనే ఇరవైమూడు నంబర్ మీదుగా పోతాము. ఒక క్షణంపాటు చూచాను. కానీ సరిగా కనిపించనంత దూరంలో ఉన్నాము. కమాల్‌ను చూచిన దృశ్యం, వాళ్లు ముద్దు పెట్టుకున్న తీరు, నాకు వచ్చిన కోపం సంగతి, దాని ఎదురుపడి అనాలనుకున్న మాటలు, అన్నింటి గురించి ఆలోచిస్తున్నాను. అట్లా జరిగి ఉంటే ఏమయ్యుండేది? అప్పుడే పోయి తలుపు మీద దడదడ కొట్టి, తానేంచేస్తున్నది అని నిలదీసి అడిగి ఉంటే? అయినా అట్లాగే కొనసాగేదా తను? అక్కడ?

కళ్లు మూసుకున్నాను. నార్త్‌కోట్‌లో ఎవరో ఎక్కి, నా పక్క సీటులో కూచున్నారు. చూడాలని కళ్లు తెరవలేదు. సగం ట్రెయిన్ ఖాళీగా ఉంది. కనుక నాకది. అదోలాగ తోచింది. మెడమీద వెంట్రుకలు నిక్కబొడుచుకుంటున్నాయి. సిగరెట్ వాసనతో కలిసి ఆఫ్టర్ షేవ్ గురించి తెలుస్తున్నది. అది తెలిసిన కలయిక.

'హలో.'

చూస్తే ఎర్రజుట్టు మనిషి, స్టేషన్‌లో తగిలిన వ్యక్తి. అదే ఆ శనివారం నాడు. నావేపు సన్నగా నవ్వుతున్నాడు. చెయ్యి అందిస్తున్నాడు షేక్ చేయాలని. ఆశ్చర్యంతో మునిగి ఆ చేతిని అందుకున్నాను. ఆ అరచేయి గరుకుగా కరళ్లు గట్టి ఉంది.

'గుర్తున్నానా?'

'అవును,' అన్నాను తలాడిస్తూ.

'అవును, కొన్ని వారాల కింద స్టేషన్‌లో...' అతను తలాడిస్తూ నవ్వుతున్నాడు.

'నేనప్పుడు మమూలుగా లేను,' అన్నాడతను. అప్పుడతను గట్టిగా నవ్వాడు. నువ్వు కూడా అంతే, అంతేగాదూ, అమ్మాయి గారూ?'

అతను నా ఊహకన్నా చిన్న వయసే, నిజానికి కుర్రవాడే. ముఖం చక్కగా ఉంది. అందగాడు అనలేమేమో. బాగుంది అంతే. చక్కగా నవ్వుతాడు. అతని మాటలు ఈ ప్రాంతానికి కావు. మరెక్కడివో. దూరప్రాంతమనిషి. నా గురించి ఏదో తెలుసు అన్నట్టు చూస్తున్నాడు. నన్ను ఆటపట్టిస్తున్నాడు, ఇద్దరి మధ్యన ఏదో జోక్ ఉంది అన్నట్టు.

అటువంటిదేదీ లేదు. నేను మరో వేపు చూచాను. అయినా నేనేదో అనాలి. ఏదో అడగాలి. 'ఏం చూశావు ఆనాడు?'

'ఇప్పుడు బాగానే ఉన్నావా?'

'ఆ బాగున్నాను' మళ్లీ కిటికీలో నుంచి బయటకి చూస్తున్నాను. అతను మాత్రం నన్నే చూస్తున్నట్టు తెలుస్తున్నది. వింతగా లోపలి, అతని వంక చూడాలని, అతని దుస్తుల మీద, శ్వాసలోని పొగ వాసన పీల్చాలని కోరికగా ఉంది. మేము మొదట కలిసినప్పుడు టామ్ స్మోక్ చేసేవాడు. అప్పుడప్పుడూ నేనూ ఒక సిగరెట్ కాల్చేదాన్ని. ఇద్దరమూ బయట డ్రింక్ కొరకు వెళ్లినప్పుడు లేదా సెక్స్ తరువాత. దానితో నాకు లైంగిక ఉద్దీపనం కలిగేది. ఆ వాసన ముఖ్యంగా. అది నాకు హాయిగా గడిచిన క్షణాలను గుర్తుచేస్తుంది. పై పళ్లతో కింది పెదవిని, రాసుకున్నాను. ఒక్కసారిగా అతని దిక్కు మళ్లీ మూతి మీద ముద్దుపెట్టుకుంటే అతనేం చేస్తాడు,

అని ఆలోచన వచ్చింది. అతని శరీరం కదలిక తెలుస్తున్నది. అతను ముందుకు వంగుతున్నాడు. నాకాళ్ల వద్దనున్న పేపర్‌ను అందుకుంటున్నాడు.

'అన్యాయం గాదూ? పాపం ఆ పిల్ల. అంత వింతగా ఉంది. ఆరాత్రే గాదు, మనం కలిసింది. ఆపిల్ల తప్పిపోయింది.?'

అతను నా మనసు తెలుసుకున్నట్లుంది. అది నాకు షాకింగ్‌గా ఉంది. చటుక్కున తిరిగి అతని దిక్కు చూచాను. అతని ముఖంలోని భావాలు చూడాలి. 'ఏమిటి అన్నారు?' అడిగాను.

'ఆ రాత్రి ట్రెయిన్‌లో నేను నిన్ను కలిశాను. ఆ రాత్రే ఆవిడ కన్పించకుండా పోయింది. ఇవాళ దొరికిందే ఆయమ్మ. కొనగా ఆయమ్మను ఎవరన్నా చూసినారంటే ఆ పొద్దు స్టేషన్‌లోనేనంట. ఆలోచించాను. నేనుగాన ఆ పిల్లను చూస్తినా అని. గ్యాపకం లేదు. చెప్తినిగద. నేను మామూలుగా లేనని. భుజాలు ఎగరేశాడు. నీకేమన్నా గుర్తుండాదా?' అడిగాడు.

అతను ఆ మాట అన్నప్పుడు నాకు కలిగిన భావం చిత్రంగా ఉంది. ముందెపుడూ అటువంటి భావం కలిగింది లేదు. జవాబు చెప్పలేను. ఒక్కసారిగా నా మనసు పూర్తిగా మరెక్కడికో వెళ్లిపోయిందాయె. అతను అంటున్న మాటలు కావు. ఆ ఆఫ్టర్ షేవ్‌లో ఉందేదో. దానితో బాటు సిగరెట్ వాసన. కొంచెం సెంట్ తాజాగా, నిమ్మవాసన, గుబాళిస్తూ అతని పక్క ట్రెయిన్‌లో కూచుని ఉండడం తలపునకు వచ్చింది. మళ్లీ ఇప్పుడు అదే తీరు. కానీ, ఈ సారి ఎదురు దిక్కుగా పోతున్నాము. ఎవరో గట్టిగా నవ్వుతున్నారు. అతను తన చెయ్యి నా ముంజేతి మీద ఉంచాడు. ఒక డ్రింక్ కోసం పోదామా, అడుగుతున్నాడు. అంతలో ఏదో జరిగింది. నాకు భయం, తికమక మొదలయినయి. ఎవరో నన్ను కొట్టబోతున్నారు. ఆ పిడికిలి వేటు, నేను తప్పించుకునేందుకు వంగిపోవడం, చేతులెత్తి తలను కాపాడే ప్రయత్నం చేయడం, అన్నీ కళ్లలో తిరుగుతున్నాయి. నేను ఇక ట్రెయిన్‌లో లేను. వీధిలో ఉన్నాను. మళ్లీ గట్టి నవ్వు. లేదంటే అరుపు. నేను మెట్ల మీద ఉన్నాను. పేవ్‌మెంట్ మీద నడుస్తున్నాను. అంతా గజిబిజిగా ఉంది. నా గుండె వేగంగా కొట్టుకుంటున్నది. ఈ మనిషి చుట్టుపక్కల ఉండగూడదు. దూరంగా పారిపోవాలి. తడబడుతూ లేచి నిలిచాను. అక్కడి వారందరూ వినేట్టు 'ఎక్స్‌క్యూజ్ మి' అన్నాను. కానీ చుట్టుపక్కల ఎవరూ లేరు. ఎవరూ ఇటు తిరిగి చూడలేదు. ఈ మనిషి, ఆశ్చర్యపడుతూ, పైకి నా వంక చూచాడు. నాకు దారి ఇచ్చేందుకు కాళ్లు రెండు కదిలించాడు.

'సారీ, అమ్మాయిగారు, మిమ్మల్ని కలతపెట్టాలని అనుకోలేదు,' అన్నాడు.

వీలయినంత త్వరగా అతనికి దూరంగా వెళ్లిపోయాను. కానీ ట్రెయిన్ కుదుపుతూ అటుయిటు ఊగసాగింది. నాకు పట్టు తప్పింది. పడిపోకుండా ఒక సీట్ బాక్‌ను పట్టుకున్నాను. అందరూ నా వంక వింతగా చూస్తున్నారు. వేగంగా పక్క కారేజ్‌లోకి వెళ్లిపోయాను. అదే పనిగా ఆ తరువాతి దాంట్లోకి పోయాను. అట్లా ట్రెయిన్ చివరకు చేరాను. ఊపిరాడకుండా, భయంగా ఉంది. అర్థం చెప్పలేను. ఏమయిందీ గుర్తులేదు. అంతేగాని అనుభవం మాత్రం వదలడం లేదు. ఆ భయం, ఆ తికమక, కూచుండి పోయాను. నేను వచ్చిన వేపు మళ్లీ కూచున్నాను. అతను గాని నా వెంట వస్తే నాకు కనబడతాడు.

అరచేతులతో కళ్లమీద అదుముతూ లోతుగా ఆలోచించాను. అంతా గుర్తు తెచ్చుకునే ప్రయత్నం చేస్తున్నాను. ఇప్పుడిప్పుడే మనసులో కనిపించిన దృశ్యాలను తిరిగి గుర్తు చేసుకుంటున్నాను. తాగుడు విషయంగా నన్ను నేనే శపించుకున్నాను. నా బుర్ర నా ఆధీనంలో గాని ఉండి ఉంటే... అదుగో వచ్చేస్తోంది. ఒక ఆడమనిషి నా నుంచి దూరంగా నడిచి పోతున్నది. నీలంరంగు డ్రెస్‌లో ఉంది. తను ఆనా. తలలో రక్తం పోటెత్తుతున్నది. గుండె దడదడ కొట్టుకుంటున్నది. నేను చూస్తున్నది, అనుభవిస్తున్నది, నిజమా, కాదా, అది ఊహా, లేక జ్ఞాపకంలోని వాస్తవమా? అంతా మళ్లీ తెలియాలని కళ్లు గట్టిగా మూసుకున్నాను. అంతా మరోసారి చూడాలని, కానీ అదంతా మాయమయింది.

ఆనా

శనివారం, 3 ఆగస్టు 2013

సాయంత్రం

టామ్ తన ఆర్మీకాలపు స్నేహితులతో ఒక డ్రింక్ అంటూ వెళ్లాడు. ఎవీ నిద్రపోతున్నది. వేడిగా ఉన్నాసరే తలుపులు, కిటికీలు మూసుకుని నేను కిచెన్‌లో కూచుని ఉన్నాను. వారం పాటు కురిసిన వాన చివరకు ఆగిపోయింది. నాకు విసుగుగా ఉంది. ఏమీ చేయడానికీ తోచడం లేదు. షాపింగ్‌కు పోయి, నా కోసం నేను కొంత ఖర్చు చేయవచ్చు. అయినా ఎవీతో అదంతా కుదరదు. అది సరిగా ఉండకుంటే నాకు చిరాకవుతుంది. అందుకే ఇంట్లోనే ఉండిపోయాను. టీవీ చూడడం, పత్రికలు చదవడం నాకు ఇష్టం లేదు. నేను ఆ విషయంగా చదవదలచుకోలేదు. మేగన్ ముఖం చూడదలుచుకోలేదు. ఆ సంగతి గురించిన ఆలోచనే వద్దు.

అయినా నాలుగిళ్ల తరువాత ఉంటూ, విషయం గురించి ఆలోచించకుండా ఉండడం ఎట్లా సాగుతుంది?

ప్లేడేట్ కొరకు ఎవరయినా దొరుకుతారని కొన్ని ఫోన్‌లు చేసి చూచాను. అందరికీ మరేవో పనులున్నాయి. చివరకు మా అక్కకు ఫోన్ చేశాను. అయితే తన సమయం కావాలంటే వారం ముందు బుక్ చేసుకోవాలి. మందు మత్తులో ఉన్నాను. ఎవీతో గడపడం కుదరదు. అన్నది అక్క. నాకు విపరీతమయిన అసూయ పుట్టుకు వచ్చింది. ముందునాడు క్లబ్ నుంచి లేట్‌గా బయలుదేరిన మసక జ్ఞాపకంతో,

న్యూస్ పేపర్స్ చుట్టూ వేసుకుని సోఫాలో పడుండి శనివారాల కోరిక బలంగా అందులో కలిసి ఉంది.

నిజానికి పిచ్చిమాట. ఇప్పుడు నాకున్నవి లక్షల రెట్లు బాగున్నాయి. వీటి కోసం నేను త్యాగాలు చేశాను. ఇక వీటిని కాపాడుకోవాలి. అందుకే ఉడుకుతున్న నా ఇంట్లో, మేగన్ గురించి ఆలోచనలు వద్దు అనుకుంటు ఉండి పోయాను.

దానిగురించి ఆలోచించకూడదని ప్రయత్నం, చప్పుడేదో వినిపించినప్పుడల్లా ఎగిరిపడుతున్నాను. కిటికీమీద నీడ కదిలినప్పుడల్లా ముడుచుకుపోతున్నాను. భరించ రాకుండా ఉంది పరిస్థితి.

మేగన్ కనిపించకుండా పోయిన రాత్రి, రేచల్ ఈ ప్రాంతంలో మత్తులో ఇక్కడే తిరుగుతూ ఉంది, అన్న సంగతి నేను ఆలోచనకు రాకుండా ఆపలేకపోతున్నాను. ఆ తరువాత ఆ రాక్షసి మాయమయింది. టామ్ రేచల్‌ను వెతుకుతూ చాలాకాలం తిరిగాడు. కానీ అది కనిపించలేదు. ఏం చేస్తూ ఉండి పోయింది, ఆలోచించకుండా ఉండలేను. రేచల్, మేగన్ హిప్‌వెల్ మధ్య సంబంధం లేదు. రేచల్‌ను హిప్‌వెల్ ఇంటి ముందు చూచిన తరువాత విషయం గురించి నేను డిటెక్టివ్ సార్జెంట్ రైలీతో మాట్లాడాను. అందులో అంత అపాయం లేదన్నది ఆమె. ఆమె ప్రతిదాంట్లో తల దూర్చేరకం. ఒంటరిది గదా, అందునా ఎవరూ పట్టించుకోకుండా ఉంది. ఏదో ఒక దాంట్లో కలుగజేసుకోవాలి,' అని అన్నదామె.

బహుశా ఆమె చెప్పింది నిజం. కానీ, రేచల్ మా ఇంట్లోకి రావడం, మా పాపను ఎత్తుకు పోవడం గురించి ఆలోచించాను. పాపతో తాను కంచె దగ్గర ఉన్నప్పుడు చూడగానే నాకు కలిగిన భయం గుర్తుకువచ్చింది. ఇక హిప్‌వెల్స్ ఇంటి ముందు కనిపించినప్పుడు, తాను నన్ను చూచి భయంకరంగా, వణుకు పుట్టించేట్టు నవ్వడం గురించి ఆలోచించాను. రేచల్ ఎంత అపాయకరం కాగలుగుతుంది, అన్న సంగతి డిటెక్టివ్ సార్జెంట్ రైలీకి తెలియదు.

రేచల్

ఆదివారం, 4 ఆగస్ట్ 2013

ఉదయం

పీడకలలో నుంచి లేచాను. కానీ ఇది వేరుగా ఉంది. అందులో నేనేదో తప్పు చేశాను. కానీ అదేమిటో నాకు తెలియదు. తెలిసిందల్లా దాన్ని సరిదిద్దడానికి లేదు. అన్న సంగతి. తెలిసిందల్లా, ఇప్పుడు టామ్‌కు నేనంటే అసహ్యం అని. ఇక అతను నాతో మాట్లాడడు, అని. నేను చేసిన అఘాయిత్యాలను గురించి అతను, తెలిసిన వాళ్లందరికీ చెప్పాడు. ఇప్పుడు అందరూ నాకు వ్యతిరేకులయ్యారు. పాత కొలీగ్స్, నా స్నేహితులు, చివరికి మా అమ్మ కూడా. వాళ్లంతా నన్ను అసహ్యంతో చూస్తున్నారు. ఛీదరించుకుంటున్నారు. ఎవరూ నా మాట వినరు. నా బాధ గురించి చెప్పడానికి కూడా లేదు. నాకు భయంకరంగా ఉంది. దోష భావం కుంగదీస్తున్నది. ఇంతకు, నేను చేసిన తప్పు ఏమిటి, తెలియదు. నిద్రలేచాను. కల, ఏదో పాత జ్ఞాపకం నుంచి వచ్చి ఉంటుంది, ఏదో ప్రాచీన కాలంలో చేసిన అతిక్రమణ నుంచి అనుకున్నాను. ఇప్పుడది ఏమయితేనేమి?

నిన్న ట్రెయిన్ నుంచి దిగిన తరువాత ఆష్ బరీ స్టేషన్ ప్రాంతంలోనే పదిహేను, ఇరవయి నిమిషాలు పాటు ఉండిపోయాను. అతను, అదే ఎర్రజుట్టు మనిషి, ట్రెయిన్ దిగుతాడేమోనని గమనించాను. అతని జాడ కానరాలేదు. చూడలేక పోయి మిస్ అయ్యాను. అనుకున్నాను. అతను అక్కడే ఎక్కడో నక్కి ఉంటాడు, నేను ఇంటిబాట పట్టగానే వెంట వస్తాడు, అనుకున్నాను. ఇంటికి

ఇష్టంగా పరుగెత్తాలి, అక్కడ టామ్ నా కొరకు ఎదురు చూస్తుండాలి, అని ఎంతగా అనుకున్నానో. ఎవరో నా కొరకు ఎదురుచూడడం.

ఆఫ్ లైసెన్స్ మీదుగా ఇంటికి నడిచాను.

వెళ్లే సరికి ఫ్లాట్ ఖాళీగా ఉంది. అప్పడే ఖాళీ ఇంటి లాగా తోచిందది. కాతీని కొంచెంలో మిస్ అయిన భావం కలిగింది. కానీ కౌంటర్ మీద ఒక చీటీ ఉంది. డేమియెన్‌తో హెన్‌లీలో లంచ్‌కు వెళుతున్నట్టు, ఆదివారం రాత్రి మాత్రమే తిరిగి వస్తున్నట్టు రాసి ఉంది అందులో. నాకు భయం మొదలైంది. గదులన్నీ కలియదిరిగాను. ఏవేవో వస్తువులను ఎత్తి తిరిగి పెట్టేశాను. ఏదో తేడా ఉంది, అనిపించింది. ఆ తేడా నాలోనే ఉందని చివరకు నాకే అర్థమైంది.

చెవిలో మోగుతున్న నిశ్శబ్దం, ఏదో గొంతుకల లాగ తోచింది. కనుక ఒక గ్లాస్ వైన్ పోసుకున్నాను. తర్వాత మరోటి. అప్పుడు స్కాట్‌కు ఫోన్ చేశాను. అది నేరుగా వాయిస్ మెయిల్‌కు పోయింది. అది అతని మరో జీవితకాలం స్వరం. ఇంట్లో అందమయిన భార్యగల బిజీ స్థైర్యవంతుని గొంతు అది. కొన్ని నిమిషాల తరువాత తిరిగి ఫోన్ చేశాను. ఈ సారి జవాబు వచ్చింది. కానీ ఎవరూ మాట్లాడడం లేదు.

'హలో?'

'ఎవరండీ?'

'రేచల్, రేచల్ వాట్సన్,' అన్నాను

'ఓహ్,' వెనుక గోల వినబడుతున్నది. గొంతులు, ఆడ గొంతు, అతని అమ్మ అయి ఉండాలి

'మీరు... మీ కాల్ మిస్ చేశాను,' అన్నాను

'లేదు, నేను మీకు కాల్ చేశానా? అదీ, పొరపాటున చేసి ఉంటాను.' గొంతులో కంగారు వినిపించింది

'నో. అక్కడ పెట్టు' అన్నాడతను. అతను మాట్లాడింది నాతో కాదని అర్థం చేసుకోవడానికి కొంతకాలం పట్టింది.

'అయామ్ సో సారీ' అన్నాను

'ఎస్,' అతని గొంతులో ఏ భావమూ లేదు.

'సో సారీ.'

'తాంక్యూ'

'మాట్లాడవలసిన అవసరం ఉందా?'

'లేదు... పొరపాటున రింగ్ చేసి ఉంటాను.' అన్నాడు. ఈ సారి గొంతులో ఒక నిశ్చలత ఉంది.

'ఓహ్', అతను ఫోన్ పెట్టేసే ప్రయత్నంలో ఉన్నాడని చెప్పగలను. తన దుఃఖం, తన కుటుంబానికి అతడిని వదిలేయాలని తెలుసు. ఆ పని చేసి తీరాలని తెలుసు. కానీ చేయలేదు. 'మీకు ఆనాతో పరిచయం ఉందా?' అడిగాను. 'ఆనా వాట్సన్?'

'ఎవరూ? మీ ఎక్స్ ప్రస్తుత భార్యా?'

'అవును'

'లేదు... నిజానికి లేదు. మేగన్... మేగన్ ఆవిడ ఇంట్లో కొంతకాలం బేబీ సిట్టింగ్ చేసింది. పోయినేడు. ఎందుకడిగారు?'

ఎందుకు అడిగాను అంటే నాకు తెలియదు. నాకు తెలియదు. 'మనం కలవవచ్చా?' అడిగాను. 'ఏదో మాట్లాడాలి' అన్నాను.

'దేని గురించి?' చికాకుగా అడిగాడు. 'ఇది సరయిన సమయం కాదు.'

వ్యంగ్యభావం గుచ్చుకున్నది. ఫోన్ పెట్టేయబోతుంటే అతనే, 'ఇంటినిండా మనుషులున్నారు. రేపు? రేపురండి,' అన్నాడు.

సాయంత్రం

షేవింగ్ చేసుకుంటుంటే తెగినట్టుంది. చెంప మీద రక్తముంది. కాలర్ మీద కూడా. జుట్టు ఇంకా తడిగా ఉంది. సబ్బు, ఆఫ్టర్ షేవ్ వాసనలు వస్తున్నాయి, అతని నుంచి. తలాడించి పక్కకు జరిగాడు. ఇంట్లోకు రమ్మనట్టు సంజ్ఞ చేశాడు. కానీ మాటమాత్రం లేదు. ఇల్లు చీకటిగా ఉంది. గాలి ఆడడం లేదు. లివింగ్ రూమ్‌లో బ్లైండ్స్ మూసి ఉన్నాయి. గార్డెన్‌లోకి దారితీసే ఫ్రెంచ్ డోర్ మీద తెరలు లాగి ఉన్నాయి. కిచెన్ కౌంటర్ మీద టప్పర్‌వేర్ డబ్బాలున్నాయి.

'అందరూ తిండి తెస్తారు' అన్నాడు స్కాట్. టేబుల్ వద్ద కూచోమన్నట్టు మళ్లీ చెయ్యి కదిలించాడు. తను మాత్రం నిలుచునే ఉన్నాడు. చేతులు నిస్సహాయంగా వేలాడుతున్నాయి. 'ఏదో చెప్పాలి, అనుకున్నారు?' ఆటో పైలట్ మీద ఉన్నట్టు అడిగాడు. కళ్లలోకి చూడడం లేదు. ఓడిపోయిన వానికి వలె ఉన్నాడు.

'ఆనా వాట్సన్ గురించి అడగాలి అనుకున్నాను. మీరు అదికాదు, మేగన్‌తో తన సంబంధాలు ఎట్లుండేవి అని? వాళ్లకు ఒకరంటే ఒకరికి ఇష్టమా?'

అతను కనుబొమ్మలు ముడిచాడు. చేతులను తన ముందున్న కుర్చీ మీద పెట్టాడు. లేదు. అదీ....ఒకరిపట్ల ఒకరికి అయిష్టం మాత్రం లేదు. అసలు పరిచయమే అంతగా లేదు. ఇక రిలేషన్ షిప్ దాకా పోదు.' భుజాలు మరింత కుంగినట్టు తోచింది. అతను విసుగుగా ఉన్నాడు. 'ఎందుకు అట్లా అడుగుతున్నారు?'

ఉన్నమాట చెప్పాలి. 'ఆమెను నేను చూచాను. స్టేషన్ పక్కన అండర్‌పాస్ బయట ఆమెను చూచాను, అనుకుంటున్నాను. ఆ రాత్రి అన్నమాట. మేగన్ కనిపించకుండా పోయిన రాత్రి.'

తల కొంచెం ఆడించాడు. చెప్పింది అర్థం చేసుకునే ప్రయత్నంలో ఉన్నాడు. 'ఏమిటి? ఆవిడను చూచారు. మీరెక్కడున్నారు?'

'నేను ఇక్కడే ఉన్నాను. నేను.... టామ్‌ను చూడడానికి వెళుతున్నాను. నా ఎక్స్‌ని. కానీ నేను----' అతను కళ్లు గట్టిగా మూసుకున్నాడు. నుదుటి మీద రాసుకున్నాడు. 'ఒక్క క్షణం ఆగు. నువ్విక్కడున్నావు. ఆనా వాట్సన్‌ని చూచావు? ఇంకా? ఆనా ఇక్కడుండడం తెలుసు. వాళ్ల ఇల్లు ఈ పక్కనే గదా! ఏడు ప్రాంతంలో స్టేషన్‌కు పోయిన సంగతి ఆమె పోలీసులకు చెప్పింది. మేగన్‌ను చూడడం మాత్రం ఆమె గుర్తుచేసుకోలేకపోయింది, అతని చేతులు కుర్చీని గట్టిగా పట్టుకున్నాయి. ఓపిక తగ్గుతున్నదని చెప్పగలను. 'ఇంతకూ ఏమిటి నీవనేది.'

'నేను తాగి ఉన్నాను.' సిగ్గుతో నా ముఖం ఎర్రనయింది. 'నాకేదీ సరిగా గుర్తులేదు. కానీ ఈ భావం--' స్కాట్ చెయ్యి ఎత్తాడు. 'చాలు నేను వినదలుచుకోలేదు.నీ పాత మొగుడితో, అతని కొత్త పెళ్లాంతోనూ నీకేదో ఉంది. అది తెలుస్తూనే ఉంది. దాంతో నాకు సంబంధంలేదు. మేగన్‌కు కూడా లేదు. అంతేనా? జీసస్, నీకు సిగ్గనిపించడం లేదా? ఇక్కడ నేను ఎటువంటి పరిస్థితిలో ఉన్నాను ఏమయినా తెలుసా? పోలీసులు నన్ను పొద్దున్నే విచారణకు తీసుకుపోయారు తెలుసా?' అతను కుర్చీని అదేపనిగా నొక్కుతున్నాడు. అది విరుగుతుందని భయమయింది. ఆదెప్పుడా అని చూస్తున్నాను. 'ఇక నువ్వు చెత్తంతా ఎత్తుకుని వచ్చావు. నీ బతుకు పూర్తిగా బండలయింది. అయామ్ సారీ(బూతు మాటలాడాడు) కానీ నన్ను నమ్ము. నా బతుకుతో పోలిస్తే నీ కష్టాలొక ఆట. కనుక దయదలచి...' తలను ద్వారం వేపు ఆడించి చూపాడు. లేచి

నిలుచున్నాను. నా స్థితి నాకే నచ్చలేదు. తిక్కగా ఉంది. సిగ్గుగానూ ఉంది. 'సాయం చేయాలనుకున్నాను–'.

'లేదు అర్థమైందా? అది నీ వల్ల కాదు. ఎవరి వల్లా కాదు. నా భార్య చచ్చింది. నేనే చంపానని పోలీసులు అనుకుంటున్నారు.' అతని గొంతు పెరుగుతున్నది. చెంపల మీద రంగు తిరుగుతున్నది. 'నేను చంపాను' అనుకుంటున్నారు.

'కానీ, కమాల్ అబ్దిక్...'

కుర్చీ పోయి వంటింటి గోడకు కొట్టుకున్నది. దాని కాలొకటి విరిగిపోయింది. నేను భయపడి వెనుకకు గెంతాను. కానీ స్కాట్ మాత్రం కదలలేదు. చేతులు తిరిగి పక్కలకు చేరాయి. పిడికళ్లు బిగించి ఉన్నాయి. చర్మంకింద రక్తనాళాలుకనబడు తున్నాయి.

'కమాల్ అబ్దిక్' పళ్లు బిగబట్టి అన్నాడు. 'అతనిప్పుడు అనుమానితుడు ఎంత మాత్రం కాదు.' గొంతు సమంగా ఉంది. తనను తాను తమాయించుకునేందుకు తంటాలు పడుతున్నాడు. అతని నుంచి అలలుగా వస్తున్న కోపం తెలుస్తున్నది. దారిలో అడ్డంగా అతనున్నాడు. లేదంటే పారిపోదామని ఉంది. అతను వెలుగుకు కూడా అడ్డుగా ఉన్నాడు.

'వాడేం చెపుతున్నాడు, నీకేమయినా తెలుసా?' అడిగాడతను. అటు తిరిగి కుర్చీని తీశాడు. నాకేమీ తెలియదు. నాకు తెలియదు, అనుకుంటాను. అతను నిజానికి మాట్లాడేది నాతో కాదని మరోమారు అర్థమైంది. 'వాడు కథలెన్నో, చెపుతున్నాడు. మేగన్ సంతోషంగా లేదట. నాకు అసూయ ఉందట. అజమాయిషీ చేస్తానట తనను. ఏమిటామాట?'

'ఎమోషనల్ అబ్యూజర్‌నట. మాట నోటినుంచి వచ్చిన తీరు క్రూరంగా ఉంది. మేగన్‌కు నేనంటే భయం అన్నాడు వాడు.'

కానీ, అతను-------

'కమాల్ ఒకడే కాదు. తన స్నేహితురాలు తారా– తాను మరో కథ చెప్పింది. కొన్నిసార్లు తాను మేగన్‌ను కవర్ చేసిందట. అదీ మేగన్ అడిగినందుకు. తానెక్కడున్నది అంటే అబద్ధాలు చెప్పిందట. తను గురించి తన పనుల గురించీ,' కుర్చీని తిరిగి బల్ల దగ్గర పెట్టాడు. కానీ, అది పడిపోయింది. నేను బయటి దారివేపు కదిలాను. అప్పుడతను నా వంక చూచాడు. 'నేను దోషిని,' అన్నాడు. ముఖం బాధతో ముడుచుకుపోతున్నది. 'ఇంచుమించు బంధితుడిని' విరిగిన కుర్చీని

పక్కకు తన్నాడు. మిగిలిన మూడింటిలో ఒక దాంట్లో కూచున్నాడు. నేను మాత్రం అర్థం కాకుండా తిరుగుతున్నాను. ఉండడమా, పారిపోవడమా? అతను తిరిగి మాటలు మొదలు పెట్టాడు. గొంతు మరీ మెత్తగా ఉంది. అసలు వినిపించడం లేదు. 'మేగన్ ఫోన్ తన జేబులోనే ఉంది' అన్నాడు. నేను ఒక్క అడుగు అతనికి దగ్గరగా జరిగాను. నేను పంపిన మెసేజ్ ఒకటి అందులో ఉంది. అది తనతో నా చివరి మాట. తను చదివిన చివరి మాటలు. 'గో టు హెల్ యూ లైయింగ్ బిచ్. అతని గడ్డం ఎదను తాకుతున్నది. భుజాలు వణుకుతున్నాయి. తాక కలిగినంత దగ్గరగా ఉన్నాను. చెయ్యెత్తాను. అది వణుకుతున్నది. వేళ్లు నెమ్మదిగా అతని మెడ మీద ఉంచాను. అతను దూరంగా జరగలేదు.

'అయామ్ సారీ' అన్నాను. మనసుతో అన్నాను. మాటలు వినడానికి ఎలాగున్నా, తాను దానితో అట్లా అనగలడు అనుకుంటే అదోలాగుంది. ఒకరిని ప్రేమించడం, వాళ్లతోనే భయంకరమయిన మాటలనడం నాకు తెలుసు. అది కోపం. మనస్తాపం. ఒక టెక్స్ట్ మెసేజ్. అదేమీ చాలదు. అదొకటే ఉంటే.... ' అన్నాను.

'అంతమాత్రమే కాదు.' నిటారుగా మారాడు. నా చేతిని దులిపినట్టు వదిలించుకున్నాడు. నేను టేబుల్ చుట్టు తిరిగి అతనికి ఎదురుగా కూచున్నాను. అతను మాత్రం తలెత్తి చూడలేదు. 'నాకు ఒక కారణం ఉంది. నా ప్రవర్తన కూడా.... తాను వెళ్లిపోతున్నప్పుడు అది సరయిన తీరుగా లేదు. తగిన సమయంలో నేను భయం కనబరచలేదు. తగిన సమయంలో తనకు ఫోన్ చేయలేదు.' చేదుగా నవ్వాడు. తనను పీడిస్తున్న వంటి నడవడి నాలో కనబడింది. అని కమాల్ అన్నాడు. అప్పుడు తలెత్తి నాముఖం చూచాడు. ముఖంలో తేడా కనిపించింది. నమ్మకం. 'మీరు.... మీరు పోలీసులతో మాట్లాడవచ్చుగదా. అంతా అబద్ధమని చెప్పవచ్చు. అతను అబద్ధాలు చెబుతున్నాడు అనవచ్చు. కథకు గల మరో పార్శ్వం చూపవచ్చు. ఆమె మీద నా ప్రేమ గురించి చెప్పవ్చు. మేము సంతోషంగా ఉన్న సంగతి కూడా.'

నా ఎదలో భయం పెరగడం తెలుస్తున్నది. నేనుసాయపడగలను అనుకుంటున్నాడు, అతను. నా మీదే నమ్మకం పెట్టుకున్నాడు. అయితే అతని కోసం నా వద్ద ఏముంది? ఒక అబద్ధం. దరిద్రపు అబద్ధం.

'వాళ్లు నన్ను నమ్మరు. వాళ్ల కసలు నా మీద నమ్మకం లేదు. నమ్మదగని సాక్షిని నేను' బలహీనంగా అన్నాను.

మా మధ్య నిశ్శబ్దం పెరిగినదంతా నిండుతున్నది. ఫ్రెంచ్ డోర్ దగ్గర ఒక పురుగు గోల చేస్తున్నది. చెంపమీద ఎండిన రక్తాన్ని రాసుకుంటున్నాడు స్కాట్. అతని గోళ్ల చప్పుడు వినబడుతున్నది. నా కుర్చీ వెనుకకు జరిపాను. కాళ్లు టైల్స్ మీద రాసిన చప్పుడయింది. అతను తలెత్తి చూచాడు.

పదిహేను నిమిషాల కింద నేను చెప్పిన మాట తలకెక్కడానికి ఇంతసేపు పట్టినట్టు, మీరిక్కడున్నారు, మేగన్ మిస్ అయిన రాత్రి మీరు విట్నీలో ఉన్నారు,' అన్నాడు.

చెవుల్లో రక్తం పోటెత్తుతుంటే, అతని మాటలు అసలు వినిపించడం లేదు. తలాడించాను.

'ఆ సంగతి పోలీసులకు ఎందుకు చెప్పలేదు?' అతను అడిగాడు. దవడల్లో కండరాల కదలిక కనిపించింది.

'చెప్పాను, ఎప్పుడో చెప్పాను. కానీ నాకు తెలిసి... నేను చూచింది ఏమీలేదు. నాకేదీ జ్ఞాపకం లేదుమరి'

అతను లేచి నిలుచున్నాడు. ఫ్రెంచ్ డోర్స్ వరకు నడిచాడు. తెరలు పక్కకు లాగాడు వెలుగుతో ఒక్కసారి చీకటి తోచింది, కళ్లకు. అతను అటుతిరిగి నిలుచున్నాడు. చేతులు కట్టుకున్నాడు.

'మీరు తాగి ఉన్నారు. అయినా ఒకటి గుర్తుంచుకుని తీరాలి, తప్పదు. అందుకే మరీమరీ ఇక్కడికి వస్తున్నారు. కాదా?' తిరిగి నన్ను చూచాడు. 'అది, అంతేగాదా? నన్నెందుకు అదే పనిగా కాంటాక్ట్ చేస్తున్నారు? మీకేదో తెలుసు' అతను అంతా నిజం అన్నట్టు చెబుతున్నాడు. అది ప్రశ్న కాదు. నింద అంతకన్నా కాదు. సిద్ధాంతమూ కాదు. 'అతని కార్ గాని చూచారా? ఆలోచించండి. నీలం రంగు వాక్స్‌హాల్ కోర్సా, చూచారా?' అడిగాడు. నేను తల అడ్డంగా ఆడించాను. అతను నిరాశగా చేతులు గాల్లోకి ఎగిరించాడు. 'ఊరికే వదిలేయవద్దు. నిజంగా ఆలోచించండి. ఏం చూచారు? ఆనా వాట్సన్‌ను చూచారు. కానీ దానివల్ల జరిగేదేమీ లేదు. చూచారు, కమాన్! ఎవరిని చూచారు?' ఎండ వెలుగులోకి కళ్లార్పుతూ, ఏం చూచిందీ గుర్తుచేసుకునేందుకు, అన్ని రకాల తంటాలు పడుతున్నాను. ఏమీ రావడం లేదు. నిజమయిందీ, సాయంచేయగలదీ, ఏ సంగతి రావడం లేదు. గట్టిగా చెప్పగలిగిందేదీ రావడం లేదు. పేచీలో ఉన్నాను లేదంటే మరెవరో పేచీ పడుతుంటే చూచాను. స్టేషన్ మెట్ల మీద తడబడి పడిపోయాను.

ఎర్రజుట్టు గల ఒకతను సాయం చేశాడు. అతను నాపట్ల దయకనబరిచాడు అనుకుంటాను. కానీ, ఇప్పుడతనంటే దడ పుడుతున్నది. తలమీద గాయమైందని తెలుసు. మరో గాయం పెదవి మీద. చేతులమీద గాట్లు పడ్డాయి. అండర్‌పాస్‌లో ఉన్నట్టు జ్ఞాపకం అనిపిస్తుంది. చీకటిగా ఉంది. నేను భయంలో తికమకగా ఉన్నాను. గొంతులు వినిపించాయి. ఎవరో మేగన్ పేరు పిలవడం వినిపించింది. లేదు. అదంతా కల. వాస్తవం కాదు. రక్తం గుర్తుంది. నా తల మీద రక్తం. చేతుల మీద గూడా. ఆనా గుర్తుంది. టామ్‌ను చూచిన గుర్తులేదు. కమాల్, స్కాట్, మేగన్ ఎవరినీ చూచిన గుర్తులేదు.

తను నన్ను చూస్తున్నాడు. ఏదో చెపుతానని ఎదురు చూస్తున్నాడు. కొంత ఊరట కొరకు. నా దగ్గరదేమీ లేదు. 'ఆ రాత్రి, అదే కీలకమయిన సమయం,' అన్నాడు. తిరిగి బల్లవద్ద కూచున్నాడు. ఈ సారి నాకు దగ్గరగా. వెన్ను కిటికీ వేపు ఉంది. నుదురు, పై పెదవుల మీద చెమట మెరుస్తున్నది. జ్వరంలోలాగ వణుకుతున్నాడు. 'అప్పుడే జరిగింది. అప్పుడే జరిగిందని వాళ్లు అనుకుంటున్నారు. అయితే గట్టిగా మాత్రం కాదు....' అతను ఆగిపోయాడు. 'ఏదీ స్థిరంగా తేల్చి చెప్పలేకున్నారు. శరీర పరిస్థితి కారణంగా మరి.' గట్టిగా శ్వాస పీల్చుకున్నాడు. 'కానీ, ఆ రాత్రే జరిగింది, అనుకుంటున్నారు. లేదంటే వెంటనే ఎప్పుడో' మరలా ఆటో పైలట్‌లోకి పోయాడు. గదితో మాట్లాడుతున్నాడు. నాతో కాదు. నేను మౌనంగా వింటున్నాను. మరణానికి కారణం తలకు గాయమని, పుర్రె చాలాచోట్ల పగిలి ఉందనీ, గదితో చెపుతున్నాడు. లైంగిక అత్యాచారం జరగలేదు. కనీసం వారు నిర్ధారించగలిగే విధంగా. శరీరం పరిస్థితి మరణ కారణం. ఆ శరీరం నాశనమైంది.

తిరిగి తాను తేరుకుంటే, నన్ను చూస్తే, ఆ కళ్లలో భయం ఉంది. నిస్సహాయత నిండి ఉంది.

'మీకేదయినా జ్ఞప్తికి వస్తే, నాకు సాయం చెయ్యాలి. దయచేసి గుర్తు చేసుకోండి, రేచల్.' అతని నోట నా పేరు వింటే నా కడుపులో తిరిగింది. వాంతి వచ్చేట్టు తోచింది.

ఇంటి దారిలో ట్రెయిన్‌లో అతని మాటల గురించి ఆలోచించాను. నిజమా అనిపించింది. కారణం బయటకు రాకుండా, నా తలలో దాగి ఉందా? నేను అందరితో పంచుకోదలుచుకున్న సంగతి ఏదో ఉందా? అతని పట్ల నాకేవో

భావాలున్న సంగతి నాకు తెలుసు. దానికి పేరు పెట్టలేను. అనుకోకూడదు కూడా. అంతకన్నా ఏమయినా ఉందా? నా తలలో ఏదో ఉంటే, మరెవరయినా, దాన్ని బయటకు తీయడానికి సాయపడగలరేమో? ఒక సైకియాట్రిస్ట్ వంటివారు, ఒక తెరపిస్ట్. అబ్డిక్ కమాల్ వంటి ఒకరు.

మంగళవారం, 6 ఆగస్ట్ 2013

ఉదయం

రాత్రంతా నాకు అసలు నిద్రపట్టలేదు. ఆలోచిస్తూ పడి ఉన్నాను. మెదడులో విషయాన్ని అదే పనిగా మననం చేశాను. ఇది బుద్ధితక్కువపనా? పట్టిలేనితనమా? అర్థం లేనిదా? అపాయకరమయిందా? ఏం చేస్తున్నాను నాకే తెలియదు. నిన్న ఉదయం అపాయింట్‌మెంట్ స్థిరం చేశాను. డాక్టర్ అబ్డిక్ కమాల్‌తో. అతని చోటికి ఫోన్ చేశాను. ఒక రిసెప్షనిస్ట్‌తో మాట్లాడాను. అతని పేరు చెప్పి అడిగాను. ఊరికే ఊహిస్తున్నానేమో గాని, ఆమె ఆశ్చర్యపడింది అనిపించింది. ఇవాళ నాలుగున్నరకు కలవవచ్చు అన్నదామె. అంత త్వరగానా? గుండె దడదడలాడింది. నోరు ఎండిపోయింది. సరే అన్నాను. సెషన్‌కు 75 పౌండ్‌లు. అమ్మ ఇచ్చిన 300 పౌండ్లు ఎక్కువకాలం ఉండేట్టు లేవు.

అపాయింట్‌మెంట్ తీసుకున్నప్పటి నుంచి, మరో విషయం గురించి ఆలోచించడమే కుదరడం లేదు. భయంగా ఉంది. కానీ ఉబలాటంగానూ ఉంది. కమాల్‌ను కలవాలన్న ఆలోచన భలేగా ఉందని, నాలోని కొంత భాగం అంటుంది. ఆ మాట కాదనలేను. ఇదంతా అతనితోనే మొదలయింది మరి, ఒక్కసారి అతడిని చూడగానే నా బతుకు పట్టాలు తప్పింది. పక్కదారి పట్టింది. అతను మేగన్‌ను ముద్దు పెట్టుకోవడం చూచిన క్షణంనుంచి అంతా మారింది. ఇక నేను అతగాడిని చూచితీరాలి. ఏదో చేయాలి. పోలీసుల చూపంతా స్కాట్ మీద మాత్రమే ఉంది. నిన్న మరలా అతడిని ప్రశ్నలు అంటూ పట్టుకుపోయారు. అయితే, ఏదీ తేల్చరు. ఇంటర్‌నెట్‌లో ఫుటేజ్ ఉంది. స్కాట్ పోలీస్‌స్టేషన్‌లోనికి నడిచిపోతున్న దృశ్యం. పక్కన వాళ్ల అమ్మ ఉంది. అతని టై మరీ బిగుతుగా ఉంది. ఉరిపెట్టినట్టు.

అందరూ ఏదో ఊహిస్తారు. పోలీసులు మరీ జాగ్రత్తగా ఉంటున్నారని పత్రికలు అంటాయి. తొందరపడి మరో అరెస్ట్ చేస్తే తప్పవుతుంది. పరిశోధన సరిగా జరగడం లేదన్న మాట కూడా వినపడుతున్నది. సిబ్బందిని మార్చగలిగితే మేలు అనేవారు. ఇక ఇంటర్నెట్ స్కాట్ను గురించిన చర్చలు అన్యాయంగా ఉన్నాయి. సిద్ధాంతాలు దారుణంగా, నిరాజనకంగా ఉన్నాయి. మేగన్ను తిరిగి రమ్మంటూ కంట నీరు పెట్టుకుని, అతను చేసే అభ్యర్థన ఒకటి ఉంది. కానీ దానితో మరెవరో హంతకులు టెలివిజన్లో ఏడుస్తూ, తమవారి గురించి మాట్లాడిన వీడియోలు కూడా జతచేసిపెట్టారు. అది మరీ అన్యాయం. అమానుషం. అతను ఈ సజ్జునంతా చూడగూడదని ప్రార్థనలు మాత్రం చేయగలను. చూస్తే మాత్రం గుండెపగిలి, పిచ్చివాడవుతాడు.

నేను కూడా దద్దమ్మను, లక్ష్యంలేని మనిషినే కావచ్చు. అందరిలా కాకుండా, నేను స్కాట్ను బాగా ఎరుగుదును గనుక కమాల్ అబ్దిక్ను కలవాలి, అనుకుంటున్నాను. అతడిని తగిలేంత దగ్గరగా వెళ్లాను. అతనేమిటో తెలుసు, అతను హంతకుడు, ఎంత మాత్రం కాదు, కనుకనే నా ప్రయాస.

సాయంత్రం

కోర్లీ స్టేషన్ మెట్లెక్కుతుంటే, నా కాళ్లు ఇంకా వణుకుతున్నాయి. గంటలపాటు నేను ఇట్లాగే కదిలిపోతున్నాను. అది అడ్రినాలిన్ ప్రభావం కావచ్చు. గుండె వేగం తగ్గడం లేదు. ట్రెయిన్ రద్దీగా ఉంది. సీటు దొరికే ప్రశ్న లేదు. యూస్టన్లో ఎక్కినట్టు కాదిక్కడ. నిలబడవలసిందే. అదీ క్యారేజ్ మధ్యలో. అంతా చెమటమయంగా ఉంది. శ్వాస మెల్లగా పీల్చే ప్రయత్నం చేస్తున్నాను. కళ్లు నాకాళ్లను మాత్రమే చూస్తున్నాయి. నా భావాల మీద పట్టు అందాలని ప్రయత్నిస్తున్నాను. తెలియని ఉద్రేకం, భయం, తికమక, నేరం చేసిన భావం. చివరిదే ఎక్కువ.

అది నేను అనుకున్న విధంగా లేదు.

ప్రాక్టీస్ వద్దకు చేరే సమయానికి, నన్ను నేను పూర్తి భయంలోకి నెట్టిపెట్టాను. అతను నన్ను చూస్తాడు. ఏదోరకంగా నాకు తెలుసన్న సంగతి తెలుసుకుంటాడు. నన్ను ప్రమాదకారి అన్న దృష్టితో చూస్తాడు, అని నమ్మకం కలిగింది. నేనేదో తప్పుగా మాట్లాడుతాను. మేగన్ ప్రసక్తి తేకుండా ఉండలేను. అన్న భయం

తోడుంది. ఒక డాక్టర్‌గారి వెయిటింగ్ రూమ్‌లోకి వెళ్లాను. అది బోరింగ్‌గా పేలవంగా ఉంది. అక్కడి మధ్యవయసు రిసెప్షనిస్ట్‌తో మాట్లాడాను. ఆమె నన్ను చూడకుండానే, నా వివరాలు తీసుకున్నది. కూచున్నాను. ఒక పత్రిక అందుకుని, వణికే చేతులతో పేజీలు తిప్పుతున్నాను. ముందు రానున్న పనిమీద కేంద్రీకరించాలని ప్రయత్నం. కానీ అక్కడ ప్రత్యేకంగా కనబడగూడదు. మరో పేషెంట్‌లా ఉండాలి.

అక్కడ మరో ఇద్దరున్నారు. ఇరవై పై వయసు, అతను ఫోన్‌లో ఏదో చదువుకుంటున్నాడు. మరొక ముసలావిడ బాధగా తన కాళ్లనే చూస్తున్నది. ఒక్కసారి కూడా పైకి చూడదు. రిసెప్షనిస్ట్ తన పేరు పిలిస్తే కూడా చూడలేదు. ఆమె లేచి వెళ్లిపోయింది. తను ఎక్కడికి వెళుతున్నదీ తెలిసినట్టుగా. నేను అయిదు నిమిషాలు వేచి ఉన్నాను. పది నిమిషాలు నాకు సరిగా శ్వాస ఆడటం లేదు. వెయిటింగ్ రూమ్ వేడిగా, గాలి ఆడకుండా ఉంది. ఒంటికి తగినంత ఆక్సిజన్ అందదు అనిపించింది. సొమ్మసిల్లుతాను అనిపించింది.

అప్పుడొక తలుపు తెరుచుకున్నది. ఒకతను బయటికి వచ్చాడు. నేను సరిగా చూచేలోపలే అతనేనని అర్థమయిపోయింది. అతగాడిని మొదటిసారి చూచినప్పుడు స్కాట్ కాదు, అని తెలిసినట్టే, ఇప్పుడు కూడా తెలిసింది. అతనప్పుడు దానివేపు నడుస్తున్న నీడ మాత్రమే. ఎత్తుగా, ఏదో వదులుగా, నీరసంగా కదిలినట్టున్నాడు. అందుకే నీడ అన్నాను. చెయ్యి అందించాడు.

'మిస్ వాట్సన్?'

కళ్లెత్తి అతని కళ్లలోకి చూచాను. వెన్నెముక అడుగుదాకా విద్యుత్తు షాక్ తగిలినట్టు తోచింది. చెయ్యి అతని చేతిలో ఉంచాను. ఆ చెయ్యి వెచ్చగా, పొడిగా, పెద్దగా ఉంది. నా చేతిని మొత్తంగా కప్పేసింది.

'ప్లీస్', అంటూ తన వెంట ఆఫీసులోకి రమ్మంటూ సూచించాడు. వికారం కలిగి తలతిప్పుతున్నా, వెంట నడిచాను. నేను మేగన్ అడుగుజాడల్లో నడుస్తున్నాను. అది ఈ తతంగమంతా చేసింది. అతని ముందు, నన్నిప్పుడు కూచోమన్న కుర్చీలో అది కూచున్నది. అతను చేతులు, ఇవాళటిలాగే గడ్డం కింద కట్టుకుని ఉంటాడు. 'ఓకే' అంటూ ఇవాళలాగే దాని వేపు తల ఆడించి ఉంటాడు. 'ఇవాళ నాతో ఏ విషయం గురించి మాట్లాడాలనుకున్నారు?' అదే ప్రశ్న అనుకుంటాను. అతనికి సంబంధించిన అన్ని అంశాలు వెచ్చగా ఉన్నాయి. అతని చెయ్యి షేక్ చేసినప్పుడు;

అతని కళ్లు; అతని స్వరం. ఏదయినా క్లూ దొరుకుతుందని, అతని ముఖంలోకి చూచాను. మేగన్ తల పగలగొట్టిన మొరటు మనిషి, కుటుంబాన్ని పోగొట్టుకుని బాధలకు లోనయిన కాందిశీకుడు, అటువంటి వారెవరూ నాకు కనిపించలేదు. ఒక క్షణం నన్ను నేను మరిచాను. అతడిని చూచి భయపడాలని మరిపోయాను. అక్కడ కూచుని ఉన్నాను. భయం ఎంత మాత్రం లేదు. గట్టిగా ఒకసారి మింగి ఏం చెప్పాలని ఆలోచించాను. చెప్పేశాను. నాలుగు సంవత్సరాలుగా ఆల్కహాల్‌తో పడిన బాధల గురించి, తాగుడు కారణంగా పెళ్ళిపెటాకులయి, ఉద్యోగం ఊడిన సంగతి, ఆరోగ్యం పాడవుతున్న తీరు, చివరకు పిచ్చిదాన్ని అవుతానేమోనన్న అనుమానం, అన్నీ చెప్పేశాను.

'నాకు విషయాలు జ్ఞాపకం ఉండవు. బ్లాకవుట్ అవుతాను. ఎక్కడికి వెళ్లిందీ, ఏం చేసిందీ గుర్తుండదు. అనకూడని మాటలు అని, చెయ్యగూడని పనులు చేశానేమో అనిపిస్తుంది. కానీ, ఏదీ జ్ఞాపకముండదు. నా పనులను గురించి ఎవరయినా చెపితే, నా గురించి కాదు, అనిపిస్తుంది. ఆ పనులు చేసింది నేను కాదనిపిస్తుంది. గుర్తులేని సంగతులకు బాధ్యత తీసుకోవడం చాలా కష్టం. అందుకని నాకు తప్పు చేసిన భావం ఉండదు. తప్పు అనిపిస్తుంది. నేను చేసిన అదేదో నా నుంచి తీసివేయబడింది గద. అది నాకు సంబంధించినది కాదు, అనిపిస్తుంది' చెప్పాను.

ఇదంతా, ఈ వాస్తవాలంతా అట్లా వచ్చేశాయి. అతని ముందు వాటిని ఒంపేశాను. అతని ముందుకు చేరిన కొన్ని నిమిషాలలోనే చెప్పడానికి అంత సిద్ధంగా ఉన్నానన్నమాట. ఎవరికో చెప్పుకోవాలని ఎదురు చూస్తున్నానాయె. కానీ ఇతను మాత్రం కాకుండా ఉండవలసింది. చక్కనయినా ఆ ఆంబర్ రంగు కళ్లు నా మీదే నిలిపి, అతను విన్నాడు. చేతులు కట్టుకుని కదలకుండా విన్నాడు. గదిలో అటుయిటు చూడలేదు. నోట్స్ రాయలేదు. కేవలం విన్నాడు. చివరకు తల కొంచెంగా ఆడించాడు. 'మీరు చేసిన పనులకు బాధ్యత తీసుకోవాలి మీరు. అది కష్టంగా ఉందని తెలుస్తున్నది. గుర్తుండడం లేదవన్నీ మీకు?'

'అవును, అంతే, సరిగ్గా అంతే'.

'అయితే బాధ్యత ఎట్లా తీసుకుంటాము? క్షమాపణ చెప్పవచ్చు – తప్పు చేసిన సంగతి గుర్తులేకున్నా మీ క్షమాపణ, దాని దాని వెనుకున్న మనోభావం చిత్తశుద్ధితో చేసినవి కావని అర్థం కాదు గదా!'

'కానీ, నాకు అనుభవం తెలియాలి.... తప్పు భావన తెలియాలి.'

చెప్పడానికి చిత్రంగా ఉంది. కానీ నాకెప్పుడూ అదే ఆలోచన. నాకు తగినంతగా తప్పు చేసిన భావం కలుగదు. నేను దేనికి బాధ్యురాలను అన్న సంగతి నాకు తెలుసు. నేను చేసిన భయంకరమయిన పనులన్నీ తెలుసు. వివరాలు అంతగా గుర్తులేకపోవచ్చు. అయినా ఆ తప్పుడు పనుల నుంచి దూరంగా జరిగిన భావం ఉంటుంది. అన్నీ ఒక్కసారి తెలుస్తాయి.

'మీరు ప్రస్తుతంకన్నా మరింత తప్పుగా భావించగలగాలి అనుకుంటారు. చేసిన తప్పులకు తగినంత దోషభావం కలగలేదు, అనుకుంటారు, అంతేనా?'

'అవును'

కమాల్ తల ఆడించాడు. 'రేచల్, మీ పెళ్లి పాడయిందని చెప్పారు. ఉద్యోగం పోయిందన్నారు. అది తగిన శిక్ష కాదంటారా?'

నేను తలాడించాను.

అతను కుర్చీలో వెనుకకు చేరిగిలి కూచున్నాడు. 'మీ మీద మీరు మరీ కఠినంగా ఉంటున్నారు, అనిపిస్తున్నది'

'లేదు'

'సరే. ఒకసారి కొంచెం వెనక్కుపోదామా? సమస్య మొదలయిన సమయానికి. అది నాలుగేళ్ల క్రితం అన్నారు గదూ? అప్పటి గురించి చెప్పగలరా?'

నేను కాదన్నాను. అతని గొంతు ప్రభావంతో నేను అంత పూర్తిగా లొంగిపోలేదు. అతని కళ్ల మెత్తదనం ముందు లొంగలేదు. అంత నిరాశలో లేను. మొత్తం కథ అతనికి చెప్పేది లేదు. బిడ్డ కోసం పడిన తపన గురించి చెప్పను. నా పెళ్లి వీగిపోయిందని చెప్పాను. నాకు డిప్రెషన్‌గా ఉందని చెప్పాను. అంతకాలం పాటు తాగుతున్నానని చెప్పేశాను. అవన్నీ వశం లేకుండా వచ్చేశాయి.

'మీరు విడాకులు తీసుకున్నారు. అంటే భర్తను వదిలేశారు. లేక అతనే వదిలేశాడు. కాదంటే ఇద్దరి సమ్మతితోనా?'

'అతను అఫెయిర్ సాగించాడు. మరో ఆమెను కలిసి. ఆమెతో ప్రేమలో పడ్డాడు.' అతను తల కదిలించాడు. నన్ను కొనసాగించమన్నట్టు. 'అది ఆయన తప్పుకాదు. నిజానికి తప్పంతా నాదే.'

'ఎందుకట్లా అంటున్నారు?'

'తాగుడు మొదలయింది అసలు....'

'అంటే మీ భర్త వ్యవహారం దానికి కారణం కాదన్నమాట!'

'లేదు. నేను అప్పటికే తాగుతున్నాను. తాగుడే అతడిని నా నుంచి దూరం చేసింది. అందుకే అతను...'

కమాల్ వేచి ఉన్నాడు. నన్ను మాట సాగించమని కూడా అనలేదు. నన్ను అట్లా వదిలేశాడు. ఏదో చెపుతానని చూస్తున్నాడు. 'అందుకే నన్ను ప్రేమించడం ఆగిపోయింది' అన్నాను.

అతని ముందు ఏడ్చినందుకు, నామీద నాకే అసహ్యం కలిగింది. నన్ను నేను ఎందుకు పొందిక చేయలేకపోయాను అర్థం కాలేదు. వాస్తవాలను గురించి చెప్పవలసింది కాదు. ఏవో లేని సమస్యలతో మొదలుపెట్టి ఉండవలసింది. ఒక ఊహా వ్యక్తి సమస్యలు చెప్పి ఉండాలి. సరిగా తయారయి వచ్చి ఉండాలి.

అతడిని చూచి, ఒక క్షణం అతను నా పట్ల సానుభూతితో ఉన్నాడని నమ్మినందుకు నా మీద నాకే ఏవగింపు పుట్టింది. అతను మరి అట్లా చూచాడు. ఏదో జాలిగా కాదు, అర్థం చేసుకున్నట్టు చూచాడు. సాయం చేసేలా చూచాడు.

'అంటే రేచల్, తాగుడు మీ పెళ్లి సంబంధం తెగిపోక ముందే మొదలయింది అంటారు. అందుకు గల కారణం వేపు సూచించడం వీలవుతుందా? అనేదేమిటంటే, అందరికీ అది చేతగాదు, కొంతమంది, అలాగ డిప్రెషన్‌లోకి, ఒక బానిస స్థితిలోకి జారుకుంటారు. అట్లా మీకేమయినా ప్రత్యేక కారణం ఉందా? ఎవరిదో మరణం, మరొకటి?'

తల అడ్డంగా ఆడించాను. భుజాలు ఎగరేశాను. అది నేను చెప్పబోవడం లేదు. అతనికి మాత్రం చెప్పను. అతను కొంతసేపు ఆగాడు. తరువాత చటుక్కున బల్లమీద గడియారం దిక్కు చూచాడు. 'మరుసటి సారి మరింత మాట్లాడుకుందాం,' అన్నాడు. అప్పుడతను సన్నగా నవ్వి, ముఖం తీరు మార్చుకున్నాడు. అతనికి సంబంధించిన అన్ని అంశాలు వెచ్చగా ఉన్నాయి. చేతులు, కళ్లు, గొంతు అన్నీ ఒక్క చిరునవ్వు తప్ప. పళ్లు కనిపించినప్పుడు అతనిలోని హంతకుడు అగుపడతాడు. నా కడుపు బిగుసుకుపోయింది. నాడి చాలా వేగమయింది. చెయ్యి చాచినా షేక్ చెయ్యకుండా, అక్కడి నుంచి వచ్చేశాను. అతనిని తాకే ఆలోచన నచ్చలేదు.

నాకు అర్థమయింది, మేగన్ అతనిలో ఏం చూసిందీ అర్థమయ్యింది. అతను చూపులను కట్టిపడేసేంత అందగాడు అన్న ఒక్కటే కాదు. నెమ్మది మనిషి, హామీ భావన అందించే రకం. ఓపికగా దయను వెదజల్లుతాడు. ఏ అమాయకులు,

నమ్మిక గలవారు, లేదా కష్టంలో ఉన్నవారు ఎవరయినా, ఆంతర్యం అర్థం చేసుకోజాలరు. అంతటి ప్రశాంతత కింద అతనొక తోడేలు అని అర్థం చేసుకోలేరు. ఒక గంటపాటు సుమారు నేను కూడా ఆకర్షణకు గురయ్యాను. అతని ముందు మనసు విప్పాను. అతనెవరు అన్నది మరిచాను. నేను స్కాట్‌కు, మేగన్‌కు మోసం చేశాను. అందువల్ల నాకు దోషభావం మనసంతా నిండింది.

కానీ, మళ్లీ అతని వద్దకు రావాలని ఉంది గనుక మరింత తప్పు భావం అనుభవిస్తున్నాను.

బుధవారం 7 ఆగస్ట్ 2013

ఉదయం

మళ్లీ వచ్చింది. నేనేదో తప్పు చేసినట్లు తోచిన కల మళ్లీ వచ్చింది. అందరూ నాకు వ్యతిరేకులయ్యారు. టామ్‌తో చేరిపోయారు. నేను వివరించడానికి, క్షమాపణ చెప్పడానికి లేదు. ఎందుకంటే అసలు తప్పేమిటి తెలియదు. కలకు మెలకువకు మధ్యగల స్థలంలో నేను ఒక అసలయిన వాదం గురించి ఆలోచించాను. చాలా కాలం క్రితం, అంటే నాలుగేళ్లనాడు, మా మొదటి, ఒకే ఒక కృత్రిమగర్భధారణ ప్రయత్నం విఫలమైంది. నేను మరోసారి ప్రయత్నిద్దాం అన్నాను. డబ్బులేదు, అన్నాడు టామ్. ఇక నేను ఏమీ అనలేకపోయాను. డబ్బులేని సంగతి నాకు కూడా తెలుసు. పెద్ద మార్ట్‌గేజ్ తీసుకున్నాము. పైగా వాళ్ల నాన్న బలవంతం మీద చేసిన ఒక వ్యాపారం కారణంగా అప్పులు మిగిలి ఉన్నాయి. అందుకని నేను ఊరకుండవలసి వచ్చింది. ఎప్పుడో ఒకప్పుడు డబ్బు చేతికి వస్తుందని, అని నమ్మకం. ఆలోగా కన్నీరు కళ్లలోనే దాచుకుని ఉండిపోవాలి. తెలియని వారయినా సరే పొట్టతో కనబడితే, పిల్లల గురించి వార్త వినబడితే వెచ్చగా, వేగంగా కన్నీరు కట్టలు తెంచుకునేది.

ఐవీఎఫ్ పనిచేయలేదని తెలిసిన రెండు నెలల తర్వాత అనుకుంటాను. అతను ఒక ట్రిప్ గురిచి ప్రస్తావించాడు. నాలుగు నాళ్ల పాటు వేగస్ వెళతాడట. బిగ్‌ఫైట్ చూడడానికి. తను, పాతకాలపు నేస్తాలు మరో ఇద్దరు మాత్రమే. ఆ స్నేహితులు నాకు తెలిసిన వారు కారు. అందుకయ్యే ఖర్చు బోలెడంత. విమానం

బుకింగ్ రసీదులు, గదుల బుకింగ్‌ల వివరాలు నేనతని మెయిల్, ఇన్‌బాక్స్‌లో చూచాను గనుక, నాకు వివరం తెలుసు. ఇక బాక్సింగ్ చూడడానికి ఎంత అవుతుంది, తెలియదు. అది అంత చవకగా కుదిరేది కాదని ఊహించగలను. అయితే అంతా కలిసి ఒక ఐవీఎఫ్‌కు సరిపడేంత కాదని తెలుసు. కానీ కనీసం పోగేయడానికి ప్రారంభం అయేది గద. ఆ విషయం గురించే ఒక భీషణమయిన రగడ జరిగింది. ఆ మధ్యాహ్నమంతా తాగుతూనే ఉన్నాను గనుక, వివరాలు జ్ఞప్తికి లేవు. పోరాటానికి ముందే సిద్ధమయి ఉన్నాను గనుక అది వీలయినంత గట్టిగా సాగింది. మరునాడు అతని తీరు, చల్లదనం బాగా గుర్తుంది. ఆ సంగతి మాట్లాడడానికే సిద్ధంగా లేడు. పూర్తిగా మనసు విరిగిన తీరులో అతను నాకు ఏవేవో చెప్పింది మాత్రం గుర్తుంది. నేను అన్న మాటలు, చేసిన పనులు ఏకరువు పెట్టాడు. ఫ్రేమ్ చేసిన పెళ్లి ఫొటోను నేను పగలగొట్టిన తీరు వివరించాడు. అంత స్వార్థపరుడు, మరెవరూ లేరంటూ అన్యాయంగా అరిచానట. చివరకు పనికిరాని మొగుడివి అన్నానట. ఆ రోజున నన్ను నేను ఎంతగా అసహ్యించుకున్నదీ గుర్తుంది.

నాది తప్పు, అవును పొరపాటు చేశాను. అటువంటి మాటలు అని ఉండగూడదు. అయితే నా కోపం నిష్కారణం కాదని ఇప్పుడు అనిపిస్తున్నది. నాకు కోపగించుకునేందుకు హక్కు ఉంది. లేదా? మేము ఒక బిడ్డ కోసం ప్రయత్నిస్తున్నాం. అందుకొరకు కొన్ని త్యాగాలు చేయవలసిన అవసరం లేదంటారా? పిల్లడు అందుతాడు అంటే నేను కాలు, చెయ్యి కోసి ఇవ్వడానికి సిద్ధంగా ఉండేదాన్ని. ఒక విహారయాత్ర ఎందుకు, అంటే అంత ఇబ్బంది ఎందుకట?

దాని గురించి ఆలోచిస్తూ మంచంలో ఉండిపోయాను. తరువాత లేచి వాకింగ్ వెళదాం అనుకున్నాను. మరేదో గాని చేయకుంటే కార్నర్‌షాప్‌కు వెళ్లాలని గోకుడు పుడుతుంది. ఆదివారం నుంచి ఒక డ్రింక్ కూడా తీసుకోలేదు. లోపల జరుగుతున్న పోరాటం తెలుస్తున్నది. కొంచెం జిల్‌జిల్ కోసం కోరిక, తలలో నుంచి బయటపడాలని తపన. ఏదో సాధించాను, ఇప్పుడు దాన్ని వదులుకుంటే, అంతా వృథా అవుతుందని ఒక భావన.

ఆష్‌బరీ, కాలినడకన అనువయిన చోటు కాదు. అంతా షాప్‌లు, సబర్బ్ ఇళ్లూ ఉంటాయి. చక్కని పార్క్ ఒక్కటి కూడా లేదు. టౌన్ మధ్యనుంచి వెళ్లేదారిలో బయలుదేరాను. ఎక్కువ మంది లేకుంటే అక్కడ బాగానే ఉంటుంది. ఎక్కడికో

వెళుతున్నానని తనను తాను ఫూల్ చేసుకోవడం ఇక్కడున్న ట్రిక్. ఏదో ప్రదేశాన్ని అనుకుని అటుగా పోవడమే. ప్లెజెన్స్ రోడ్ చివర నుంచే చర్చ్‌ను ఎంచుకున్నాను. కాతీ ఇంటి నుంచి అక్కడికి రెండు మైళ్లు. అక్కడ నేనొక ఎఎ మీటింగ్ అటెండ్ చేశాను. దగ్గరలో ఉండే శాఖకు పోలేదు. వీధిలో సూపర్‌మార్కెట్‌లో ట్రెయిన్‌లో తరుచు ఎదురయ్యేవారు, అక్కడ కనబడితే బాగుండదని భయం.

చర్చ్ చేరాను. వెనుదిరిగి మరలా నడక సాగించాను. ఇంటికి చేరుకోవాలని తొందర. ఆడమనిషికి మరి ఇంట్లో ఎన్నో పనులుంటాయి. ఎక్కడికో పోవలసి ఉంటుంది. అంతా మామూలే. అందరినీ గమనిస్తున్నాను. ఇద్దరు మగవాళ్లు వీపున బ్యాక్ ప్యాక్స్ వేసుకుని పరుగు పెడుతున్నారు. మారతాన్‌కు ట్రెయినింగ్, నల్లచొక్కా, తెల్ల ట్రెయినర్స్‌లో అమ్మాయి, హీల్స్ బ్యాగ్‌లో పెట్టుకుని, పనికిపోతున్నది. వాళ్లకు ఏమయినా రహస్యాలున్నాయా? అని నా ఆలోచన. వాళ్లు తాగడం మానాలని పరుగుపెడుతున్నారా? ఆగిపోవాలని పరుగుతీస్తున్నారా? నిన్న తాము కలసిన హంతకుని గురించి ఆలోచిస్తున్నారా? అతడిని మరోసారి కలవాలని అనుకున్నారా?

నేను నార్మల్ రకం కాదు. అది కంటబడే సమయానికి నేను ఇంచుమించు ఇల్లు చేరాను. అసలు నేను ఆలోచనల్లో మునిగి ఉన్నానాయె. కమాల్‌తో సెషన్స్‌కు వెళ్లి సాధించగలిగేది ఏమిటి? అతను గాని గది వదిలి పోతే, డ్రాయర్లలో వస్తువులన్నింటినీ వెతికి చూడాలని పథకం వేస్తున్నానా? ప్రయత్నించి అతడిని ఉచ్చులో ఇరికించి ఏదో చెప్పేలా చేయాలనా? అతగాణ్ణి అపాయ ప్రాంతంలోకి నడిపించాలనా? అతను నాకంటే చాలా తెలివిగల వాడు అయ్యే అవకాశాలు నిండా ఉన్నాయి. అతను నా తీరు పసిగట్టే అవకాశాలు కూడా ఉన్నాయి. తన పేరు పత్రికలకు ఎక్కిందని అతనికి తెలుసు. జనం అతని గురించి సమాచారం సంపాయించడానికి ప్రయత్నాలు చేస్తారని తెలుసు. అటువంటి వారి విషయంగా జాగ్రత్తగా ఉండాలి. ఇవి నేను ఆలోచిస్తున్న సంగతులు. తల కిందకు వంచుకుని, పేవ్‌మెంట్ వంక చూస్తూ నడుస్తున్నాను. కుడిపక్కన లాండిస్ షాప్ ఉంది. అటు చూచానంటే ఏవేవో కనబడతాయి. అందుకే తప్పిస్తూ పోవాలి. అయినా కొనకంటికి తన పేరు కనిపించింది. తలెత్తి చూచాను. టాబ్లాయిడ్ వార్తా పత్రిక మొదటి పేజీలో తాటికాయంత అక్షరాలున్నాయి. మేగన్ ఒకప్పుడు శిశుహంతకురాలా?

ఆనా

బుధవారం, 7 ఆగస్ట్ 2013

ఉదయం

అది జరిగినప్పుడు నేను ఎన్‌సిటీ అమ్మాయిలతో స్టార్‌బక్స్‌లో ఉన్నాను. మామూలుగా అలవాటయిన మా కిటికీ పక్కన కూచుని ఉన్నాము. పిల్లలు కిందంతా లేగో బ్రిక్స్ పరుస్తున్నారు. బెత్ నన్ను (మరోసారి) తమ బుక్ క్లబ్‌లో చేరమని ఒప్పించే ప్రయత్నంలో ఉంది. ఇక డయేన్ వచ్చేసింది. ఆమె ముఖం చూడగానే వార్త ఏదో మోసుకు వచ్చిన సంగతి తెలిసిపోయింది. అమ్మలక్కలు మాట్లాడుకోవడానికి అవసరమయిన చక్కని సమాచారం ఒకటే ఉంటే బాగుగద. డబుల్ బగ్గీని తలుపులో నుంచి తోసుకురావడానికి తంటాలు పడుతున్నది. కానీ ఆమె తొందర తెలిసిపోతున్నది. 'ఆనా చూచావా యిది?' ముఖం దుఃఖంగా పెట్టి అడిగింది. 'మేగన్ ఒకప్పుడు శిశు హంతకురాలా' అన్న శీర్షికగల వార్తాపత్రికను ఎత్తి చూపింది. నేను అవాక్కయ్యాను. కళ్లు వెళ్ల బెట్టి దాని వంకే చూచాను. కళ్లలో నీళ్లు తిరిగినయి. ఎవీ భయపడిపోయింది. తను గోల చేసింది. అంతా దుర్భరంగా ఉంది.

నన్ను నేను (ఎవీని కూడా) శుభ్రం చేయడానికి వాష్‌రూమ్‌లకు వెళ్లాను. తిరిగివచ్చే సరికే వాళ్లంతా గొంతులు తగ్గించి గుసగుసలాడుతున్నారు. డయేన్ నావంక అర్థవంతంగా చూస్తూ 'బాగానే ఉన్నావా? స్వీటీ' అని అడిగింది. తనకది సరదాగా ఉంది. నేను చెప్పగలను.

ఇక బయలుదేరవలసి వచ్చింది. అక్కడ ఉండలేకపోయాను. వాళ్లంతా భయంతో తమ మనసులోని సంగతులు మాట్లాడుతున్నారు. నా గురించి ఎక్కువగా పట్టింపు. వారి ముఖాలలో ముసుగులాగ కనిపించే భావాలు చూడగలిగాను. అటువంటి రాక్షసికి నీ పాపను ఎలా అప్పగించ గలిగావు? నీవు ప్రపంచంలోనే అందరికన్నా పనికిరాని తల్లివి అయ్యుంటావు. ఇంటి దారిలోనే టామ్‌కు ఫోన్ చేశాను. అది నేరుగా వాయిస్ మెయిల్‌కు పోయింది. వీలయినంత వెంటనే కాల్ చేయాలని మెసేజ్ పంపించాను. అందులో నా గొంతు సమంగా ఉంచే ప్రయత్నం చేశాను. అయినా వణుకు తెలుస్తున్నది. నా కాళ్లు వణికాయి. నిలకడ లేకుండా.

పేపర్ కొనలేదు. ఆన్‌లైన్‌లో విషయం చదవకుండా ఉండలేకపోయాను. అంతా అర్ధంతరంగా ఉంది. 'హిప్‌వెల్ పరిశోధనకు సంబంధించినవారి నుంచి' అంటూ రాశారు. మేగన్ అన్యాయంగా తన బిడ్డను తానే చంపిన సంఘటనలో ఇరికిందని అభియోగం ఉన్నట్టు తెలియవచ్చింది అన్నారు. అది పది సంవత్సరాల క్రితం సంగతి. ఆమె హత్యకు కారణం ఆ సంఘటన కావచ్చునని కూడా ఊహాగానాలు చేశారు. మొత్తం పరిశోధనకు ఇన్ చార్జ్‌గా ఉన్న గాస్కిల్ మాత్రం ఏమాటా అనలేదు. అది తప్పిపోయిన తరువాత మాతో మాట్లాడాలని వచ్చింది అతనే.

టామ్ కాల్ ఇచ్చాడు. మీటింగ్‌ల మధ్యలో ఉన్నాను అన్నాడు. ఇంటికి రాలేను అనేశాడు. నన్ను శాంతపరిచే ప్రయత్నం చేశాడు. అవసరమయిన అన్ని మాటలు చెప్పాడు. అంతా ఉత్తిదే అయ్యుంటుంది అని కూడా అన్నాడు. పత్రికల వాళ్లు రాసే సంగతుల్లో సగం కూడా నమ్మడానికి ఉండదు, తెలుసా అన్నాడు. నేను మరీ గోల చేయలేదు. దాన్ని పిలిచి పాపను ఆడించమని చెప్పాలన్న ఆలోచన మరి తనదే. అతనికి నిజంగా దిక్కుతెలియకుండా ఉంటుందేమో? పైగా తను చెప్పింది నిజం. అది నిజమా కాదా పక్కన బెడితే ఎటువంటి వారు ఈరకం వార్తలను వెదుకుతారు?

అటువంటి సంగతులు ఎట్లా సృష్టిస్తారు? ఆలోచన ఆగేతీరుగా లేదు. నాకు తెలుసు. ఆ ఆడమనిషి సంగతిలో ఏదో తిరకాసు ఉందని నాకు ముందు నుంచీ తెలుసు. మొదట్లో తాను పాపం అంతగా తెలియని మనిషి అనుకున్నాను. కానీ విషయం అంతటితో ఆగలేదు. ఆమె ఒకరకంగా ఆబ్సెంట్. తనదారి తనది. అబద్ధమాడదు. తాను పోవడమే నాకు సంతోషంగా ఉంది. పీడ విరగడయింది.

సాయంత్రం

నేను పైన బెడ్‌రూమ్‌లో ఉన్నాను. టామ్ కింద ఎవీతో పాటు టీవీ చూస్తున్నాడు. మేము మాట్లాడుకోవడం లేదు. తప్పు నాదే, అతను గుమ్మంలో కాలు పెట్టాడో లేదో నేను దాడి ప్రారంభించాను.

దినమంతా దాని కొరకే సిద్ధమవుతున్నాను. కనుక వశం తప్పింది. నాకు ఎక్కడ చూచినా అదే కనబడుతున్నది. ఇక్కడ నా ఇంట్లో, నా బిడ్డను ఎత్తుకుని, తిండి పెడుతూ, గుడ్డలు మారస్తూ, నేను నిద్రపోతుంటే నా చిన్నారిని ఆడిస్తూ, ఎవీని ఆ రాక్షసితో ఒంటరిగా వదిలిన సందర్భాలన్నీ మనసులో తిరిగినయి. నాకు వికారం మొదలయింది. ఇక ఈ ప్రపంచం నా మీద కత్తి కట్టిందన్న భయం మొదలయింది. ఈ ఇంట్లో ఉన్నంత కాలం ఆ భయం నన్ను ఆవరించి ఉండనే ఉంది. ఎవరో నా మీద నిఘా పెట్టిన భావన. మొదట్లో ట్రెయిన్‌ల వల్ల అనుకున్నాను. కిటికీల్లోంచి చూస్తూ ఆ మొహాల్లేని మొండాలు, మమ్మల్నే చూస్తున్నట్టు తోచి కంపరం పుట్టేది. అందుకే మొదట్లోనే ఈ ఇంటికి వచ్చేదిలేదని మొండికెత్తాను. టామ్ పట్టు వదలలేదు. ఇల్లు అమ్మితే నష్టం తప్పదు అన్నాడు. మొదట్లో ట్రెయిన్‌లు, తర్వాత రేచల్. రేచల్ మా మీద కాపు కాస్తుంది. వీధిలో వచ్చి తిరుగుతుంది. ఎప్పుడూ ఫోన్ చేస్తుంది. ఆ తరువాత మేగన్ కూడా, ముఖ్యంగా అది నా ఎవీతో ఉన్నప్పుడు. అది ఎల్లవేళలా అరకన్ను నా మీద వేసి ఉంటుంది. అనిపించేది. నన్నేదో పరీక్షిస్తున్నట్టు, తల్లిగా నన్ను అంచనా వేస్తున్నట్టు, నామటుకు నేను నా వ్యవహారాలను చక్కబెట్టుకోలేకున్నా నని తేల్చడమూ. నవ్వులాటగా తోచేది. తెలుసు. ఇక రేచల్ మా ఇంటికి వచ్చి నా పాపను ఎత్తుకుపోయిన దినం ఆలోచనలోకి వస్తుంది. నా ఒళ్లంతా చల్లబడింది ఆనాడు. నిజం చెపుతున్నాను.

అందుకే, టామ్ ఇల్లు చేరేసరికి, కీచులాటకు సిద్ధంగా ఉన్నాను. హెచ్చరించాను. ఇల్లు వదిలిపెట్టాలి. ఇక్కడ ఉండే ప్రశ్నలేదు, అన్నాను. ఇక్కడ జరిగినవన్నీ తలుచుకుంటే, ఈ వీధిలోనే ఉండగూడదని అంటుంది మనసు. ఎటుతిరిగి చూచినా రేచల్ ఒక్కర్తే కాదు, ఇప్పుడు మేగన్ కూడా కనబడుతున్నది. అది ముట్టుకున్న అన్ని వస్తువులు మనసులో కదులుతాయి. అంతా అతిగా ఉంది. ఇంటికి మంచి ధర వస్తుందా, రాదా నాకు పట్టదు.

'ఇంతకంటే అన్యాయమయిన చోట ఉండవలసి వస్తే, అప్పుడు తెలుస్తుంది, నీకు. అప్పు వాయిదాలు కట్టలేనప్పుడు తెలుస్తుంది,' అన్నాడతను. అతని మాట

సరయినదే. వాళ్ల తల్లిదండ్రుల వద్ద బోలెడు డబ్బుంది. సాయం చెయ్యమని అడగవచ్చు కదా అన్నాను. అడగను అన్నాడు. మరోసారి వాళ్లను దేని కొరకూ అడగను అన్నాడు. ఇక తనకు కోపం వచ్చింది. ఆ విషయం గురించి మాట్లాడవద్దు' అన్నాడు. రేచల్‌ను వదిలి నన్ను పెళ్లాడినప్పుడు, ఆ పెద్దల తీరు గురించి కోపం. వాళ్ల పేరు ఎత్తి ఉండగూడదు. తనకు తెగకోపం వస్తుంది.

నాకు మరేమీ తోచదు. కళ్లు మూసుకుంటే చాలు, అది కనిపిస్తుంది. ఒడిలో ఎవీని పెట్టుకుని కిచెన్ టేబుల్ వద్ద కూచుని ఉంటుంది. నాకిక నిస్సహాయ భావం పెరుగుతుంది. అదేమో పాపతో ఆడుతూ, నవ్వుతూ, గోల చేస్తూ ఉంటుంది. అదేదీ వాస్తవంగా తోచలేదు, నాకు. తనకు అవన్నీ చేయాలని, అసలిక్కడ ఉండాలని మనసులో లేనేలేదు. వెళ్లవలసిన సమయం వచ్చి ఎవీని నాకు అప్పజెపుతుంటే, తన ముఖంలో సంతోషం, బరువు దించుకున్న భావం కనిపించేవి. తన చేతుల్లో పాపాయి ఉండడం, అసలు ఇష్టం లేనట్టుండేది.

రేచల్

బుధవారం 7, ఆగస్ట్ 2013

సాయంత్రం

వేడి పెరుగుతున్నది, పెరుగుతున్నది. భరించరాకుండా ఉంది. కిటికీలన్నీ తెరిచే ఉన్నాయి, కనుక కింద వీధిలోనుంచి ఎగుస్తున్న కార్బన్ మోనాక్సైడ్ రుచి తెలుస్తున్నది. గొంతులో నసగా ఉంది. రెండవ సారి స్నానం చేస్తుంటే ఫోన్ మోగింది. ఊరుకున్నాను. మళ్లీ మోగింది. మరోసారి కూడా. నేను బయటపడే సమయానికి నాలుగో సారి మోగుతున్నది. ఎత్తాను.

అతని గొంతులో భయం. త్వరత్వరగా శ్వాస. మాటలు పట్టిపట్టి వస్తున్నాయి. ఇంటికి పోలేను. ఎటు చూచినా కెమెరాలు.

'స్కాట్?'

'నాకు తెలుసు ఇదంత..... వికారంగా ఉందని తెలుసు. కానీ, నేను ఎక్కడికో వెళ్లాలి. వాళ్లంతా లేని చోటికి పోవాలి. అమ్మ యింటికి పోలేను. స్నేహితుల వద్దకు కూడా. డ్రైవ్ చేస్తున్నాను. చుట్టూ తిరుగుతున్నాను. పోలీస్‌స్టేషన్ వదిలినప్పటి నుంచి తిరుగుతూనే ఉన్నాను....' అతని గొంతు పట్టేసింది. 'గంట, రెండు గంటల సమయం కావాలి. కూచుని, ఆలోచించాలి. వాళ్లెవరూ లేకుండా, పోలీసులు లేకుండా, కనిపించిన వాళ్లంతా తలతిక్క ప్రశ్నలు అడగకుండా సారీ, కానీ, నేను మీ ఇంటికి రావచ్చా?'

సరే అన్నాను, మరి. అతను భయపడుతున్నాడు, అసహాయుడుగా ఉన్నాడని మాత్రమే కాదు, అతడిని చూడాలని ఉంది. అతనికి సాయం చెయ్యాలి. అడ్రస్

ఇచ్చాను. పదిహేను నిమిషాల్లో వస్తాను, అన్నాడు. పది నిమిషాల తరువాత డోర్‌బెల్ మోగింది. పదేపదే, కానీ, చిన్న ముక్కలుగా.

తలుపు తెరుస్తుంటే, 'సారీ, తప్పలేదు, ఎటుపోవాలి, అర్థంకాలేదు,' అన్నాడు. ఎవరో వెంటాడుతున్నట్టు ఉంది వాలకం. కదిలిపోయాడు. పేలవంగా, చెమటతో తడిసి ఉన్నాడు.

'ఏం సమస్య లేదు,' అంటు పక్కకు కదిలాను, అతనికి దారియిస్తూ. లివింగ్ రూమ్‌లోకి దారి తీశాను. కూచోమన్నాను. గ్లాసులో మంచినీరు తెచ్చి ఇచ్చాను. ఒక్కగుక్కగా తాగేశాడు. కూచున్నాడు. ముందుకు వంగి, ముంచేతులు మోకాళ్ల మీద పెట్టుకున్నాడు. తల బాగా వంచుకున్నాడు.

మాట్లాడాలా, నిగ్రహించుకోవాలా తెలియక తచ్చాడాను. గ్లాస్ తెచ్చి మరిన్ని నీళ్లు ఇచ్చాను. మాట్లాడకుండానే. అతనే మాటలు మొదలు పెట్టాడు.

'ఘోరం జరిగింది అనుకుంటున్నారు,' అన్నాడు ప్రశాంతంగా. 'అనేదేమి టంటే, అదే ఆలోచన కలుగుతుందీ, అని. కాదంటారా?' తలెత్తి నా దిక్క చూచాడు. 'నా భార్య చనిపోయింది. నేనే చంపానని ఆ పోలీసులు అనుకుంటున్నారు. అంతకంటే అధ్వాన్నం ఇంకేముంటుంది?'

అతను వార్తల గురించి మాట్లాడుతున్నాడు. ఆమె గురించి అంటున్న వాటిని గురించి అంటున్నాడు. పిల్లను చంపడంలో మేగన్ పాత్ర గురించి టాబ్లాయిడ్ పేపర్ వార్త గురించి. పోలీసులే ఉప్పు అందించి ఉంటారు. అంతా కంపు, ఊహాగానాలు చనిపోయిన మనిషి పేరు పాడుచేసే ప్రయత్నం. ఎవరూ మెచ్చగూడని వ్యవహారం.

'అయినా, అది నిజం కాదు. కాజాలదు' అన్నాను

అతని ముఖంలో ఏ భావమూ లేదు. అర్థం కాని తీరది. డిటెక్టివ్ సార్జెంట్ రైలీ ఈ ఉదయం ఒక సంగతి చెప్పింది అన్నాడు. ఒకసారి దగ్గాడు. గొంతు సవరించుకున్నాడు.' ఎప్పుడూ నేను వినాలనుకున్న వార్త అది. నమ్మలేరు మీరు.' గొంతు గుసగుసగా ఉంది. మాట సాగించాడు. 'ఎంతగా కోరుకున్నాను. పగటి కలలు కన్నాను. తాను ఎట్లా కనబడుతుంది, ఎట్లా సన్నగా నవ్వుతుంది, ఎట్లా సిగ్గుపడుతుంది, నా చెయ్యి అందుకుని పెదవులకు తాకిస్తుంది....'

అతను మళ్లీ కలల్లోకి జారి పోయాడు. ఏం చెపుతాడు, అర్థం కావడం లేదు. ఇవాళ ఆ వార్త అందింది. మేగన్ గర్భంతో ఉంది.'

అతను ఏడుస్తున్నాడు. నాక్కూడా గొంతు పూడుకుపోతున్నది. లేని ఒక శిశువు కొరకు దుఃఖం. నాకు పరిచయం లేని ఒక తల్లి కడుపులో బిడ్డగురించి దుఃఖం. భరించరాని భయంకర విషయం. స్కాట్‌కు ఇంకా ఊపిరి ఎట్లా ఆడుతున్నది, అర్థంగాదు. వార్తతో అతను కుప్పగూలి చచ్చి ఉండాలి. అతని జీవాన్ని పీల్చేసే సమాచారం అది.

అయినా, అతను బతికే ఉన్నాడు.

నేను మాట్లాడలేను, కదలలేను. కిటికీలు తెరిచి ఉన్న, లివింగ్ రూమ్ గాలి లేక తెగవేడిగా ఉంది. కింద వీధిల నుంచి గోల వినబడుతున్నది. పోలీస్ సైరన్, చిన్న అమ్మాయిల అరుపులు, నవ్వులు, కార్‌లో నుంచి బాస్ బూమింగ్ అన్నీ. వాళ్లకు బతుకు మామూలుగా సాగుతున్నది. ఈ లోపల మాత్రం ప్రపంచం అంతమవుతున్నది. స్కాట్‌కు ప్రపంచం అంతమవుతున్నది. ఇక నేను మాట్లాడలేను. మౌనంగా, నిస్సహాయంగా, నిరుపయోగంగా, నేను, అక్కడ నిలబడి ఉన్నాను. బయట అడుగులు చప్పుడు వినిపించే వరకే నన్నమాట. కాతీ, తన పెద్ద హ్యాండ్ బ్యాగ్‌లో తాళం చెవుల కొరకు వెతుకుతున్నది. నేను ఒక్క కుదుపుతో ప్రపంచంలోకి వచ్చాను. ఏదో చేయాలి. స్కాట్ చెయ్యిపట్టుకునే సరికి, భయంతో తలెత్తి చూచాడు. 'నాతో రండి' లాగి నిలబెట్టాను. హాల్‌వేలోకి అతడిని లాగి తేనిచ్చాడు. మెటెక్కి పోవాలి. కాతీ తలుపు తీసేలోగా. నా బెడ్‌రూమ్‌లో దూరి తలుపు వేసుకున్నాము.

'నా ఫ్లాట్‌మేట్', వివరిస్తున్నట్టు చెప్పాను. 'ఆమె ప్రశ్నలు అడుగుతుంది. అది మీకు బాగుండదని నా అభిప్రాయం' అవునన్నట్టు తలాడించాడు. నా చిన్న గదిని చుట్టూ చూచాడు. చిందరవందర బెడ్, శుభ్రమయినవీ, ఉతికినవీ దుస్తులు. అటు కుర్చీమీద కూడా. గోడలన్నీ ఖాళీ, చవక ఫర్నిచర్. నాకు ఇబ్బందిగా ఉంది. ఇదీ నా బతుకు. గజిబిజిగా చిన్నగా, పద్ధతి లేకుండా. ఎవరికీ నచ్చని తీరుగా. ఎంత హాస్యాస్పదంగా ఉన్నాను. అని ఆలోచిస్తున్నాను. కానీ స్కాట్ ఈ క్షణంలో నా బతుకు గురించి పట్టించుకునే స్థితిలో ఉన్నాడా?

బెడ్‌మీద కూచోమని సూచించాను. చేతి వెనుక భాగంతో కళ్లు తుడుచుకుంటూ కూచున్నాడు. ఊపిరి భారంగా పీలుస్తూ.

'ఏమయినా ఇచ్చేదా?'

'ఒక బియెర్?'

'నేను ఇంట్లో ఆల్కహాల్ పెట్టుకోను' అన్నాను. ఆ మాటలు అంటుంటే నా ముఖం ఎర్రబడింది, తెలుస్తున్నది. స్కాట్ మాత్రం పట్టించుకోలేదు. అసలు పైకి

చూడనేలేదు. ఒక కప్‌టీ చేయగలను. అతను సరేనన్నట్టు తల ఆడించాడు. 'పడుకోండి, విశ్రాంతిగా' అన్నాను. చెప్పినట్టు చేశాడు. షూస్ తన్నేసి, బెడ్‌మీద పడుకున్నాడు, వినయంగల బాలుడుగా.

కింద కెటిల్‌లో నీళ్లు కాస్తూ, కాతీతో మాటలు సాగించాను. లంచ్ కొరకు నార్త్‌కోట్‌లో తాను కనుగొన్న కొత్త హోటేల్ (సాలడ్స్ చాలా బాగున్నాయి) గురించి, ఆఫీస్‌లో కొత్తావిడ పెట్టే చికాకు గురించి తాను చెపుతున్నది. నేను స్మైల్ చేస్తూ తల ఊపుతున్నాను. ఆమె మాటలు మాత్రం సరిగా వినడం లేదు. నాకు టెన్షన్‌గా ఉంది. అతను కదిలితే కిరకిరలు, అడుగుల ధ్వని వినపడతాయని భయం. అతను పైన, నాగదిలో, నా బెడ్‌మీద, అవాస్తవంగా ఉంది పరిస్థితి. నాకు తల తిరుగుతున్నది. కలలో లాగ ఉంది. చివరికి కాతీ మాటలు ఆపేసింది. 'ఏమిటి సంగతి? నువ్వు మామూలుగా కనిపించడంలేదు' అన్నది.

'అలసట, అంతే. ఒంట్లో అంతగా బాగుండలేదు. వెళ్లి పడుకుంటాను' అన్నాను తనతో. ఒక్క చూపు విసిరింది. నేను తాగడం లేదని తనకు తెలుసు. (ఇట్టే తెలుసుకుంటుంది) కానీ తాగబోతున్నాను అనుకుంటుందేమో. నాకు పట్టదు. అవన్నీ ఇప్పుడు ఆలోచించలేను. స్కాట్ కోసం టీ కప్ తీసుకుని, కాతీతో పొద్దున్నే కలుద్దామని చెపుతూ వచ్చేశాను.

బెడ్‌రూమ్ ముందు క్షణం నిలబడి విన్నాను. ప్రశాంతంగా ఉంది. జాగ్రత్తగా నాబ్ తిప్పి, తలుపు తోశాను. అతనలాపడి ఉన్నాడు. అదే విధంగా. చేతులు పక్కన ఉన్నాయి. కళ్లు మూసుకున్నాడు. అతని శ్వాస వినబడుతున్నది. అది సాఫీగా ఉంది. సగం మంచం అతనే ఆక్రమించాడు. మిగిలిన స్థలంలో పడుకోవాలని అనిపించింది. అతని ఎదమీద చెయ్యి వెయ్యాలి అనిపించింది. ఊరట అందిచాలని ఉంది. కానీ, సన్నగా దగ్గాను. కప్ అందించాను.

అతను లేచి కూచున్నాడు. బొంగురుగా 'తాంక్ యూ' అన్నాడు. మగ్ అందుకున్నాడు. 'నిలువనీడ యిచ్చారు, తాంక్స్. నా పరిస్థితి నా పరిస్థితి గురించి చెప్పజాలను. ఆ స్టోరీ అచ్చయినప్పటి నుంచి అన్నమాట.'

'అప్పుడెప్పుడో ఏండ్ల కింద జరిగిందీ, అన్న ఆ సంగతేనా?'

'అవును అదే'

టాబ్లాయిడ్ వారికి ఆ సమాచారం ఎలా దొరికింది, అంటే అది తేలని సంగతి. ఊహాగానాలు వినపడుతున్నాయి. పోలీసుల వంక చూపిస్తున్నారు. కమాల్ అబ్దిక్ వంక, స్కాట్ వంక కూడా.

'అదంతా అబద్ధం కాదంటారా?' అన్నాను.

'అది నిజమే. కానీ, అందులో నుంచి హత్యకు ప్రేరణ అందుతున్నది. లేదంటారా? అందరూ అదే అంటున్నారు. మేగన్ తన బిడ్డను చంపింది. ఆ పాప తండ్రి, బహుశా హత్యకు పూనుకున్నాడు, అలాగన్న మాట, అదీ ఇన్నేళ్ల తరువాత.'

'అర్థంలేని మాటలు.'

'కానీ అందరూ అనేది మీకు కూడా తెలుసు. కథను నేనే పుట్టించానట. తనను చెడ్డమనిషిగా చూపించడమే కాదు, అనుమానం మరొకరి మీదకు మరలించడం, ఎవరో గుర్తు తెలియని వ్యక్తి మీదకు అది. ఎవరూ ఎరుగని వ్యక్తి గురించి.' అతని పక్కన బెడ్ మీద కూచున్నాను. మా తొడలు ఇంచుమించు తగులుతున్నాయి.

'మరి పోలీస్ వారేమంటున్నారు?'

భుజాలు ఎగురవేశాడు. 'నిజానికి ఏమీ అనడం లేదు. విషయం గురించి నాకు ఏం తెలుసునని అడిగారు. తనకు అంతకు ముందే బిడ్డ పుట్టడం తెలుసా, అడిగారు. ఏం జరిగిందీ తెలుసా? తండ్రి ఎవరో తెలుసా? 'తెలియదు' అన్నాను. 'అంతా చెత్త వ్యవహారం. తను అంతకు ముందు తల్లి కాలేదు....' అతని గొంతు మరోసారి పట్టేసింది. ఆగి గుక్క టీ తాగాడు. కథ ఎక్కడిది, పత్రికల వారికి ఎట్లా అందిందని, నేను అడిగాను. చెప్పడం కుదరదు అన్నారు. వాడే అనుకుంటాను. అబ్దిక్ భడవ.' దీర్ఘంగా నిట్టూర్చాడు. 'ఎందుకంటే తెలియదు. తన గురించి వాడు అటువంటి సంగతులు ఎందుకు అంటాడు, తెలియదు. ఏం చేయాలని ప్రయత్నం అర్థంగాదు. వాడి బుర్ర పాడయినట్టుంది, ' బూతు మాట అన్నాడతను. మొన్ననే కలిశాను. అతని గురించి ఆలోచించాను. ప్రశాంత స్వభావం, మెత్తని గొంతు, కళ్లలో వెచ్చదనం, అన్నీనూ. అతను కలత చెందడం అన్న పరిస్థితి నుంచి వీలయినంత దూరంలో ఉన్నాడు. ఆ చిరునవ్వు మాత్రం వేరు. 'ఆ సంగతి అచ్చు వేయడం మాత్రం అతి వ్యవహారం. రూల్స్ ఉండాలి....'

'చచ్చిన వాళ్ల మీద నేరారోపణ' అన్నాడతను. కొంతసేపు ఊరుకున్నాడు. 'ఈ సంగతి గురించి బయటపెట్టము అని నమ్మకంగా చెప్పారు.... ఆమె గర్భం గురించి. ఇప్పుడే కాదు. అసలు చెప్పనే చెప్పరేమో? స్థిరంగా వివరం తేలేవరకు, కనీసం చెప్పరు.'

'వాళ్లకు తెలిసే వరకా?'

'బిడ్డ ఆబ్దిక్ వల్ల కాదు.'

'డీఎన్ఏ పరీక్ష చేయించారా?'

తల అడ్డంగా ఆడించాడు. 'లేదు కానీ, నాకు తెలుసు. ఎట్లా అంటే చెప్పలేను. కానీ తెలుసు. కడుపులో బిడ్డ.... నాది.' 'బిడ్డ తని అనిగాని అతను అనుకుంటే, హత్యకు కారణం దొరికినట్లే, కాదంటారా?' అవసరం లేని శిశువును తొలగించడానికని తల్లిని తొలగించిన వారు ఎందరో ఉన్నారు. అయినా ఆ సంగతి గట్టిగా అనలేను. మరోమాట కూడా అనలేను. స్కాట్‌కు కూడా ప్రేరణ దొరుకుతుంది. తన భార్య మరెవరి బిడ్డనో కడుపున మోస్తున్నది అంటే.... అయితే అతను హత్య చేసి ఉండడు. అతని తీరు, అతని మానసిక స్థితి అంత సులభంగా వచ్చేవి కావు. అంత బాగా నటన వీలుగాదు. స్కాట్ వింటున్నట్టు కనిపించడం లేదు. అతని చూపులు పడకగది తలుపుల మీద నిలిచి ఉన్నాయి. అతను స్తంభించిపోయి ఉన్నాడు. ఊబిలోకి దిగబడి పోతున్నాడు.

'మీరు కొంత సేపు ఇక్కడే ఉండాలి. నిద్రకు ప్రయత్నించండి' అన్నాను అతనితో.

నావేపు చూచాడు. ఇంచుమించు చిరునవ్వాడు. 'ఏం ఫరవాలేదంటారా? అది.... చాలా కృతజ్ఞతలు. ఇంట్లో నిద్ర అసలు కుదరడం లేదు. బయటి మనుషుల గురించి కాదు. నన్ను పట్టేసారన్న ఆ భావం కాదు. అసలు సంగతి తాను. ఆమె అంతటా ఉంది. అంతటా కనబడుతున్నది. మెట్లు దిగి కిందికి పోతానా, అసలు నేను చూడనే చూడను. నన్ను నేను కంట్రోల్ చేసుకుంటాను. కిటికీ పక్కనుంచి పోతానా? మళ్లీ వెనక్కుపోయి. తానక్కడ టెరేస్ మీద లేదని తేల్చికోవాలి.' అతను చెపుతుంటే నా కళ్లలో నీళ్లు వచ్చేస్తున్నాయి. 'తనకు అక్కడ కూచోవడం ఇష్టం, ఆ చిన్న టెరేస్ మీద. అక్కడ కూచుని ట్రెయిన్‌లను చూస్తూ ఉండేది.'

'తెలుసు' నా చేతిని అతని చేతిమీద పెడుతూ అన్నాను.' కొన్ని సార్లు తాను అక్కడ కనిపించేది' అన్నాను.

'నాకు తన మాటలు వినబడతాయి. నేను పడుకుని ఉంటానా, బయటి నుంచి తాను నన్ను పిలుస్తుంది. తాను అక్కడ ఉంది అనుకుంటాను.' అతను వణికి పోతున్నాడు.

'పడుకోండి, విశ్రాంతిగా.' మగ్ తన నుంచి తీసుకుని అన్నాను.

అతను నిద్రలోకి జారుకున్నట్టు స్థిరం చేసుకుని అతని వెనకపక్కన నేను పడుకున్నాను. నా ముఖం అతని భుజానికి కొంచెం దూరంలోనే ఉంది. కళ్లు

మూసుకుని నా గుండె చప్పుడు నేనే వింటున్నాను. మెడలో రక్తం పరుగు వింటున్నాను. అతని దుఃఖం నిండిన, కంపు తెలుస్తున్నది.

నేను నిద్రలేచాను. అప్పటికి అతను లేడు. వెళ్లిపోయాడు.

గురువారం, 8 ఆగస్ట్ 2013

ఉదయం

నేనేదో తప్పు చేస్తున్న భావం కలిగింది. అతను వెళ్లిపోయి కొన్ని గంటలు మాత్రమే అయింది. నేను మాత్రం కమాల్‌ను చూడడానికి వెళుతున్నాను. తన భార్యను చంపినవాడుగా అతను అనుకుంటున్న మనిషిని చూడడానికి మరొకసారి వెళుతున్నాను. నాకు అసహ్యంగా ఉంది. నా పథకం గురించి అతనికి చెప్పి ఉండాలేమో, ఇదంతా అతని కోసమే చేస్తున్నానని చెప్పి ఉండాలేమో, అనిపించింది. అయితే అతని కోసమే చేస్తున్నాను. అంటే నాకే అనుమానం. నాకే పథకమూ లేదు మరి. నా గురించి ఏదో చెప్పాలి. ఇవాళటికి, అది నా పథకం. కొన్ని వాస్తవాలను గురించి మాట్లాడతాను. పిల్లలు కావాలి అనుకున్న సంగతి బయటపెడతాను. దానితో ఏదయినా జరుగుతుందా చూస్తాను.

ఏమీ జరగలేదు.

ఎలాగున్నాను, చివరిడ్రింక్ ఎప్పుడు తాగాను, అడుగుతూ మొదలు పెట్టాడు.

'ఆదివారం' చెప్పాను

'గుడ్, చాలా మంచిది అది,' చేతులు ఒడిలో పెట్టుకున్నాడు. 'కొంచెం మెరుగ్గా కనబడుతున్నారు.' నవ్వుతూ అన్నాడు. అతనిలో నాకు హంతకుడు కనిపించలేదు. మొన్న చూచింది, ఏమిటి, మనసులో ప్రశ్న పుట్టింది, అంతా ఊహేనా?' 'తాగుడు ఎలా మొదలయిందని అడిగారు నన్ను.' అవునన్నట్టు తలాడించాడు. 'డిప్రెషన్ కారణంగా. మేము.... నేను పిల్లల కోసం ప్రయత్నిస్తూ ఉన్నాను. కానీ, అది జరగలేదు. దాంతో డిప్రెస్ అయ్యాను. అప్పుడే మొదలయింది.' చూస్తుండగా మరలా ఏడుపు మొదలయింది. తెలియని వారెవరో మంచితనం ప్రదర్శిస్తుంటే అలాగే ఉంటుంది. అతను నన్ను చూస్తాడు. ముందు అసలు ఎవరో తెలియని మనిషి. ఏం ఫరవాలేదంటాడు. తప్పులన్నీ, చేసిన పనులన్నీ పోనీ అంటాడు. బాధపడ్డావు, నిన్ను నీవు శిక్షించుకున్నావు, కనుక నీకు క్షమాపణ

అందుతుంది. మనసులో మాటలు అతనికి చెప్పాను. ఇక్కడ ఏం చేస్తున్నదీ, మరోమారు మరిచి పోయాను. ఏమంటాడోనని అతని ముఖం వేపు ఆశగా చూడను. ఆకళ్లలో దోష భావం, అనుమానాల కొరకు వెదకను. నన్నతను సాంత్వన పరుస్తుంటే ఊరుకుంటాను.

అతను దయగల మనిషి, హేతువాది. తట్టుకునే మార్గాల గురించి మాట్లాడతాడు. ఇంకా చిన్నదానివే అని గుర్తుచేస్తాడు. నా పథకం నన్నెటూ చేర్చలేదేమో గానీ, కమాల్ అబ్దిక్ ఆఫీస్ నుంచి వెళ్లిపోతుంటే మనసు తేలికగా ఉంది. మరింత ఆశాభావం కలిగింది. అతను నాకు సాయం చేశాడు. ట్రెయిన్‌లో కూచుని, నేను చూచిన హంతకుడిని మనోఫలకం మీద చూడడానికి ప్రయత్నించసాగాను. అతనిక నాకు కనిపించడం లేదు. ఆడ మనిషిని కొట్టగల వ్యక్తిగా అతడిని ఊహించే ప్రయత్నంలో కొట్టుకుంటున్నాను. బుర్రపగలగొట్టే మనిషిని చూచే ప్రయత్నంలో ఉన్నాను.

భయంకరమయిన చిత్రం ఒకటి ముందు నిలిచింది. మెత్తని ఆ చేతులు, నమ్మకమిచ్చే ప్రవర్తన, చక్కని మాటతీరు అన్నింటితోనూ అది కమాల్ అబ్దిక్ చిత్రం. స్కాట్ పూర్తిగా మరో తీరు. పెద్ద, బలంగల శరీరం, ఏదో చేయాలనుకునే మొరటు వ్యవహారం, అతనిది. అతను ఒకప్పుడు ఉన్నట్టు ఇప్పుడు లేడని నాకు నేనే నచ్చజెప్పుకోవాలి. ఇదంతా జరగక ముందటి అతని తీరును అదే పనిగా గుర్తుచేసుకోవాలి. అది ఎట్లాంటిదో నాకు తెలియదని అంగీకరించాలి.

శుక్రవారం 9 ఆగస్టు 2013

సాయంత్రం

ట్రెయిన్ సిగ్నల్ దగ్గర ఆగింది. చల్లని జిన్ అండ్ టానిక్, క్యాన్ నుంచి మరో గుక్క తాగాను. అప్పుడు అతని ఇంటి దిక్కు చూచాను. ఆ టెరేస్ ఆమెది. హాయిగా ఉన్నాను. అయినా నాకిది కావాలి. డచ్ ధైర్యం అంటారు. స్కాట్‌ను చూడడానికి పోతున్నాను. బ్లెన్‌హైమ్ రోడ్‌లోని అపాయాలు, టామ్, ఆనా, పోలీస్, పత్రికలవారు ఏదయినా ఎదురు కావచ్చు. అక్కడి అండర్‌పాస్‌లో భయం, రక్తం గురించి అరకొర జ్ఞాపకాలు ఉన్నాయి. కానీ అతను నన్ను రమ్మన్నాడు. కాదనలేక పోయాను. వాళ్లు చిన్నపాప అవశేషాలు కనుగొన్నారు. ఈస్ట్ ఆంగ్లియన్ తీరంలోని ఒక ఫామ్‌హౌస్,

పక్క గ్రౌండ్‌లో పూడ్చిన శరీరం అది. ఆచూకీ ఎవరో సూచించిన తరువాత తెలిసింది. విషయం ఇవాళ పొద్దుటి పేపర్‌లలో ఉంది.

> నార్త్ నార్‌ఫోక్‌లోని హోక్‌హామ్‌లో ఒక ఇంటి తోటలో పూడ్చిన మానవ శిశు అవశేషాలు దొరికాయి. పోలీసులు విచారణ ప్రారంభించారు. విట్నీ వాసి, మేగన్ హిప్‌వెల్ మరణం గురించి పరిశోధిస్తున్న పోలీసులకు ఈ సంగతి గురించి ఎవరో సూచన అందించారు. పాప చట్టవిరుద్ధంగా హత్యకు గురయింది, అన్నారు. మేగన్ శరీరం కోర్లీ అడవులలో దొరికిన సంగతి తెలిసినదే.

వార్త చూడగానే స్కాట్‌కు ఫోన్ చేశాను. ముందు జవాబు రాలేదు. మెసేజ్ వదిలాను. సారీ చెప్పాను. మధ్యాహ్నం ఫోన్ వచ్చింది

'మీరు బాగానే ఉన్నారా?' అడిగాను అతడిని.

'లేనని అనాలి' అతను తాగుతున్నాడని గొంతు చెపుతున్నది.

'సో సారీ, ఏమయినా కావాలా?'

'ముందే చెప్పాను, అంటూ నిలదీయని మనిషి ఒకరు కావాలి.'

'అయామ్ సారీ'.

'మధ్యాహ్నమంతా అమ్మ ఉంది. తనకు ముందునుంచే తెలుసు అంటుంది. ఆ అమ్మాయిలో ఏదో ఉంది అంటుంది.

ఏదో తేడా. ఓ కుటుంబం లేదు. స్నేహితులు లేరు. ఎక్కడిదో తెలియదు వగైరా. మరి ముందే ఎందుకు చెప్పలేదట?'

గ్లాస్ పగిలిన చప్పుడు, శాపనార్థాలు.

'ఏమిటి సంగతులు?' అడిగాను

'మీరిక్కడికి రాగలరా?' అడిగాడు.

'మీ యింటికా?'

'అవును'

'మరి పోలీస్‌లు, పత్రికల వాళ్లు... అంతా....'

'ప్లీస్ ఎవరో తోడు కావాలి. మేగ్స్‌ను ఎరిగిన మనిషి. ఆమెను ఇష్టపడిన మనిషి. ఈ వ్యవహారాన్ని నమ్మని మనిషి---' అతను తాగి ఉన్నాడు. అది నాకు తెలుసు. అయినా సరే, వస్తాను అన్నాను.

ఇక ట్రెయిన్‌లో కూచుని నేను కూడా తాగుతున్నాను. అతని మాటలను గురించి ఆలోచిస్తున్నాను. మేగ్ ను ఎరిగిన మనిషి, ఆమెను ఇష్టపడిన మనిషి. నాకామెతో పరిచయం లేదు. ఇంకా తన మీద ప్రేమ ఉందన్నమాట అనుమానం. వీలయినంత త్వరగా డ్రింక్ ముగించాను, మరోటి తెరిచాను.

విట్నీలో దిగాను. శుక్రవారం సాయంత్రం రద్దీ మధ్యలో ఉన్నాను. వేడిలో, అలసిన ఆ గుంపులో మరో కూలీబానిసగా. వీలయినంత త్వరగా ఇల్లు చేరాలి, చల్లని బియర్‌తో బయట కూచోవాలి, పిల్లలతో కలిసి తిండి తినాలి, అయినా ఆ గుంపు నడుమ కదులుతుంటే వర్ణింపరాని సంతోషం కనబడుతున్నది. అందరూ ఫోన్‌లు చెక్ చేస్తున్నారు. ట్రెయిన్ పాస్ కొరకు జేబులు తడుముకుంటున్నారు. నేను కాలంలో వెనుకకు వెళ్లిపోయాను. బ్లెన్‌హైమ్ రోడ్‌లో గడిపిన మొదటి వేసవికి వెళ్లాను. ప్రతినిత్యం పని నుంచి, ఇట్లాగే ఇంటికి పరుగులు పెట్టేదాన్ని. త్వరగా మెట్లు దిగి, స్టేషన్ నుంచి బయటపడాలి. వీధిలో ఇంచుమించు పరుగులు పెట్టాలి. టామ్ ఇంటి నుంచే పనిచేస్తుంటాడు. ఇంటికి చేరానో లేదో వెంటనే ద్వారం దాటిన వెంటనే నా దుస్తులు వలిచేస్తాడు. ఇప్పుడు కూడా తలుచుకుంటే నవ్వుపుడుతుంది. ఆ ఆట. రోడ్ వెంట పోతుంటే నా చెంపల్లో వేడి పెరుగుతున్నది. నవ్వకూడదని పెదవి కొరుక్కున్నాను. శ్వాస వేగమయింది.

అతను కూడా, నేనా ఇంటికి చేరే వరకు నిమిషాలు లెక్కబెడుతుంటాడని ఆలోచన.

తలనిండా గడిచిన రోజుల జ్ఞాపకాలు. కనుక టామ్, ఆనాలు, పోలీస్‌లు, ఫొటోగ్రాఫర్‌లు ఎవరి గురించీ పట్టలేదు. తెలియకుండానే స్కాట్ ఇంటి తలుపు ముందు ఉన్నాను. బెల్ మోగించాను. తలుపు తెరుస్తుంటే నాలో ఉద్వేగం. అది అనవసరమని తెలుసు. అయినా దోషభావం లేదు. మేగన్ గురించి అంతా తలకిందులయింది. నేను అనుకున్న మనిషి కాదది. అంత అందగత్తె కూడా కాదు. ఏదీ పట్టకుండా టెరేస్ మీద ఉంటుంది. అది ప్రేమగల భార్య కాదు. మంచి మనిషి కూడా కాదు. అబద్ధాల కోరు. మోసం చేసింది.

ఆమె హంతకురాలు.

మేగన్

గురువారం, 20 జూన్ 2013

సాయంత్రం

అతని లివింగ్ రూమ్‌లో సోఫాలో కూచుని ఉన్నాను. నా చేతిలో వైన్ గ్లాస్ ఉంది. ఇల్లు చిందరవందరగా ఉంది. తను ఎప్పుడూ ఇట్లాగే, చిన్న కుర్రవాడిలాగ బతుకుతాడా అనిపించింది. టీనేజర్‌గా ఉండగానే తనవాళ్లంతా పోయారు. మరి అట్లాగే బతుకుతాడేమో? పాపం అనిపించింది. అతను వంటింట్లో నుంచి వచ్చాడు. నా పక్కనే పొదివినట్టు కూచున్నాడు. నాకే గాని వీలయితే, ప్రతినిత్యం, గంట రెండు గంటలు ఇక్కడ గడుపుతాను. ఊరికే ఇక్కడ కూచుని వైన్ తాగుతాను. తన చెయ్యి నా చేతికి తగిలితే అదొక అనుభవం.

కానీ కుదరదు. అందులో అర్థం ఉంది. అదే అర్థం చేసుకొమ్మంటాడు తను.

'ఓకే మేగన్, ఇక సిద్ధమేనా? చెపుతున్న సంగతి కొనసాగించడానికి?' అన్నాడతను.

అతని మీదకు కొంచెంగా వాలాను. ఆ వెచ్చని శరీరం మీదకు. అతను వాలనిచ్చాడు. కళ్లు మూసుకున్నాను. అక్కడికి చేరడానికి కాలం పట్టదు. ఆ బాత్‌రూమ్‌లోకి. అంతా అసంబద్ధం. ఆ సంగతి గురించి ఆలోచించకుండా ఉండాలని ప్రయత్నిస్తూ ఎంతోకాలం గడిపాను గద. ఆ రోజులు, ఆ రాత్రులు మరిచి పోవాలని గద. కానీ, ఇప్పుడు కళ్లు మూసుకుంటే చాలు మరుక్షణం, నిద్రలోకి జారినట్టు, కలలో నడిమధ్యం లాగ, తక్షణం అంతా ఎదుట నిలుస్తుంది.

బాగా చీకటి. బాగా చలి. నేను తొట్టిలో లేను. ఏం జరిగింది. ఎట్లా అన్నది తెలియదు. నిద్రలేవడం గుర్తుంది. జరగగూడనిదేదో జరిగిందని అర్థంగావడం గుర్తుంది. తరువాత తెలిసిన సంగతి అంటూ ఉంటే, మాక్ ఇంటికి వచ్చాడని, నన్ను పిలుస్తున్నాడు. కింద నుంచి అతను, నా పేరు గట్టిగా అరవడం జ్ఞాపకముంది. నేను మాత్రం కదలలేకపోయాను. పాపను చేతుల్లో పట్టుకుని బాత్‌రూమ్ నేలమీద కూచుని ఉన్నాను. వర్షం విపరీతంగా కురుస్తున్నది. పైకప్పు దూలాలు కిరకిరలాడుతున్నాయి. నాకు తెగచలిగా ఉంది. మాక్ పైకి వచ్చాడు. ఇంకా నన్ను పిలుస్తూనే ఉన్నాడు. ద్వారంలోకి వచ్చి లైట్ వేశాడు. అంతా ఇప్పుడు జరుగుతున్నట్టు అనిపిస్తున్నది. లైట్ కళ్లలో గుచ్చుకుంది. అంతా భయంకరంగా, తెల్లగా.

లైట్ ఆర్పేయమని గట్టిగా అరిచాను, గుర్తుంది. చూడదలుచుకోలేదు. పాపను అట్లా చూడదలుచుకోలేదు. తెలియదు. అప్పుడేమయింది తెలియదు. అతను అరుస్తున్నాడు. ముఖంలో ముఖం పెట్టి కేకలు వేస్తున్నాడు. పాపను తనకిచ్చి పరుగెత్తాను. ఇంట్లోనుంచి బయటికి వానలోకి పారిపోయాను. బీచ్‌కు పరుగెత్తాను. తరువాత జరిగింది జ్ఞాపకం లేదు. అతను రావడానికి చాలాసేపు పట్టింది. వాన పడుతూనే ఉంది. ఇసుక దిబ్బల్లో ఉన్నాను. సముద్రం నీటిలోకి పోవాలనిపించింది అనుకుంటాను. కానీ మరీ భయంలో ఉన్నాను. చివరకు అతను వచ్చాడు. ఇంటికి వెంటబెట్టుకు వెళ్లాడు.

పాపను మరుసటి ఉదయం పూడ్చేశాము. తనను నేను ఒక షీట్‌లో చుట్టాను. మాక్ గుంట తవ్వాడు. అది మా స్థలం అంచుల్లోనే, పాత రెయిల్‌వే ట్రాక్ ప్రక్కన. గుర్తుగా సమాధి మీద రాళ్లు పేర్చాము. సంగతి గురించి మాట్లాడలేదు. అసలేసంగతీ మాట్లాడలేదు. ఒకరివంక ఒకరు చూడనే లేదు. ఆ రాత్రి మాక్ బయటకు వెళ్లాడు. ఎవరినో కలవాలి, అన్నాడు. పోలీసుల వద్దకు పోతాడు అనుకున్నాను. ఏం చేయాలి, తెలియలేదు. అతని కొరకు కాచుకున్నాను. ఎవరో వస్తారని అతను తిరిగి రాలేదు. ఎప్పుడూ తిరిగిరాలేదు.'

'కమాల్ ఇంటి లివింగ్‌రూమ్‌లో వెచ్చగా కూచుని ఉన్నాను. అతని వెచ్చని శరీరం నా పక్కనే ఉంది. ఇక నేను వణుకుతున్నాను. నేనింకా ఫీల్ చేస్తున్నాను. రాత్రయితే, అంతా వచ్చేస్తుంది. ఆ అనుభవం. అందుకే భయమవుతుంది. నిద్రరాకుండా ఉంటుంది. ఆ ఇంట్లో ఒంటరిగా నేనున్న అజ్ఞాపకం. ఎంత

భయమయిందని– నిద్రరానంత భయం. ఆ చీకటి గదులన్నింటిలోకీ తిరుగుతారు. పాప ఏడుపు వినబడుతుంది. దాని ఒంటివాసన తెలుస్తుంది. ఏవో కనబడతాయి. రాత్రి లేస్తాను. ఇంట్లో మరెవరో ఉన్నారు అనిపిస్తుంది. మరేదో నాతో ఆ ఇంట్లో పిచ్చెత్తుతున్నది అనుకున్నాను. చచ్చిపోతాను అనుకున్నాను. అక్కడే అట్లాగే ఉండి పోతాను, ఒకనాటికి ఎవరో వస్తారు. నన్ను కనుగొంటారు. కనీసం ఆ విధంగా నేను నా బిడ్డను వదలలేదు, అనుకుంటాను.'

ముక్కు ఎగబీల్చాను, క్లీనెక్స్ అందుకోవాలని బల్ల మీదికి వంగాను. కమాల్ చెయ్యి నా వెన్ను మీద కదిలింది. అక్కడే నిలిచింది.

'కానీ చివరికి అక్కడ ఉండడానికి ధైర్యం చాలలేదు. పదినాళ్లు ఎదురు చూచినట్టు గుర్తు. తినడానికి ఏమీ మిగలలేదు. కనీసం ఒక బీన్స్ టిన్ కూడా ఏమీ లేదు. ఇక నా వస్తువులు సర్దుకుని వచ్చేశాను.'

'మళ్లీ మాక్ తగిలాడా?'

'లేదు ఎన్నడూ లేదు. ఆ రాత్రే అతడిని చివరగా చూడడం. ముద్దు పెట్టలేదు. పద్ధతిగా గుడ్‌బై కూడా చెప్పలేదు. పని మీద బయటికి పోవాలి అన్నాడు అంతే.' భుజాలు ఎగరేశాను.

'కాంటాక్ట్ చెయ్యాలని ప్రయత్నించ లేదా?'

తల అడ్డంగా ఆడించాను. 'లేదు. మరీ భయం అనిపించింది. మొదట్లో ఏం చేస్తాడో అర్థం కాలేదు, ఎక్కడున్నాడు తెలియదు– కనీసం తనవద్ద మొబైల్ ఫోన్ కూడా లేదు. అతడిని ఎరిగిన వాళ్లెవరూ టచ్‌లో లేరు. అతని స్నేహితులంతా స్థిరంగా ఉండే రకం కాదు. హిప్పీలు, యాత్రికులు అన్నమాట. కొన్ని నెలల కింద, అంటే మనం తన గురించి మాట్లాడిన తరువాత గూగుల్ చేశాను. ఏమీ కనిపించలేదు. ఏమిటో చిత్రం...'

'ఏమిటి చిత్రం?'

'మొదట్లో తను ఎప్పుడూ కనబడుతూ ఉండేవాడు. అంటే వీధిలోనో, బార్‌లోనో ఎవరో కనబడితే అతనే అనిపించేది. గుండె దడదడలాడేది. గుంపులో తన గొంతు వినిపించేది. అంతా ఆగిపోయింది. చాలా కాలమయింది. ఇప్పుడు అతను చనిపోయాడు అనుకుంటాను.'

'ఎందుకట్లాగనుకుంటావు?'

'తెలియదు. అతను... చనిపోయాడు, అనిపిస్తుంది.'

కమాల్ నిటారుగా కూచున్నాడు. నా నుంచి దూరం జరిగాడు. నా ముఖం చూచే తీరుగా తిరిగాడు.

'అది బహుశా కేవలం నీ ఊహ అనుకుంటాను, మేగన్.జీవితంలో చాలా పెద్ద భాగంగా ఉన్న మనుషులు, కనిపించకుండా పోయిన తరువాత, వాళ్లెక్కడో కనిపించారు అనుకోవడం మామూలే. మొదట్లో నా అన్నలు నాకట్లాగే కనిపించేవారు. కానీ, అతను చనిపోయాడు అనిపించడం మాత్రం, అతను మరీ చాలాకాలం కనబడకుండా పోవడం కావచ్చు. ఒకరకంగా అతను నీకు వాస్తవం, అనిపించడం లేదు.'

కమాల్ మళ్లీ తెరపీ పద్ధతిలోకి వెళ్లిపోయాడు. మేము సోఫాలో కూచున్న ఇద్దరం స్నేహితులం కామిప్పుడు. నేను తనను నా దగ్గరకు లాక్కోవాలి అనుకుంటాను. అయినా హద్దులు దాటగూడదని కూడా ఉంది. గతసారి కలిసినప్పుడు ముద్దు పెట్టాను. అతని ముఖంలో అప్పటి భావాలు ముందుకొచ్చి నాకు కనబడుతున్నాయి. వాంఛ, నిరాశ, కోపం కలగలసిన తీరు.

అంతా మాట్లాడము, నాకు నీ కథ చెప్పేశావు, కనుక ఇప్పుడు గానీ నీవు మాక్‌ను కాంటాక్ట్ చేసే ప్రయత్నం చేసినట్లయితే ఫలితం ఉంటుందేమో అనుకుంటాను. నీ గతంలోని ఆ అధ్యాయానికి అంతం పలకవచ్చు అనిపిస్తుంది.'

అతనలా చెపుతాడని నేను ముందే అనుకున్నాను. 'లేదు నేనలా చేయలేను.' అన్నాను.

'ఓ క్షణం ఆలోచించు.'

'లేదు అతనింకా నన్ను ఏవగించుకుంటున్నాడేమో. మనసులో విషయమంతా తిరిగి పోలీసులకు చెప్పాడంటే. గట్టిగా అనలేను, గానీ, స్కాట్‌కు చెపుతానంటే, నా గురించి, నా తీరు గురించి?'

కమాల్ తల ఆడించాడు. 'అతను నిన్ను ఎన్నడూ అసహ్యించుకోలేదేమో, మేగన్. ఇప్పుడు కూడా అంతేనేమో, అతను కూడా భయపడి ఉండవచ్చు. తప్పు చేశాను, అనుకుని ఉండవచ్చు. నీవు చెప్పినదాన్ని బట్టి చూస్తే, అతను బాధ్యతలను పట్టించుకునే మనిషి కాడు. మరీ చిన్న పిల్లను, ఏమీ తెలియని అమ్మాయిని వాడుకుని వదిలేసి పోయాడు. అప్పుడే కదా ఆమెకు నిజంగా తోడు అవసరం. జరిగిందాంట్లో తనకూ భాగం ఉందని అతనికీ తెలిసి ఉండవచ్చు. అందుకే పారిపోయాడేమో?'

ఇవన్నీ కమాల్ నిజంగా నమ్మి అంటున్నాడా, లేక నా కోసం మాత్రమే అంటున్నాడా, అర్థంగాదు. అది నిజం కాదని మాత్రం అర్థమయింది. నేను నింద మరొకరి మీదకు నెట్టదలచుకోలేదు. అంతా నేనే భరించవలసిన ఒకానొక విషయం అది.

'ఇష్టంలేని పనేదో చేయమని నిన్ను బలవంతం చేయను. మాక్‌ను కాంటాక్ట్ చేస్తే మంచి జరగవచ్చు అని అనుకోవాలి. అందులో నీవతనికి బాకీపడిందేమీ లేదు. అతనే నీ రుణంలో పడ్డాడు. అర్థమయిందా? నీ మనసు భావం అర్థమయింది. కానీ, అతను నిన్ను వదిలేసి పోయాడు. భయంతో, ఏదీ తోచక, ఏడుస్తూ ఒంటరిగా నీవుండి పోయావు. అతను పారిపోయాడు నీకు నిద్ర రాలేదంటే ఆశ్చర్యంలేదు. నిద్రపేరెత్తితే నీకు భయమవుతుంది. పడుకుంటే, భయంకరమయిన ప్రమాదం నీకు జరిగింది మరి. సాయం చేయగలిగిన ఒక్క మనిషి, నిన్నువదిలి వెళ్లిపోయాడు.'

కమాల్ ఈ సంగతులన్నీ చెపుతున్నంత సేపు, అంత అన్యాయంగా అనిపించలేదు. అతని నోటి నుంచి నమ్మించే పద్ధతిలో వెచ్చగా, తీయగా మాటలు వస్తున్నాయి. ఇంచుమించు నమ్ముతున్నాను. మొత్తం వ్యవహారాన్ని మరిచి ముందుకు సాగవచ్చు. హాయిగా స్కాట్ వద్దకు చేరి, అందరిలాగే, మామూలుగా బతకవచ్చు. అనుమానంతో వెనుదిరిగి చూడనవసరం లేదు. మరేదో మంచి జరుగుతుందని ఎదురుచూడనవసరం లేదు. మామూలు మనుషుల తీరు అంతేనా?

'ఆలోచిస్తావా?' నా చేతిని తాకుతూ అడిగాడు. హాయిగా చిరునవ్వు విసిరి సరే అన్నాను. నిజంగానే అనుకున్నానేమో. తెలియదు. చెయ్యి భుజం మీద వేసి తలుపు దాకా నడిపించాడు. వెనుదిరిగి ముద్దాడాలనిపించింది. ఆ పని చేయలేదు.

'నిన్ను చూడగలగడం నాకిదే చివరి సారా?' అడిగాను అవునన్నట్టు తలాడించాడు. మనం కలవ....?

'లేదు, మేగన్, వద్దు. మనం మంచి దారిలో నడవాలి'

అతని వంక చూచి సన్నగా నవ్వాను. 'అది నాకు అంతగా చేతనయింది కాదు. ఏ నాడూ అలా ఉండలేదు. ' అన్నాను.

'ఉండగలుగుతావు. ఉంటావు. ఇప్పుడిక ఇంటికి వెళ్లు. మీ ఆయన వద్దకు వెళ్లిపో.'

అతను తలుపు మూసుకున్న తర్వాత కూడా ఆ ఇంటి ముందు చాలా సేపు పేవ్‌మెంట్ మీద నిలబడి ఉండిపోయాను. నాకు తేలికగా ఉంది. స్వతంత్రంగా ఉంది. కానీ దుఃఖంగా కూడా ఉంది. ఉన్నట్టుండి ఇంటికి, స్కాట్ వద్దకు పోవాలనిపించింది.

స్టేషన్‌కు నడిచిపోదామని తిరుగుతున్నాను. ఒక వ్యక్తి ఎదురుగా పేవ్‌మెంట్ మీద పరుగెత్తుతూ వచ్చాడు. హెడ్‌ఫోన్స్ పెట్టుకున్నాడు. తలదించుకుని ఉన్నాడు. నేరుగా వచ్చేస్తున్నాడు. దారి నుంచి తప్పుకోవాలని నేనే కదిలాను. పేవ్‌మెంట్ అంచుమీద కాలు జారి పడిపోయాను.

అతను కనీసం సారీ అని కూడా అనలేదు. వెనుదిరిగి కూడా చూడలేదు. నాకు అనడానికి గొంతు రాలేదు. అంత షాక్‌లో ఉన్నాను. లేచి అక్కడే నిలబ్డాను. ఒక కార్‌కు ఆనుకుని ఉన్నాను. శ్వాస అందుకునే ప్రయత్నంలో ఉన్నాను. కమాల్ ఇంట్లో అనుభవంలోకి వచ్చిన ప్రశాంతత అంతా తుడుచుకుపోయింది. ఇంటికి చేరిన తరువాత గానీ, పడినప్పుడు చేతి మీద గాయమయిందని గుర్తించలేదు. ఆ చేతిని నోటి మీద తగిలించానేమో. పెదవుల మీదంతా రక్తం ఉంది.

రేచల్

శనివారం, 10 ఆగస్ట్ 2013

ఉదయం

తొందరగా నిద్రలేచాను. వీధిలో చెత్త వ్యాన్ చేసే రణగొణ వినబడుతున్నది. కిటికీ మీద వర్షం తాకిడి మెత్తగా ఉంది. బ్లైండ్స్ సగం తీసి ఉన్నాయి. రాత్రి వాటిని మూయడం మరిచి పోయాము. నాలో నేనే నవ్వుకున్నాను. అతను వెనుక ఉన్నట్లు స్పర్శ తెలుస్తున్నది. వెచ్చగా, నిద్రమత్తుగా, గట్టిగా. పిరుదులు కదలించాను. అతనికి దగ్గరగా చేరాను. అతను కదలడానికి ఎక్కువ కాలం పట్టలేదు. నన్ను పట్టుకుని, నా మీదకు దొర్లాడు.

'రేచల్ వద్దు.' నేను చల్లబడిపోయాను. నేను నా ఇంట్లో లేను. ఇది నా యిల్లు కాదు. అంతా పొరపాటు. నేను దొర్లాను. స్కాట్ కూచున్నాడు. అతని వీపు నావేపు ఉంది. మంచం అంచునుంచి కాళ్లు ఆడిస్తున్నాడు. నేను కళ్లు గట్టిగా మూసుకున్నాను. గుర్తు చేసుకుంటున్నాను. అంతా మసకగా ఉంది. కళ్లు తెరిస్తే ఆలోచన సూటిగా వచ్చింది. ఈ గదిలో వేలసార్లు నిద్ర నుంచి మేలుకున్నాను. బెడ్ ఇక్కడే ఉంటుంది. అవే కొలతలు లేచి కూచుంటే చాలు, ఓక్ చెట్లపై భాగాలు కనబడతాయి, వీధిలో అటువేపు. ఆ పక్కన ఎడమవేపు ఎన్-సూట్ బాత్‌రూమ్ ఉంటుంది. కుడిపక్కన గోడలో గుడ్డల అల్మారా ఉంటుంది. ఇది అచ్చంగా టామ్‌తో నేను కలిసి బతికిన గదిలాగే ఉంది.

'రేచల్' అన్నాడతను మరోసారి. నేను చెయ్యి చాచి అతని వీపు ముట్టుకున్నాను. కానీ అతను వెంటనే లేచి నాకు ఎదురుగా నిలుచున్నాడు. పోలీస్‌స్టేషన్‌లో మొదటిసారి చూచినప్పటి లాగే, లోపలంతా ఎవరో గోకి, ఖాళీ చేసినట్టుగా ఉన్నాడు. పైపెంకు మాత్రమే మిగిలిన వాడివలె ఉన్నాడు. ఇది, టామ్ నేను కలిసి బతికిన గదిలాగుంది. కానీ ఇది అతను మేగన్‌తో పంచుకున్న గది. ఈ గది, ఈ బెడ్, అన్నీ.

'తెలుసు, అయామ్ సారీ, అయామ్ సో సారీ, ఇదంతా పొరపాటు' అన్నాను.

'అవును పొరపాటు' అన్నాడతను. కళ్లలోకి చూడడం లేదు. బాత్‌రూమ్‌లో దూరి తలుపు వేసుకున్నాడు. నేను వెల్లకిలా పడుకుని కళ్లు మూసుకున్నాను. అంతులేని భయంలోకి కూరుకుపోతున్న అనుభవం కలిగింది. కడుపులో ఏదో తెలియని బాధ. ఏం చేశాను? నేను రాగానే మొదట అతను ఏవేవో మాట్లాడడం జ్ఞాపకముంది. చాలా మారులు. అతనికి అమ్మ మీద, అందరి మీద కోపంగా ఉంది. వాళ్లమ్మకు మేగన్ ఇష్టం లేదు. ఏనాడు ఆమె దాన్ని ఇష్టపడలేదు. మేగన్ గురించి ఏవేవో రాస్తున్నందుకు అతనికి పత్రికల వారి మీద కోపంగా ఉంది. తనకు రాబోయే ఆపద, ఆమెకు ముందే తెలుసు అన్న భావం కలిగిస్తున్నారాయె. మొత్తం వ్యవహారాన్ని సరిగా నడిపించలేదని, ఆమెకు, తనకు న్యాయం చేయలేదని పోలీసుల మీద కోపం. బియెర్‌లు తాగుతూ కిచెన్‌లో కూచున్నాము. అతను మాట్లాడుతున్నాడు, నేను వింటున్నాను. బియెర్‌లు అయిపోయిన తరువాత బయట నడవలో కూచున్నాము. అప్పటికి తన కోపం తగ్గింది. ఏమీ మాటాడకుండా ట్రెయిన్‌లు వెళుతుంటే చూచాము. టెలివిజన్ గురించి, తన పని గురించి, చిన్నప్పటి చదువు గురించి మామూలు మనుషుల వలె చెపుతున్నాడు. నాకు కలుగవలసిన భావన లేమిటో నేను మరిచిపోయాను. ఇద్దరిదీ అదే పరిస్థితి. అది ఇప్పుడు గుర్తుకు వస్తున్నది. అతను సన్నగా నవ్వుతూ నా వెంట్రుకలు తగలడం గుర్తుంది.

అది ఒక అలలాగ నాకు తగిలింది. నా ముఖంలోకి రక్తం చిమ్ముకు రావడం తెలిసింది. నాకు నేను అవునని చెప్పుకోవడం గుర్తుంది. ఆలోచనను ఆలోచించడం, దాన్ని అంతం చేయకపోవడం. దాన్నే పట్టిపెట్టుకోవడం, నాకది కావాలి. నేను జేసన్‌తో కలవాలి. జెస్ తనతో కలిసి సాయంత్రం వైన్ తాగుతూ కూచున్నప్పుడు అనుభవించిన భావాలు నాకు కావాలి. నాకు ఉండవలసిన భావాలను, భావించడం నేను మరిచాను. అంతచేసి ఆ జెస్ అన్న మనిషి, కేవలం ఒక కల్పన, భావన అన్న

సంగతి మరచిపోయాను. అంతకన్నా జెస్ అంటే ఏమీ వేదనే కాదు, తానే మేగన్. మరి అది చచ్చిపోయింది. దాని శరీరం ముక్కలయింది, మురిగిపోయింది. అంతకన్నా అధ్వాన్నం. ఆ సంగతులు ఏవీ నేను మరవలేదు. నేను పట్టించుకోలేదు. దాని గురించి, అందరూ అంటున్న సంగతులన్నీ నమ్ముతున్నాను గనుక, దాని సంగతి పట్టించుకోలేదు. నిజంగానా, క్షణం ఆలోచన దానికంతా తగినట్టే జరిగిందా?

స్కాట్ బాత్‌రూమ్ నుంచి బయటకు వచ్చాడు. షవర్ బాత్ తీసుకున్నాడు. నన్ను తన ఒంటి నుంచి కడిగేసుకున్నాడు. కొంచెం బాగా కనబడుతున్నాడు. అయినా నేరుగా నా ముఖంలోకి చూడడం లేదు. కాఫీ కావాలా అని మాత్రం అడిగాడు. అది కాదు నేను కోరినది. ఇందులో ఏదీ సరయినది కాదు. ఇదంతా చేయదలచలేదు. నేను పట్టు వదులుకోగూడదు.

వేగంగా దుస్తులు వేసుకుని బాత్‌రూమ్‌లోకి వెళ్లాను. ముఖం మీద చల్లనినీరు చల్లుకున్నాను. మస్కారా కారింది. రెండు కళ్ల చివర్లలో చారలు కట్టింది. పెదవులు నల్లనయినయి. కొరికినందుకు మరి. చర్మం మీద తన గడ్డం తాకినట్లంతా ముఖం మీద మెడ మీద ఎర్రనయింది. రాత్రి జరిగినదంతా ఒక్కసారి కళ్ల ముందు తిరిగింది. నా మీద అతని చేతులు, వెంటనే నాకు కడుపులో వికారం మొదలయింది. తల తిరుగుతుంటే బాత్ టబ్ అంచుమీద కూచున్నాను. మిగతా ఇంటికంటే, బాత్‌రూమ్ మరింత అన్యాయంగా ఉంది. సింక్ చుట్టూ చమురు కలిసిన మురికి. అద్దం మీద టూత్‌పేస్ట్ మరకలు. ఒక మగ్ అందులో ఒకే ఒక టూత్‌బ్రష్. ఒక పెర్ఫ్యూమ్ లేదు, మాయిశ్చరైజర్ లేదు. మేకప్ సామాను లేవు. తాను పోయేటప్పుడు అన్నీ తీసుకుని పోయిందా. లేక వాటన్నింటినీ అతను పడేశాడా? తిరిగి బెడ్‌రూమ్‌లోకి వచ్చాను. దాని మిగుల్ల కొరకు చూచాను. కుర్చీ మీద ఒక రోబ్, డ్రాయర్‌ల మీద తల బ్రష్, ఒక లిప్‌బామ్, చెవి రింగులు అటువంటివి ఏవీ లేవు. వార్డ్‌రోబ్స్ దాకా నడిచాను. తెరవబోతున్నాను. నా చెయ్యి హ్యాండిల్ మీద ఉంది. అతని పిలుపు వినిపించింది. 'ఇక్కడ కాఫీ ఉంది' పరుగున వెళ్లాను. ముఖంలోకి చూడకుండానే మగ్ అందించాడు, అటు తిరిగి నిలుచున్నాడు. చూపులు రైల్‌ట్రాక్ మీద, లేదా మరింత అవతల నిలుపుకున్నట్టుంది. కుడికి చూచాను. ఫొటో ఫ్రేమ్‌లు లేకపోవడం గమనించగలిగాను. ఒక్కటీ లేదు. నా మెడ వెనుక, చేతుల మీద

వెంట్రుకలు నిక్కబొడుచుకున్నాయి. కాఫీ చప్పరించాను. మింగడం కష్టమయింది. ఇదంతా తప్పు. పొరపాటు.

అంతా ఆ తల్లి చేసిందేమో. పిక్చర్స్ పడేసింది, అన్నీ తొలిగించింది. ఆమెకు మేగన్ అసలు ఇష్టం లేదు. ఆ సంగతి అతనే చాలాసార్లు చెప్పాడు. అయితే మాత్రం ఎటువంటి వాడయితే, తాను రాత్రి చేసిన పని చేస్తాడు? భార్య చచ్చి నెల పూర్తికాలేదు. ఎటువంటి వాడయితే, భార్యతో పడుకున్న అదే మంచం మీద గుర్తుతెలియని మరో ఆడదాన్ని సంభోగిస్తాడు? (ఆమె బూతు మాట వాడింది.) అతను ఇటు తిరిగాడు. నా మనసు తెలుసుకున్నాడు, అనిపించింది. ఆ ముఖంలో కొత్త తీరు తోచింది. అందులో ధిక్కారం, తీవ్ర అయిష్టత కనిపించాయి. ఇక నాకు అసహ్యం పుట్టింది. మగ్ కింద పెట్టేశాను.

'వెళ్లాలి' అన్నాను. అతను ఏమీ అనలేదు. చర్చ మొదలు పెట్టలేదు.

వాన ఆగింది. బయటమంచి వెలుతురుగా ఉంది. పొద్దున్నే ఆ ఎండలో చూడడానికి నేను కళ్లు చికిలించాను. ఒక మనిషి నా దిక్కుగా వచ్చాడు. నేను పేవ్‌మెంట్ మీద కాలుపెట్టే సమయానికి, అతను గుద్దుకునేంత దగ్గరగా ఉన్నాడు. చేతులెత్తాను. భుజాల బలంతో అతడిని పక్కకు తోశాను. అతనేదో అంటున్నాడు. నేను వినిపించుకోలేదు. చేతులు ఎత్తి ఉన్నాయి. తల మాత్రం దించుకున్నాను. ఆనాను నేను గమనించినప్పుడు, అది నాకు అయిదడుగుల దూరంలో మాత్రమే ఉంది. తన కారు పక్కన నిలబడి ఉంది. చేతులు నడుమ్మీద పెట్టుకుని నన్నే పరీక్షగా చూచింది. చూపులు కలిశాయి. అది తల విదిలించింది. అటు తిరిగి తన ఇంటికేసి నడుస్తూ వెళ్లిపోయింది. పరుగు కాదు గానీ, పరుగెత్తినట్టే పోయింది. ఒక క్షణం పాటు ఆగిపోయాను. ఆ చిన్న శరీరాన్ని, అది వేసుకున్న నల్లని లెగింగ్స్, ఎర్రని టీషర్ట్‌లను చూస్తున్నాను. ఎందుకో గానీ, ఇదంతా ఇదివరకే ఒకసారి జరిగింది, అన్న భావం పుట్టింది. అది అట్లా పరుగెత్తం ఇది వరకు ఎక్కడో చూచాను.

నేను ఆ ఇల్లు వదిలేసి వెళ్లిపోయిన వెంటనే ఎప్పుడో, టామ్‌ను చూడడానికి వచ్చాను. నేను వదిలేసిన వస్తువులేవో కావాలని వచ్చాను. అవేమిటో జ్ఞాపకం లేదు. అదంత ముఖ్యం గాదు. ఆ ఇంటికి పోవాలి, అతడిని చూడాలి అంతే. ఆదివారం అనుకుంటాను. నేను శుక్రవారం వెళ్లిపోయాను. నలభై ఎనిమిది గంటల లోపు అన్నమాట. వీధిలో నిలుచున్నాను. అది కార్ నుంచి వస్తువులేవో తీసుకుపోతుంటే చూస్తున్నాను. తన వస్తువులన్నీ తెచ్చుకుని ఇల్లు మారుతున్నది. నేను మారిన

రెండునాళ్ల తరువాత. నేను పడుకున్న పడక ఇంకా చల్లబడి ఉండదు. తొందరంటే అట్లాగే ఉంటుంది మరి. అది నన్ను చూచింది. నేను దాని వేపు నడిచాను. ఏమనాలి అనుకున్నదీ ఆలోచనకు రావడం లేదు. అయితే అదేదో సరయిన మాట మాత్రం అయ్యుండదు. నాకు బాగా తెలుసు. నేను ఏడుస్తూ ఉండడం మాత్రం గుర్తుంది. అది అచ్చం ఇప్పటిలాగే పరుగెత్తింది. అందులో నాకేమీ తోచలేదు. తన మనసు బయటపడింది కాదు. తెలిస్తే నేను చచ్చిపోయేదాన్ని. ఆ భావం నన్ను చంపి ఉండేది.

ప్లాట్ఫామ్ మీద నిలబడి, ట్రెయిన్ కొరకు ఎదురు చూస్తూ ఉంటే, మళ్లీ తల తిరిగింది. బెంచ్ మీద చతికిలబడ్డాను. హ్యాంగ్ ఓవర్ అని నచ్చజెప్పుకున్నాను. అయిదు రోజులు తాగలేదు. వెంటనే అదే పనిగా, బింజ్ అంటారే, తాగాను. మరేమవుతుంది? అయితే, అది అంతమాత్రమే కాదని నాకు తెలుసు. కారణం ఆనా అది కనిపించడం. అది అట్లా దూరంగా పారిపోతుంటే పుట్టిన భావన భయం.

ఆనా

శనివారం 10 ఆగస్ట్ 2013

ఉదయం

పొద్దున్నే స్పిన్ క్లాస్ కోసమని కారులో నార్త్‌కోట్‌లోని జిమ్‌కు పోయాను. తిరుగు దారిలో మ్యాచెస్ స్టోర్‌లో దూరాను. చాలా అందమయిన మాక్స్ మారా మినిడ్రెస్ ఒకటి కొన్నాను. (అది వేసుకున్న తర్వాత చూస్తే టామ్ క్షమిస్తాడు). నాకు ఉదయం చాలా హాయిగా గడుస్తున్నది. కార్ ఆపాను. హిప్‌వెల్స్ ఇంటి ముందు ఏదో గడబిడ వినిపించింది. అక్కడ ఈ మధ్యన ఎప్పుడూ ఫొటోగ్రాఫర్‌లు పడి ఉంటున్నారు. అక్కడే అది కనిపించింది. మరోసారి! నమ్మలేకపోయాను. రేచల్, ఒక ఫొటోగ్రాఫర్‌ను తోసేస్తూ వస్తున్నది, మరీ మొరటుగా. అది స్కాట్ ఇంట్లోంచి వచ్చిందని గట్టిగా చెప్పగలను.

నేను కంగారు పడలేదు. ఆశ్చర్యపోయానంతే. ఆ సంగతి టామ్‌తో చెపితే అదీ ప్రశాంతంగా, గోల చేయకుండా తాను కూడా నాలాగే ఆశ్చర్యపోయాడు.

'తనతో మాట్లాడుతాలే, ఏం జరుగుతున్నది తెలుసుకుంటాను,' అన్నాడు.

'ఆ ప్రయత్నం చేయనే చేశావు, ఏమీ ఫలితం లేదు గద,' వీలయినంత ప్రశాంతంగా అన్నాను. న్యాయ పరంగా సలహా తీసుకోవలసిన సమయం వచ్చింది, తన మీద ఏదో తీసుకురావాలి, అని సలహా చెప్పాను.

'తాను మనలనయితే వేధించడం లేదుగద. ఫోన్ కాల్స్ రావడం లేదు. తను మన తెరువు రాలేదు. ఇంటికి రాలేదు. అంతగా పట్టించుకోకు డార్లింగ్, నేనంతా చూస్తానులే' అన్నాడు టామ్.

అది మనల్ని వేధించడం గురించి మాత్రం తను అంటున్నది నిజమే. అయినా నాకు పట్టదు. ఏదో జరుగుతున్నది. పట్టనట్టు ఉండడం నావల్ల గాదు. పట్టించుకోవద్దు అనే మాట వింటూ విసిగి పోయాను. తానే అంతా సర్దుతానని, దానితో మాట్లాడతానని, చివరకది యిక కనిపించదని, వినివిని విసిగిపోయాను. ఇక వ్యవహారం నా చేతుల్లోకి తీసుకోవలసిన సమయం వచ్చిందనుకుంటాను. ఈ సారి అది కనిపించిందంటే ఆ పోలీస్ ఆఫీసర్ ఆడ పోలీస్, డిటెక్టివ్ సార్జెంట్ రైలీకి చెప్పేస్తాను. తాను సానుభూతిగల మంచిమనిషి లాగుంది. టామ్‌కు రేచల్ మీద జాలి ఉందని తెలుసు. అయినా ఉన్నది ఉన్నట్టు చెపుతున్నాను. ఆ ముండ వ్యవహారం తేల్చవలసిన సమయం వచ్చింది.

రేచల్

సోమవారం 12 ఆగస్ట్ 2013

ఉదయం

మేము విల్టన్ పార్క్ వద్ద కార్ పార్క్‌లో ఉన్నాము. వేడి బాగా ఉన్న రోజులలో మేము ఇక్కడికి వచ్చి స్విమ్మింగ్ చేసేవాళ్లం. ఇవాళ టామ్ కార్‌లో ఇద్దరమూ పక్కపక్కన కూచుని ఉన్నాము. కిటికీలు తీసి ఉన్నందుకు వెచ్చని గాలి లోనికి వస్తున్నది. నాకు తల వెనుకకు హెడ్‌రెస్ట్ మీదకు వాల్చి, కళ్లు మూసుకుని, పైన్ చెట్ల వాసన పీల్చాలని, పక్షుల చప్పుడు వినాలని ఉంది. అతని చెయ్యి పట్టుకుని దినమంతా ఇక్కడే గడపాలని ఉంది.

తను రాత్రి ఫోన్ చేసి కలవగలమా అని అడిగాడు. బ్లెన్‌హైమ్ రోడ్‌లో నేను ఆనాకు కనబడడం గురించా, అడిగాను. దాంతో మీకేమీ సంబంధం లేదు గదా అన్నాను. అక్కడికి నేను వాళ్లనేదో చేయాలని వెళ్లలేదు. అతను నన్ను నమ్మాడు. కనీసం నమ్మానని అన్నాడు. అయినా అతని మాటల్లో ఏదో బరువుతోచింది. ఏదో ఆత్రం తోచింది. నాతో మాట్లాడవలసిన అవసరం ఉంది అన్నాడు.

'ప్లీస్ రేచ్' అన్నాడు. దాంతో అయిపోయింది. పాత రోజులలో లాగ, అతను పిలిచిన తీరుతో నాగుండె పగిలిపోతుంది అనిపించింది. 'నేను వచ్చి పికప్ చేసుకుంటా, ఓకే?' అన్నాడు.

నేను తెలవారక ముందే లేచాను. అయిదు గంటలకే కిచెన్‌లో కాఫీ చేసుకుంటున్నాను. తలస్నానం చేశాను. కాళ్లు షేవ్ చేసుకున్నాను. మేకప్

వేసుకున్నాను. దుస్తులు నాలుగు సార్లు మార్చుకున్నాను. అయినా ఏదో తప్పు చేశాను అనిపించింది. తిక్క, నాకు తెలుసది. కానీ స్కాట్ గురించి ఆలోచించాను. మేము చేసినదీ, ఆతరువాత భావన- అట్లాచేసి ఉండగూడదు, అనిపించింది. అదేదో ఎవరకో మోసం అనిపించింది. టామ్‌కు మోసం అనిపించింది. రెండేళ్ల క్రితం నన్ను వదిలి మరో ఆడదాన్ని కట్టుకున్న ఆ మగమహారాజుకు మోసం. ఆ భావన అనవసరం అనుకుందామంటే కుదరడం లేదు.

టామ్ తొమ్మిదికన్నా ముందే వచ్చాడు. కిందకు వెళ్లేసరికి సిద్ధంగా ఉన్నాడు. జీన్స్, ఓ పాత టీషర్ట్ వేసుకున్నాడు. కారుకు ఆనుకుని నిలబడి ఉన్నాడు. ఆ గ్రే టీషర్ట్ చాలా పాతది. నా తల అతని ఎదమీద ఆన్చినప్పుడు ఆ గుడ్డ నా చెంపలకు తగిలిన తీరు నాకింకా గుర్తుంది.

'ఇవాళ పొద్దున షిఫ్ట్‌లో పనిలేదు,' నన్ను చూడగానే అన్నాడు. హాయిగా ఇద్దరం డ్రైవ్‌కు పోవచ్చు అనిపించింది' అన్నాడు. ప్రయాణం సమయంలో ఇద్దరమూ పెద్దగా మాట్లాడలేదు. ఎలాగున్నావు, అన్నాడు. బాగా కనబడుతున్నావు అన్నాడు. కారు పార్క్‌లో కూచునే వరకు ఆనా ప్రసక్తిరాలేదు. నేనేమో అతని చెయ్యి పట్టుకోవాలి అనుకుంటున్నాను.

'అవును. మ్‌మ్. ఆనా నిన్ను చూచాను అన్నది.... నీవు స్కాట్ హిప్‌వెల్ వాళ్ల ఇంటి నుంచి వస్తున్నావని అనుకున్నది. నిజమేనా?' అతను నన్ను చూడాలని పక్కకు తిరిగాడు. అయినా సరే, నావేపు మాత్రం చూడడంలేదు. ఆ ప్రశ్న అడిగినందుకు తనకు ఇబ్బందిగా ఉన్నట్టు కనిపించింది.

'ఆ సంగతి గురించి నీకు చింత అవసరం లేదు. నేను స్కాట్‌ను కలుస్తున్నది నిజమే... అంటే అలాగని మాత్రం కాదు. అది కలవడం కాదు, ఏదో స్నేహం కుదిరింది, అంతే. వివరించడం కష్టం. అతనికి కొంతపాటి సాయం చేస్తున్నానంతే. నీవు అర్థం చేసుకుంటావు నాకు తెలుసు. అతను పాపం భయంకరమయిన పరిస్థితిలో ఉన్నాడు మరి.' టామ్ తలాడించాడు, అయినా ఇంకా నా వంక మాత్రం చూడడం లేదు. పైగా, ఎడమచేతి చూపుడువేలి గోరు కొరుకుతున్నాడు. అంటే అతనికి బెంగగా ఉందని గట్టి సూచన, నాకు తెలుసు.

'కానీ, రేచ్...'

అతను నన్నట్లా పిలవకుంటే బాగుండును అనిపించింది. పిలిస్తే నాకు తల గాల్లో తేలిపోతుంది మరి. చిరునవ్వాలి అనిపిస్తుంది. అతను నా పేరు అట్లా

పలకడం విని చాలాకాలమయి పోయింది. పిలిచే సరికి నాలో ఏదో నమ్మకం కనబడింది. ఆనాతో తనకు అంత బాగా కుదరడం లేదేమో. మేమిద్దరం కలిసి ఉన్నప్పటి కొన్ని మంచి సంగతులు తలలో తిరుగుతున్నాయేమో. అతనిలో నా పట్ల కొంత ఆశ కలుగుతున్నదేమో.

'నేను... నాకు నిజంగా, ఇదంతా చూస్తే బెంగగా ఉంది.'

చివరకతను నావేపు తలెత్తి చూచాడు. అతని ఆ పెద్ద బ్రౌన్ రంగు కళ్లు నా కళ్లలోకి చూచాయి. నా చెయ్యి అందుకునే ప్రయత్నం అన్నట్టు తను చెయ్యి కదలింది. అంతలో మనసు మార్చుకున్నాడులాగుంది. చెయ్యి ఆగింది. 'నాకు తెలుసు.' నేను... నాకు సంగతి గురించి అంతగా తెలియదనుకో, కానీ స్కాట్.... అతను అన్ని రకాలా మంచిమనిషి లాగ కనబడతాడు. అయినా చెప్పలేము, ఏమంటావ్?'

'హత్య అతను చేశాడు అనుకుంటున్నావా?'

తల అడ్డంగా ఆడించాడు. గట్టిగా మింగాడు. అది కాదు. నేనామాట అనడం లేదు. నేను... సరే, వాళ్లిద్దరూ చాలా పేచీలు పెట్టుకునేవారు అంటుంది ఆనా. ఆ మేగన్ కొన్నిసార్లు, అతనంటే భయంగా ఉండేదట.'

'ఆనా అంటుందా ఇవన్నీ?' ఆ పిచ్చికుక్క అన్న ప్రతి సంగతినీ కొట్టి పడేయాలన్నది నా స్వభావంలో ఉండిపోయింది. అయితే శనివారం నేను స్కాట్ ఇంటి దగ్గర ఉన్నప్పుడు కలిగిన భావాలను పక్కనపెట్టజాలను. అక్కడేదో కుదరడం లేదు, అక్కడేదో పొరపాటుంది, అనిపించింది నాకు. తను తలాడించాడు. 'ఎవీ చిన్నదిగా ఉన్నప్పుడు మేగన్ మా దగ్గర కొంతపాటి బేబీ సిట్టింగ్ చేసింది. జీసస్, ఇప్పుడు ఆ సంగతి గురించి ఆలోచనే వద్దు అనిపిస్తుంది. పేపర్‌లో ఆ రాతలూ, అదంతా చూచిన తర్వాత. మనకు ఎవరో తెలిసి ఉంటారు, కానీ తరువాత... ఏమిటో, అనిపించదూ? 'దీర్ఘంగా నిట్టూర్చాడు.' ఆఘాయిత్యం ఏదీ జరగకూడదని నా బాధ. అది, నీకు' అప్పుడు నన్ను చూచి సన్నగా నవ్వాడు. చిన్నగా భుజాలు కదిలించాడు. 'నేనింకా నీ గురించి పట్టించుకుంటాను, రేచ్,' అన్నాడు. నా కళ్లలో తిరిగిన నీళ్లు తను చూడగూడదు. అందుకని నేను మరెటో చూడవలసి వచ్చింది. అయితే, అతనికి తెలుసు. చెయ్యి నా భుజం మీద వేశాడు 'అయామ్ సో సారీ' అన్నాడు.

ప్రశాంతంగా మాట్లాడకుండా కొంతసేపు కూచున్నాము. ఏడుపు బయటపడకుండా నేను పెదవి గట్టిగా కొరుక్కున్నాను. తనకు మరింత కఠినం కాకూడదు, పరిస్థితి. నాకది నిజంగా ఇష్టం లేదు.

'నేను బాగానే ఉన్నాను, టామ్. నిజానికి మారుతున్నాను.'

'చాలా మంచి మాట చెప్పావు, నీవు గానీ....'

'తాగడమేనా? తగ్గింది పరిస్థితి మారుతున్నది.'

'చాలా మంచి సంగతి. నీవసలు బాగా కనబడుతున్నావు. నీవు... అందంగా కనబడుతున్నావు. నావేపు చిరునవ్వుతో చూచాడు. నా ముఖం ఎర్రబడింది, తెలుసు. వెంటనే తను పక్కకు చూచాడు. 'నీవు.... మ్మ్..... బాగున్నావుగదూ,'

'ఏమిటంటే, డబ్బుల సంగతి'

'బాగుంది'

'నిజంగా? నిజంగానా రేచల్? నీవు ఆ విషయంగా---!

'అయామ్ ఓకే.'

'కొంత ఇవ్వనా? పిచ్చి మాటలేవీ అనదలుచుకోలేదు. అయినా కొంత తీసుకుంటావా? అవసరాలకు వస్తుంది.'

'నిజం చెపుతున్నాను. అయామ్ ఓకే.'

అతను ఇటు వంగాడు. నాకిక ఊపిరి ఆడలేదు. అతడిని తాకాలి. ఆ మెడ వాసన చూడాలి. అతని ఎదలో తలదాచుకోవాలి. అతను గ్లవ్ బాక్స్ తెరిచాడు. ఒక చెక్ రాయనివ్వు, ఏమో ఏం తెలుసు? దాన్ని క్యాష్ చేయకు, కావాలంటే.' నవ్వడం మొదలుపెట్టాను. 'గ్లవ్ బాక్స్‌లో చెక్‌బుక్ పెట్టుకుని తిరుగుతుంటావా?'

తనుకూడా నవ్వసాగాడు, 'ఏమో ఏం తెలుసు'.

'నీ ఒకప్పటి పిచ్చి భార్యను ఎప్పుడు కష్టాల నుంచి కాపాడవలసి వస్తుందో.'

బొటనవేలితో నా బుగ్గమీది ఎముకను తాకాడు. నేను చెయ్యి పైకెత్తి, తన చేతిని నా చేతిలోకి తీసుకుని అరచేతిని ముద్దాడాను.

'మాట ఇవ్వు. స్కాట్ హిప్‌వెల్ నుంచి దూరంగా ఉంటానని మాట ఇవ్వు. రేచ్' అన్నాడు బొంగురు పోతున్న గొంతుతో.

'ప్రామిస్' అన్నాను, మనస్ఫూర్తిగా. ఇక ఆనందం కొరకు అంగలార్చవలసిన అవసరం లేదు. అతను నా గురించి పట్టించుకుంటున్నాడని, అంతేగాదు, తనకు అసూయగా ఉందని అర్థమయింది.

మంగళవారం, 13 ఆగస్ట్ 2013

మరీ ఉదయం

ట్రెయిన్‌లో ఉన్నాను. పట్టాల దారి పక్కన పడి ఉన్న గుడ్డల మూట చూస్తున్నాను. ముదురు నీలం గుడ్డ, నల్లని బెల్ట్‌తో బాటు ఒక డ్రెస్ అనుకుంటాను. అది మరి అక్కడికి ఎట్లా చేరింది ఆలోచనకు అందదు. అది ఇంజినీయర్‌లు పడేసింది మాత్రం కాదు. మేం కదులుతున్నాము. అయినా మంచు పర్వతంలాగా నెమ్మదిగా. కనుక చూడడానికి కావలసినంత సమయం ఉంది. నాకేమో ఆ డ్రెస్‌ను అంతకు ముందు చూచినట్లు అనిపిస్తున్నది. ఎవరో వేసుకుంటే చూచిన గుర్తుంది. ఎప్పుడు అంటే గుర్తురావడం లేదు. చాలా చలిగా ఉంది. ఇటువంటి చలిలో అటువంటి డ్రెస్ వేసుకుంటే కుదరదు. త్వరలో మంచుకురుస్తుంది అనిపిస్తున్నది.

టామ్ ఇంటిని, అంటే నా ఇంటిని చూడాలని ఎదురు చూస్తున్నాను. అతనక్కడ బయట కూచుని ఉంటాడని తెలుసు. అతను ఒంటరిగా, నా కోసం ఎదురుచూస్తూ ఉంటాడు. మేం పక్కనుంచి పోతుంటే లేచి నిలబడతాడు. వేవ్ చేసి సన్నగా నవ్వుతాడు. నాకు అదంతా తెలుసు.

అయినా ముందు మేము పదిహేను నంబర్ ముందు ఆగాము. జేసన్ ఇంకా జెస్ అక్కడే ఉన్నారు. టెరేస్ మీద డ్రింక్ చేస్తూ ఉన్నారు. ఉదయం ఎనిమిదన్నర కూడా కాలేదు. కనుక వారితీరు వింతగా తోచింది. జెస్ వేసుకున్న డ్రెస్‌మీద ఎర్రని పువ్వులున్నాయి. పక్షుల డిజైన్‌గల వెండి చెవిరింగులు వేసుకుని ఉంది తను. మాట్లాడుతుంటే రింగ్‌లు కదులుతున్నాయి. జేసన్ ఆమె వెనుక నిలబడి ఉన్నాడు. చేతులు ఆమె భుజాలమీద పెట్టి ఉన్నాయి. వాళ్ల వేపు చిరునవ్వాను. వేవ్ చెయ్యాలని ఉంది. కానీ అందరూ నన్ను వెర్రిది అనుకోకూడదు. ఊరికే చూచాను. నాకు ఒక గ్లాస్ వైన్ ఉంటే బాగుండును. అక్కడ ఎంతకాలంగా ఉండిపోయామో. ట్రెయిన్ కదలడమేలేదు. ముందుకు పోతే బాగుండును. అట్లా పోకుంటే మరి టామ్ అక్కడ ఉండడు. ఇప్పుడు జెస్ ముఖం కనిపిస్తున్నది. ఇంతకుముందు కన్నా వివరంగా. వెలుతురులో తేడా అది. స్పాట్‌లైట్ లాగ అది, సూటిగా ఆమె ముఖం మీద పడుతున్నది. జేసన్ ఇంకా వెనుక ఉన్నాడు. చేతులు మాత్రం ఆమె భుజాల మీద లేవు. అవి మెడ మీద ఉన్నాయి. ఆమె బాధలో ఉన్నట్టుంది. అతను గొంతు నులుముతున్నాడు. ఆమె ముఖం ఎర్రబారడం తెలుస్తున్నది. ఏడుస్తున్నది. నేను

వేచి నిలబడ్డాను. కిటికీ మీద బాదుతూ, అతడిని చూచి ఆపమని అరుస్తున్నాను. అతను నా అరుపు వినలేదు. ఎవరో నా చెయ్యి పట్టుకున్నారు. ఆ ఎర్రజుత్తుగల అబ్బాయి. అతనే నన్ను కూచోమంటున్నాడు. తరువాత స్టాప్ వచ్చేస్తున్నది అంటున్నాడు.

'అప్పటికి ఆలస్యమవుతుంది,' అతనితో అన్నాను. 'ఇప్పటికే మించిపోయింది, రేచల్' అన్నాడతను. టెరేస్ వేపు మరోసారి చూచాను. జెస్ నిలబడి ఉంది. జేసన్ జుట్టును పిడికిట్లో పట్టుకున్నాడు. ఆమె పుర్రెను గోడకు బాదుతాడు.

ఉదయం

నిద్రలేచి గంటలయింది. అయినా ఇంకా వణికిపోతున్నాను. సీట్‌లో కూచుంటే కాళ్లు వణుకుతున్నాయి. చెప్పరాని భయంతో కలనుంచి నిద్రలేచాను. నాకు తెలుసు.' అనుకున్నవి చూచాను అనుకున్నవి, అన్నీ తప్పులే అన్న భావం బలంగా మిగిలింది. స్కాట్ గురించి, మేగన్ గురించి ఎన్నో భావించాను. అందులో ఏదీ నిజం కాదు. మెదడు చమక్కులు చేసింది. అంటే, మరి కల కూడా కల్పన అయ్యే అవకాశం ఉందిగదా? టామ్ నాతో కార్‌లో చెప్పిన మాటలన్నీ. స్కాట్‌తో అంతకు ముందురాత్రి జరిగిన సంగతి గురించిన తప్పుచేసిన భావం, కలగలసి పోయినయి. వాటిని మెదడు ఆ కలగా చూపించింది.

ట్రెయిన్ సిగ్నల్ దగ్గర ఆగింది. అలవాటయిన ఆ భయం మళ్లీ ఆవరించింది. పైకి చూడాలంటే ఇంచుమించు భయం. కిటికీలు వేసి ఉన్నాయి. అక్కడ ఎవరూ లేరు. ఏమీ లేదు. అంతా ప్రశాంతంగా, శాంతిమయంగా ఉంది. లేదంటే ఇంటిని వదిలి వెళ్లిపోయి ఉండాలి. మేగన్ కుర్చీ ఇంకా టెరేస్ మీదే పడి ఉంది ఖాళీగా. ఇవాళ వెచ్చగా ఉంది. అయినా వణుకు.

టామ్ ఆ రోజు స్కాట్, మేగన్‌ల గురించి చెప్పినవన్నీ మేగన్ అందించిన మాటలు. అది మనసులో పెట్టుకోవాలి. దాన్ని నమ్మడానికి లేదన్న సంగతి, నాకన్నా మరెవరికీ బాగా తెలియదు. ఇవాళ డాక్టర్ అబ్దిక్ తీరు అర్థమనస్కంగా ఉంది, అనిపించింది. అతను వంగిపోయాడు. ఏదో బాధలో ఉన్నట్టు. నా చేతిని షేక్

చేసినప్పుడు ఆ పట్టు అంతకు ముందులాగ లేదు. దాని కడుపు గురించిన సంగతి వాళ్లు బయటపెట్టరని స్కాట్ చెప్పాడు. తెలుసు. ఇతనితో గాని చెప్పారేమో, అనిపించింది. మేగన్ పాప గురించి ఆలోచిస్తున్నాడేమో అనిపించింది.

అతనికి నా కల గురించి చెప్పాలని ఉంది. నా చెయ్యి చూపించకుండా కలను వివరించే మార్గం, తట్టడం లేదు. అందుకే మరుగునపడిన జ్ఞాపకాలను గురించి, హిప్నోసిస్ గురించి అడిగాను.

డెస్క్ మీద తన వేళ్లు నా ముందు విస్తరించాడు. అడుగున పడిన స్మృతులను హిప్నాసిస్, బయటకు తేగలుగుతుంది అనుకునేవారు లేకపోలేదు. అయినా అదంతా తేలని విషయం. నేను ఆ పని చేయను. నా పేషెంట్లకు రికమండ్ చేయను. దానివల్ల సాయం ఉంటుందని నాకు నమ్మకం కలుగలేదు. అసలు కొన్ని సందర్భాలలో ఆ సాయం కూడా ఉండే వీలుంది.' అతనొక అరనవ్వు నవ్వాడు. 'అయామ్ సారీ, మీరు వినదలుచుకున్నది ఇది కాదని తెలుసు. కానీ, మెదడు విషయానికి వస్తే సులభమార్గాలు లేవు,' అన్నాడు.

'ఆ రకం చికిత్స చేసే తెరపిస్టులు ఎవరయినా మీకు తెలుసా?' అడిగాను.

తల అడ్డంగా ఆడించాడు. 'క్షమించాలి, ఉన్నా నేను రికమెండ్ చేయను. హిప్నాసిస్‌కు గురయిన వ్యక్తులచేత ఏమయినా చెప్పించవచ్చు. వెలికి తీసిన పాత జ్ఞాపకాలు–' అతను గాలిలో కోట్ గుర్తులు చూపించాడు. 'నమ్మదగినవి కావు. అవి నిజం జ్ఞాపకాలు కానేరవు.'

నేను అంత ధైర్యం చేయలేను. తలలో మరేవో చిత్రాలను భరించలేను. నమ్మవీలుగాని మరిన్ని జ్ఞాపకాలు అక్కరలేదు. అవి కలిసిపోయి, రూపాలు మారి, నన్ను నమ్మేట్టు చేస్తాయి. చూడవలసిన దిక్కుగాక, మరో దిక్కుకు చూచేలా చేస్తాయి.

'మరి ఏం చేయమంటారు?' అడిగాను. చేయగలిగింది ఏదయినా ఉందా? పోయిన వాటిని తిరిగి తెచ్చుకోవడానికి?'

తను పొడుగాటి వేళ్లను పెదాల మీద కిందకు మీదకు రాసుకున్నాడు. 'వీలుంది' అవును. ఒక జ్ఞాపకం గురించి మాట్లాడితే కూడా, మరింత స్ఫుటం అవుతాయి సంగతులు. సేఫ్‌గా, ఏ టెన్షన్ లేకుండా ఉండే వాతావరణంలో వివరాలను మళ్లీ మననం చేసుకోవాలి....'

'ఉదాహరణకు, ఇక్కడలాగ?'

నవ్వాడు. 'ఇక్కడలాగ. మీకు మరి ఇక్కడ అట్లా అనిపిస్తే....' అతని గొంతు పెరిగింది. నేను జవాబు చెప్పని ప్రశ్నలు అడుగుతున్నాడు. చిరునవ్వు మాయమైంది. 'చూపుగాక మిగిలిన జ్ఞానాల మీద కేంద్రీకరిస్తే సాయం ఉంటుంది. ధ్వనులు, వస్తువులు, స్పర్శ.... వాసన ముఖ్యంగా బాగా పనిచేస్తుంది. జ్ఞాపకాల విషయానికి వస్తే. సంగీతం కూడా మంచి ప్రభావం చూపగలుగుతుంది. ఒక పరిస్థితిని గురించి మీరు ఆలోచించే పక్షంలో, ఒక ముఖ్యమయిన రోజునన్న మాట, అక్కడికి తిరిగి వెళ్లినందుకు లాభం ఉంటుంది. నేరం జరిగిన సీన్‌లోకి వెళ్లాలి. యథాతథంగా.' అందరూ ఎరిగిన మాట అది. అయినా నా మెడ వెనుక వెంట్రుకలు నిక్కబొడుచుకుంటున్నాయి. ఒళ్లంతా ఒక రకంగా ఉంది. 'ఏదయినా ఒక సంఘటన గురించి మాట్లాడదలిచారా? రేచల్?' ప్రశ్న

అవును నిజమే. కానీ, అతనికి చెప్పలేను. అందుకే గోల్ఫ్ క్లబ్ సంఘటనను గురించి చెప్పాను. మేం కీచులాడుకున్న తర్వాత నేను టామ్ మీద దాడి చేసిన సంగతి.

ఆనాటి ఉదయం నిద్రలేచాను. ఆదుర్దా ఉందన్న సంగతి అర్థమయింది. జరగకూడని ఘోరం ఏదో జరిగింది. టామ్ నాతో బెడ్ మీద లేడు. కొంత ఊరట తోచింది. వెల్లకిలా పడుకుని అంతా మననం చేయసాగాను. ఏడ్చిఏడ్చి అతనితో ఎంతగా ప్రేమిస్తున్నానో తెలుసా అనడం గుర్తుంది. అతను మాత్రం కోపంగా ఉన్నాడు. వెళ్లి పడుకొమ్మన్నాడు. ఏమీ వినదలుచుకోలేదు.

కొంచెం వెనుకకు, సాయంత్రం గురించి ఆలోచించే ప్రయత్నం చేశాను. వాదు మొదలయిన సమయం గురించి అన్నమాట. నిజానికి మేము సంతోషంగా ఉన్నాము. బోలెడు మర్చి, కొత్తిమెర, వేసి గ్రిల్‌డ్ రొయ్యలు వండాను. రుచికరమయిన ఆ షెనిన్ బ్లా వైన్ తాగుతున్నాము. ఎవరో క్లయెంట్ ఇచ్చాడది. ముందు పాషియోలో కూచుని తిండి తిన్నాము. కిల్లర్స్ అండ్ కింగ్స్ ఆఫ్ లియోన్ వింటున్నాము. మొట్టమొదట నేస్తం కుదిరినప్పుడు వింటుండిన రికార్డ్స్ అవి. నవ్వులు, ముద్దులు గుర్తున్నాయి. దేని గురించో కథ చెప్పాను. గుర్తుంది. అతనికి మాత్రం అది బాగనిపించలేదు. నాకు తిక్క మొదలయింది. అది గుర్తుంది. ఇద్దరమూ ఒకరి మీద ఒకరు అరుచుకున్నాము. గుర్తుంది. లోపలికి పోతూ నేను స్లైడింగ్ డోర్ దగ్గర తట్టుకుపడిపోయాను. కోపంగా ఉన్నాడు గదా, కనీసం

ఎత్తడానికి, సాయం చేయడానికి రాలేదతను.

ఇక అసలు సంగతి! ఆ ఉదయం నిద్రలేచి కిందకు వెళ్లాను. అతను మాట్లాడడం లేదు. కనీసం సరిగా చూడను కూడా లేదు. నేనేం చేశాను చెప్పమని అడుక్కోవలసి వచ్చింది. ఎంతగానో క్షమాపణలు చెప్పాను. నిస్సహాయంగా, భయం నిండి ఉన్నాను ఎందుకంటే చెప్పలేను, అర్థం ఉండదని తెలుసు. 'అయినా నీవు చేసిందేమిటో గుర్తుంటే, ఇక మెదడు, మిగత ఖాళీలన్నింటినీ పూర్తి చేసుకుంటుంది. లేనిపోనివన్నీ ఊహల్లోకి వస్తాయి....'

కమాల్ తలపంకించాడు. 'ఊహించగలను. చెప్పండి'

'ఇక చివరకు, కేవలం నా నోరు మూయించడానికి చెప్పాడు. అతను ఏదో అన్నందుకు నేను కోపగించుకున్నాను. అదేపనిగా దాని గురించే పొడుపు మాటలు సాగించాను. ఎంతకూ మానలేదు. అతను నన్ను ఆపాలని ప్రయత్నించాడు. ముద్దుపెట్టి ముగించాలని చూచాడు. నేను మాత్రం అదే తీరు సాగించాను. ఇక నన్నతను అలా వదిలేయడం మేలు అనుకున్నాడు. వెళ్లి పడుకునే ప్రయత్నంలో ఉన్నాడు. అప్పుడే జరిగింది అది. చేతిలో గోల్ఫ్ క్లబ్‌తో నేనతడిని వెంటబడి తరిమాను. అతని తల తెగ్గొట్టే ప్రయత్నం చేశాను. అదృష్టం కొద్దీ గురి తప్పింది. హాల్ గోడలో ఒక చోట పెచ్చుమాత్రం ఊడింది. కమాల్ ముఖం తీరు మారలేదు. అతను కనీసం షాక్ కూడా కాలేదు. ఊరికే తలాడించాడు. 'అంటే, జరిగిందేమిటో మీకు తెలుసు. ఆ ఫీల్ మాత్రం లేదు మీకు. అంతేనా? మీకు మీరు గుర్తుతెచ్చుకునే శక్తి మీకు కావాలి. మీ జ్ఞాపకాలలో సంఘటనను చూడాలి, అనుభవించాలి. ఏరకంగా అన్నారు? అది మీ స్వంతం కావాలి. ఆరకంగా మీకు పూర్తి బాధ్యత అనుభవంలోకి వస్తుంది. అంతేనా?'

అవును, కొంతవరకు అంతే, కానీ ఇంకా ఏదో ఉంది మరి. అది తరువాత జరిగింది. చాలా తరువాత – వారాలు, బహుశా నెలల తరువాత. ఆ రాత్రి గురించి ఆలోచనలు సాగుతూనే ఉన్నాయి. గోడలో ఆ రంధ్రం పక్కనుంచి పోతే చాలు, ఆ ఆలోచన వచ్చేసేది. దాన్ని పూడ్చేస్తాను, అన్నాడు టామ్. కానీ, ఆపని చేయలేదు. దాని గురించి అదేపనిగా అడగాలి అని నేను అనుకోలేదు. ఒకనాడు అక్కడ నిలబడి ఉన్నాను – సాయంత్రం వేళ, బెడ్‌రూమ్ లో నుంచి వస్తున్నాను. ఒక్కసారిగా ఆగిపోయాను. మరినాకు జ్ఞాపకం వచ్చేసింది. నేను నేల మీద ఉన్నాను. గోడకు ఆనుకున్నాను. ఏడుపు సాగుతున్నది. టామ్ నా ముందు నిలబడి, ఆపమని

అడుగుతున్నాడు. గోల్ఫ్ క్లబ్ నా కాళ్ల దగ్గర కార్పెట్ మీద పడి ఉంది. తాకాను. దాన్ని తాకాను. నాకు కంపరం పుట్టింది. వచ్చిన జ్ఞాపకానికి, తెలిసిన వాస్తవానికి పొంతనలేదు. నాకు కోపంగానీ, రేగుతున్న తిక్కగానీ గుర్తులేవు. గుర్తున్నది చెప్పరాని భయం.'

సాయంత్రం

ఘటనాస్థలానికి పోవాలని కమాల్ చెప్పిన మాటల గురించి ఆలోచిస్తున్నాను. అందుకనే ఇంటికి కాక విట్నీ వచ్చాను. అండర్‌పాస్‌లో గబగబ దాటిపోయే బదులు, నెమ్మదిగా దాని మొదటి వరకు నడిచాను. అక్కడ చల్లగా, గరుకుగా ఉన్న ఆ ఇటుక మీద చెయ్యి వేశాను. కళ్లు మూసుకున్నాను. ఇటుక మీద వేళ్లు కదిలించసాగాను. ఏమీ రాలేదు. కళ్లు తెరిచి చుట్టూ చూచాను. రోడ్ ప్రశాంతంగా ఉంది. కొన్నివందల గజాల దూరంలో ఒకే ఒక ఆడమనిషి నా దిక్కే నడిచివస్తున్నది. మరెవరూ లేరు. కార్‌లు దూసుకుపోవడం లేదు. పిల్లల అరుపులు లేవు. దూరంగా సైరన్ ఒకటి సన్నగా వినిపించింది. సూర్యుడు ఒక మబ్బు వెనుకకు జారాడు. నాకు చలి తోచింది. టనల్ గడపలో కదలిక లేకుండా ఉండి పోయాను. ముందుకు పోవడానికి లేదు. వెళ్లి పోవాలని వెనుదిరిగాను.

నా వేపే నడుస్తూ క్షణం కింద కనిపించిన ఆడమనిషి మలుపు తిరుగుతున్నది. తన చుట్టూ ముదరునీలం ట్రెంచ్ కోట్ చుట్టుకుని ఉంది. నా వేపు ఒకసారి చూచి నడిచి ముందుకు పోయింది. అప్పుడు నాకు గుర్తుకువచ్చింది. ఒక ఆడమనిషి... నీలం... వెలుగుతీరు. నాకు జ్ఞాపకం ఉంది. అది ఆనా. అది నల్లని బెల్ట్‌గల ముదురు నీలం డ్రెస్ వేసుకుని ఉంది. అది వేగంగా నడుస్తూ, నా నుంచి దూరంగా పోతున్నది. అచ్చం మొన్నటి లాగే. అయితే ఈ సారి అది తిరిగి నావేపు చూచింది. తల తిప్పి చూచి ఆగిపోయింది. కార్ ఒకటి వచ్చి దానిపక్కన ఆగింది. అది ఎర్రని కార్. టామ్ కార్ అది. అది వంగి కిటికీలో నుంచి తనతో మాట్లాడింది. అప్పుడిక డోర్ తెరిచి కార్‌లోకి ఎక్కింది. ఇక కార్ వెళ్లిపోయింది.

నాకది గుర్తుంది. ఆ శనివారం రాత్రి నేనిక్కడ నిలుచున్నాను. అంటే అండర్‌పాస్ మొదట్లో ఆనా, పోయి టామ్ కార్‌లో ఎక్కడం నేను చూచాను. సరిగా గుర్తు రావడంలేదేమో? అందులో అర్థం లేదాయె. టామ్ నా కోసం చూస్తూ కార్‌లో

వచ్చాడు. ఆనా అతనితో రాలేదు. అది ఇంట్లో ఉంది. పోలీసులు నాతో అలాగే చెప్పారు కూడా. అంటే అర్థం లేదు. ఇక కలిగిన భావంతో గట్టిగా అరవగలను. తెలియకపోవడం. నాస్వంత మెదడు ఎందుకూ పనికిరాకపోవడం.

దారి అటుపక్కకు దాటాను. బ్లెన్‌హైమ్ రోడ్ ఎడమ పక్కన నడవసాగాను. ఇరవై మూడు నంబర్ ముందు, చెట్లకింద కొంతసేపు ఆగిపోయాను. డోర్‌కు రంగు వేశారు. నేనుండే రోజుల్లో తలుపు ముదురాకుపచ్చగా ఉండేది. ఇప్పుడు నల్ల రంగు వేశారు. ఇంతకు ముందు ఆ సంగతి గమనించిన గుర్తులేదు. నాకు గ్రీన్ బాగుందనిపించింది. లోపల ఇంకా ఏమేమి మార్చారో? బేబీస్ రూమ్ తప్పకుండా మారి ఉంటుంది. వాళ్లింకా మేము వాడిన బెడ్‌లోనే పడుకుంటున్నారా? ఆలోచన! నేను వేలాడదీసిన అద్దం ముందు, అది లిప్‌స్టిక్ పెట్టుకుంటుందా? వంటింటికి రంగు మార్చారా? పైన కారిడార్‌లో గోడమీది ప్లాస్టర్‌లో ఆ రంధ్రాన్ని పూడ్చి ఉంటారా?

దారి అటుపక్కకు క్రాస్ చేసి, నల్లని తలుపు మీద నాకర్‌ను గట్టిగా కొట్టాలనుకుంటాను. టామ్‌తో మాట్లాడాలి అనుకుంటాను. మేగన్ తప్పిపోయిన రాత్రిగురించి అడగాలి, అనుకుంటాను. అతడిని నిన్నటి గురించి అడగాలి. కార్‌లో ఉండగా తనచెయ్యి ముద్దుపెట్టుకున్నాను. అప్పుడేమనిపించిందీ అడగాలి. అదేమీ లేకుండా, అక్కడే నిలుచున్నాను. నా పాత పడకగది వంక చూస్తూ, కళ్లలో నీళ్లు సుడులు తిరిగేదాకా, ఉండిపోయాను. వెళ్లవలసిన సమయం వచ్చిందని తెలుసు.

ఆనా

మంగళవారం, 13 ఆగస్ట్ 2013

ఉదయం

పొద్దున్నే టామ్ షర్ట్ వేసుకుని, టై కట్టుకుని పనిలోకి పోవడానికి సిద్ధం కావడం చూచాను. తనేదో పరధ్యానంగా ఉన్నాడు. ఆనాడంతా చేయవలసిన పనులను గురించి ఆలోచిస్తున్నాడేమో. మీటింగ్స్, అపాయింట్‌మెంట్స్, ఎవరు, ఏమిటి, ఎక్కడ, నాకు అసూయ తోచింది. మొట్టమొదటిసారిగా తన మీద అసూయ కలిగింది. బట్టలు వేసుకుని ఇల్లువదిలి, దినమంతా పరుగులు, అదే పనితో అంతా ఓ జీతం చెక్ కొరకు.

నాకు లేదు అనుకుంటున్నది పని కాదు. నేను ఎస్టేట్ ఏజెంట్‌గా ఉన్నాను. పెద్ద న్యూరో సర్జన్ కాదు. చేసే ఉద్యోగం చిన్న వయసులో కలలుగనే రకమేమీ కాదు. అయినా స్వంతదారులు లేని సమయంలో ఆ మరీ పెద్ద ఇళ్లలో తిరగడం, పాలరాతి వర్క్‌టాప్‌ల మీద వేళ్లతో తడమడం, వాక్ ఇన్ వార్డ్‌రోబ్‌లోకి దొంగతనంగా తొంగి చూడడం, అన్నీ నచ్చేవి. నేనుగాని అటువంటి ఇళ్లలో అటువంటి బతుకు, బతకగలిగితే, ఎట్లాగుంటుంది' అని ఊహించేదాన్ని. అప్పుడు నేను ఎటువంటి మనిషిగా ఉంటాను, అంచనావేసేదాన్ని. ఒక సంతానాన్ని కని, పెచండంకంటే, ముఖ్యమయిన ఉద్యోగం వేరే లేదని తెలుసు. సమస్యంతా ఆ పనికి ఎవరూ విలువకట్టక పోవడమే. ఈ క్షణంలో నేను అనుకుంటున్న అర్థం, ఆర్థికపరం కాదు. డబ్బులు, జీతాల గురించి కాదు. మరిన్ని డబ్బులు ఉండాలి.

అప్పుడు ఆ ఇంటిని వదిలి, ఈ రోడ్‌ను వదిలి వెళ్లిపోవచ్చు. నా ఆలోచన అంత సింపుల్.

మరీ అంత సింపుల్ కూడా కాదేమో. టామ్ పనికి వెళ్లిపోయిన తర్వాత కిచెన్ టేబుల్ వద్ద ఎవీకి బ్రేక్‌ఫాస్ట్ అనే యుద్ధానికి కూచున్నాను. ఒట్టేసి చెపుతున్నాను, రెండు నెలల కింద, అది ఏంపెట్టినా తినేది. ఇప్పుడు స్ట్రాబెరీ యోగర్ట్ కాదంటే తినేది లేదన్న మాట. మామూలే అని తెలుసు. తల వెంట్రుకలలో నుంచి గుడ్డు సొనను తొలగించుకుంటూ ఈ మాటే అనుకుంటాను. కింద పాకుతూ చెంచాలూ, గిన్నెలూ పోగు చేసుకుంటూ, మామూలే అనుకుంటాను. మామూలే నని, నాకు నేను చెప్పుకుంటాను.

చివరికి ఏదో రకంగా తిండి ముగుస్తుంది, ఎవీ తన మానాన తాను ఆడుకుంటూ ఉంటుంది. ఒక్క నిమిషం పాటు ఏడవడానికి స్వేచ్ఛ దొరుకుతుంది. అయితే ఆ కన్నీళ్లను అంతగా కారనివ్వను. టామ్ లేకుంటేనే అవి వస్తాయి. కొన్ని క్షణాల్లో గుండె బరువు తగ్గుతుంది. తరువాత ముఖం కడుక్కుంటున్నాను. ముఖంలో అలసట స్పష్టంగా తెలిసింది. అంతా అస్తవ్యస్తంగా, కష్టపడినట్టు, భయంకరంగా తోచింది. అప్పుడు తిరిగి ఆలోచన. ఒక డ్రెస్ వేసుకుని, హైహీల్స్ వేసుకుని, జుట్టు బ్లో డ్రై చేసుకుని, చక్కగా మేకప్ వేసుకుని వీధిలో తిరగవలసిన అవసరం మనసులో మెదులుతుంది.

అప్పుడు మగవాళ్లంతా తిరిగి తిరిగి నా వంక చూస్తారు మరి.

పనిలేదన్న లోటు తెలుస్తుంది. దాంతోబాటు నేను పనికి ఇచ్చుకున్న ప్రాముఖ్యం తెలుస్తుంది. సంపాదనగల ఆ సమయంలోనే టామ్‌తో పరిచయం కుదిరింది. కేవలం ఒకతనికి మిస్ట్రెస్‌గా ఉండగలిగే అవకాశం లేదని లోటు తోస్తుంది. నాకంతా సరదాగా తోచింది. ఇష్టమనిపించింది. అందులో నిజానికి నాకేనాడు తప్పు చేసిన భావం కలగలేదు. అట్లా కలిగినట్టు నటించానంతే. పెళ్లయిన స్నేహితురాళ్లంతా భయంలో బతుకుతుండేవారు. వారి ముందు నటించాలి. ఆఫీసులో అందమయిన అమ్మాయి ఒకర్తె ఫుట్‌బాల్ గురించి మాట్లాడేది. సగం జీవితం జిమ్‌లో గడిపేది. వాళ్లతో మాత్రం, నిజమే, నాకు అదేమంతనచ్చలేదు, అతని భార్యపట్ల నాకూ సానుభూతి ఉంది, ఇదంతా జరుగుతుందని నేను ఎన్నడూ అనుకోలేదు, ఏదో ప్రేమలో పడిపోయాము. మరేం చేయగలము? అని తీరాలి. నిజానికి నేను రేచల్ గురించి బాధపడలేదు. తన

తాగుడు, మొగుణ్ణి సాధించే పద్ధతి తెలియకముందు కూడా. అతని బతుకును అది దుర్భరం చేసిందని తెలిస్తే ఆమె గురించి ఎందుకు బాధ? ఆమె అసలు నా దృష్టిలో వాస్తవం కాదు. నా ఆనందంలో నేనున్నాను. భార్యగాక మగవాడిని ఆకర్షించిన మరో ఆడది, అనిపించుకోవడంలో ఒక గొప్పదనం ఉంది. కాదన్నందుకు వచ్చేదేమీ లేదు. నీ వల్ల అతను భార్యను మోసం చేసేవరకు చేరాడంటే మాటలు కాదు. ఆమెమీద తనకు ప్రేమ ఉన్నా నీదే పైచేయి. అంటే నీనుంచి పుట్టే ఆకర్షణ తప్పించుకోవడం వీలుగానంత ఉందని అర్థం.

నేను ఒక ఇల్లు అమ్ముతున్నాను. క్రాన్‌హోమ్ స్ట్రీట్‌లో నంబర్ ముప్పై నాలుగు. అందులోకి మారడం కష్టంగా ఉంది. కొనడానికి ఆసక్తి కనబరిచిన అతనికి మార్ట్‌గేజ్ దొరకలేదు. ఏదో అప్పిచ్చే వాళ్ల సర్వే సమస్య. అందుకని మేము ఒక స్వతంత్ర సర్వేయర్‌ను ఏర్పాటు చేశాము. కేవలం వ్యవహారం సవ్యంగా ఉంది. అనిపించడానికి. అమ్ముతున్నవారు ముందే మారిపోయారు. ఇల్లు ఖాళీగా ఉంది. నేను అక్కడ ఉండి, అతడిని అందులోకి రానివ్వవలసి వచ్చింది.

అతనికొరకు తలుపు తెరిచిన మరుక్షణం నుంచి నాకు తెలిసిపోతూ ఉంది, అక్కడది జరిగి తీరుతుందని. అంతకుముందు ఎప్పుడూ అట్లా చేసింది లేదు. అట్లాంటి వ్యవహారం కలల్లో కూడా లేదు. కానీ అతను నన్ను చూచిన ఆ చూపులో ఏదో ఉంది. నవ్విన తీరులో ఉంది. మేం భరించలేకపోయాము. వంటింట్లో కౌంటర్ అంచున ఆనుకుని కానిచ్చాము. నిజంగా పిచ్చివ్యవహారం. మరి మేము అట్లాగే ఉన్నాము మరి. అతను నాతో ఎప్పుడూ, అదే మాట అనేవాడు. తెలివిగలిగి ఉంటానని అనుకోవద్దు ఆనా. ముఖ్యంగా నీతో అని.

ఎవీని ఎత్తుకున్నాను. ఇద్దరం కలిసి గార్డెన్‌లోకి వెళ్లాము. ఆమె తన చిన్న ట్రాలీని అటుయిటు తోస్తున్నది. ఆటలో హాయిగా నవ్వుకుంటున్నది. పొద్దున్న చేసిన హఠం అంతా మాయమైంది. పాప నన్నుచూచి నవ్వినప్పుడల్లా గుండె ధడాలున పేలుతుందేమో అనిపిస్తుంది. ఉద్యోగానికి పోవడం లేదని ఎంతగా అనుకున్నా గానీ, ఈ ఆనందం లేకుంటే లోటు మరింత తెలుస్తుంది. ఆ పరిస్థితి మరెప్పుడూ వచ్చే ప్రశ్నలేదు. పాపను మరెవరికో అప్పజెప్పే ప్రశ్న ఇకలేదు. ఆ మనిషి ఎంతటి అనుభవం గలది, అందరూ మెచ్చినది అయినా సరే, నా బిడ్డను నేను మరొకరికి వదలను. ముఖ్యంగా మేగన్ వ్యవహారం తరువాత.

సాయంత్రం

టామ్ సాయంత్రం వచ్చేసరికి ఆలస్యం అవుతుందని టెక్స్ చేశాడు. క్లయింట్‌ని డ్రింక్ కోసం తీసుకుపోవాలన్నాడు. ఎవీ, నేనూ సాయంత్రం వాక్‌కు సిద్ధమవుతున్నాము. మేం బెడ్‌రూమ్‌లో ఉన్నాము. అది టామ్ నేను ఉండే గది. తన డ్రెస్ మారుస్తున్నాను. వెలుతురు అందంగా ఉంది. చక్కని ఆరెంజ్ వెలుగు ఇల్లంతా పరుచుకుంటున్నది. సూర్యుడు మబ్బు వెనుకకు పోగానే ఒక్కసారిగా అంతా రంగు మారిపోయింది. గది వేడి కాకూడదని బ్లైండ్స్ సగం మూసేశాను. తెరుద్దామని వెళ్లాను. సరిగ్గా అప్పుడే రేచల్ కనిపించింది. రోడ్ అటుపక్క నిలబడి మా ఇంటివేపే చూస్తున్నది. చటుక్కున కదిలి స్టేషన్ దిక్కుగా నడవసాగింది.

బెడ్ మీద కూర్చున్నాను. కోపంతో వణుకుతున్నాను. అరచేతుల్లోకి గోళ్లు గుచ్చుకుంటున్నాను. ఎవీ కాళ్లు గాలిలో తన్నుతున్నది. తనను ఎత్తుకుందాము అని కూడా తోచడం లేదు, కోపం కారణంగా,ఎత్తుకుంటే తనను నలిపేస్తానేమోనని మరో పక్క భయం.

అంతా సర్దుతాను అన్నాడు. ఆదివారం ఫోన్ చేశాను, మాట్లాడాము, అన్నాడు. స్కాట్ హిప్‌వెల్‌తో ఒక రకం స్నేహం కుదిరిందని ఒప్పుకున్నదట. అయితే అతనితో మళ్లీ కలిసే ఆలోచనమాత్రం లేదు అన్నదట. మా ఇంటి ప్రాంతాలకు కూడా రాను అన్నదట. ప్రామిస్ చేసింది, అన్నాడు టామ్. తాను ఆ సంగతి నమ్ముతున్నాను అన్నాడు. తాను చాలా అర్థం గలిగిన మాటలు అన్నది. తాగినట్టు కనిపించలేదు, అదుపులేని మాటలు లేవు, భయపెట్టడాలు లేవు, అన్నాడు. మళ్లీ తన వద్దకు రమ్మని అడగను కూడా అడగలేదట. తాను మారుతున్నది అనుకుంటున్నాను, అన్నాడతను.

నాలుగుమార్లు గట్టిగా శ్వాస పీల్చాను. ఎవీని ఒడిలోకి తీసుకున్నాను. కాళ్లమీద పడుకోబెట్టుకున్నాను. తన చేతులను నా చేతులతో పట్టుకున్నాను.

'చాలా అయింది, అనుకుంటాను. కాదంటావా, పాపాయ్?'

అలసట కలిగించే వ్యవహారం. ఏదో పరిస్థితులు సర్దుకుంటున్నాయిలే అనుకున్న ప్రతిసారీ, రేచల్ సమస్య తీరిందిలే అనుకున్న ప్రతిసారీ, అదుగో మళ్లీ ప్రత్యక్షమవుతుంది. అది ఒకనాటికి మమ్మల్ని వదలదు, అనిపిస్తుంది నాకు. నాలోపల ఎక్కడో లోతున ఒక కుళ్లిన బీజం నాటినట్లుంది. టామ్, ఇక ఏం ఫరవాలేదు, అంటాడు. అంతా బాగుంటుంది, అంటాడు. ఇక ఆమె మనల్ని

ఎప్పుడూ వేధించదు అంటాడు. కానీ అది వచ్చేస్తుంది. దాన్ని దూరంగా పెట్టడానికి చేయగలిగినంత చేస్తున్నాడా, అసలు అనిపిస్తుంది. లేక అతని మనసులో కొంత భాగం, ఎక్కడో లోతుల్లో ఉంటే ఉండనీ, అది వదలక పోతేనేమి అనుకుని, ఆమెను ఇష్టపడుతున్నాడా?

కిందకు వెళ్లాను. డిటెక్టివ్ సార్జెంట్ రైలీ కార్డ్ కోసం వంటింటి డ్రాయర్లన్నీ గాలించాను. మనసు మారడానికి సమయం ఇవ్వకుండా, వెంటనే నంబర్ డయల్ చేశాను.

బుధవారం 14 ఆగస్ట్ 2013

ఉదయం

పడకలో అతని చేతులు నా పిరుదుల మీద, అతని ఊపిరి నా మెడకు వెచ్చగా తగులుతూ. అతని చర్మం చెమటతో నా చర్మానికి తగులుతూ. 'ఈ మధ్యన ఇది తగినంత చేయడం లేదు, మనం' అన్నాడతను.

'తెలుసు'

'మనం ఎక్కువ సమయం కలిసి గడపాలి'

'నిజమే'

'నీవు లేకుంటే తెలుస్తుంది. ఇది చేయకుంటే తెలుస్తుంది. ఇది నాకు కావాలి.'

నేను దొర్లి అతడిని పెదవుల మీద ముద్దాడాను. కళ్లు మాత్రం గట్టిగా మూసుకున్నాను. అతనికి చెప్పకుండానే పోలీస్‌లకు ఫోన్ చేసిన తప్పుభావం కనిపించగూడదుమరి.

'మనం ఎక్కడికయినా పోవాలి. ఇద్దరం మాత్రమే. ఏకాంతంగా ఉండాలి' గొణిగాడు

ఎవీని ఏంచేయాలని వెంటనే అడిగాను. మీ అమ్మానాన్నలతో అసలు నీవు మాట్లాడవు. లేదంటే, మా అమ్మ, ఆమె తనను తానే చక్కబెట్టుకునే బలం లేనిది.

ఆ మాట అనలేదు. ఏ మాటలూ అనలేదు. మళ్లీ తనను ముద్దుపెట్టుకున్నాను, అంతే. అతని చెయ్యి కిందకు జారి తొడమీద చేరి గట్టిగా పట్టుకుంది.

'ఏమంటావ్? ఎక్కడికి పోవాలనుంది? మారిషస్? బాలి?'

నవ్వాను.

'సీరియస్‌గా అడుగుతున్నాను,' అంటూ వెనక్కు జరిగి నాకళ్లలోకి చూచాడు.' వెళ్లాలి ఆనా. నీకది అవసరం. ఈ సంవత్సరమంతా కష్టంగా గడిచింది. కాదంటావా?' అన్నాడు

'కానీ...'

'ఏంటి, కానీ?' చక్కని నవ్వు తన పద్ధతిలో విసిరాడు. 'ఎవీకి ఏదో ఏర్పాటు చేద్దాం. బెంగపెట్టుకోకు' అన్నాడు.

'టామ్, మరి డబ్బు సంగతి?'

'ఏం సమస్య లేదు.'

'కానీ....,' ఈమాట అనాలని లేదు. అనకుండా ఉండలేను. 'ఇల్లు మారడానికి కూడా తగినంత డబ్బులేవు. కానీ మారిషస్ లేదా బాలీలో హాలిడే చేయడానికి మాత్రం ఉన్నాయి.'

బుగ్గలు పూరించాడు. నెమ్మదిగా వదిలాడు. నా నుంచి దూరం దొర్లాడు. మాట అని ఉండగూడదు. బేబీ మానిటర్ గోల చేసింది. ఎవీ నిద్ర లేచిందన్నమాట.

'నేను తెస్తాను' అంటూ లేచి గది వదిలిపోయాడు.

బ్రేక్‌ఫాస్ట్ దగ్గర ఎవీ తన మొండిసాగిస్తున్నది. తిండి వద్దనడం, ఇప్పుడు తనకు ఒక ఆటగా మారింది. తల తిప్పుతుంది. గడ్డం ఎత్తుతుంది. పెదవులు గట్టిగా బిగబడుతుంది. చిన్నారి చేతులతో గిన్నెను తోసేస్తుంది. టామ్ ఓపిక త్వరగా అడుగంటుతుంది.

'దీనికంతా నాకు సమయంలేదు. నీవే పడాలి' అంటూ అతను లేచిపోతాడు. స్పూన్ నాకు అందిస్తాడు. తన ముఖంలో బాధ కదలాడుతుంది.

నేను గట్టిగా శ్వాస పీల్చాను.

సరేమరి. తను అలసి ఉంటాడు. బోలెడు పని మరి. హాలిడే కలలలోకి నేను తోడు రాలేదని కొంత మనస్తాపం కూడా. అయితే, సరే అనడానికి లేదక్కడ. నేను కూడా అలసిపోతాను. డబ్బు, మా పరిస్థితి గురించి మాట్లాడాలని నాకు కూడా ఉంది. అతను లేచి గది నుంచి దూరం పోతే సంగతి అయిపోదు. అయితే నేను మాత్రం ఆ మాట అనను. దానికి బదులు నాకు నేను చేసుకున్న ప్రామిస్‌ను బ్రేక్ చేస్తాను. రేచల్ ప్రసక్తి తెస్తాను.

'అది మళ్లీ చుట్టు పక్కల తచ్చాడుతున్నది. మొన్న నెప్పుడో ఏదేదో చెప్పాను అన్నావుగదా. అదేదీ పని చేయలేదు.'

అతను తీవ్రంగా నా వంక చూచాడు. ఏమిటి అర్థం, తచ్చాడుతున్నది అంటే?'

'గడిచిన రాత్రి అది ఇక్కడికి వచ్చింది. సరిగ్గా మన ఇంటి ఎదుట వీధిలో నిలబడి ఉంది.'

'తనతో మరెవరయినా ఉన్నారా?'

'లేదు, ఒంటరిగా ఉంది. ఎందుకని అట్లా అడిగావు?'

బూతుమాట అన్నాడు. ముఖం రంగు ముదిరింది. కోపం వచ్చిందని అర్థం. 'దూరం ఉండమని చెప్పాను. మరి సంగతి రాత్రే ఎందుకు చెప్పలేదు?'

'నిన్ను కలవరపరచగూడదని.' నెమ్మదిగా అన్నాను. మాట ఎత్తినందుకు బాధగా ఉంది.

'జీసస్?' అన్నాడు. కాఫీ కప్ ధడాలున సింక్‌లోకి వేశాడు. చప్పుడుతో ఎవీ భయపడింది. ఏడవసాగింది తను.

అంతటితో కాలేదు, 'నీకు ఏమని చెప్పాలో తెలియదు. నిజంగా తెలియదు. నేను మాట్లాడినప్పుడు తన బాగుంది, చెప్పిందంతా విన్నది. ఇక మీద ఈ చుట్టుపక్కలకు రాను, అన్నది. బాగా ఆరోగ్యంగా కనిపించింది. మళ్లీ మామూలుగా.'

'బాగా కనిపించిందా?' అడిగాను. అటు తిరిగే లోపలే, పట్టుబడి పోయాను అన్న భావం ఆముఖంలో కనిపించింది.

'ఫోన్‌లో మాట్లాడావు అనుకుంటున్నాను.'

లోతుగా శ్వాస పీల్చాడు. బరువుగా నిట్టూర్చాడు. అప్పుడు నా వేపు తిరిగాడు. ముఖంలో ఏ భావమూ లేదు, 'సరే చెప్పాను, నిజమే. ఎందుకంటే నీవు కోపగించుకుంటావని డార్లింగ్. నేను తనతో కలసి మాట్లాడాను అంటే నీకు నచ్చదు. ఇదుగో చేతులెత్తుతున్నాను. అబద్ధం చెప్పాను. బతుకు బాగా సాగాలని ఏమయినా చేయడం.'

'ఆట పట్టిస్తున్నావా?'

సన్నగా నవ్వాడు. తల అడ్డంగా ఆడిస్తూ నా దిక్కువచ్చాడు. లొంగాను అన్నట్టు, చేతులింకా ఎత్తి ఉన్నాయి. 'సారీ, నన్ను క్షమించు. నేరుగా మాట్లాడదాం

అంది తను. మంచిదేనేమో అనుకున్నాను. తప్పయింది, సరేనా? ఊరికే మాట్లాడాను. ఆష్‌బరీలో ఒక పిచ్చి కాఫీ షాప్‌లో కలిశాం. ఇరవై నిమిషాలు మాట్లాడాము – అరగంటనేమో ఎక్కువ అంటే, ఓకే?'

చేతులు చుట్టూ వేసి నన్ను ఎదమీదకు లాక్కున్నాడు. నేను కదలలేదు. అయితే అతను బలంగలవాడు గద. అతని వాసన బాగుంటుంది. నాకు మరో యుద్ధం అవసరం లేదు. ఇద్దరమూ ఒకే పక్క ఉండాలన్నది నా కోరిక. అయామ్ సారీ, మరోసారి గొణిగాడు.

'ఫరవాలేదులే' అన్నాను.

పోనీ అనుకున్నాను. వ్యవహారాన్ని నేనే పట్టించుకుంటున్నాను గద. నిన్న సాయంత్రమే డిటెక్టివ్ సార్జెంట్ రైలీతో మాట్లాడాను. మాటలు మొదలయిన క్షణంలోనే, నేను చేసింది మంచిపని, అని అర్థమైంది. రేచల్ ఈ మధ్య చాలా సందర్భాలలో స్కాట్ హిప్‌వెల్ ఇంటి నుంచి రావడం చూచాను, అనగానే ఆమె ఆసక్తిగా చూడసాగింది. తేదీ, సమయం వివరాలు అడిగింది. (రెండు సందర్భాలకు ఇవ్వగలను, మిగతా వాటి గురించి కచ్చితంగా చెప్పలేను.) మేగన్ అదృశ్యం కాకముందు నుంచి వాళ్లకు రిలేషన్‌షిప్ ఉందా, అసలు వాళ్లు సెక్స్‌పరంగా సంబంధం కలిగి ఉన్నారా' అడిగింది. నాకు ఆ ఆలోచనే రాలేదని చెప్పక తప్పదు. మేగన్‌ను వదిలి అతను రేచల్‌తో పోతాడంటే అసలు ఊహకు అందని మాట. ఏమయితేనేమి, అతని భార్య ఇంకా భూమిలో చల్లబడలేదేమో ఇంకా. ఎవీ వ్యవహారం గురించి కూడా వివరంగా చెప్పాను. ఎత్తుకుపోయే ప్రయత్నం. ఆమె మరిచిపోయిందేమోనని.

'ఆమె స్థిరత్వం లేని మనిషి. నేను అతిగా రియాక్ట్ అవుతున్నాను, అనుకుంటారేమో. కానీ, నాకుటుంబం సంగతి గనుక రిస్క్ తీసుకోలేను,' అన్నాను.

'అదేమీ లేదు,' అన్నది ఆమె. 'కాంటాక్ట్ చేసినందుకు తాంక్స్, అనుమానాస్పదంగా మరేదయినా కనిపిస్తే నాకు చెప్పండి' అన్నది.

ఆమె విషయంగా ఏం చేస్తారు. నాకయితే తెలియదు. కేవలం హెచ్చరించి వదిలేస్తారేమో? అయినా మంచిదే. అదుపులో ఉండమని ఆజ్ఞలు లాంటివాటి గురించి ఆలోచించలేము. విషయం అంతవరకు పోదని విశ్వాసం. టామ్ పనిలోకి వెళ్లిపోయిన తరువాత ఎవీని తీసుకుని పార్క్‌కు వెళ్లాను. ఊయల మీద, చిన్న కర్రగుర్రాల మీద ఆడుకున్నాము. తనను బగ్గీలో పెట్టాను. వెంటనే నిద్రపోయింది. అంటే షాపింగ్ వెళ్లడానికి అదినాకు సూచన. వెనుక వీధులలో పడి బిగ్

సెయిన్స్‌బరీకి వెళ్లాము. అది చుట్టుదారి కావచ్చు. కానీ ప్రశాంతంగా ఉంటుంది. ట్రాఫిక్ తక్కువ ఉంటుంది. ఎన్నిచేసినా క్రాన్ హామ్ స్ట్రీట్, నంబర్ ముప్పై నాలుగు మీద నుంచి పోక తప్పదు.

ఆ ఇంటి మీదుగా పోతుంటే, నాకు ఇవాళటికీ ఏదో గుబులు పుడుతుంది. కడుపులో సీతాకోకచిలుకలు ఎగురుతాయి అంటారు. నా ముఖంలో చిరునవ్వు, బుగ్గలలో రంగు వచ్చేస్తాయి. ఆ ఇంట్లోకి నేను దూరుతుంటే పక్క వారెవరూ చూడకూడదని, మెట్ల మీద పరుగుపెట్టినంత పని చేసేదాన్ని. బాత్‌రూమ్‌లో దూరి సిద్ధం కావడం, సెంట్ రాసుకోవడం, సులభంగా వదలడానికి వీలుగా ఉండే అండర్‌వియర్ దుస్తులు వేసుకోవడం, అన్నీ గుర్తున్నాయి. ఒక టెక్స్ట్ మెసేజ్ వస్తుంది. అతను తలుపు దగ్గర ఉంటాడు. ఇకపైన బెడ్‌రూమ్‌లో గంట, రెండు గంటలు గడుపుతాము.

తను రేచల్‌కు క్లయింట్‌తో ఉన్నానని చెపుతాడు. లేదంటే స్నేహితులతో బియర్ తాగుతున్నాను అంటాడు. తను చెక్ చేస్తుందని నీకు భయంగా ఉండదా? అని అడుగుతాను. అతను తల అడ్డంగా ఆడిస్తాడు. ఆలోచన అనవసరం అంటాడు. నేను చాలా బాగా అబద్ధాలాడగలను, అన్నాడొక సారి నవ్వుతూ. తాను ఒక వేళ చెక్ చేసినా తనకు ఇవాళటి సంగతి రేపటికి గుర్తుండదు. రేచల్ సంగతి అంతే అన్నాడొక సారి. అప్పుడు నాకు అతని పరిస్థితి గురించి అర్థం కావడం మొదలయింది.

ఆ మాటలను గుర్తు చేసుకుంటే ముఖంమీద నవ్వు తుడుచుకుపోతుంది. వేళ్లు నా పొట్టమీద కదిలిస్తూ టామ్ కుట్ర నవ్వు నవ్వేవాడు. నేను మంచి అబద్ధాల కోరును, అనేవాడు. అవును తను అబద్ధాలు బాగా చెప్పగలుగుతాడు. చక్కగా, సహజంగా. అతనట్లా చేయడం నేను చూచాను. ఉదాహరణకు చెక్ ఇన్ సిబ్బందికి మేము హనీమూనర్స్ అని చెప్పి నమ్మించేవాడు. ఇంట్లో ఏదో ఎమర్జెన్సీ వచ్చిందని చెప్పి ఎక్స్‌ట్రా గంటల పని తప్పించుకుని వచ్చేసేవాడు. అందరు చేస్తారు, అటువంటి పనులు. కానీ టామ్ చేసినప్పుడు, అందరికీ నమ్మకం కలుగుతుంది.

ఉదయం బ్రేక్‌ఫాస్ట్ గుర్తుకు వచ్చింది. అయితే అక్కడ నేను తన అబద్ధం పట్టేశాను. అతను ఒప్పేసుకున్నాడు కూడా. కనుక నాకు చింతపెట్టుకోవడానికి ఏమీలేదు. నన్ను మోసగించి అతను రేచల్‌తో పోవడం లేదు. ఆలోచనే హాస్యం

పుట్టించగలది. అది ఒకప్పుడు ఆకర్షణతో ఉండేదేమో. మొదట్లో తను కలిసినప్పుడు ఆమె చాలా అందంగా ఉండేది. నల్లని పెద్ద కళ్లు, ఒంట్లో చక్కని వంపులు – ఇప్పుడది లావెక్కిపోయింది. ఏమయినా గానీ, టామ్ తిరిగి దాని వద్దకు పోనేపోడు. వాళ్ల మధ్యన ఎంతో జరిగింది. అని అతగాడిని వేధించింది. నడిరాత్రి ఫోన్ కాల్స్, హాంగప్స్, మెసేజెస్ అన్నీ.

టిన్‌డ్ వస్తువుల ర్యాక్‌ల మధ్య నిలుచుని ఉన్నాను. ఎవీ ఇంకా బగ్గీలో నిద్రపోతున్నది. ఇక నేను ఆ ఫోన్‌కాల్స్, గురించి ఆలోచించసాగాను. ఒకసారి, రెండు సార్లేనా? నేను నిద్రలేస్తాను. బాత్‌రూమ్‌లో లైట్ వెలుగుతూ ఉంటుంది. తనగొంతు, తగ్గుస్థాయిలో నెమ్మదిగా వినపడుతుంది. ఆ తలుపులు వెనుక. అతను దాన్ని సముదాయిస్తున్నాడు. అది నాకు తెలుసు. కొన్నిసార్లు తనకు బాగా కోపం వస్తుంది. అదేమో, నేరుగా మీ ఇంటికి వస్తున్నాను అని భయపెడుతుంది. ఆఫీస్‌కు వస్తానంటుంది. ట్రెయిన్ కింద పడతాను అంటుంది. అతను అబద్ధాలు బాగా ఆడతాడేమో గానీ, నిజం చెపుతుంటే మాత్రం నాకు తెలిసిపోతుంది. నన్ను అతను మోసగించడు.

సాయంత్రం

ఆలోచిస్తుంటే మాత్రం, ఫూల్‌ను అవుతాను. రేచల్‌తో ఫోన్‌లో మాట్లాడాను, అన్నాడు. తన బాగున్నట్లు వినిపించింది అన్నాడు. నేను క్షణం కూడా అనుమానించలేదు. సోమవారం సాయంత్రం ఇంటికి వచ్చాడు. ఇవాళ ఎట్లాగడిచింది, అంటూ అడిగాను. ఉదయం జరిగిన చికాకు మీటింగ్ గురించి చెప్పాడు. సానుభూతిగా విన్నాను. అసలు ఆ సమయంలో మీటింగ్ ఏదీ జరగలేదని, అంతసేపు తాను ఆష్‌బరీలో మొదటి పెళ్లాంతో ఉన్నాడని క్షణం అనుమానించలేదు. డిష్‌వాషర్ నుంచి వస్తువులు తీస్తున్నప్పుడు ఈ సంగతి గురించి ఆలోచిస్తున్నాను. ఎవీ పడుకుని ఉంది. క్రాకరీ, కట్లరీ కొట్టుకుంటే గోలకు తను లేచి ఏడుస్తుంది. కనుక చాలా జాగ్రత్తగా వాటిని తీసి సర్దుతున్నాను. అతను నన్ను పిచ్చిదాన్ని చేస్తాడు. అతను అన్ని సమయాల్లో అన్ని సంగతుల గురించి వందశాతం నిజం చెప్పడు అని నాకు తెలుసు. వాళ్ల అమ్మానాన్నల వ్యవహారం

గురించి ఆలోచించాను. వాళ్లను పెళ్లికి పిలిచాడు. తాను రేచల్‌ను వదిలినందుకు కోపంగా ఉన్నారు గనుక వాళ్లు రాము పొమ్మన్నారు. అది నాకు కొంచెం అదోరకంగా తోచింది. వాళ్ల అమ్మగారితో నేను రెండు మార్లు మాట్లాడాను. నాతో మాట్లాడినందుకు ఆమెకు సంతోషం కలిగింది అనిపించింది. ఆమె మంచిమనిషి. నా గురించి, ఎవీ గురించీ ఆసక్తి చూపింది.

'త్వరలోనే తనను మేము చూడగలుగుతాము, అనుకుంటున్నాను,' అన్నదామె. ఆ మాట టామ్‌తో చెపితే పట్టించుకోలేదు. 'తమను నేను రమ్మని పిలిచేలా మాట్లాడింది. పిలిస్తే మాత్రం రాను అంటుంది, పవర్ గేమ్స్' అన్నాడు. ఆమె మాత్రం పవర్‌గేమ్స్ ఆడే మనిషిలాగ అనిపించలేదు. అయినా సంగతి, గురించి నేనంతగా ఒత్తిడి చేయలేదు. వేరేవారి కుటుంబాల సంగతులు చాలా చోట్ల అంతుబట్టవు. వాళ్లను దూరం ఉంచడానికి అతని కారణం అతనికి ఉంటుంది. తన ఆలోచనలన్నీ నన్ను, ఎవీని కాపాడడం మీదే కేంద్రీకరించి ఉంటాయి.

అయితే, అది నిజమా అని ఇప్పుడెందుకు బుర్ర చించుకుంటున్నాను? ఈ ఇల్లు, ఈ పరిస్థితి, ఇక్కడ జరిగే అన్ని సంగతులు, అన్నీ కలిసి నాకు నా మీదనే అనుమానం పుట్టేట్టు చేస్తున్నాయి. అందరినీ అనుమానిస్తున్నాను. జాగ్రత్తగా ఉండకపోతే పిచ్చెత్తిపోతాను. నేనుకూడా దానిలాగే, రేచల్‌లాగే అయిపోతాను.

డ్రాయర్‌లోంచి దుప్పట్లు తీయాలని ఇక్కడే కూచుని చూస్తున్నాను. టీవీ పెట్టి ఫ్రెండ్స్ ఎపిసోడ్ ఏదయినా కనిపిస్తే చూడాలి, అనుకుంటున్నాను. యోగా వ్యాయామం చేయాలి అనుకుంటున్నాను. మంచం పక్కన బల్లమీద వదిలిన నవల చదవాలి అనుకుంటున్నాను. గడిచిన రెండు వారాలలో అందులోని పన్నెండు పేజీలు మాత్రమే చదవగలిగాను.

లివింగ్ రూమ్‌లో కాఫీ టేబుల్‌పై ఉన్న టామ్ ల్యాప్‌టాప్ గురించి ఆలోచించాను.

ఎన్నడూ చేయని పనులను అప్పుడు నేను చేశాను. రాత్రి తెరిచిన రెడ్ బాటిల్ తీసి ఒక గ్లాస్ పోసుకున్నాను. తన లాప్‌టాప్ తెచ్చాను. ఆన్ చేసి పాస్‌వర్డ్ గెస్ చేసే ప్రయత్నంలో పడ్డాను. అది చేసిన పనులన్నీ నేను చేస్తున్నాను. అవి ఒంటరిగా తాగడం, అతని వ్యవహారాలను దొంగచాటుగా చూడడం. ఆ పనులు అది చేసింది. ఆ సంగతిని అతను అసహ్యించుకున్నాడు. అయితే ఈ మధ్య ఎప్పుడో కాదు, ఈ ఉదయం, అన్నీ మారిపోయినయి. తను అబద్ధాలు ఆడితే, నేను చెక్‌చేస్తాను.

అందులో తప్పేమీ లేదు. కాదంటారా? నాకూ కొంత పాటి న్యాయం అందాలి. అందుకే పాస్‌వర్డ్ కొరకు ప్రయత్నిస్తున్నాను. రకరకాల కలయికలతో పేర్లన్నీ వాడి పరీక్షించాను. నాది, తనది; తనది ఎవీది, నాదీ ఎవీది, ముగ్గురి పేర్లు కలిసి, తిరగేసి అన్నీ ప్రయత్నించాను. మా పుట్టినరోజులు వేరువేరు కలయికలతో పరీక్షించాను. ఆనివర్సీలు, మొదటి సారి ఇద్దరం కలిసిన రోజు, మొదటి సారి సెక్స్‌చేసిన రోజు. క్రాన్‌హామ్ వీధి ముప్పైనాలుగు నంబర్, ఇరవై మూడు నంబర్, అంటే ఈ ఇల్లు. అంతటితో ఆగక ఔట్‌ఆఫ్ ద బాక్స్ ఆలోచనలు సాగించాను. చాలా మంది ఫుట్‌బాల్ టీమ్‌ల పేర్లు పాస్‌వర్డ్‌గా వాడుకుంటారు, అనుకున్నాను. కానీ టామ్‌కు ఆ ఆట మీద అంత ఆసక్తి లేదు. తనకు క్రికెట్ ఇష్టం. కనుక బాయ్‌కాట్, బోతామ్, ఆషెస్ వాడి చూచాను. కొత్తతరం ఆటగాళ్ల పేర్లు నాకు తెలియవు. గ్లాస్ ముగించి మరో అరగ్లాస్ పోసుకున్నాను. నాకిదంతా భలే సరదాగా ఉంది. పజిల్ పూర్తిచేసినట్టు ఉంది. అతను ఇష్టపడే బ్యాండ్స్, సినిమాలు, నటీమణులు అన్ని అయినయి. 'పాస్‌వర్డ్' అనీ '1234' అని కొట్టి చూచాను.

లండన్ ట్రెయిన్ సిగ్నల్ దగ్గర ఆగింది. గట్టిగా కీచుమని చప్పుడయింది. చాక్‌బోర్డ్ మీద మేకుల లాగన్నమాట. పళ్లు బిగబట్టాను. మరోగుక్క వైన్ తాగాను. అప్పుడ, టైమ్ చూచాను. జీసస్, ఇంచుమించు ఏడయింది. ఎవీ ఇంకా నిద్రపోతున్నది. తను ఏ నిమిషమయినా ఇంటికి వచ్చేస్తాడు. తన మరో నిమిషంలో ఇల్లు చేరతాడు, అనుకుంటున్నాను. అంతలో తలుపులో తాళంచెవి తిరిగిన చప్పుడయింది. నా గుండె ఆగింది. చటుక్కున లాప్‌టాప్ మూసేశాను. ఎగిరి నిలుచున్నాను. కుర్చీ ఎగిరి గోల చేసింది. ఎవీ నిద్రలేచి ఏడవసాగింది. తను ఆ గదిలోకి రాకముందే కంప్యూటర్‌ను బల్లమీద పెట్టేశాను. అయినా ఏదో జరుగుతున్నదని తను అర్థం చేసుకుంటాడు. నావేపు అదేపనిగా చూస్తూ 'ఏం జరుగుతున్నది?' అని అడిగాడు.

'ఏంలేదు, ఏంలేదు. పొరపాటున కుర్చీ అడ్డంగా పడిపోయింది' అన్నాను. తను ఎవీని ప్రామ్‌లో నుంచి ఎత్తుకున్నాడు. కాసేపు ముద్దు చేశాడు. ఆలోగా హాల్‌వేలోని అద్దంలో నన్ను నేను చూచుకున్నాను. ముఖం పాలిపోయింది. పెదాల మీద వైన్ రంగు ముదురు ఎరుపు కనబడుతున్నది.

రేచల్

గురువారం, 15 ఆగస్ట్ 2013

ఉదయం

కాతీ నాకు ఒక ఉద్యోగం ఇంటర్వ్యూ ఏర్పాటు చేసింది. తన స్నేహితురాలు ఒకరు స్వంత పబ్లిక్ రిలేషన్స్ సంస్థ పెట్టింది. ఆమెకు ఒక అసిస్టెంట్ కావాలి. అది ఒకరకంగా పేరు పెద్దదిగా వినిపించే సెక్రటరీ ఉద్యోగం. జీతం కూడా అంతంతే. అయినా నాకు ఫరవాలేదు. ఏ రెఫరెన్స్‌లు లేకుండా నాతో మాట్లాడడానికి ఆవిడ సిద్ధంగా ఉంది. అయితే కాతీ నా గురించి కథ ఏదో చెప్పి ఉంటుంది. బ్రేక్‌డౌన్ వచ్చి ప్రస్తుతం పూర్తిగా తేరుకున్నది, ఆరకంగా ఏదో. ఇంటర్వ్యూ రేపు మధ్యాహ్నం ఆవిడగారి ఇంట్లోనే. వెనుక తోటలోని ఒక షెడ్ నుంచి ఆమె తన వ్యాపారం నడిపిస్తుంది. అది విట్నీలోనే ఉండడం అసలు విషయం. అంటే నేను నా పనిని సవరిస్తూ దినమంతా గడపాలి అన్నమాట. తగిన రీతిలో మాట్లాడడం గురించి కూడా ప్రాక్టీస్ చేయాలేమో. ఆ పనిలోనే ఉన్నాను. కానీ అంతలో స్కాట్ ఫోన్ చేశాడు.

'మనం మాట్లాడగలగాలని నమ్మకం పెట్టుకున్నాను' అన్నాడతను.

'అవసరం లేదు... అదీ, మీరు నాతో ఏమీ చెప్పనవసరం లేదు.... జరిగింది పొరపాటని మనకు తెలుసు.'

'నిజం' అన్నాడతను. చాలా దుఃఖంగా ధ్వనించాడు. నా పీడకలల్లో కనిపించే కోపిష్టి స్కాట్ లాగ కాదు. నా మంచం మీద కూచుని, తను చనిపోయిన తంతు

గురించి చెప్పిన మనసు విరిగిన మనిషి మాట అది. 'కానీ నాకు మీతో నిజంగా మాట్లాడాలని ఉంది,' అన్నాడు.

'అవును లెండి, మాట్లాడవచ్చు.'

'ఫోన్‌లో కాదు, ప్రత్యక్షంగా'

'ఓహ్, అన్నాను. ఆ ఇంటికి మరోమాటు పోవడం నాకు అసలు మనసుకు రాని విషయం. 'సారీ కుదరదు'.

'ప్లీస్, రేచల్, చాలా ముఖ్యమయిన విషయం.' మాట నిస్సహాయంగా వినిపించింది. నా పరిస్థితి నాకు తెలుసు. అయినా జాలి కలిగింది. ఏదో వంకపెట్టి తప్పించుకుందామని ప్రయత్నం. అతను మళ్లీ ప్లీస్ అన్నాడు. కనుక ఇక సరే అన్నాను. మాట నోటి నుంచి జారిన మరుక్షణం, ఎందుకన్నాను అనిపించింది.

పత్రికల్లో మేగన్ బిడ్డ – దాని చనిపోయిన మొదటిబిడ్డ గురించి వివరం వచ్చింది. అది ఆ శిశువు తండ్రి గురంచి అనాలి. అతని పేరు క్రేగ్ మెక్‌కెంజీ. అతను నాలుగు సంవత్సరాల కింద స్పెయిన్‌లో కొకేన్ ఓవర్ డోస్ కారణంగా చనిపోయాడు. కనుక అతని ప్రశ్నేలేదు. అయినా అతనెవరో వెతికి వచ్చి హత్యచేశాడంటే నాకు నిజం అనిపించలేదు. ఎప్పుడో చేసిన తప్పులకు శిక్ష వేయదలుచుకుంటే, అది కూడా ఎప్పుడో మునుపే జరిగి ఉండాలి. అయితే, ఇక మిగిలిందెవరు? మామూలు అనుమానితులే. భర్త, ప్రేమికుడు స్కాట్. కాదంటే కమాల్. అదీ కాదంటే వీధిన పోతున్న మరెవరో, సీరియల్ కిల్లర్ కావచ్చు. మొదటి కేస్‌గా దాన్ని పట్టి ఉండవచ్చు. విల్మా మెక్‌కాన్, పాలీన్ రీడ్‌ల లాగ వరుసలో మొదటి హతురాలు అవుతుందా? అయినా హత్య చేసింది మగమహరాజే కావాలని ఎవరన్నారని? అది అంతగట్టి మనిషి కాదు. అదే మేగన్ హిప్‌వెల్. పిచుకలాగ, చిన్నకాయం. దాన్ని పడగొట్టడానికి ఎంతకావాలి?

అతను తలుపు తెరవగానే ముందుగా వాసన తెలిసింది. చెమట, బియర్ రెండూ కలిసిన కంపు. అందులో దాగి మరేదో కంపు ఉంది. కుళ్లు వాసన. ట్రాక్ సూట్ బాటమ్స్, మరకలు పడిన గ్రే టీషర్ట్ వేసుకుని ఉన్నాడు. తల జిడ్డుగా ఉంది. జ్వరం మనిషిలాగ ఉంది శరీరం, చర్మం.

'బాగానే ఉన్నారా?' అడిగాను. ఇకిలించినట్లు నవ్వాడు. తాగుతున్నాడు అర్థమైంది.

'బాగున్నాఉ, రండి, లోపలికి రండి'. ఇష్టం లేదు. అయినా వెళ్లాను.

వీధి వైపు కిటికీ తెరలు వేసి ఉన్నాయి. లివింగ్ రూమ్‌లో ఒక రకం ఎర్రని వెలుగు నిండి ఉంది. వేడి, వాసనలకు తగినట్టు కుదిరిందది.

స్కాట్ కిచెన్‌లోకి నడిచాడు. ఫ్రిజ్ తెరిచి ఒక బియర్ తీశాడు.

'రండి కూచోండి. డ్రింక్ తాగండి,' అన్నాడు. అతని ముఖంమీద నవ్వు అట్లాగే ఉంది. అందులో సంతోషం లేదు. అతని ముఖంలో కూడా ఏదో తేడా కనిపించింది. శనివారం ఉదయం కూడా అదే ఎదురుతిరిగే తీరు కనిపించింది.

మా కలయిక తరువాతన్నమాట. అదింకా నిలిచి ఉంది.

'ఎక్కువ సేపు ఉండలేను. ఉద్యోగం ఇంటర్వ్యూ ఉంది రేపు. తయారు కావాలి' చెప్పాను.

'నిజంగానా?' కనుబొమ్మలు ఎత్తాడు. తాను కూచుని ఒక కుర్చీ నా దిక్కు తన్నాడు. 'కూచుని ఒక డ్రింక్ తాగండి,' అన్నాడు. అది ఆజ్ఞ, అభ్యర్థన కాదు. ఎదురుగా కూచున్నాను. బియెర్ బాటిల్ నావేపు నెట్టాడు. తీసుకుని ఒక గుక్క తాగాను. బయట కేకలు వినబడుతున్నాయి. పిల్లలు ఏదో గార్డెన్‌లో ఆడుకుంటున్నారు. వాటితో దూరంగా ట్రెయిన్ చప్పుడు.

'నిన్న డీఎన్ఏ రిపోర్ట్ వచ్చింది' అన్నాడు స్కాట్

'రాత్రి డిటెక్టివ్ సార్జెంట్ రైలీ వచ్చారు,' నేనేదో అనాలని ఆగినట్టుంది. ఏమంటే ఏ పొరపాటో తెలియదు. అందుకే ఊరుకున్నాను. కడుపులోని బిడ్డ నాది కాదు. ఆ బిడ్డ నా వల్ల కాదు. చిత్రం ఏమిటంటే కమాల్ బిడ్డ కూడా కాదు. అతను నవ్వాడు. అంటే అది మరో మగాడితో పోయిందన్నమాట. నమ్మగలరా? భయంకరమయిన అదే నవ్వు. మీకు ఇదంతా ఏమీ తెలియదు. అంతే గదూ? మరో భడవ గురించి? మరొక మనిషి గురించిన సంగతి మీ ముందు విప్పి చెప్పలేదు తను. చెప్పిందా?' ముఖంలోని ఆ నవ్వు జారిపోతున్నది. నాకేదో చెడ్డ భావన తోచింది. చాలా చెడ్డ భావన. లేచి తలుపు వేపు ఒక్క అడుగువేశాను. కానీ, అతను అడ్డంగా వచ్చి నిలుచున్నాడు. చేతులతో నా ముంజేతులను పట్టుకున్నాడు. నన్ను కుర్చీలోకి తోశాడు.

'కూచోమంటున్నాను.' బూతు మాట వాడాడు. భుజం నుంచి నా బాగ్ లాగి గదిలో ఒక మూలకు విసిరాడు.

'స్కాట్, ఇదంటా ఏమిటి--'

'కమాన్!' అరుస్తూ నా మీదకు వంగాడు. 'నీవు మేగన్ మంచి ఫ్రెండస్ గద! దాని లవర్స్ సంగతులన్నీ నీకు తెలుసుండాలి.'

అతనికి తెలుసు, తలలో ఆలోచనలు తిరుగుతున్నాయి. వంగి చూస్తున్నాడు. మార్పు తనకు అర్థమయి ఉంటుంది. అతని ఊపిరి కంపు నా ముఖంలో నిండింది. 'కమాన్ రేచల్ చెప్పు!' అరిచాడు.

తల అడ్డంగా ఆడించాను. ఒక చెయ్యి కదిలించాడు. బియర్ బాటిల్ అందుకున్నాడు. అది జారిపడి ముక్కలయింది.

'నువ్వు అసలు దాన్ని కలిసిందేలేదు!' బూతు మాట అన్నాడు. 'నీవు చెప్పిందంతా అబద్ధం' అరిచాడు.

తల తప్పించుకుంటూ లేచి నిలిచాను. 'అయామ్ సారీ, అయామ్ సారీ' గొణిగాను. టేబుల్ అవతలికి చేరాలని ప్రయత్నంలో ఉన్నాను. నా బాగ్ తీసుకోవాలి. నా ఫోన్ కూడా. కానీ అతను నా చెయ్యి మళ్లీ పట్టుకున్నాడు.

'ఎందుకిదంతా? ఏం కారణం నీ పనులకు? నీకేమయినా పిచ్చెత్తిందా?'

నన్నే చూస్తున్నాడు. కదలకుండా చూస్తున్నాడు. నాకు దిక్కులేని దడ పుట్టింది. అయితే, అతని ప్రశ్న అర్థం లేనిది కాదని కూడా తెలుసు. నేను సంజాయిషీ చెప్పుకోవాలి. అందుకే నాచేతిని లాక్కోలేదు. అతని వేళ్లు నా చేతిలో గుచ్చుకుంటున్నా ఊరుకున్నాను. స్పష్టంగా, ప్రశాంతంగా మాట్లాడాలని ప్రయత్నం. ఏడుపు, భయం వద్దని ప్రయత్నం.

'మీకు కమాల్ గురించి తెలియాలన్నది నా బాధ. నేను వాళ్లిద్దరూ కలిసి ఉండడం చూచాను. చెప్పాను గద. నేనేదో ట్రెయిన్ నుంచి చూచిన అమ్మాయిని మాత్రమే అయితే మీకు నమ్మకం కలగదు. అందుకని-----'

'ఏమిటి అందుకని?' నాకు దారి యిస్తున్నట్టు అటు తిరిగాడు. 'నీకు కావలసింది ఏమిటో నీవు చెప్పావు....' అతని గొంతు కొంత మెత్తబడింది. మనిషి నెమ్మది అవుతున్నాడు. నేను లోతుగా ఊపిరి పీల్చాను. గుండె వేగం తగ్గాలని ఆప్రయత్నం.

'నేనేదో మీకు సాయం చేయాలి, అనుకున్నాను. పోలీస్‌లు ఎంత సేపు భర్తను అనుమానిస్తారని తెలుసు. ఇక మీకు తెలిస్తే – మరొకతను ఉన్నాడని తెలిస్తే....'

'అందుకని నా భార్యతో పరిచయం ఉందని కథ కల్పించావు, అంతేనా? అదెంత పిచ్చిగా ఉందో తెలుసా నీకు?'

'నాకు తెలుసు'

కిచెన్ కౌంటర్ దాకా నడిచి, ఒక గుడ్డ అందుకున్నాను. మోకాళ్లు, మోచేతులు మీద వంగి, కింద ఒలికిన బియర్‌ను తుడిచాను. స్కాట్ మోచేతులు మోకాళ్ల మీద పెట్టుకుని కూచున్నాడు. తల ముందుకు వాలుతూ ఉంది. తాను నేను అనుకున్న మనిషి కాదు. అసలు తన గురించి నాకేమీ తెలియదు అన్నాడు.

గుడ్డను సింక్‌లో పిండి, నా చేతుల మీద చల్లని నీరు వదిలి కడుక్కున్నాను. నా హాండ్‌బాగ్ రెండడుగుల దూరంలో పడి ఉంది, గదిలో ఒక మూలన, అటుగా కదిలాను. కానీ స్కాట్ తలెత్తి నా వంక చూచాడు. నా వెన్ను కౌంటర్‌వేపు ఉండేట్టు అక్కడే నిలుచున్నాను. అంచులను చేతులతో గట్టిగా పట్టుకున్నాను. అదొక స్థిరత్వం, ఊరట.

'డిటెక్టివ్ సార్జెంట్ రైలీ నాతో... తాను మీ గురించి నన్ను అడిగింది. మన మధ్యన సంబంధం ఏమయినా ఉందా, అంటూ' అతను నవ్వాడు. 'మీతో సంబంధమా? జీసస్! నా భార్య ఎట్లాగుండేదో చూచారా అని ఆమెను అడిగాను. ప్రమాణాలు అంత త్వరగా పడిపోలేదు.' నా ముఖం వేడెక్కింది. చంకల్లో చల్లని చెమట పుట్టింది. వెన్నెముక చివరన కూడా. ఆనా మీ గురించి కంప్లయింట్ చేసినట్లుంది. ఈ ప్రాంతంలో మీరు తచ్చాడడం ఆమె చూచింది. అంటే అంతా చేస్తే సంగతి అదన్నమాట. మ మధ్యన ఏ సంబంధమూ లేదు, ఆమె కేవలం మేగన్ పాత స్నేహితురాలు, నాకు కొంత సాయం చేస్తున్నారు, అన్నాను.' అతను మళ్లా నవ్వాడు. ఆ నవ్వులో ఏ భావమూలేదు. 'ఆమెకు మేగన్ తెలియను కూడా తెలియదు. ఆమె పాపం దుఃఖంలో ఉంది. బతుకు నిర్జీవమయిపోయిన మనిషి,' అన్నది. ఆ ముఖం నుంచి నవ్వు పూర్తిగా మాయమైపోయింది. 'మీరంతా అబద్ధాల పుట్టలు, అందరూ అంతే,' అన్నాడు చివరకు.

నా ఫోన్ బీప్ చేసింది. బాగ్ వేపు ఒక అడుగు వేశాను. కానీ స్కాట్ ముందే అక్కడికి చేరాడు.

'ఒక నిమిషం ఆగండి. విషయం ముగింపునకు రాలేదింకా' అన్నాడు. బాగ్‌ను టేబుల్ మీద ఒంపేశాడు. ఫోన్, పర్స్, తాళం చెవులు, లిప్‌స్టిక్, టాంపాక్స్, క్రెడిట్ కార్డ్ రిసీట్‌లు అన్నీ పడ్డాయి. 'నీవు చెప్పిన దాంట్లో ఎంత నిజం ఉందని నాకు తెలియాలి,' అన్నాడు. అంటూనే ఫోన్ చేతిలోకి తీసుకున్నాడు. స్క్రీన్ వేపు చూచాడు. నా కళ్లలోకి చూచాడు. ఒక్కసారిగా వాటిలో చల్లదనం కనిపించింది.

'సోమవారం 19 ఆగస్ట్ సాయంత్రం నాలుగున్నరకు మీ అపాయింట్‌మెంట్ డా. అబ్దిక్‌తో స్థిరమయింది. ఈ అపాయింట్‌మెంట్‌కు రాలేని పక్షంలో మరోసారి కొరకు కనీసం ఇరవై నాలుగు గంటలు వేచి ఉండాలని గమనించండి.' గట్టిగా చదివాడు.

'స్కాట్...'

'ఏం జరుగుతున్నది? ఏం చేస్తున్నావు నీవు? వాడితో ఏం చెపుతున్నావు?' అడిగాడు. గొంతు మామూలుగా లేదు.

'నేనేమీ చెప్పడం లేదు' అతను ఫోన్ బల్ల మీద పడేశాడు. నా వేపు వస్తున్నాడు. పిడికిళ్లు బిగించుకున్నాడు. నేను గది మూలలోకి తగ్గుతున్నాను. గోడకు, గ్లాస్ తలుపుల మధ్యకు చేరాను. 'ఏదో తెలుసుకోవాలని ప్రయత్నం . సాయం చేయాలని ప్రయత్నం.' అతను చెయ్యి పైకెత్తాడు. నేను వంగి, తల పక్కకు జరిపి తప్పించుకున్నాను. బాధ గురించి తెలుసు. ఇది నాకు కొత్తేమీ కాదు. అంతా తెలిసిన తీరే. కానీ ఎప్పుడు గుర్తుకు రావడంలేదు. ఆ సంగతి గురించి ఆలోచించే టైమ్ లేదిప్పుడు. అతను నన్ను కొట్టలేదు, అంతేగానీ, భుజాల మీద చేయి వేసి గట్టిగా పట్టుకున్నాడు. బొటన వేళ్లు, నా క్లావికిల్స్‌లో దిగబడుతున్నాయి. నొప్పి. అరిచాను. 'ఇంతకాలం నీవు నా పక్షం అనుకున్నాను. కానీ నీవేమో నాకు వ్యతిరేకంగా పనిచేస్తున్నావు. అతనికి సమాచారం అందిస్తున్నావు. అంతేనా? నా గురించి, మెగ్స్ గురించి వాడికి ఏవేవో చెబుతున్నావు. నీవే, పోలీస్‌లను నా వెనుక తరిమి పంపించావు, నీవే –'

'నో' కాస్తాగండి అది కాదు నిజం. నేను మీకు సాయం చేయాలనుకున్నాను.' అతని కుడిచెయ్యిపైకి కదిలింది. మెడవెనుక నా వెంట్రుకలను పిడికిట్లో పట్టుకున్నాడు. తిప్పుతున్నాడు. 'స్కాట్ ప్లీజ్ వదిలిపెట్టండి. ప్లీజ్ ఏంచేస్తున్నారు? ప్లీజ్' అతను నన్ను లాగుతున్నాడు, ముందు తలుపువేపు. అది నాకు ఊరటగా ఉంది. నన్ను వీధిలోకి పడేస్తాడు. తాంక్స్ గాడ్.

అతనట్లా పడేయలేదు. లాగుతూనే ఉన్నాడు. తిడుతున్నాడు. ఉమ్మేస్తున్నాడు. నన్ను పై అంతస్తులోకి తీసుకుపోతున్నాడు. నేను ఎదురు తిరిగే ప్రయత్నం చేస్తున్నాను. కానీ అతను చాలా బలంగలవాడు. నావల్ల కాదు, ఏడవసాగాను. 'ప్లీజ్ వద్దు, ప్లీజ్' ఏదో అఘాయిత్యం జరగబోతున్నది అని తెలుసు. అరిచే ప్రయత్నం చేశాను. కుదరలేదు. గొంతులో నుంచి చప్పుడు రావడం లేదు.

కన్నీళ్లు, భయం కలిసి నాకు కళ్లు కనిపించడంలేదు. అతను నన్ను ఒక గదిలోకి తోసి తలుపు పెట్టేశాడు. తాళంలో తాళంచెవి తిరిగింది. గొంతులోకి వెచ్చగా పైత్యరసం వచ్చేసింది. కార్పెట్ మీద వాంతి చేసుకున్నాను. లేచి చూస్తున్నాను, వింటున్నాను. ఏమీ జరగదు, ఎవరూ రారు.

నేను స్పేర్ రూమ్‌లో ఉన్నాను. నా ఇంట్లో ఈగదిని టామ్ తన స్టడీగా వాడుకునేవాడు. ఇప్పుడది వాళ్ల పాపకు నర్సరీగా ఉంది. అందులో లేత పింక్ బ్లైండ్స్ ఉన్నాయి. ఇక్కడ, గది పెట్టెలాగుంది. నిండా కాగితాలు, ఫైళ్లు ఉన్నాయి. ఒక ట్రీడ్‌మిల్ ఉంది. ఒక పాతకాలపు ఆపిల్ మాక్ కంప్యూటర్ ఉంది. ఒక పెట్టెలోని కాగితాల మీద అన్నీ అంకెలున్నాయి. లెక్కలు. బహుశా స్కాట్ వ్యాపారం సంబంధంగా. మరొక బాక్స్‌లో పాత పోస్ట్‌కార్డ్‌లున్నాయి. కొన్ని నల్లనివి. వాటి వెనుక నీలం ట్యాక్‌లున్నాయి. అంటే అవి ఒకప్పుడు గోడల మీద అంటించి ఉండేవి అన్నట్టు. పారిస్‌లో ఇంటిపైకప్పులు, పిల్లలు వీధిలో స్కేట్ బోర్డింగ్ చేయడం, నాచు పెరిగిన పాత రైల్వే స్లీపర్స్, గుహ నుంచి సముద్రం దృశ్యం. వాటన్నింటినీ తీసి చూచాను. ఎందుకో తెలియదు. దేని కొరకు చూస్తున్నాను తెలియదు. నా భయం గుర్తురాకుండా ఉంటే చాలు. న్యూస్ రిపోర్ట్ గురించి, మేగన్ శరీరాన్ని బురదలో నుంచి లాక్కురావడం గురించి ఆలోచించగూడదని ప్రయత్నం. ఆమె గాయాల గురించి, జరగబోయే ఘోరం అర్థమయినప్పుడు దాని ముఖంలో భయం గురించి ఆలోచించకుండా ఉండాలని ప్రయత్నం.

పోస్ట్ కార్డ్స్‌లో కెలుకుతున్నాను. అంతలో నన్నేదో కరిచింది. ఒక్కసారిగా అరిచి లేచి నిలుచున్నాను. నా చూపుడు వేలు పై చివరన ఒక ముక్క చక్కగా కోసినట్టు తెగి ఉంది. నా జీన్స్ మీదకు రక్తం కారుతున్నది. టీషర్ట్ అంచున చుట్టి రక్తాన్ని ఆపగలిగాను. ఈ సారి మరింత జాగ్రత్తగా కార్డ్‌లను పరిశీలించసాగాను. విషయం వెంటనే అర్థమైంది. ఒక ఫ్రేమ్ చేసిన పిక్చర్ పై భాగంలో గాజుపలక మొత్తంగా లేదు. ఆ అంచు మీద నా రక్తం అంటుకుని ఉంది.

అది నేను అంతకు ముందు చూచిన ఫొటో కాదు. అందులో మేగన్, స్కాట్ ఇద్దరూ ఉన్నారు. ముఖాలు కెమెరాకు దగ్గరగా ఉన్నాయి. అది నవ్వుతున్నది. అతను దానిదిక్కు ఆరాధన భావంతో చూస్తున్నాడు. అసూయతోనా? సరిగ్గా స్కాట్ కంటివద్ద మొదలయి గాజు పలక నక్షత్రంలా చిట్లింది. అందుకే అతని ముఖంలోని భావం తెలియడం లేదు. ఆ ఫొటో ముందు వేసుకుని నేల మీద కూచుండి పోయాను.

ప్రమాదవశాత్తు వస్తువులు పగిలే తీరును గురించి ఆలోచిస్తున్నాను. తరువాత కొన్నింటిని బాగుచేయడం కుదరదు. టామ్‌తో కొట్లాట జరిగి మేము పగలగొట్టిన ప్లేట్లన్నీ తలపులకు వచ్చాయి. పై అంతస్తు కారిడార్‌లో గోడలోని కాంక్రీట్‌లో పడిన రంధ్రం కూడా. తాళం వేసిన తలుపు అవతల ఎక్కడో స్కాట్ నవ్వడం తెలిసింది. మొత్తం ఒళ్లు చల్లబడింది. ఏదో రకంగా లేచాను. కిటికీ దగ్గరకు వెళ్లాను. తెరిచి బయటకు తొంగి చూచాను. నా కాలి మునివేళ్లు మాత్రమే నేలకు తగులుతున్నాయి. సాయం కొరకు అరిచాను. టామ్‌ను పిలిచాను. అంతా అన్యాయంగా ఉంది. అనుకోకుండా తను బయట గార్డెన్లో ఉన్నప్పటికీ, మధ్య కొన్ని ఇళ్లున్నాయి. తనకు వినిపించదు, చాలా దూరం. కిందకు చూచాను. బ్యాలెన్స్ తప్పింది. వెనుకకు తగ్గాను. కడుపులో దేవుతున్నది. ఏడుపు గొంతులోనే ఆగుతున్నది.

'ప్లీజ్ స్కాట్', పిలిచాను. 'ప్లీజ్...' నా గొంతు నాకే అసహ్యంగా ఉంది. ఆ చప్పుడు, దిక్కులేనితనం, అంతా. రక్తం మరకలు టీషర్ట్ మీదంతా పడినయి. నేను చేయగలిగింది మరేదో మిగిలింది అనిపించింది. ఫొటోఫ్రేమ్ ఎత్తి కార్పెట్ మీదకు పడేశాను. అన్నిటికన్నా పెద్ద గాజుముక్క అందుకున్నాను. వెనుక జేబులో పెట్టుకున్నాను. మెట్లమీద అడుగుల చప్పుడు తెలుస్తున్నది. తలుపు ఎదురుగా ఉన్న గోడకు చేరి నిలుచున్నాను. తాళంలో తాళం చెవి తిరిగింది.

స్కాట్ చేతిలో నా హ్యాండ్ బాగ్ ఉంది. అది నాకాళ్ల దగ్గర పడేలా పడేశాడు. మరో చేతిలో ఒక కాగితం ముక్క ఉంది.

'భలే, నాన్సీ డ్రూ రచనేమో ఇది!' నవ్వుతూ అన్నాడు. ఆడగొంతుకను అనుసరిస్తూ చదవసాగాడ: *మేగన్ తన బాయ్‌ఫ్రెండ్‌తో పారిపోయింది. ఇక మీద అతనిని బి అని రెఫర్ చేస్తాను.* ఒక నవ్వునవ్వాడు. *బి తనకు హానికలిగించాడు... స్కాట్ తనకు హాని కలిగించాడు...*' కాగితాన్ని ముడిచి నా కాళ్లముందు పడేశాడు. 'జీసస్ క్రైస్ట్. నీవు నిజంగా వింతమనిషివి. ఏమంటావు?' చుట్టూ చూచాడు. నేల మీద వాంతి కనిపించింది. నా షర్ట్ మీద రక్తం కూడా. (ఒక బూతు వాడి తిట్టాడు) 'ఏం చేస్తున్నావిక్కడ? నిన్ను నీవు అంతం చేయాలని ప్రయత్నమా? నా పని నీవే చేస్తున్నావా?' మళ్లీ నవ్వాడు. నీ మెడ (బూతుతో) విరిచేయాలి. ఏమిటో తెలుసా? నీ గురించి అంతశ్రమ పడడం దండగ' ఒక పక్కకు జరిగాడు. 'నా ఇంట్లో నుంచి వెళ్లిపో' అరిచాడు.

శుక్రవారం, 16 ఆగస్టు 2013

ఉదయం

నాకు అసలు నిద్రపట్టింది కాదు, నిద్ర కోసం అనుకుని ఒకటిన్నర సీసా వైన్ తాగాను. నా చేతుల వణుకు తగ్గాలని మాటమాటకు భయంతో ఉలికి పడకుండా ఉండాలని బాధ. కానీ అసలు ఫలితం లేదు. నిద్రలో పడడం మొదలయితే చాలు ఎవరో తట్టినట్టు మెలుకవవుతుంది. అతనింకా గదిలో ఉన్నాడని గట్టిగా నమ్మకం మొదలయింది. లైట్ వేసి కూచున్నాను. కింద వీధినుంచి వచ్చే చప్పుళ్లు వింటున్నాను. బిల్డింగ్ చుట్టూ తిరిగే మనుషుల అలికిడి వింటున్నాను. చీకటి తగ్గడం మొదలయిన తరువాత మాత్రమే. రిలాక్స్ అయ్యి, నిద్రలోకి జారగలిగాను. మళ్లీ అడవిలో ఉన్నట్టు కల వచ్చింది. టామ్ నాతో ఉన్నాడు. అయినా నాకు మాత్రం భయంగా ఉంది.

రాత్రి టామ్ కొరకు ఒక నోట్ వదిలాను. స్కాట్ ఇంటినుంచి బయటపడిన తరువాత, పరుగుపెట్టి ఇరవైమూడు నంబర్ ముందుకు వెళ్లాను. తలుపు మీద బాదాను. చాలా భయంలో ఉన్నానాయె. ఆనా ఉంటుంది అన్న సంగతి తోచలేదు. మళ్లీ నేను కనిపించినందుకు భయపడిపోతుంది అన్న ఆలోచన కూడా రాలేదు. తలుపు ఎవరూ తీయలేదు. ఒక కాగితం ముక్క మీద నాలుగు మాటలు రాసి లెటర్ బాక్స్‌లోకి పడేశాను. అది చూచినా నాకు పట్టదు. అసలు నాలోని ఒక భాగం, చీటీని అది చూడాలి అంటున్నది. అందులో నేను వివరం రాయలేదు. మొన్నటి గురించి మాట్లాడాలి అని మాత్రం రాశాను. స్కాట్ పేరు రాయలేదు. రాస్తే టామ్ పోయి అతడితో తగాదా పడవచ్చు. తరువాత దేవుడెరుగు. ఇల్లు చేరిన మరుక్షణం పోలీస్‌లకు ఫోన్ చేశాను. అసలు ముందు రెండు గ్లాస్‌లు వైన్ తాగాను. నన్ను నేను నెమ్మది పరుచుకున్నాను. డిటెక్టివ్ ఇన్స్‌పెక్టర్ గాస్కిల్‌తో మాట్లాడాలి అన్నాను. అతను లేడు అన్నారు వాళ్లు. కనుక రైలీతో మాట్లాడవలసి వచ్చింది. నేను కోరింది అదికాదు. గాస్కిల్ మరింత దయతో మాట్లాడతాడని తెలుసు.

'అతను నన్ను ఇంట్లో బందీ చేశాడు. నన్ను భయపెట్టాడు,' ఆమెతో చెప్పాను.

నేను ఎంతసేపు బందీగా ఉండిపోయాను, అని అడిగింది. బందీ అన్న మాట మీద నొక్కిన తీరు తెలిసిపోయింది.

'తెలియదు, అరగంట కావచ్చు' అన్నాను.

చాలా సేపు మాటలు లేవు.

'ఇంకా నిన్ను భయపెట్టాడు. ఏమని భయపెట్టిందీ, అవే మాటలలో చెప్పగలవా?'

'నా మెడ విరగ్గొడతాను అన్నాడు. అతను... అతను నా మెడ విరగగొట్టవలసిందే అన్నాడు.'

'నీ మెడ విరగగొట్టి తీరాలి, అనా?'

'నిజంగా పట్టించుకుంటే ఆ పనిచేసి తీరుతాను అన్నాడు.'

నిశ్శబ్దం. 'నిన్నుగాని కొట్టాడా? ఏరకంగా నయినా గాయపరిచాడా?' ప్రశ్న

'కొద్దిగా గీసుకుపోయింది అంతే!

'అతను కొట్టాడా?'

'లేదు గట్టిగా పట్టుకున్నాడు.'

మరింత నిశ్శబ్దం

అప్పుడు: మిస్ వాట్సన్, మీరు మరి స్కాట్ హిప్‌వెల్ ఇంట్లో ఎందుకున్నారు?'

'అతను వచ్చి కలవమని అడిగాడు. నాతో మాట్లాడాలి' అన్నాడు.

ఆమె నిట్టూర్పు వదిలింది. ఈ వ్యవహారం నుంచి దూరంగా ఉండమని నిన్ను హెచ్చరించాము. నీవేమో అతనికి చాలా అబద్ధాలు చెబుతున్నావు. అతని భార్యకు నీవు స్నేహితురాలివి అన్నావు. రకరకాల కథలు చెపుతున్నావు. నన్ను ముగించనీ– అతనేమో చెప్పలేని ఒత్తిడిలో ఉన్నాడు. చాలా బాధలో ఉన్నాడు. ఎట్లా చూచినా అతను అపాయకారి అయ్యే ప్రమాదం ఉంది. '

'అతనితో ఇప్పటికే ప్రమాదం ఉంది. అదే కదా నేను చెపుతున్నది.'

'ఇది మాత్రం బాగుండలేదు–నీవు ఈ చుట్టుపక్కల తిరగడమూ, అతనితో అబద్ధాలు చెప్పడం, పురెక్కించడం ఇవన్నీ. మేమిక్కడ ఒక హత్యకేసు విచారణ మధ్యలో ఉన్నాము. అది నీవు అర్థం చేసుకోవాలి. నీవు మా ప్రగతికి అడ్డుతగిలే–––'

'ఏం ప్రగతి?' అడ్డుతగిలాను. 'మీరు ఏ రకంగాను ముందుకు కదలలేదు. అతను పెళ్లాన్ని చంపేశాడు. నేను చెపుతున్నానుగా. ఒక పిక్చర్ ఉంది. ఇద్దరూ కలిసి ఉన్న ఫొటోగ్రాఫ్ అది. అది పగిలి ఉంది. అతనికి బాగా కోపంగా ఉంది. నిలకడ––'

అవునులే మేమూ చూచాము ఆ ఫొటోగ్రాఫ్‌ను. మొత్తం ఇల్లంతా సోదా చేశాం. అది సాక్ష్యంగా నిలుస్తుందా?

'ఇంతకూ మీరతగాడిని అరెస్ట్ చేయడం లేదు, అంతేనా?'

ఆమె నిడుపాటి నిట్టూర్పు వదిలింది. 'రేపు స్టేషన్‌కు రా. స్టేట్‌మెంట్ ఇవ్వు. అక్కడ నుంచి మొదలు పెడతాం.'

'ఇక మిస్ వాట్సన్, స్కాట్ హిప్‌వెల్‌కు దూరంగా ఉండు, ఏం?'

కాతీ ఇంటికి వచ్చే సమయానికి నేను తాగుతున్నాను. తనకది సంతోషం కాదు. తనకు ఏమని చెప్పగలను? నాకు మాటలు రావు, తనకు నచ్చచెప్పేందుకు. ఊరికే సారీ చెప్పి మేడమీదకు వెళ్లిపోయాను. అదేదో తప్పుచేస్తూ పట్టుబడిన కుర్రవానిలాగ. ఇక అట్లా మెలకువతో పడి ఉన్నాను, నిద్రకు ప్రయత్నిస్తూ, టామ్ కాల్ చేస్తాడని ఎదురు చూస్తూ. అతను చేయలేదు.

త్వరగా నిద్రలేచాను. ఫోన్ చెక్ చేశాను. (కాల్స్ ఏవీ లేవు). తలస్నానం చేశాను. ఇంటర్వ్యూ కొరకు డ్రెస్ చేసుకున్నాను. చేతులు వణుకుతున్నాయి. పొట్టలో ఏదో ముడివేసినట్టు పట్టేసి ఉంది. తొందరగా బయలు దేరుతాను. ముందు మరి పోలీస్‌స్టేషన్‌లో ఆగవలసి ఉంది. స్టేట్‌మెంట్ ఇవ్వాలి గద. దాంతో ఏదో మంచి జరుగుతుందని నేనేమీ అనుకున్నది లేదు. వాళ్లు నన్నెప్పుడూ సీరియస్‌గా తీసుకోలేదు. ఇప్పుడిక మొదలు పెడతారన్న భ్రమ లేదు. ఏదో కలలుగనే మనిషి అనిగాక, నన్ను పనికివచ్చే దానిలాగ ఏ నాటికయినా వాళ్లు గుర్తిస్తారా? ఆలోచన. స్టేషన్ దారిలో మళ్లీ మళ్లీ వెనుదిరిగి చూడకుండా ఉండలేకపోయాను. ఒక్కసారిగా పోలీస్ సైరన్ వినిపిస్తే ఉలిక్కిపడి గాల్లోకి ఎగిరినంత పనిచేశాను. స్టేషన్ ప్లాట్‌ఫామ్ మీద, రెయిలింగ్స్‌కు వీలయినంత దగ్గరగా నడిచాను. ఇనుపకంచె మీద నా వేళ్లు తగులుతూనే ఉన్నాయి. ఎప్పుడు వాటిని గట్టిగా పట్టుకోవలసి వస్తుందో అన్నట్టు. అది పిచ్చి అని అర్థమైంది. ఇప్పుడు మరి అతని అసలు రూపం తెలిసింది. ఎప్పుడు ఏమమేదీ తెలియక, బోలెడు భయం మరి. మా మధ్యన ఇక రహస్యాలేవీ లేవాయె ఇప్పుడు.

మధ్యాహ్నం

కనీసం నా పరంగా వ్యవహారం ముగింపు అయినట్టే. ఇంతకాలమూ గుర్తుతెచ్చుకొనవలసింది ఏదో ఉందని అనుకుంటూ వచ్చాను. ఏదో మిస్ అయింది అనుకున్నాను. కానీ అటువంటిది ఏమీలేదు. ముఖ్యమయిన సంగతి ఏదీ నేను

చూడలేదు. అన్యాయం ఏదీ చేయలేదు. అనుకోకుండా ఆ వీధిలో ఉన్నానంతే. ఎర్రజుట్టు వ్యక్తి కారణంగా, ఇప్పుడిదంతా నాకు తెలుసు. అయినా మెదడు మూలలో ఎక్కడో ఏదో గోకుడు. దాన్ని నేను అందుకోలేను. పోలీస్‌స్టేషన్‌లో గాస్కిల్ గానీ రైలీ గానీ లేరు. అసలు ఆసక్తి లేనట్టు కనిపించిన ఒక ఆఫీసర్‌కు స్టేట్‌మెంట్ ఇవ్వవలసి వచ్చింది. దాన్ని లాంఛనంగా తీసుకుని మరిచిపోతారు అనిపించింది. నేనెక్కడో ఒక గుంటలో చచ్చిపడి ఉండి కనబడితే తప్ప. నా ఇంటర్వ్యూ, స్కాట్ ఉండే చోటికి పూర్తిగా టౌన్‌లో అవతలి పక్కన ఉంటుంది. అయినా నేను పోలీస్‌స్టేషన్ నుంచి టాక్సీ తీసుకున్నాను. రిస్క్ తీసుకోవాలని లేదు. అంతా వీలయినంత బాగా జరిగింది. అది నాకు తగిన ఉద్యోగం కాదు. అయితే నా పరిస్థితి నా స్థితికన్నా దిగజారిందని అనిపించింది. అదీ గడిచిన ఒకటి రెండేళ్లలో మరీనూ. స్కేల్‌ను తిరిగి సరిచేయాలి. అంతంత జీతం, అదోరకం ఉద్యోగం అన్నవిగాక ఇందులో పెద్దలోపం మరొకటి ఉంది. ఎప్పుడూ విట్నీకి వస్తుండాలి. ఈ వీధుల్లో తిరగాలి. స్కాట్, తన పిల్లతో ఆనా ఎదురు పడే ప్రమాదం ఉంటుంది.

ఈ అడవిపక్క ప్రదేశంలో ఎవరికో ఎదురుపడడమే నేను చేయగలిగింది అనిపిస్తుంది. ఇక్కడ నిజానికి నాకు అదే నచ్చేది. లండన్ అంచున పల్లె అనుభవం. అందరితోనూ పరిచయం లేకపోవచ్చు. ముఖ పరిచయం ఉండి తీరుతుంది ఇక్కడ.

ఇంచుమించు స్టేషన్ చేరాను. క్రౌన్ పక్కగా వెళుతున్నాను. నా ముంజేతి మీద ఒక చెయ్యి పడిందని అర్థమైంది. తిరిగి చూడడంలో పేవ్‌మెంట్ మీద నుంచి జారి రోడ్ మీదికి పోవలసి వచ్చింది.

'హేయ్, హేయ్' అయామ్ సారీ, అయామ్ సారీ,' అదుగో అతను. ఎర్రజుట్టు మనిషి. చేతిలో బియర్ ఉంది. రెండవ చేతిని తప్పు చేశాను అన్నట్లు ఎత్తాడు. 'అంతగా భయపడితివి ఏమీ?' అతను ఇకిలిస్తూ అన్నాడు. నిజంగా భయపడినట్లు కనిపించి ఉంటాను. అతని ముఖంలో నుంచి నవ్వు మాయమైంది. 'బానే ఉండావా? భయపెట్టేదానికి రాలే నేను,' అన్నాడు.

ఏదో మాట్లాడుతూ, 'ఒక డ్రింక్ కొరకు రావచ్చు గదా' అని పిలిచాడు. 'వద్దు' అన్నాను. కానీ మనసు మార్చుకున్నాను. 'నీకు సారీ చెప్పవలసి ఉంది,' అన్నాను. అతను పేరు ఆండీ అన్నాడు, నా కొరకు జిన్ అండ్ టానిక్ తెచ్చాడు. ట్రెయిన్‌లో ఆ వేళ నా ప్రవర్తన గురించి. గతసారి కలిసినప్పుడు. నా పరిస్థితి ఆనాడు బాగుండలేదు అన్నాను. 'ఫర్లేదులే, అన్నాడు ఆండీ. అతని నవ్వు నెమ్మదిగా, బద్ధకంగా

ఉందనిపించింది. అతని తాగుతున్నది మొదటి పైంట్ కాదు, అనిపించింది. పబ్ వెనుకున్న బియర్ గార్డెన్‌లో ఎదురుబదురుగా కూచుని ఉన్నాము. వీధిపక్కకన్నా ఇక్కడ కాస్త రక్షణ ఉన్నట్టు అనిపిస్తుంది. ఆ భావం వల్ల కావచ్చు నాకు కొంచెం ధైర్యం కలిగింది. అవకాశాన్ని వాడుకున్నాను.

'ఏం జరిగింది, అని నిన్ను అడగాలి అనుకుంటున్నాను. మనం ఎదురుపడిన ఆ రాత్రి సంగతి మరి. మెగ్ కనిపించకుండా పోయిన రాత్రి. అదే ఆ ఆడమనిషి కనబడకుండా పోయిందే, ఆనాడు.' అన్నాను.

'అవును గదూ. దేనికి? ఏమిటి సంగతి?'

లోతుగా శ్వాస పీల్చాను. ముఖం జేవురిస్తున్నదని తెలుస్తున్నది. ఎన్నిసార్లు ఈ సంగతి ఒప్పుకోవలసి వచ్చినప్పటికీ, ప్రతిసారీ ఇబ్బందిగా ఉంటుంది. ముడుచుకుపోయేట్టు చేస్తుంది. 'బాగా తాగి ఉన్నాను. ఏదీ జ్ఞాపకం లేదు. కొన్ని సంగతులను పరికించాల్సి ఉంది. నీవేమయినా చూచావా, నేను ఎవరితోనయినా మాట్లాడుతూ ఉండగా గాని గమనించావా, అట్లాంటిది అన్నమాట...' నేను బల్లకేసి మాత్రమే చూస్తున్నాను. అతని కళ్లలోకి చూడలేను.

అతను కాలితో నా కాలు తాకాడు. 'ఫర్లేదులే, నీవేమీ తప్పుడు పనులు చేయలేదు.' పైకి చూచాను. అతను సన్నగా నవ్వుతున్నాడు. 'నేగూడా అట్లాగే ఉన్నా. ట్రెయిన్లో కాసేపు అదీ ఇదీ ముచ్చట్లాడాము. ఏందంటే మతికి లేదు. ఇగ ఇద్దరమూ ఈడనే దిగినాము. అంటే విట్నీలో. నీకు కాళ్లు తబడుతుండాయి. మెట్ల మీద జారితివి. గుర్తుందా? నేను పైకెత్తితిగదా. నీవేమో తెగ ఇబ్బంది పడిపోయావు. ఇప్పటిలాగే ఎర్రగయితివి, నవ్వాడు. 'ఇద్దరమూ గలిసి బయటికి బోతిమి. పబ్‌కు పోదామా అని నేను నిన్ను అడిగా. నీవేమో పోవాలె, పోయి మీ ఆయనను గలవాలె అన్నావు' చెప్పాడు.

'అంతేనా?'

'లేదు, నీకేమీ గుర్తులేదా, అసలు? కొంత సేపయింతర్వాత ఏమో, అర్ధగంటయిందేమో మరి. క్రౌన్‌కు వెళితిని. ఒక స్నేహితుడు ఫోన్ చేశాడు. రెయిల్ వే ట్రాక్ అటుపక్కన ఒక బార్‌లో తాగుతున్నాను, అన్నాడు. అందుకని అండర్‌పాస్ దిక్కుకు నడుస్తున్నా. నీవాడ పడిపోయున్నావు. అంతా అన్యాయంగా ఉన్నావు. కోసుకున్నావు గూడా. కాస్తంత భయమయింది. కావాలంటే ఇంటిదాకా దింపుతా పద, అన్నాను. నీవేమీ వినిపించుకునేట్టు లేవు. నీ తీరు... సరేలే, చాలా చాలా

అప్‌సెట్‌గా ఉన్నావు. మీయాయనతో తగువుపడ్డావు అనుకున్నా. అతనేమో వీధిలో అవతల పోతున్నాడు. నీవుగానీ పొమ్మంటే అతగాని వెంటపడతాను అన్నా. అవసరం లేదు, అన్నావు నీవు. ఆయనగారు తరువాత కార్‌లో వెళిపోయినట్లుంది. అతనితో ఇంకెవరో ఉన్నారు.'

'ఒక ఆడమనిషి?'

అవునన్నట్టు తలాడించాడు అతనూ తల కొంచెం కిందకు దించాడు కూడా. 'అవున్లే, కలిసి కార్‌లోకి ఎక్కిపోయారు. చికాకు అందుకనే అయింది, అనుకున్నా.'

'మరి తరువాత?'

'నీవు లేచి నడిచివెళ్లిపోయావు. ఏదో తికమకగా...మరేదోలా ఉన్నావు అనుకున్నా. వెళిపోయావు. ఎవరి సాయం అవసరం లేదని మరీమరీ అంటున్నావు. చెప్పాను గద, నా పరిస్థితి అంతంతగానే ఉంది మరి. కనుక నేనూ వెళ్లిపోయా. అండర్‌పాస్‌లో నుంచి అవతలకు చేరి స్నేహితుడిని పబ్‌లో కలిశా. అంతేమరి.'

అపార్ట్‌మెంట్‌లోకి మెట్లు ఎక్కుతున్నాను. పైన నీడలు కనబడుతున్నయని గట్టిగా తోచింది. ముందు అడుగులచప్పుడు వినిపించింది. పైన లాండింగ్ మీద ఎవరో ఎదురు చూస్తున్నారు అనిపించింది. కానీ, అక్కడ ఎవరూ లేరు. ఇల్లు ఖాళీగా ఉంది. ఎవరూ తాకనట్టు కనిపించింది. ఖాళీతనం వాసన తెలిసింది. అయినా గదులన్నీ గాలించకుండా ఉండలేకపోయాను. నా బెడ్ కింద, కాతీ బెడ్ కింద, అల్మారాలలో, కిచెన్‌లోని క్లాజెట్స్‌లో, వాటిల్లో చిన్న బాబు కూడా దాగుండడం కుదరదు.

చివరకు, అంటే ఇంట్లో మూడు చుట్లు కలియవెదికిన తరువాత, ఆగ గలిగాను. మేడమీదకు పోయి బెడ్‌లో కూచున్నాను. ఆండీతో జరిగిన సంభాషణ గురించి ఆలోచించాను. నిజమేమిటంటే, నాకు గుర్తున్నాయి అనుకున్న సంగతులే అతనూ చెప్పాడు. కొత్తగా బయటపడింది ఏదీ లేదు. నేను, టామ్ వీధిలో తగాదాపడ్డాము. నేను జారిపడి గాయాలు చేసుకున్నాను. తను కోపంగా వెళ్లి ఆనాతో బాటు కారు ఎక్కాడు. తర్వాత తను మళ్లా నా కోసం చూస్తూ వచ్చాడు. అప్పటికి నేను వెళిపోయాను. టాక్సీ ఎక్కాను, అనుకుంటాను. లేదా తిరిగి ట్రెయిన్ ఎక్కాను.

కిటికీలో నుంచి చూస్తూ బెడ్ మీద కూచున్నాను. నాకెందుకు మంచి ఫీలింగ్ రాదు, అని ఆలోచిస్తున్నాను, బహుశా నాకు కావలసిన సమాధానం అందలేదు

గనుక, అంతే అనిపించింది. నాకు గుర్తున్నది, మిగతావారికి తెలిసింది ఒకటే అయినా, ఎక్కడో తేడా ఉంది. అప్పుడు బుర్రలో మెరిసింది: ఆనా, దానితో తాను కార్‌లో వెళ్లినట్టు టామ్ ఒకసారి కూడా ప్రస్తావించలేదు. అయితే అది నడిచిపోవడం, నేను చూచాను, కార్ ఎక్కడం చూచాను, కానీ దానితో పాపాయి లేదు. ఇదంతా జరుగుతుంటే మరి ఎవీ ఎక్కడుంది?

శనివారం, 17 ఆగస్టు 2013

సాయంత్రం

టామ్‌తో మాట్లాడవలసిన అవసరం ఉంది. తలలో తిరుగుతున్న సంగతులు సర్దుకోవాలి. మరి వాటి గురించి ఎంతగా ఆలోచిస్తుంటే, అంతగా అర్థంలేదు అనిపిస్తున్నదాయె. అట్లాగని ఆలోచన మానలేను. అంతేగాక బెంగపుట్టింది. తనకు ఆ నోట్ వదిలి రెండు దినాలయింది. సమాధానం లేదు మరి. రాత్రి ఫోన్ కూడా తీయలేదు. దినమంతా తీయలేదు. ఎక్కడో ఏదో సరిగాలేదు. అది ఆనా గురించి అన్న ఆలోచనను దులిపి పడేయాలంటే కుదరడం లేదు. తనకు కూడా నాతో మాట్లాడాలని ఉంటుందని నాకు తెలుసు. స్కాట్‌తో జరిగిన సంగతి తెలిసిన తర్వాత తప్పకుండా ఉంటుంది. తప్పకుండా సాయపడాలి అనుకుంటాడు, తెలుసు. కార్‌లో ఆరోజు తన తీరును గురించి ఆలోచించకుండా ఉండలేకపోతున్నాను. ఇద్దరు మధ్యన ఆరోజు తీరు వేరుగా ఉంది. అందుకే ఫోన్ తీసుకుని తన నంబర్ డయల్ చేశాను. కడుపులో ఆరాటం మొదలయింది. ఎప్పుడూ ఉంటుంది మరి. అతని గొంతు వినాలన్న కోరిక ఒకప్పుడెంతో ఇప్పుడూ అంతే బలంగా ఉంది.

'యా?'

'టామ్, నేను'

'ఎస్'

తనతో ఆనా ఉండి ఉంటుంది. అందుకే నాపేరు అనడం లేదు. ఒక క్షణం ఆగాను. తన నుంచి దూరంగా మరో గదిలోకి కదిలే అవకాశం ఇవ్వాలి గద. తను నిట్టూర్చడం వినిపించింది. 'ఏమిటి?'

'ఉమ్.... మాట్లాడాలి అనిపించింది.... నోట్‌లో రాశాను గదా. నేను----'

'ఏమిటీ?' మాటలో చిరాకు తోచింది.

'రెండు నాళ్ల కింద నీ కోసం ఒక నోట్ వదిలాను. మనం మాట్లాడాలన్న ఆలోచన....'

'నాకు నోట్ ఏదీ అందలేదు' మరోసారి బరువుగా శ్వాస.' (ఏదో బూతుమాట అన్నాడు) అందుకే తను కోపంగా ఉందన్న మాట, నోట్ ఆనా తీసుకుని ఉంటుంది. అతనికి ఇవ్వలేదు. 'ఏం కావాలి?'

ఫోన్ పెట్టేయాలి. తిరిగి డయల్ చేయాలి. అంతా మొదటి నుంచి, మరోసారి... సోమవారం తనను చూడడం చాలా సంతోషంగా ఉంది అనాలి. లేక దగ్గర టైమ్ గడపడం బాగుంది అనాలి.

'ఒక విషయం అడగాలి, అనుకున్నాను అంతే'

'ఏమిటది?' నిజంగా కోపంగా ఉన్నాడు.

'అంతా బాగున్నారు కదా?'

'ఏం కావాలి, రేచల్?' పోయింది. వారం కింద వినిపించిన మెత్తదనం మొత్తంగా పోయింది. నోట్ రాసినందుకు నన్ను నేనే నిందించుకున్నాను. వాళ్ల మధ్యన తగాదాకు మరోమారు కారణమయ్యాను.

'ఆ రాత్రి గురించి అడగాలి, అనుకున్నాను. అదే, మేగన్ హిప్‌వెల్ కనబడకుండా పోయినరాత్రి.'

'ఓహ్, జీసస్, అంతా మాట్లాడాము – అప్పుడే మరిచిపోయావా? కుదరదు'

'ఏమిటంటే---'

'నీవు మత్తులో ఉన్నావు.' గట్టిగా మొరటుగా అన్నాడు. 'ఇంటికి వెళ్లిపొమ్మన్నాను. మాట వినలేదు. ఎక్కడికో పోయావు.

'నిన్ను వెతుకుతూ కార్‌లో ఎంతో తిరిగాను. నీవు కనిపించలేదు.'

'అప్పుడు ఆనా ఎక్కడుంది?'

'తను ఇంట్లో ఉంది'

'పాపాయి తోనా?'

'ఎవీతో, అవును'

'తను నీతో కార్‌లో లేదన్నమాట'

'లేదు'

'కానీ---'

'దేవుడా, తను బయటకు వెళ్లవలసి ఉంది. నేను పాపతో ఉండి పోవాలి. మధ్యలో నువ్వుతగిలావు. ఇక తను వచ్చి ప్లాన్ మార్చింది. ఇక నేను నా జీవితంలోని మరిన్ని గంటలు నీ కోసం పరుగులు పెడుతూ పాడుచేసుకున్నాను.'

కాల్ చేయకుంటే బాగుండును, అనిపించిది. ఆశలు పెరిగి, మళ్లీ తరిగాయి. పేగుల్లో చల్లని స్టీల్ వేసి తిప్పినట్లయింది.

'ఓకే,' అన్నాను. 'నాకేమో మరొకరకంగా గుర్తుండిపోయింది... టామ్, నీవు నన్ను చూచినప్పుడు, నాకు గాయాలయి ఉన్నాయి. అవునా?... నా ముఖం మీద గాటు పడి ఉందా?'

మరో బరువయిన నిట్టూర్పు. 'అసలు నీకేదో జ్ఞాపకం ఉంది, అంటేనే ఆశ్చర్యం రేచల్. కళ్లు కనిపించని మత్తులో ఉన్నావు. కంపుగొడుతున్నావు. తూలి పడిపోతున్నావు.' నా గొంతు పూడుకుపోతున్నది. అతని మాటలు అట్లాగున్నాయి. ఇంతకుముందు కూడా తను ఇటువంటి మాటలు అనడం విన్నాను. ఆ పాతరోజుల్లో అన్నమాట. అధ్వాన్నం రోజులవి. అప్పట్లో నాపట్ల తన ఓపిక నశించింది. ఏవగింపు మొదలయింది. తప్పదు గనుక, కొనసాగుతున్నాడు. 'వీధిలో కుప్పగా పడిపోయావు. ఏడుస్తున్నావు. మొత్తం అధ్వాన్నంగా ఉన్నావు. ఇంతకు ఎందుకు ఇదంతా?' నాకు వెంటనే మాట అందలేదు. బదులివ్వడానికి ఆలస్యం చేశాను. తను సాగించాడు. 'చూడు, ఇక నేను వెళ్లాలి. మరోసారి ఫోన్ చేయకు ప్లీజ్. అంతా అనుభవించాము. ఎన్నిసార్లని చెప్పాలి నీకు? కాల్ చెయ్యకు. నోట్ వదలకు, అసలిక్కడికి రాకు. ఆనా అప్‌సెట్ అవుతుంది. సరేనా?'

ఫోన్ మూగబోయింది.

ఆదివారం 18 ఆగస్ట్ 2013

మరీ ఉదయం

రాత్రంతా కింద లివింగ్‌రూమ్‌లోనే ఉండిపోయాను. కంపెనీకి అన్నట్టు టీవీ పెట్టుకున్నాను. భయం పెరుగుతున్నది, తరుగుతున్నది. కాలంలో వెనుకకు నడిచినట్టు, కొంత తోచింది. అతను చేసిన గాయాన్ని తిరిగి కెలికినట్టుంది. కొత్తగా, తాజాగా, అర్థం లేదు, తెలుసు. తనతో మరో అవకాశం ఉంటుంది అనుకున్నాను, అంటే బుద్ధిగడ్డి తిన్నదన్నమాట. ఒకసారి మాట్లాడినందుకు అట్లాగనుకున్నాను. ఆకొద్ది క్షణాలను మెత్తదనంగా అనుకున్నాను. బహుశా అవి మనసుకు

సంబంధించినవి, దోషభావం గలవీ, ఆ క్షణాలు. అయినా, బాధ కలుగుతుంది మరి. బాధ భరించడానికి సిద్ధం చేసుకోవాలి నన్ను నేను. లేదంటే మరీ మొద్దుబారిపోతాను. ఆ భావన ఒక నాటికి వదలదు.

ఇక స్కాట్‌కు, నాకు ఏదో సంబంధం ఉంది, అనుకున్నానంటే, అతనికి సాయం చేయగలను. అనుకున్నానంటే నేను అసలయిన దద్దమ్మను. మొత్తం మీద నేను బుద్ధిలేనిదాన్ని. అది నాకు అలవాటే, అంతేగాని అదే రకంగా కొనసాగనవసరం లేదు. కాదంటారా? ఎంత మాత్రం కుదరదు. రాత్రంతా ఇక్కడ పడి ఉన్నానా? విషయాల మీద పట్టు దొరికించుకుంటానని నాకు నేనే మాట ఇచ్చుకున్నాను. ఇక్కడినుంచి ఎక్కడో దూరం వెళ్లిపోతాను. కొత్త ఉద్యోగం సంపాయిస్తాను. మళ్లీ నా అసలు పేరు పెట్టుకుంటాను. టామ్‌తో తెగతెలంపులవుతాయి. ఎవరికయినా నన్ను కనుగొనటం కష్టమయేట్టు చేస్తాను. అసలు ఎవరో వెతుకుతూ వస్తే గిస్తే అన్నమాట.

నిద్ర సరిపోలేదు. ఈ సోఫా మీద అడ్డం పడి, పథకాలు వేస్తూ నిద్రలోకి పోతున్న ప్రతి సారీ తలలో టామ్ స్వరం వినిపించింది. ఎదురుగా ఉండి స్పష్టంగా మాట్లాడుతున్నట్టు వినిపించింది. చెవిలో మాట్లాడినట్టు వినిపించింది. *కళ్లుకనబడనంత మత్తులో ఉన్నావు. కంపుగొడుతున్నావు:* ఇక కుదిపినట్లు మెలుకువ చ్చేసింది. అవమానం అలలా కప్పుకుంటున్నట్టు. సిగ్గుమాలినతనం, అది. అంతకన్నా ఇదంతా ఇదివరకే జరిగింది, అన్న భావం బలంగా. ఆ మాటలు ఇదివరకు విన్నవే. సరిగ్గా అవే మాటలు.

తరువాత ఇక ఆ సన్నివేశాలను, తలలో తిరిగి తిరిగి మననం చేయకుండా ఉండలేకపోయాను. తలగడ మీద రక్తం, నోట్లో ఏదో గాయమయినంత నొప్పి, బుగ్గలోపల నేనే కొరుక్కున్నట్టు గోళ్లనిండా మట్టి, పగిలేట్టు తలనొప్పి. అవే దృశ్యాలు ఎప్పుడూ. బాత్‌రూమ్ నుంచి బయటకు వస్తూ టామ్, తన ముఖంలో కవళికలు– ఏదో గాయపడిన, కోపగించుకున్న అవీ సగంసగం మాత్రమే – ఇక నాలోపల వరదనీటి లాగ భయం పెల్లుబుకుతుండడం.

'ఏమయింది?'

టామ్, తన చేతుల మీద ఎద మీద గాయాలను చూపిస్తూ, అవన్నీ నావల్లనే అన్నట్టు చూస్తూ.

'నాకు నమ్మకం కుదరదు టామ్. నిన్ను నేను ఎన్నడూ కొట్టను. నా జీవితంలో అసలు ఎవరినీ కొట్టింది లేదు.'

'కళ్లు కనబడనంత మత్తులో ఉన్నావు' రేచల్. రాత్రి నీవు చేసింది ఏదయినా నీకు గుర్తుందా? అన్న మాటలు గుర్తున్నాయా?'

ఇక తాను చెపుతాడు, అయినా నమ్మకం కుదరదు. ఆమాటలేవీ నా మాటలవలె లేవు. ఒకటి కూడా. ఒక ఆ గోల్ఫ్ క్లబ్ సంగతి, గోడలో పడిన గుంట సంగతి, నన్నే చూస్తున్న కన్నులాగ గ్రే రంగులో నల్లని చుక్కతో, నేనటుగా వెళ్లిన ప్రతిసారి పరీక్షిస్తున్నట్టుగా. అతను చెపుతున్న ఆ అఘాయిత్యం నేను చేశాను' అనుకోవడమే కుదరడం లేదు. ఏదీ జ్ఞాపకం రాదు.

జ్ఞాపకం వచ్చిందే అనుకుందాము. కొంతకాలం తర్వాత నేనేం చేశాను, అని అడగడం మానుకున్నాను. తను అదంతా చెపుతుంటే ఎదురు మాట్లాడకుండా ఉండడం నేర్చుకున్నాను. అసలు వివరాలు తెలుసుకోవాలని లేదు నాకు. ఆ పిచ్చి మాటలన్నీ వినదలుచుకోలేదు. ఆ పరిస్థితిలో నేనన్న మాటలు, చేసిన చేతలు, అన్నీ పిచ్చిగా తాగిన ఫలితాలు. కొన్ని సార్లు నా తీరు రికార్డ్ చేసి చూపిస్తాను అన్నాడు. అయితే ఆ పని చేయలేదు. అది కొంతవరకు దయ అనాలి.

కొంతకాలం తరువాత, ఆ రకంగా నిద్రలేచానంటే, ఏంజరిగిందని అడగ గూడదు. ఊరికే సారీ చెప్పాలి, అని నేర్చుకున్నాను. చేసిన దానికి క్షమాపణలు. నీ తీరుకు క్షమాపణలు, ఇక మీద ఎన్నడూ అటువంటి తప్పుచేయను అనాలి.

ఇక ఇప్పుడు అట్లా లేను, నిజంగా లేను. దీనికంతా స్కాట్‌కు కృతజ్ఞతలు కలిగి ఉండాలి. ఇప్పుడు నేను చాలా భయంలో ఉన్నాను. మందు కొనడానికి మధ్యరాత్రి బజార్‌లోకి పోయేందుకు ధైర్యం చాలదు. జారిపడతానని మరీ మరీ భయం. ఎందుకంటే, అటువంటి సందర్భంలో నాకు ఏదయినా జరగవచ్చు.'

ఇక మీద బలంగా ఉండక తప్పేట్టులేదు.

కనురెప్పలు మళ్లీ భారమనిపిస్తున్నాయి. తల ఎదకు వచ్చితాకుతున్నది. టీవీ కట్టేశాను. అంటే అంతా నిశ్శబ్దం. సోఫాలో అటుతిరిగి పడుకున్నాను. ముడుచుకుని దుప్పటి కప్పుకున్నాను. నిద్ర రావడం తెలుస్తున్నది. ఇక పడుకుంటాను. అంతలో బ్యాంగ్, నేల గిరగిరా తిరుగుతున్నది. అదిరిపడి లేచి నిలుచున్నాను. గుండె గొంతుకలోకి వచ్చింది. కనిపించింది. కనిపించింది.

నేను అండర్ పాస్‌లో పడి ఉన్నాను. అతను నావేపే వస్తున్నాడు. మూతిమీద ఒకటి ఇచ్చుకున్నాడు. పిడికిలి ఎత్తాడు. ఆచేతిలో తాళం చెవులున్నాయి. పుర్రెమీద రంపం పళ్లున్న లోహం గాయం చేసింది. చెప్పరాని నొప్పి.

ఆనా

శనివారం, 17 ఆగస్ట్ 2013

సాయంత్రం

ఏడుస్తున్నాను, అంటే నా మీద నాకే అసహ్యం. అది మరో పిచ్చిగా ఉంటుంది. కానీ, నాకు అలసటగా ఉంది. గడిచిన కొన్ని వారాలు నన్ను బాగా కుదిపేశాయి. ఇక టామ్, నేను మరోసారి గొడవ పడ్డాము. ఎప్పుడూ ఒకటే రేచల్ గురించి.

అది అట్లా మరుగుతున్నది అనుకుంటాను. నోట్ గురించి నాలో నేనే మధన పడుతున్నాను. వాళ్లు కలవడం గురించి నాతో అబద్ధం చెప్పడం గురించి. అంతా తెలివి తక్కువ వ్యవహారం అని నాకు నేను నచ్చచెప్పుకుంటున్నాను. అయినా ఆ ఇద్దరి మధ్య ఏదో జరుగుతున్నది, అన్న భావంతో పోరాటం కుదరడం లేదు. ఉన్న చోటే గిరగిరా తిరుగుతున్నట్టుంది. అది తనకు, మాకు చేసిన నిర్వాకం తర్వాత ఏ రకంగా అది వీలవుతున్నది? మరోసారి దానితో ఉండగలగాలని ఊహయినా ఎట్లావస్తున్నది? ఏమంటే, మా ఇద్దరిని, పక్కపక్కన నిలబెట్టి చూస్తే, ఈ భూ ప్రపంచం మీద మగాడెవడూ దాన్ని ఎంచుకోడు. దాని స్వభావం మిగతావన్నీ పట్టించుకోవడం పక్కనబెట్టవచ్చు.

అయినా కొన్ని సార్లు, అట్లా జరుగుతుందిలే, అనుకుంటాను. జరగదంటారా? కలిసి బతికి చరిత్రలో భాగమయినవారు, అంత సులభంగా వదిలిపోరు. ఎంతగట్టిగా ప్రయత్నించినా ఆ చిక్కులోనుంచి బయటపడడం వీలుగాదు. ఆ ముడులనుంచి స్వతంత్రంగా బయటకు దారిలేదు. అందుకే కొంతకాలం తరువాత

ఆ ప్రయత్నాలే ఆపేస్తారు. అది గురువారం వచ్చింది. తలుపులు బాదింది. టామ్‌ను గట్టిగా పిలిచింది. నాకు పిచ్చెత్తింది. అయినా తలుపులు తెరిచే ధైర్యం లేదు. ఒక పాప నీతో ఉంటే పరిస్థితి మారిపోతుంది. నీవు బలహీనురాలవయిపోతావు. ఒంటరిదాన్ని గనుక అయితే దాన్ని ఎదురుకునే దాన్నే. సంగతి తేల్చడానికి వెనుకాడేదాన్ని కాదు. కానీ ఎవీ నాతో ఉంది మరి. అంత ధైర్యం చేయలేను. అది ఏం చేస్తుందో చెప్పలేను గద!

అది ఎందుకు వచ్చిందో తెలుసు. దాని గురించి నేను పోలీస్‌లతో మాట్లాడానని తెలిసి ఉంటుంది. అందుకే ఏడుస్తూ వచ్చి, దాన్ని వదిలేయమని నాకు నచ్చజెప్పమని, టామ్‌ను ప్రాధేయపడుతుంది. పందెం వేయగలను. ఒక నోట్ రాసిపెట్టింది. మనం మాట్లాడవలసిన అవసరం ఉంది. వీలయినంత త్వరగా కాల్ చెయ్యి. చాలా ముఖ్యం. ముఖ్యం అన్నమాట కింద మూడు మార్లు అండర్‌లైన్ చేసింది. చీటీని నేరుగా చెత్తబుట్టలో పడేశాను. తరువాత, దాన్ని వెతికి తెచ్చాను. బెడ్ పక్కన డ్రాయర్లో పెట్టాను. అందులోనే అది పంపిన ఈమెయిల్ తాలూకు ప్రింట్ అవుట్ ఉంది. అది ఫోన్ చేసిన, కనిపించిన సందర్భాల వివరాలన్నీ రాసి పెట్టిన లాగ్‌లు కూడా ఉన్నాయి. వేధింపుల లాగ్‌లు అవి. అవసరమైతే సాక్ష్యాలుగా అందివస్తాయి. డిటెక్టివ్ సార్జెంట్ రైలీకి ఫోన్ చేశాను. రేచల్ మళ్లీ ఇక్కడ తిరుగుతున్నది అని మెసేజ్ వదిలాను. అయితే ఆమె ఇంకా ఫోన్ చేయలేదు.

నోట్ గురించి టామ్‌తో చెప్పి ఉండవలసింది. ఆ సంగతి నాకు తెలుసు. కానీ తను చికాకుపడడం యిష్టంకాదు. నేను పోలీస్‌లతో మాట్లాడిన సంగతి తనకు తెలిస్తే కోపగించుకుంటాడు. అందుకే చీటీని డ్రాయర్‌లో పడేశాను.

అది విషయం మరిచిపోతుంది, అనుకున్నాను. అది మరవలేదు మరి. రాత్రి ఫోన్ చేసింది. ఆ తరువాత తను ఉడికిపోతున్నాడు.

'నోట్ గురించి ఏమిటి వ్యవహారం? (బూతులు వాడాడు)' గట్టిగా అడిగాడు.

పడేశాను, అని చెప్పాను. 'నువ్వు చదవాలి అనుకుంటావని నాకు ఆలోచన రాలేదు. అది మన జీవితంలోకి రాగూడదని నాకెంతగా ఉందో, అంతగా నీకూ ఉంది అనుకున్నాను,' అన్నాను.

కళ్లు గుండ్రంగా తిప్పాడు. 'విషయం అదికాదు. నీకు తెలుసు. రేచల్ వెళిపోతే మంచిది అనుకున్నాను, నిజమే. నాకు అవసరం లేనివి మరిన్ని ఉన్నాయి. నువ్వు నా ఫోన్‌కాల్స్ వినడం, నా మెయిల్స్ పడేయడం. ఏమిటంటే...'

'ఏమిటి?'

'ఏం లేదులే. ఇటువంటి పనులన్నీ తాను చేస్తుండేది, అంతే'.

కడుపులో బలంగా గుద్దినట్టుంది. అర్థం లేకుండా ఏడుపు ముంచుకు వచ్చింది. పైన బాత్‌రూమ్ వేపు పరుగుపెట్టాను. వచ్చి బుజ్జగిస్తాడని ఎదురుచూచాను. మామూలు పద్ధతిలో ముద్దుపెట్టుకుని, పోనీలే, అంటాడు అనుకున్నాను. కానీ, సుమారు అరగంట తరువాత పిలిచాడు. 'జిమ్‌కు వెళుతున్నాను. ఒకటి, రెండు గంటలు కావచ్చు' అన్నాడు. బదులు చెప్పేలోగా తలుపు గట్టిగా వేసిన చప్పుడయింది.

ఇక ఇప్పుడు నేను అచ్చం ఆమెలాగే ప్రవర్తిస్తూ నాకే దొరికిపోయాను. గడిచిన రాత్రి భోజనాల తరువాత మిగిలిన అరబాటిల్ ఖాళీ చేయడం, అతని కంప్యూటర్‌లో దొంగచాటుగా పరిశీలించడం. ప్రస్తుతం నేనున్న పరిస్థితి ప్రకారం ఒకప్పటి, ఆమె ప్రవర్తనను అర్థం చేసుకోవడం సులభంగా ఉంది. అనుమానాన్ని మించిన బాధ పుట్టించేది, కాల్చివేసేది మరొకటి లేదు.

చివరికి లాప్‌టాప్ పాస్‌వర్డ్ పట్టేశాను. బ్లెన్‌హైమ్ అని పెట్టుకున్నాడు. అది మాయిల్లు ఉండే వీధి పేరు. ఇక నాకు అనుమానం పుట్టే మెయిల్స్, పిక్చర్స్, ప్రేమగా రాసుకున్న ఉత్తరాలు, ఏవీ కనిపించలేదు. పనికి సంబంధించిన మెయిల్స్ చదువుతూ అరగంట గడిపాను. అవన్నీ మరీ పనికిరాని రకం. అసూయ అన్న భావాన్ని అవి అడుగునకు తొక్కాయి. లాప్‌టాప్ షట్‌డౌన్ చేసి పెట్టేశాను. నిజానికి కొంత సంతోషంగా ఉంది. అందుకు వైన్ కొంత కారణమయితే టామ్ కంప్యూటర్‌లోని సంగతులు మరింత కారణం. నా వ్యవహారం పిచ్చిగా ఉందని నాకు నేనే నమ్మకంగా చెప్పుకున్నాను.

పళ్లు తోముకోవాలని పైకి వెళ్లాను. వైన్ తాగుతున్నానని అతనికి మరోసారి పట్టుబడగూడదు. బెడ్‌మీద షీట్స్ మార్చాలని అనుకున్నాను. తలగడల మీద తనకు ఇష్టమయిన స్ప్రే చేసి, నా పుట్టిన రోజుకు తను తెచ్చిన నల్లని చెడ్డీ వేసుకుంటే అతను రాగానే, అంతా మరిపించవచ్చు అనుకున్నాను.

బెడ్ మీద దుప్పటి లాగుతున్నాను. దానికిందకు తోసిన నల్లని బాగ్ ఒకటి తగిలింది. అది తన జిమ్ బాగ్. మరిచిపోయినట్టున్నాడు. పోయి గంట దాటింది. దాని కొరకు తిరిగి రాలేదు. కడుపులో కదలిక పుట్టింది. పోతేపోనీ అని, పబ్‌కు వెళ్లి ఉంటాడు. లేదంటే జిమ్ లాకర్‌లో స్పేర్స్ ఉండి ఉంటాయి. లేక దానితో పడుకుని

ఉన్నాడేమో ఈ క్షణాన. నాకు బాగుండలేదు. మోకాళ్ల మీద వంగి సంచిలో వెతికాను. అతని వస్తువులన్నీ ఉన్నాయి. శుభ్రంగా ఉతికి వాడడానికి సిద్ధంగానూ. ఐపాడ్ షఫల్ ఉంది. పరుగెత్తడానికి ట్రెయినర్స్ ఉన్నాయి. మరేదో ఉంది. మొబైల్ ఫోన్. అంతకు ముందు నేనెప్పుడూ చూడని ఫోన్ అది.

బెడ్ మీద కూచున్నాను. చేతిలో ఆ ఫోన్ ఉంది. గుండె సమ్మెటలాగ కొట్టుకుంటున్నది. దాన్ని ఆన్ చేయాలి. తమాయించుకునే దారిలేదు. కానీ, ఆపని చేస్తే, తప్పు చేసిన భావం కలుగుతుంది, తర్వాత, అని తెలుసు. ఏదో చెడు ఎదురవుతుంది. ఎవరూ స్పేర్ మొబైల్ ఫోన్‌లను జిమ్ బాగ్‌లో దాచుకోరు. అది నిజంగా దాచడమే అవుతుందిక. తలలో ఒక గొంతు ఘోష పెడుతున్నది. పెట్టేసెయ్. దాన్ని *గురించి* మరిచిపో, అంటున్నది. కానీ నావల్ల కాదు. పవర్ బటన్ మీద వేలు బలంగా నొక్కాను. స్క్రీన్ వెలిగే వరకు వేచి ఉన్నాను. కొంతసేపు, మరింత సేపు. అది పనిచేయడం లేదు. శరీరమంతా మార్ఫీన్‌లాగ ఒక రిలీఫ్ భావన పరుగెత్తింది. ఇప్పుడిక తెలిసే వీలు లేదు గనుక ఊరటగా ఉంది. అంతేగాను, ఫోన్ పని చేయడం లేదంటే వాడుకలో లేనిదని, అవసరం లేనిదని అర్థం. అంతేగానీ ప్రేమ వ్యవహారం నడిపిస్తున్న మనిషి ఫోన్ కాదు. అందుకు కూడా ఊరట. అటువంటి మనిషి ఫోన్ ఎల్లవేళలా వెంటపెట్టుకోవాలి అనుకుంటాడు. ఇది మా ఆయన పాత ఫోన్ అయ్యుంటుంది. చాలా కాలంగా ఈ సంచిలో పడి ఉంటుంది. పడేయడానికి సందర్భం కుదరలేదు. పైగా అది తనది కానేకాదేమో. జిమ్‌లో దొరికితే, తగినవారికి అప్పజెప్పాలని సంచిలో వేసుకుని మరిచి పోయి ఉండవచ్చు కూడా.

బెడ్ మీద దుప్పటి సగం లాగేసి ఉంది. దాన్ని వదిలి కింద లివింగ్ రూమ్‌లోకి పోయాను. కాఫీ టేబుల్ కింద డ్రాయర్స్ ఉన్నాయి. వాటినిండా ఇటువంటి చెత్త వస్తువులు ఎప్పటి నుంచో పడి ఉంటాయి. సెల్లో టేప్ రోల్స్, ఫారెన్ ప్రయాణంలో పనికివచ్చే ప్లగ్ అడాప్టర్‌లు, కొలత టేప్‌లు, సూది దారం కిట్‌లు, పాత ఫోన్ చార్జర్‌లు, అలాంటివెన్నో. అందులోని మూడు చార్జర్‌లను అందుకున్నాను. రెండవది సరిగా అమరింది. తెచ్చి మంచం పక్కన ప్లగ్‌లో దూర్చాను. ఫోన్‌తో చార్జర్ కూడా కనిపించకుండా, బెడ్‌సైడ్ టేబుల్ వెనుకకు దూర్చాను. ఇక వేచి ఉన్నాను. తేదీలు, సమయాలు ఎక్కువగా, తేదీలు కూడా కాదు, వారాలు. సోమవారం మూడింటికి? శుక్రవారం నాలుగున్నర? కొన్ని సార్లు వీలుకాదు, అని సమాధానం. రేపు కుదరదు. బుధవారాలు వద్దు. అంతకు మించి మరేమీ లేదు.

ప్రేమ మాటలు, మరేవో తీపి మాటలు, ఏవీ లేవు. కేవలం మెసేజ్‌లు. సుమారు డజన్ ఉన్నాయి. అన్నీ ఒక నంబర్ నుంచి. ఫోన్ బుక్‌లో కాంటాక్ట్స్ లేవు. కాల్ లాగ్ తుడిచేసి ఉంది.

నాకు తేదీలు అవసరం లేదు, అవి ఎట్లాగూ తెలిసిపోతాయి. ఈ మీటింగ్‌లు నెలలుగా సాగుతున్నాయి. కనీసం సంవత్సరం కింది వరకు. అవన్నీ గమనిస్తే, వాటిలో మొదటిది పోయిన సెప్టెంబర్ నాటిదని చూస్తే నా గొంతులో ఏదో అడ్డుపడినట్టయింది. సెప్టెంబర్! ఎవీకి అప్పటికి వయసు ఆరు నెలలు. అప్పటి వరకు నేనింకా బరువు తగ్గలేదు. ఒంట్లో సత్తువ లేదు. సెక్స్‌లో పాల్గొనడం లేదు. కానీ వెంటనే నవ్వు పుట్టింది. ఇదంతా హాస్యాస్పదమే. నిజం కాదు. సెప్టెంబర్‌లో ఆనందంగా ఉన్నాము. ఒకరినొకరం పిచ్చిగా ప్రేమించుకుంటున్నాం. పాపను కూడా. అటువంటి సమయంలో తను మరెవరితోనో తిరుగుతున్నాడంటే, ఇంత కాలంగా వ్యవహారం సాగుతున్నదని అర్థమా? తెలిసిపోయి ఉండేది నాకు. ఇది నిజం కావడానికి లేదు. ఫోన్ ఆయనది కాదు.

అయినా, నా వేధింపుల పట్టిక బెడ్ పక్కన డ్రాయర్ నుంచి తెచ్చాను. వివరాలు జోడించే ప్రయత్నం చేశాను. కొన్ని కలిశాయి. కొన్ని కాల్స్ ఒకటిరెండు నాళ్లు ముందు వచ్చాయి. కొన్ని అట్లాగే తరువాత. కొన్నింటికి అసలు పొంతన లేదు. నిజంగా తను దానితో ఇంత కాలం కలుస్తూనే ఉన్నాడా? ఒకవంక అది తనను చికాకు పెడుతున్నది, అనేవాడు. మరో వంక మాత్రం కలవడానికి ఏర్పాట్లు చేసుకుంటున్నారా? నాకు తెలియకుండా కలుస్తున్నారన్నమాట. అయితే ఈ ఫోన్ ఉండగా అది లాండ్‌లైన్ మీద ఎందుకు కాల్స్ చేస్తుంది? అర్థం లేదాయె. నాకు తెలిసి తీరాలని కాదు గదా. నన్ను రెచ్చగొట్టాలనా?

టామ్ బయటకు వెళ్లి రెండు గంటలయింది. త్వరలోనే వచ్చేస్తాడు. నేను బెడ్ సర్దేశాను. కాగితాలు, ఫోన్, బెడ్‌సైడ్ టేబుల్ సొరుగులో పెట్టాను. కిందకు వెళ్లి చివరి గ్లాస్ వైన్ పోసుకున్నాను. త్వరగా తాగేశాను. దానికి ఫోన్ చేయవచ్చు. ఎదురుపడవచ్చు. అయినా ఏమంటాను? నాకు అక్కడ అనడానికి తగిన మాటలు లేవనిపించింది. ఇంతకాలం నిన్ను పిచ్చిదాన్ని చేశాము, అని అది సంతోషంగా చెపుతుందేమో. నాకు చేసిన తీరు నీకూ జరుగుతున్నది అంటే?

బయట పేవ్‌మెంట్ మీద అడుగులు చప్పుడు వినిపించింది. తనే, నాకు తెలుసు. ఆ నడక తెలుసు. గ్లాస్‌ను సింక్‌లో తోసి నిలుచున్నాను. కిచెన్ కౌంటర్‌కు ఆనుకుని. చెవుల్లో రక్తం పోటెత్తుతున్నది.

'హలో' అన్నాడు నన్ను చూడగానే, ఏదో తేడా కనిపించింది. కాస్త ఊగుతున్నాడు.

'ఈ మధ్య జిమ్‌లో బియెర్ ఇస్తున్నారా?'

ఇకిలించాడు. 'బ్యాగ్ మరిచాను. అందుకే పబ్‌కు పోయాను.'

అనుకున్నదే జరిగింది. లేక నేను అట్లా అనుకోవాలని తను అనుకున్నాడా?

కొంచెం దగ్గరగా వచ్చాడు. 'నీవేం చేస్తున్నావు?' అడిగాడు. పెదిమల మీద నవ్వుంది. 'ఏదో చేసినట్లున్నావు!' చేతులు నడుముచుట్టు వేసి దగ్గరికి లాక్కున్నాడు. తన శ్వాసలో బియెర్ వాసన తెలుస్తున్నది. 'ఏదో జరుగుతున్నట్లుంది!'

'టామ్....'

'ష్', అంటూ పెదవులను ముద్దాడాడు. నా జీన్స్ బటన్స్ విప్పుతున్నాడు. అటు తిప్పాడు. నాకు ఇష్టం లేదు. కానీ మాట చెప్పేతీరు తెలియలేదు. కళ్లు మూసుకున్నాను. తను దానితో ఉండడం గురించి ఆలోచించడం వద్దని ప్రయత్నించాను. మొదటి రోజుల గురించి ఆలోచించే ప్రయత్నం చేశాను. క్రాన్‌హామ్ స్ట్రీట్ ఇంట్లో చుట్టూ పరుగులు, అన్నీ.

ఆదివారం, 18 ఆగస్ట్ 2013

మరీ ఉదయం

భయంతో నిద్రలేచాను. ఇంకా చీకటిగా ఉంది. ఎవీ ఏడుపు వినిపించింది అనుకున్నాను. చూద్దామని వెళ్లాను. తను బాగా నిద్రలో ఉది. దుప్పటి పిడికిళ్లలో పట్టుకుని ఉంది. తిరిగి బెడ్ చేరాను. నిద్రమాత్రం రావడం లేదు. ఆలోచనలో ఆ ఫోన్ ఒకటే నిండి ఉంది. టామ్ వేపు చూచాను. ఎడమచెయ్యి అటు విసిరి, తల వెనుకకు వేసి నిద్రపోతున్నాడు. ఊపిరి తీరు చూస్తే ఎంతమాత్రం మెలుకువ లేదని చెప్పగలను. బెడ్ నుంచి నెమ్మదిగా లేచాను. ఫోన్ డ్రాయర్ నుంచి తీసుకున్నాను.

కింద కిచెన్‌లో తయారీ అన్నట్టు ఆ ఫోన్‌ను చేతిలో తిప్పుతున్నాను. తెలుసుకోవాలి, అవసరం లేదు. స్థిరం చేసుకోవాలి. అనుకున్నదంతా తప్పు కావాలని భావన బలంగా ఉంది. ఫోన్ ఆన్ చేశాను. వన్ నొక్కి ఉంచాను. వాయిస్ మెయిల్ వెల్‌కమ్ వినిపించింది. అందులో కొత్త మెసేజ్‌లు, సేవ్ చేసిన మెసేజ్‌లు

ఏవీ లేవు. గ్రీటింగ్ మార్చాలని ఉందా? కాల్ ముగించాను. ఫోన్ మోగుతుందని అర్థంలేని భయం ఆవరించింది. టామ్ వింటాడు. అందుకుని ఫ్రెంచ్ డోర్ తీసి బయటకు వచ్చాను. కాళ్ల కింద గట్టి తడిగా ఉంది. గాలి చల్లగా ఉంది. వాన, గులాబీల వాసన కలిసి వస్తున్నది. దూరంగా ట్రెయిన్ చప్పుడు. నెమ్మదిగా గడగడమంటూ. చాలా దూరంలో ఉంది. ఫెన్స్ వరకు ఇంచుమించు నడిచాను. వాయిస్ మెయిల్ మళ్లీ ఆన్ చేశాను. గ్రీటింగ్స్ మారుస్తారా? అవును. మారుస్తాను. ఫోన్ బీప్‌మన్నది. కొంత విరామం. అప్పుడు గొంతు వినబడింది. ఆమె గొంతు తనది కాదు. 'హై ఇట్స్‌మి లీవ్ ఎ మెసేజ్'

గుండె కొట్టుకోవడం ఆగింది.

ఇది టామ్ ఫోన్ కాదు. దానిది.

మళ్లీ ప్లే చేశాను.

'హై ఇట్స్ మి. లీవ్ ఎ మెసేజ్'

అది దాని గొంతు.

కదల లేను. శ్వాస తీయలేను. మళ్లీ ప్లే చేశాను. మరోసారి. గొంతు పూడుకుపోయింది. స్పృహ తప్పి పడిపోతాను అనిపించింది. పై అంతస్తులో లైట్ వెలిగింది.

రేచల్

ఆదివారం, 18 ఆగస్ట్ 2013

ఉదయం

జ్ఞాపకాల్లోని ఒక ముక్క మరో దానికి దారి తీసింది. నేను దినాలు, వారాలు, నెలలుగా చీకటిలో తడుముతూ తిరుగుతున్నట్టుంది. చివరకు ఏదో దొరికింది. గోడమీద తడుముతుంటే ఒక గదినుంచి మరొక గదిలోకి దారి దొరికినట్లుగా ఉంది. కదలాడుతున్న నీడలు కడకు ఒక చోటికి చేరినయి. కొంతసేపటికి నా కళ్లు చీకటికి అలవాటయినయి. చూడగలిగాను.

మొట్టమొదటే కాదు. మొదట్లో అది జ్ఞాపకం అనిపించింది. అది కలయి ఉంటుంది అని నేను అనుకున్నాను. షాక్‌తో కాళ్లు చేతులు కదలక ఆ సోఫాలో పడి ఉండిపోయాను. అట్లా తప్పుడు జ్ఞాపకాలు రావడం నాకు మొదటిసారి కాదని నాకే నచ్చచెప్పుకుంటున్నాను. సంఘటనలు ఒకరకంగా జరిగినట్లు నేను భావించడం, వాస్తవం మరోలాగుండడం కొత్తకాదు.

టామ్ కొలీగ్ ఒకతను పార్టీ ఇస్తే వెళ్లినప్పటి సంగతిలాగ అనవచ్చు. బాగా తాగి మత్తులో ఉన్నాను. అయినా రాత్రి బాగా సరదాగా గడిచింది. క్లారాను కిస్ చేసి గుడ్‌నైట్ చెప్పడం గుర్తుంది. క్లారా అంటే ఆ స్నేహితుని భార్య. చాలా మంచిమనిషి. మళ్లీ కలుద్దాం అని ఆమె అనడం గుర్తుంది. ఆమె నా చేతిని తన చేతితో పట్టుకోవడం గుర్తుంది. అన్నీ అంతబాగా గుర్తున్నాయా, అయితే అవేవీ నిజంకాదు. ఆ సంగతి

మరునాడు ఉదయం తెలిసింది. మాట్లాడాలని నేను ప్రయత్నం చేస్తే టామ్ పెడమొగం పెట్టాడు. తానెంత ఇబ్బందికి గురయిందీ, ఎంత ఇరకాటంలో పడిందీ తనే చెప్పాడు. అనుకున్నది నిజం కాదని అప్పుడు అర్థమైంది. టామ్‌తో వ్యవహారం పెట్టుకున్నదని నేను క్లారా మీద నింద వేశానట. పిచ్చిపిచ్చిగా అరిచి గందరగోళం సృష్టించానట.

కళ్లుమూసుకుంటే నాకు ఆమె స్పర్శ తెలుస్తున్నది. నా చేతిలో వెచ్చగానూ, కానీ వాస్తవానికి అది జరగనే లేదట. జరిగింది మరో తీరు. టామ్ నన్ను ఎత్తుకున్నంత పనిచేసి ఇంట్లోనుంచి బయటకు తెచ్చాడు. నేను ఏడుపులు, అరుపులు మానలేదు. పాపం క్లారా పోయి కిచెన్‌లో దాక్కున్నది.

అంటే నేను కళ్లు మూసుకుంటే, అర్ధస్వప్నంలోకి జారితే, అండర్ పాస్‌లో పడి ఉన్నానని అర్థం చేసుకుంటే, అక్కడి చలిని, మురికి కంపును, ఆ గాలిన అనుభవించాను అంటే, ఒక వ్యక్తి నావంక నడిచి రావడం చూచాను అంటే, అతను పిచ్చి కోపంతో రేగిపోతూ పిడికిలి పైకెత్తాడు అంటే, అవేవీ సత్యం కావు. నేను అనుభవించిన భయం నిజం కాదు. ఇక ఆ నీడ, నన్నక్కడ పడి ఉండగా వదిలేసి, అరుస్తూ ఉండగా వదిలేసి, రక్తాలు కారుతుండగా వదిలేసి వెళ్లాడు, అంటే అదేదీ నిజం కాదు, వాస్తవం కాదు.

కానీ అవన్నీ జరిగాయి. నేను చూచాను. నమ్మకం కలుగనంత షాక్‌కు గురయ్యాను. సూర్యోదయం చూస్తుంటే మాత్రం మబ్బు తెరవీడినట్టుంది. అతను నాకు చెప్పిందంతా అబద్ధం. నన్ను తాను కొట్టడం నేను ఊహించుకున్న విషయం కాదు. నాకు అది జ్ఞాపకముంది. పార్టీ తరువాత క్లారాకు గుడ్‌బై చెప్పడంలాగే, ఇది కూడా గుర్తుంది. ఆమె చెయ్యి పట్టుకోవడం లాగే గుర్తుంది. నేను నేలమీద పడి ఉండడం, పక్కన గోల్ఫ్ క్లబ్ పడి ఉండడం లాగే నాకు గుర్తుంది. ఇక నాకు ఇప్పుడు అంతా తెలుసు. గోల్ఫ్ క్లబ్ పట్టుకుని ఊపింది నేను కాదని గట్టిగా తెలుసు.

ఏం చేయాలి అంటే నాకు తెలియదు. పైకి పరుగెత్తాను. జీన్స్, ట్రెయినర్స్ వేసుకుని కిందకు పరుగుగా వచ్చాను. వాళ్ల నంబర్ డయల్ చేశాను. అదే, ఆ లాండ్ లైన్. రెండుసార్లు మోగనిచ్చాను. పెట్టేశాను. ఏం చేయాలి అంటే నాకు తెలియదు. కాఫీ తయారు చేశాను. అది చల్లబడి పోయింది. డిటెక్టివ్ సార్జెంట్ రైలీ

నంబర్ డయల్ చేశాను. వెంటనే కట్ చేశాను. ఆమె నన్ను నమ్మదు. ఆ సంగతి నాకు తెలుసు.

ఇక స్టేషన్‌కు బయలుదేరాను. ఆదివారం గదా. మొదటి ట్రెయిన్ మరో అరగంటకు గాని రాదు. బెంచ్ మీద కూచుని నమ్మకం లేని స్థితి నుంచి నిరాశకు, తిరిగి నమ్మకం లేని స్థితికి గుండ్రంగా తిరుగుతూ ఉండడంకన్నా చేయగలిగింది లేదు.

అన్నీ అబద్ధాలు, అతను నన్ను కొట్టడం నా ఊహకాదు. పిడికిళ్లు బిగించి నా దగ్గర నుంచి వేగంగా, నడిచి వెళ్లిపోవడం నేను ఊహించిందికాదు. అతను తలతిప్పి, అరవడం నేను చూచాను. ఒక ఆడమనిషితో కలిసి రోడ్ వెంట నడవడం చూచాను. ఆమెతోబాటు కారులో ఎక్కడం చూచాను. అవేవీ నేను ఊహించినవి కావు. అప్పుడు అంతా సింపుల్, చాలా సింపుల్ అని అర్థమయింది. నాకు అంతా జ్ఞాపకం ఉంది. అయితే రెండు జ్ఞాపకాలను కలగలిపాను, అదీ సంగతి. నీలం డ్రెస్‌లో ఆనా నానుంచి దూరంగా నడుస్తున్న రూపాన్ని, మరొక దృశ్యంలోకి పొరపాటుగా జొప్పించాను. టామ్, మరొక ఆడమనిషి కార్‌లోకి ఎక్కడం. ఎందుకంటే ఆ ఆడమనిషి నీలం డ్రెస్‌లో లేదు. ఆమె జీన్స్ ఒక ఎర్ర టీషర్ట్ వేసుకుని ఉంది. ఆమె మేగన్.

ఆనా

ఆదివారం, 18 ఆగస్ట్ 2013

మరీ ఉదయం

ఫోన్‌ను ఫెన్స్ మీదనుంచి విసిరేశాను. వీలయినంత దూరానికి విసిరాను. గట్టుపై అంచుమీద తుప్పల్లో పడిందది. అది రెయిల్ ట్రాక్ దిక్కు దొర్లడం వినిపించింది అనుకుంటాను. ఆ గొంతు ఇంకా వినపడుతున్నది అనుకుంటాను. హై, ఇట్స్ మి. లీవ్ ఎ మెసేజ్. ఆ స్వరం చాలా కాలం వరకు నాకు వినిపిస్తూనే ఉంటుంది అనుకుంటా.

నేను ఇంట్లోకి చేరే సమయానికి తను, మెట్లలో చివరిదాని మీద ఉన్నాడు. కళ్లారుస్తూ, నిద్రలో నుంచి తేరుకునే ప్రయత్నంలో ఉన్నాడు.

'ఏమిటి సంగతి?'

'ఏం లేదు,' అన్నాను. కానీ గొంతులో వణుకు నాకే తెలుస్తున్నది.

'బయటేం చేస్తున్నావు?'

'ఏదో అలికిడి వినిపించింది. ఎందుకో మెలుకువ వచ్చింది. మళ్లీ నిద్రపట్టలేదు,' చెప్పాను.

'ఫోన్ మోగింది మరి,' కళ్లు నులుముతూ అన్నాడతను.

చేతులు వణుకుతుండడం తెలియకుండా, రెంటినీ కలిపి పట్టుకున్నాను. 'ఫోనా? ఏం ఫోనూ?' అడిగాను

'ఫోన్. ఏం ఫోన్ ఏమిటి? ఫోన్ మోగింది. వెంటనే ఆగిపోయింది,' తను నన్ను పిచ్చిదాన్ని అన్నట్టు చూస్తున్నాడు.

'ఏమో నాకు తెలియదు. ఎవరో తెలియదు.'

తను నవ్వాడు. 'అవునులే, నీకు తెలియదు. ఇంతకూ బాగానే ఉన్నావా?' నాకు దగ్గరగా వచ్చాడు. నడుము చుట్టూ చెయ్యి వేశాడు. 'పిచ్చిగా ప్రవర్తిస్తున్నావు.' నన్ను పొదివి పట్టుకున్నాడు. తలను నా ఎద మీదకు వంచాడు. 'అలికిడి వినబడితే నన్ను లేపి ఉండాల్సింది. ఒంటరిగా అట్లా బయటకు రాగూడదు. అది నా పని,' అన్నాడు.

'నేను బాగానే ఉన్నాను,' అన్నాను. పళ్లు టకటక కొట్టుకోకుండా మాత్రం దవడలు బిగబట్ట వలసి వచ్చింది. పెదవుల మీద ముద్దుపెట్టుకున్నాడు. నాలుక నా నోట్లోకి జొనిపాడు.

'పైకి పోదాం పద' అన్నాడు

'కాఫీ చేసుకుందామనుకుంటున్నా' దూరం జరిగే ప్రయత్నం చేస్తూ అన్నాను.

నన్నతను వదలడం లేదు. చేతులతో గట్టిగా చుట్టేశాడు. మెడ వెనుక పట్టుకున్నాడు.

'కమాన్, నాతో రా, వద్దంటే వినేది లేదు,' అన్నాడు.

రేచల్

ఆదివారం, 18 ఆగస్ట్ 2013

ఉదయం

ఏం చేయాలి, స్థిరంగా తెలియడం లేదు. కనుక డోర్‌బెల్ నొక్కాను, అంతే, ముందు ఫోన్ చేసి ఉండాలేమో అనుకున్నాను. కాల్ చెయ్యకుండా ఓ ఆదివారం ఉదయం ఊడిపడడం మర్యాద కాదు. ఏమంటారు? నవ్వు పుట్టింది. కొంత హిస్టరికల్ అనిపించింది. ఏం చేస్తున్నాను, నాకే తెలియదు.

తలుపు ఎవరూ తీయడం లేదు. తొందరపాటు పెరుగుతండగా, ఆ సన్నని పాసేజ్ వే మీదుగా ఇంటి పక్కనుంచి నడిచాను. ఇదంతా ఇదివరకు జరిగిందని గట్టిగా తోచింది. ఆ ఉదయాన ఈ ఇంటికి వచ్చాను. చిన్న పాపను ఎత్తుకు తెచ్చాను.

దానికి హాని చేయాలని మాత్రం కాదు. అది ఇప్పుడు గట్టిగా తెలుస్తున్నది.

ఇంటి చల్లని నీడలో నడుస్తున్నాను. పాప పలుకుల గోల వినిపించింది. అంతా ఊహ కావచ్చు అని కూడా తోచింది. కానీ కాదు. అదుగో, తానుంది అక్కడ. ఆనా కూడా ఉంది. వసారాలో కూచున్నారు. తనను పిలుస్తూ ఫెన్స్ మీదుగా దాటాను. తను నావేపు చూచింది. షాక్ అవుతుంది, అనుకున్నాను. లేదంటే కోపమయినా రావాలి. కానీ ఆ ముఖంలో కనీసం ఆశ్చర్యం కూడా కనిపించలేదు.

'హలో రేచల్' అన్నదామె. లేచి నిలబడింది. పాపను చేత్తో పట్టుకున్నది. తన పక్కకు లాక్కున్నది. నా వేపు చూచింది. నవ్వు మాత్రం లేదు. ప్రశాంతంగా ఉంది.

కళ్లు ఎర్రబడి ఉన్నాయి. ముఖం పాలిపోయి ఉంది. మేకప్ కూడా లేదు. తోమి కడుక్కున్న ముఖం అది.

'ఏం కావాలి నీకు?' అడిగింది.

'డోర్ బెల్ నొక్కాను,' చెప్పాను.

'నాకు వినిపించలేదు,' అన్నది పాపను నడుము మీదకు ఎత్తుకున్నది. నానుంచి సగం, అటు తిరిగింది. ఇంట్లోకి పోదామనుకుంటున్నట్టు. కానీ, ఆగిపోయింది. తాను నన్ను చూచి గోల చేయడం లేదు. అది నాకు అర్థం కాలేదు.

'టామ్ ఎక్కడ, ఆనా?'

'బయటకు వెళ్లాడు. ఆర్మీ బాయ్స్ గెట్ టు గెదర్'

'మనం వెళ్లిపోవాలి ఆనా,' అన్నాను. తాను నవ్వసాగింది.

ఆనా

ఆదివారం, 18 ఆగస్ట్ 2013

ఉదయం

ఎందుకోగాని, వ్యవహారమంతా ఉన్నట్టుండి విచిత్రంగా కనిపించింది. పాపం లావుపాటి రేచల్ నా గార్డెన్‌లో నిలబడడం, మనిషంతా ఎర్రబడి, మరోవేపు చెమటలు కక్కుతూ, నాకు మనం వెళ్లిపోవాలని చెప్పడం. వెళ్లిపోవలసిన అవసరం ఉంది.

'ఎక్కడికి వెళుతున్నాం?' నవ్వు ఆగిన తర్వాత అడిగాను. తను నాదిక్కు చూచింది, అంతే. ముఖంలో భావాలు లేవు. మాటలు రావడం లేదు, తనకు. 'నీతో నేను ఎక్కడికీ రావడం లేదు.' ఎవీ ఎందుకో గింజుకుంటున్నది. దాన్ని కిందకి దించాను. ఈ ఉదయం షవర్ కింద ఉన్నప్పుడు బలంగా తోముకున్న చోట్లలో చర్మం ఎర్రబడి, మండుతున్నది. నోటి లోపల, బుగ్గల లోపల, నాలుక మీద కూడా మంట పుడుతున్నది.

'తను ఎప్పుడు తిరిగి వస్తాడు?' అడిగిందామె.

'కొంతసేపు పడుతుంది, నాకది అవసరం లేదు.'

టామ్ తిరిగి వచ్చే సమయం గురించి నేనేదీ చెప్పలేను. అతను ఆ క్లైంబింగ్ వాల్ దగ్గర, దినాలు గడపగలుగుతాడు. లేదా క్లైంబింగ్ వాల్ దగ్గర దివాలు గడుపుతాడని, నేను అనుకుంటాను. ఇప్పుడిక నాకు తెలియదు.

జిమ్ బాగ్ తీసుకు పోయాడని మాత్రం తెలుసు. ఫోన్ లేదని తెలుసుకోవడానికి ఎక్కువ కాలం పట్టదు.

ఎవీతో బాటు మా అక్కయ్య ఇంటికి పోవాలి అనుకున్నాను. అయినా ఫోన్ సంగతి బుర్రను కెలుకుతున్నది. అదెవరికన్నా దొరికితే? ట్రాక్‌మీద ఆ భాగంలో ఎప్పుడూ పనివాళ్లుంటారు. వాళ్లలో ఎవరో ఒకరు దాన్ని చూచి పోలీస్‌లకు ఇవ్వవచ్చు. దాని మీద నా వేలిముద్రలున్నాయి.

దాన్ని తిరిగి వెతికి తేవడం అంత కష్టం కాదు, అని కూడా అనుకున్నాను. నేను వెతడకం ఎవరూ చూడకూడదంటే రాత్రి వరకు ఆగాలి.

రేచల్ ఇంకా మాట్లాడుతున్న సంగతి తెలుసు. నన్ను ప్రశ్నలు అడుగుతున్నది. నేను మాత్రం వినడం లేదు. అలసటగా ఉంది.

'ఆనా, నాకు దగ్గరగా వస్తూ ఆ నల్లనికళ్లతో నన్ను వెదుకుతూ అడిగింది..' వాళ్లలో ఎవరినయినా కలిశావా?'

'ఎవరిని?'

'తన ఆర్మీ స్నేహితులను? వాళ్లలో ఏ ఒక్కరితోనయినా పరిచయం జరిగిందా?' తల అడ్డంగా ఆడించాను. 'అది నీకు వింతగా తోచలేదా?' అడిగింది. నాకు వింతగా తోచిన విషయం, ఆదివారం పొద్దున్నే, అది నా గార్డెన్‌లో ప్రత్యక్షమవడం. ఆ సంగతి నాకు అప్పుడే తోచింది.

'అందులో ఏముంది? వాళ్లంతా మరో జీవితంలో భాగాలు. అతని మరో జీవితం భాగాలన్నమాట. నీ లాగే మరి. నువ్వు కూడా ఒకరకంగా చూస్తే.... ఏమిటంటే, నీవేమో మమ్మల్ని వదిలేరకంగా లేవు. 'తను కుంచించుకున్నది. మనసు గాయపడింది.' ఇక్కడేం చేస్తున్నావు రేచల్?'

'నేనెందుకు వచ్చాను, నీకు తెలుసు. అసలు ఏదో జరిగిందని... ఏదో చాలా కాలంగా జరుగుతున్నదని నీకూ తెలుసు.' ముఖంలో మనస్ఫూర్తిగా చెపుతున్న భావం కనబడుతున్నది. తనకు నాపట్ల ఎంతో పట్టింపు ఉన్నట్టు అన్నమాట. మరి వేరే పరిస్థితులలో నయితే, ఆ భావం మనసుకు తగిలేదే.

'కప్ కాఫీ తాగుతావా?' అడిగాను. సరేనన్నట్టు తలాడించింది.

కాఫీ కలిపాను. ఇద్దరం వెనుక వరండాలో పక్కపక్కన కూచున్నాము. మాటల్లేవు. అదేదో మామూలుగా అన్నట్లుంది.

'ఇంతకూ ఏమిటంటున్నావూ?' అడిగాను. 'టామ్ ఆర్మీ స్నేహితులంటూ ఎవరూ లేరంటావా? అంతా కట్టుకథలా? మరొక ఆడ మనిషితో గడుపుతున్నాడు, అంటావా?'

'నాకు తెలియదు,' అన్నది తను.

'రేచల్?' అప్పుడు తను నా దిక్కు చూచింది. ఆ కళ్లలో భయం కనిపించింది. 'నాకు చెప్పదలిచింది ఏదయినా ఉందా?' 'టామ్ కుటుంబాన్ని ఎప్పుడయినా కలిశావా?' ఉదాహరణకు అమ్మనాన్నలను? అడిగింది.

లేదు, వాళ్లతో మాటల్లేవు. నన్ను పెళ్లి చేసుకున్న తరువాత వాళ్లు మాటలు మానేశారు.'

తల అడ్డంగా ఆడించింది. అది నిజం కాదు. నేను కూడా వాళ్లను కలిసింది లేదు. అసలు వాళ్లు నన్నెరుగరు. నన్ను వదిలిపెట్టినందుకు, వాళ్లు ఎందుకు కోపగించుకుంటారు?' అన్నది.

నా తలలో చీకటి నిండింది. పుర్రెలో సరిగ్గా వెనుక భాగంలో ఫోన్‌లో తన గొంతు విన్న క్షణంనుంచి ఆ చీకటిని అడ్డుకోవాలని ప్రయత్నిస్తున్నాను. అది ఇప్పుడు విస్తరిస్తున్నది. అందులో పూలు పూస్తున్నాయి.

'నేను నమ్మను. ఆ సంగతి గురించి అబద్ధాలాడడం ఎందుకట?' అన్నాను.

'అతను అన్ని సంగతుల గురించి అబద్ధాలే ఆడుతాడు గనుక!'

లేచి తననుంచి దూరంగా నడిచాను. ఆ మాట అన్నందుకు దానిమీద కోపం వచ్చింది. ఆ మాటలను నమ్ముతున్నందుకు నామీద నాకు కోపం వచ్చింది. టామ్ అబద్ధాలాడతాడని నాకు ఎప్పుడూ తెలుసు, అనుకుంటాను. అయితే గతంలో అతని అబద్ధాలు నాకు తగినట్టే ఉండేవి.

'అతను మంచి అబద్ధాలకోరు' అన్నాను ఆమెతో. 'నువ్వు కలకాలం విషయం తెలియకుండా ఉండిపోయావు. నెలలపాటు మేము వ్యవహారం సాగించాము. (బూతుమాట వాడింది.) నీకు అసలు అనుమానం రాలేదు.' ఆమె గుటక మింగింది. పెదవులు గట్టిగా కొరుక్కున్నది. 'మేగన్, అసలు మేగన్ సంగతేమిటి?' అడిగింది.

'నాకు తెలుసు, వాళ్లిద్దరికీ అఫెయిర్ సాగిందని!' మాటలు నాకే తెలియనివిగా తోచాయి. వాటిని గట్టిగా అనడం ఇదే మొదటిసారి. తను నన్ను మోసగించాడు. తను నన్ను మోసగించాడు. 'అది నీకు సరదాగా ఉందనుకుంటా' అన్నాను.

'కానీ అది పోయింది. కనుక పట్టించుకోనవసరం లేదు. ఏమంటావ్?'

'అనా....'

మెదడులో చీకటి పెరిగింది. పుర్రెను పగలగొడుతున్నది. చూపు కుదరకుండా అడ్డు తగులుతున్నది. ఎవీని చేత్తో పట్టుకున్నాను. లోపలికి లాగసాగాను. అది గట్టిగా అరుస్తూ మొండిచేస్తున్నది.

'అనా...'

'వాళ్లకు అఫెయిర్ ఉంది. అదంతే. మరేం లేదు. అంత మాత్రాన అర్థాలు----'

'తను దాన్ని చంపాడనా?'

'ఆ మాట అనకు!' నా పాప ముందు అటువంటి మాటలు అనకు!' అరుస్తున్నానని నాకే అర్థమయింది.

ఎవీకి తిండి పెట్టాను. వారాల్లో మొదటిసారి మారాము చేయకుండా తినేసింది. నేను పట్టించుకోవలసిన సంగతులు వేరుగా ఉన్నాయని తనకు అర్థమయినట్టు. ఎంతో ముద్దు తోచింది. రేచల్ అక్కడే ఉంది. అయినా బయటకు వస్తే ప్రశాంతంగా ఉంది. గార్డెన్‌లో ఫెన్స్ దగ్గర నిలబడి ఉంది తను. వెళుతున్న ట్రెయిన్‌ను చూస్తున్నది. నేను తిరిగి వచ్చినట్టు అలికిడి తెలియగానే, తను నడుస్తూ వచ్చింది.

'నీకు ఇష్టం కదూ? ట్రెయిన్‌లు. నాకు తెగ చిరాకు. అసలు నచ్చవు నాకు' అన్నాను.

అరనవ్వు నవ్వింది. ఎడమ బుగ్గ మీద తనకు లోతుగా డింపుల్ సొట్ట పడుతుందని గమనించాను. అంతకు ముందు ఎప్పుడూ చూడలేదు. అసలు తను తరుచుగా నవ్వడం చూచడలేదు. అసలు నవ్వే చూడలేదు.

'అతను చెప్పిన అబద్ధాలలో మరొకటి,' చెప్పసాగింది. 'నీకు ఈ ఇల్లు ఎంతో ఇష్టం అన్నాడు. ఇక్కడ అన్నీ నచ్చాయి అన్నాడు. ట్రెయిన్స్ కూడా. మరో స్థలం కొరకు కలలో కూడా కోరను అన్నావట. తనతో కలిసి ఇక్కడే ఉంటాను, అన్నావట. మొదట్లో ఇక్కడ నేనుండేదాన్ని, అయినా ఫరవాలేదు, అన్నావట.'

తల అడ్డంగా కదిలించాను. 'అసలు నీతో ఈ సంగతి ఎందుకు చెప్పవలసి వచ్చింది?' అడిగాను. 'అంతా అబద్ధం. అంతా చెత్త. రెండు సంవత్సరాలుగా ఇల్లు అమ్మేయమని తరుముతున్నాను.'

ఆమె భుజాలు ఎగరేసింది. 'మరి అబద్ధాలాడుతాడుగద, ఆనా, ప్రతి సంగతిలోనూ.'

చీకటిలో పూలు పూశాయి. ఎవీని ఒడిలోకి లాక్కున్నాను. తను గోల చేయకుండా కూచున్నది. ఎండలో అది నిద్రమత్తులోకి పోతున్నది. 'అంటే ఆ ఫోన్ కాల్స్ అన్నీ....' అన్నాను. ఇప్పుడే అంతా అర్థం కావడం మొదలయింది. 'అవన్నీ నీవు చేసినవి కావు. అంటే అందులో కొన్ని.... తెలుసు.... కానీ....'

'మేగన్ చేసినవి? అవును. అంతే అనుకుంటా.'

తిక్కగా ఉంది. ఇంతకాలం నేను ఒక మనిషినే అనవసరంగా అనుమానిస్తూ వచ్చాను. అది ఇప్పుడే తెలుస్తున్నది. కానీ, అట్లాగని రేచల్ మీద అసహ్యం తగ్గలేదు. అయినా, తనను ఈ పరిస్థితిలో, ప్రశాంతంగా, పట్టింపుగలిగి, తాగకుండా, ఉండడం చూస్తే. తను ఒకప్పుడు ఎట్లాగుండేది' అన్న ఆలోచన మొదలయింది. ఆ స్థితి చూడగలుగుతున్నాను. అయినా కోపం మరింత పెరిగింది, దాని మీద. మా ఆయన దానిలో చూచినవననీ నేనిప్పుడు చూడగలుగుతున్నాను మరి. అతను ఇష్టపడిన సంగతులనన్నీ.

గడియారం వంక చూచాను. పదకొండు దాటింది. తను ఎనిమిది ప్రాంతాల వెళ్లాడు. ఇంకా ముందేమో? ఫోన్ గురించి ఇప్పటికల్లా తెలిసి ఉంటుంది. తెలిసి చాలాకాలం అయ్యుంటుంది. పడిపోయింది అనుకుంటున్నాడేమో. లేక బెడ్ కింద ఉంది అనుకుంటున్నాడేమో.

'నీకు ఎంతకాలంగా తెలుసు?' అడిగాను. అదే అఫెయిర్ సంగతి.'

'ఇవాళ వరకు తెలియదు. ఏం జరుగుతున్నదీ తెలియదు, అంటున్నాను. ఏమిటంటే---' ఆమె మాట ఆపేసింది మరి. నా భర్త తీరు గురించి తాను చెపుతుంటే, వింటూ ఉండలేను. తెలుసు. నేను, తాను అదే లావుపాటి, ఏడుపుగొట్టు రేచల్ ఇద్దరం ఒకే పరిస్థితిలో ఉన్నాము' అంటే భరించలేను.

'కడుపులో బిడ్డ....? ఆ బిడ్డ తనదంటావా?' అడిగింది.

దానివంక చూస్తున్నాను. కానీ, నిజానికి దాన్ని చూడడం లేదు. చీకటి తప్ప మరేదీ చూడలేకపోతున్నాను. పెద్దహోరు తప్ప చెవుల్లో మరేదీ వినిపించడం లేదు. సముద్రం హోరు, తల మీద ఆకాశంలో విమానం, వాటి గోలలాగ ఉంది.

'ఏమిటి అన్నావు?'

'అది... అయామ్ సారీ.' తన ముఖం ఎర్రయింది. కంగారు పడినట్టుంది. 'చెప్పవలసింది కాదు. అది చచ్చేనాటికి గర్భవతి. మేగన్ కడుపుతో ఉంది. అయామ్ సో సారీ.'

దాని ముఖంలో క్షమాపణ భావం లేదు. బాగా తెలుస్తున్నది. నేను దాని ముందు ముక్కలయి పోదలుచుకోలేదు. కానీ, కిందకి చూచాను. ఎవీ వంక చూచాను. అంతకు ముందెన్నడూ ఎరుగని దుఃఖం అలవలె నామీదకు వచ్చి విరుచుకుపడింది. నాకు శ్వాస ఆడకుండా చేసింది. ఎవీకి తమ్ముడు, ఎవీ చెల్లెలు. ఇక మిగిలలేదు. రేచల్ నా పక్కన కూచుని తన చెయ్యి నా భుజం చుట్టు వేసింది.

'నన్ను క్షమించు,' మళ్లీ అన్నది. నాకు దాన్ని తన్నాలని ఉంది. దాని చర్మం, నా చర్మానికి తగులుతుంటే, ఏవో పురుగులు పాకినట్టుంది. దాన్ని తోసేయాలని ఉంది. గట్టిగా అరవాలనుంది. కానీ, కుదరదు. అది నన్ను కొంతసేపు ఏడవనిచ్చింది. అప్పుడు స్ఫుటంగా, సునిశ్చితంగా అన్నది. 'ఆనా మనం వెళ్లిపోవాలి అనుకుంటున్నాను. కొంత సామగ్రి ప్యాక్ చేసుకో నీకూ, పాప కొరకు. ఇక మనం వెళ్లి తీరాలి. ప్రస్తుతానికి నీవు నావద్దకు రావచ్చు. ఈ వ్యవహారం... తేలేదాకా అన్నమాట.'

కళ్లు తుడుచుకున్నాను. తననుంచి దూరం జరిగాను. 'నేనతడిని వదిలిరాను రేచల్. అతను అఫెయిర్ పెట్టుకున్నాడు. అది... అది మొదటి సారేం కాదు గదా. ఏమంటావ్?' నేను నవ్వసాగాను. ఎవీ కూడా నవ్వింది.

రేచల్ నిట్టూర్పు వదిలి లేచి నిలబడింది. 'ఇది కేవలం అఫెయిర్ గురించి నీకు కూడా తెలుసు, ఆనా! అది నాకు తెలుసు.'

'మనకు ఏదీ తెలియదు.' అన్నాను. మాటలు గుసగుస వలె వచ్చాయి.

'అది, తనతో కారెక్కింది. ఆ రాత్రి, కళ్లారా చూచాను. గుర్తురాలేదు, అంతే. అసలు తనతో ఉన్నది నీవనుకున్నాను.' కానీ జ్ఞాపకం వచ్చింది. ఇప్పుడు జ్ఞాపకం ఉంది. తను చెప్పింది.

'కాదు,' ఎవీ చెయ్యి బంకగా నా నోటికి అదిమింది.

'పోలీసులతో మాట్లాడాలి మనం.' ఒక అడుగు నా వంక కదిలింది. 'ప్లీజ్ నువ్వతనితో ఇక్కడ ఉండగూడదు.' ఎండగా ఉన్నప్పటికీ వణుకుతున్నాను. మేగన్ ఇంటికి వచ్చిన చివరి సందర్భం గురించి ఆలోచిస్తున్నాను. తను మావద్ద పని చేయడం కుదరదని చెప్తుతున్నప్పుడు అతని తీరు గురించి గుర్తు చేసుకుంటున్నాను.

సంతోషంగా ఉన్నాడా, లేక నిరాశ కనబరచాడా? అనుకోకుండా మరో సంగతి కళ్ల ముందు కదలాడింది. ఎవీని చూచుకునే పనిలో కుదిరిన మొదటి కొన్నిరోజుల్లో సంగతి. నేను స్నేహితురాళ్లను కలవడానికి వెళ్లవలసి ఉంది. అలసటగా ఉందని వెళ్లలేదు. పైకి పోయి పడుకున్నాను. నేనక్కడ ఉండగానే టామ్ ఇంటికి వచ్చినట్టున్నాడు. నేను కిందకు వచ్చేసరికి వాళ్లిద్దరూ దగ్గరదగ్గరగా ఉన్నారు. అది కౌంటర్ మీద వాలి ఉంది. తనేమో దానికి మరీ దగ్గరగా నిలబడి ఉన్నాడు. ఎవీ హై చెయిర్‌లో ఉంది. ఏడుస్తున్నది. అయినా ఇద్దరూ తనను పట్టించుకోవడం లేదు.

నా ఒళ్లు చల్లబడింది. తను దాన్ని కోరుకుంటున్నాడని నాకు అప్పుడే తెలుసా? మేగన్ బ్లాండ్ జుట్టుతో అందమయినది. అది నాలాగే ఉంటుంది. అంటే అవుననాలి, అతను దాన్ని కోరుకుంటున్నాడు. నేను వీధిలో నడుస్తుంటాను. పెళ్లయిన మగమహారాజులు పెళ్లాంతో చంకల్లో పిల్లలతో వెళుతూ నా వంక చూస్తారు. మనసులో ఏవేవో అనుకుంటారు. ఇదేతీరు అది. అంటే బహుశా నాకు తెలుసు. తను దాన్ని వాంఛించాడు. కానీ మరి ఇదేమిటి? ఇది కాదనిపిస్తుంది. అతనట్లా చేయడు చేయలేదు.

టామ్ అసలు చేయడు. అతనొక ప్రేమికుడు. భర్త ఒక్కటి కాదు రెండు మార్లు, ఒక తండ్రి. మంచితండ్రి. ఏ లోపం రాకుండా అన్నీ అందించే తండ్రి.

'నువ్వతనిని ప్రేమించావు,' దానికి గుర్తు చేశాను. 'ఇంకా ప్రేమిస్తున్నావు. కాదంటావా?' అడ్డంగా తల కదిలించింది. కానీ అందులో ఉండవలసిన బలం కనపించలేదు.

'ప్రేమిస్తున్నావు నీకు తెలుసు.. ఇది అసాధ్యం అని కూడా నీకు తెలుసు.'

ఎవీని నాతో లాగుతూ లేచి నిలబడిపోయాను. దానికి దగ్గరగా జరిగాను. 'అతను చేసి ఉండడు, రేచల్. అతనా పని చేసి ఉండడని నీకూ తెలుసు. అంతపని చేసిన మనిషిని ప్రేమించడమా? ప్రేమించగలవా?'

'కానీ, అదేగద చేసింది. ఇద్దరమూ అదే పనిచేశాము.' తన బుగ్గల మీద కన్నీరు జారుతున్నది. తుడిచేసింది. ఆ పని చేస్తుంటే ముఖ కవళికలు మారాయి. ముఖంలో రంగు మాయమయింది. తాను నావేపు చూడడం లేదు. నా భుజం మీదుగా చూస్తున్నది. దాని చూపువెంట వెనుకకు తిరిగాను. అతను కిచెన్ కిటికీ వద్ద నిలబడి ఉన్నాడు. మమ్మల్నే చూస్తున్నాడు.

మేగన్

శుక్రవారం, 12 జులై 2013

ఉదయం

అది నన్ను బలవంత పెట్టింది. లేకుంటే ఆ పని తాను చేశాడేమో. నాకేమో అదే అన్న భావం బలంగా ఉంది. నా మనసు అట్లా చెపుతున్నదేమో అర్థం కాదు. అది ఉందని తెలుస్తున్నది. ముడుచుకుని, కాయలో గింజలాగ,అంతకు ముందులాగే, తెలుస్తున్నది. ఈ గింజ చిరునవ్వు రువ్వుతున్నది. సమయం కొరకు ఎదురు చూస్తున్నది. నేను దాన్ని అసహ్యించుకోలేను, దాన్ని తొలగించుకోలేను కూడా. అది జరగదు. ఆ పని చేయగలుగుతాను, అనుకున్నాను. దాన్ని, మరోదారి లేదు గనుక, వదిలించుకుంటాను అనుకున్నాను. అయితే దాని గురించి ఆలోచిస్తే మాత్రం, నాకు కనిపించేదల్లా నా లిబ్బీ ముఖం. దాని నల్లని కళ్లు. దాని చర్మం వాసన తెలుస్తున్నది. చివరకు అది ఎంత చల్లబడి పోయిందీ, నాకిప్పుడు తెలుస్తున్నది. దీన్ని వదిలించుకోలేను. దీన్నయినా ప్రేమించాలని ఉంది.

దాన్ని అసహ్యించుకోలేను. కానీ, అదేమో నన్ను భయపెడుతున్నది. అది నన్నేం చేస్తుందోనని భయం. దాన్ని నేనేం చేస్తానో అని భయం. ఆ భయమే ఇవాళ పొద్దన్నే నన్ను అయిదు గంటలకు లేవగొట్టింది. కిటికీలు తెరిచి ఉన్నాయి. అయినా నేను మాత్రం చెమటలో తడిచి ఉన్నాను. పైగా ఒంటరిగా ఉన్నానన్న సత్యం ఒకటి కూడా ఉంది. స్కాట్ ఏదో కాన్ఫరెన్స్ అంటూ వెళ్లాడు. హెర్ట్‌ఫోర్డ్‌షైర్‌లో ఎక్కడో లేదా ఎస్సెక్స్ లేదంటే, మరెక్కడో రాత్రికిగాని రాడు.

నా సంగతేమిటో అర్థంగాదు. అతను ఉంటే ఒంటరితనం కోసం కొట్టుకుంటాను. లేకుంటే మాత్రం భరించలేను! నాకు ఈ నిశ్శబ్దం కుదరదు. అందుకే దాన్ని తరమడానికే గట్టిగా మాట్లాడాలి. ఈ ఉదయం, పడకలో పడి ఉండి ఆలోచిస్తున్నాను. అది మరోసారి జరిగితే ఏమిటి దిక్కు? పాపతో నేను ఒంటరిగా ఉంటే ఏం జరుగుతుంది? అతను నన్ను కాదంటే ఏమిటి దారి? ఇద్దరినీ కాదంటే ఏది దిక్కు? పాప తనది కాదని అతను అనుకున్నాడంటే ఏం జరుగుతుంది?

నిజంగానే కాకపోవచ్చు. నాకు తెలియదు. నిజంగానే కాదు. నాకూ అనిపిస్తున్నది అంతే. అది బాబు కాదు పాప అని అనిపించినట్టే. అతనలా చేయడు. చేయలేడు. నేను తెలివితక్కువగా అనుకుంటున్నాను. అతనెంతో సంతోషపడతాడు. విషయం చెపితే సంతోషంతో గంతులు వేస్తాడు. పిచ్చెత్తి పోతాడు. బిడ్డ తనది కాదేమోనన్న ఆలోచన అతని మెదడుకు రానేరాదు. ఆ సంగతి చెపితే క్రూరంగా ఉంటుంది. అతని గుండె పగిలిపోతుంది. ఇక అతనికి హాని చేయాలని నాకు లేదు.

ఆరకంగా నేను ఏనాడూ అనుకోలేదు.

నేనున్న తీరును గురించి నేనేమీ చేయలేను.

'ఏం చేస్తావు అన్నది మాత్రం నీ చేతుల్లోనే ఉంది, మరి' అంటాడు కమాల్

ఆ తరువాత కమాల్‌కు ఫోన్ చేశాను. నిశ్శబ్దం నన్ను కిందకు తొక్కింది. నాకిక భయం మొదలయింది. తారాకు కాల్ చేయాలి అనుకున్నాను. తను పరుగెత్తి వస్తుంది, తెలుసు. అదంతా భరించలేను అనిపించింది. తనింక అంటుకుపోతుంది. మరీ జాగ్రత్తలు చెబుతుంది. అందుకే నా ఆలోచనల్లోకి వచ్చిన ఒకే ఒక వ్యక్తి కమాల్. ఇంటికి కాల్ చేశాను. కష్టాల్లో ఉన్నాను అన్నాను. ఏం చేయాలి తెలియడం లేదన్నాను. నేను పిచ్చెత్తి పోతున్నాను. వెంటనే వచ్చేశాడు. అంటే ప్రశ్నలేవీ అడగకుండానే అనలేను. కానీ వచ్చేశాడు. పరిస్థితులను వాస్తవంకన్నా పెంచి వర్ణించి ఉంటాను. నేనేదో తెలివితక్కువ పని చేస్తానని బహుశా భయపడినట్టున్నాడు.

కిచెన్‌లో ఉన్నాము. ఏడున్నర దాటింది, అంతే. తన మొదటి అపాయింట్‌మెంట్ అందుకోవాలంటే తొందరగాపోవాలి. టేబుల్ పక్కన అటువేపు, అంటే నాకు ఎదురుగా, చేతులు బుద్ధిగా కట్టుకుని ఆ జింకకళ్లతో నన్నే చూస్తూ ఉన్న అతనివేపు చూచాను. ప్రేమ ఫీలయ్యాను. నిజంగా అతను నాపట్ల ఎంతో మంచితనం చూపించాడు. నేను చెత్తగా ప్రవర్తించినా సరే.

అంతకు ముందు జరిగిందంతా, అతను క్షమించేశాడు. అచ్చంగా నేను అనుకున్నట్టే. అన్నింటినీ తుడిచి పడేశాడు. నా పాపాలతో సహా అన్నింటినీ. నన్ను నేను క్షమించుకుంటే గానీ, కుదరదని, లేకుంటే, అలాగే సాగుతుందనీ, నా పరుగులు ఆగవనీ నాకు నచ్చజెప్పాడు. ఇక నేను పరుగులు పెట్టలేదు. ఇప్పుడీ బిడ్డతో అసలు కుదరదు.

'నాకు భయంగా ఉంది'అన్నాను అతనితో. 'అంతా తిరిగి పొరపాట్లు అవుతాయేమో? నాలో ఏదో లొసుగు ఉందేమో? స్కాట్ విషయంగా ఏమయినా తేడాలు వస్తాయేమో? ఒంటరిగా మిగిలిపోతే ఏమిటి గతి? ఈ సారి తమాయించుకుంటానో లేదో? మళ్లీ ఒంటరితనం అంటే అంతులేని భయంగా ఉంది. అందునా ఒక పాపతో...'

అతను ముందుకు వంగి నా చేతిమీద చేయి వేశాడు. 'నీవు ఏ పొరపాటూ చేయవు. చేయవు. అంతే. నీవింకా ఏడుస్తూ తిరుగుతున్న పిల్లవు కావు. ఇప్పుడు నీవు పూర్తిగా వేరే వ్యక్తివి. బలంగల దానివి. పెరిగిన మనిషివి. ఒంటరితనం గురించిన భయం అవసరం లేదు. అదేమంత అన్యాయం కాదు, అర్థమయిందా?' అన్నాడు.

నేనేమీ అనలేదు. అయితే అదంతా నిజమా అన్న ప్రశ్నను పక్కన బెట్టలేను. అందుకు కారణం ఉంది. కళ్లు మూసుకుంటే చాలు ఒక భావం ముంచెత్తుతుంది. నిద్ర వస్తున్నది. అయినా కుదిపినట్టు మెలుకువ వచ్చేస్తుంది. అంతా నాటకంలాగ. చీకటి ఇంట్లో ఒంటరిగా ఉన్న భావన. పాప అరుపుల కోసం ఎదరుచూపులు. కింద కర్రనేల మీద మాక్ కాళ్ల చప్పుడు వినిపిస్తుందని ఎదురుచూపులు. ఆచప్పుడు మరిక వినిపించదని తెలిసినా సరే.

'స్కాట్ గురించి ఏం చేయాలన్నది నేను చెప్పలేను. అతనితో నీకున్న సంబంధం.. నా మాటలు చెప్పనే చెప్పాను మరి. ఏం చెయ్యాలన్నది నీవే తేల్చుకోవాలి. అతడిని నమ్ముకుంటావా, అతనే నీకూ, నీ పుట్టబోయే బిడ్డకు రక్షణ కల్పించాలని కోరుకుంటావా, నీ నిర్ణయం నీవే చేసుకోవాలి. తుది నిర్ణయం నీదే. మేగన్ నిన్ను నీవు నమ్మాలని నేను అనుకుంటున్నాను. అది జరిగితే సరయిన నిర్ణయం అదే వస్తుంది.'

బయట లాన్‌లోకి నా కోసం కాఫీ కప్‌తో వచ్చాడు. కప్ కింద పెట్టి చేతులు అతని చుట్టూ వేశాను. దగ్గరగా లాక్కున్నాను. మా వెనుక సిగ్నల్ దగ్గర ట్రెయిన్

గురగురలాడుతున్నది. ఆ గోల ఒక ఆనకట్ట లాగుంది. మా చుట్టూ కట్టిన గోడ లాగా ఉందది. మేం నిజంగా ఒంటరిగా ఉన్నామన్న భావన కలిగింది. తనూ నన్ను చేతులతో చుట్టేసి ముద్దుపెట్టుకున్నాడు.

'తాంక్యూ... వచ్చినందుకు తాంక్యూ. నాతో ఉన్నందుకు తాంక్యూ' అన్నాను.

సన్నగా నవ్వాడు. దూరం జరిగాడు. బొటనవేలితో బుగ్గమీద రాశాడు. 'నువ్వు ఏం చింతా లేకుండా ఉంటావులే, మేగన్' అన్నాడు.

'నేను నీతో పారిపోయి రాలేనా? నువ్వు, నేనూ.... ఇద్దరం కలిసి పారిపోలేమా?'

నవ్వాడు. 'నీకు నా అవసరం లేదు. నీవు పరుగులు పెట్టి పారిపోవలసిన అవసరం అంతకన్నా లేదు. హాయిగా ఉంటావు. నీవు నీ బేబీ హాయిగా ఉంటారు.'

శనివారం, 13 ఆగస్ట్ 2013

ఉదయం

ఏం చేయవలసిందీ నాకు తెలుసు. నిన్న దినమంతా, రాత్రి మొత్తం అదే ఆలోచన సాగింది. అసలు నిద్రపోలేదు. స్కాట్ అలసిసొలసి ఇల్లు చేరాడు. మూడ్ భయంకరంగా ఉందతనికి. తనకు కావలసిందల్లా ఆహారం, ఆడది, నిద్ర. మరిక దేనికీ టైమ్ లేదు. ఇదంతా మాట్లాడడానికి ఏరకంగానూ అది తగిన సమయం కాదు.

సుమారు రాత్రంతా మేలుకునే ఉన్నాను. అతను పక్కనే వెచ్చగా ఉన్నాడు. అలసటేమో, అదే పనిగా కదులుతున్నాడు. ఇక నేను నా నిర్ణయం చేసేశాను. సరయిన పని చేస్తాను. అంతా సవ్యంగానే చేస్తాను. అంతా సవ్యంగా చేశానంటే, ఇక ఎక్కడా ఏదీ చెడదు. ఒకవేళ అట్లా జరిగినా, అప్పుడిక తప్పు నాది కాదు. మొదటి నుంచి సరయిన పనులే చేసిన భావంతో ఈ బిడ్డను ప్రేమిస్తాను. పెంచుతాను. సరే, మొదటినుంచీ అన్నీ సరయిన పనులు కాకపోవచ్చు. కనీసం పాప రానుంది అని తెలిసిన తరువాతయినా తప్పులు లేవు. అంతటికీ కారణం ఈ శిశువే. లిబ్బీ కూడా అంతే కారణం. వీళ్లకి రుణపడినట్టు లెక్క. ఈ సారయినా అందుకే అన్నీ సవ్యంగా చెయ్యాలి. మరి.

అట్లా పడిఉన్నాను. టీచర్ చెప్పిన మాటలు, నా జీవితంలో నా అంచెలు, అన్నింటి గురించి ఆలోచించాను. చిన్న పాప, తిరుగుబాటు మనస్తత్వం గల టీనేజర్, పారిపోయిన పిల్ల, లంజ, ప్రేమికురాలు, తప్పుచేసిన తల్లి, విఫలురాలయిన భార్య. అవీ అంచెలు. నన్ను నేను మంచి భార్యగా తిరిగి మలుచుకోగలుగుతానేమో తెలియదు. మరి మంచి తల్లిగా. అదిక ప్రయత్నించి చూడాలి.

కష్టంగా ఉంటుంది. చేయవలసిన పనులన్నింటా అది కష్టతరం కావచ్చు. అయినా నిజం చెపుతాను. ఇక అబద్ధాలు ఉండవు. దాపరికాలు ఉండవు. పారిపోవడాలు ఉండవు. అర్థంలేని సంగతులు అసలుండవు. అంతా విప్పిపెట్టేస్తాను. ఇక చూస్తాను. అతను నన్ను ప్రేమించలేకుంటే సరే అలాగే కానీ.

సాయంత్రం

నా చెయ్యి అతని ఎదమీద అదిమి ఉంది. చేతనయినంత బలంగా తోసేస్తున్నాను. ఊపిరి సలపడం లేదాయె. తనేమో నాకంటే ఎంతో బలంగల వాడు. అతని ముంజెయ్యి నా గొంతు మీద అదుముతున్నది. కణతల్లో రక్తం పోటు తెలుస్తున్నది. చూపు మసకబారుతున్నది. నా వెన్ను గోడకు అదిమి ఉంది. అరవడానికి ప్రయత్నించాను. టీషర్ట్ పిడికిట్లో పట్టుకున్నాను. తను పట్టు వదిలేశాడు. అటు తిరిగాడు. నేను గోడవెంట జారి నేలమీద కూలబడ్డాను. ఒకసారి దగ్గి ఉమ్మేశాను. కన్నీళ్లు కారిపోతున్నాయి. తను కొన్ని అడుగుల దూరంలో నిలబడి ఉన్నాడు. ఇటు తిరిగాడు. అనుకోకుండా నా చెయ్యి, గొంతు మీదికి పోయింది, రక్షణగా. అతని ముఖంలో సిగ్గు కనిపించింది. ఫరవాలేదులే అందామని ఉంది. నాకేం కాలేదు. నోరు తెరిచాను. కానీ మాటలు రాలేదు. దగ్గు మాత్రం వచ్చింది. నమ్మలేనంత బాధ. అతనేదో అంటున్నాడు. నాకు వినిపించడం లేదు. నీటిలో మునిగి ఉన్నట్టుంది. ధ్వనులు మారిపోతున్నాయి. ఏదీ అర్థం కాదు. బహుశా సారీ చెపుతున్నాడను కుంటాను.

నన్ను నేను ఎగలాగి నిలుచున్నాను. తనను తోస్తూ, మెట్ల మీదుగా పరుగెత్తాను. బెడ్‌రూమ్‌లో దూరి, తలుపు ధడాలున వేసి తాళం వేశాను. బెడ్‌మీద కూచుని, అతని కోసం వేచి ఉన్నాను. కానీ రాలేదతను. లేచి మంచంకింద నుంచి ఓవర్‌నైట్ బాగ్ బయటకు లాగాను. చెస్ట్ దగ్గరకు పోయి కొన్ని దుస్తులు లాగాలని

ప్రయత్నం. అద్దంలో నేను కనిపించాను. చెయ్యి ముఖందాకా ఎత్తాను. భయపడేంత తెల్లనయిందది. నా చర్మం ఎరుపు, పెదవుల మరో ఎరుపు, రక్తం నిండిన కళ్లు, అంతా కలిసి వింత ముఖం.

కొంత షాక్ అయ్యాను. ఇదివరకెన్నడూ అతను నా మీద ఇంత ఘోరంగా చెయ్యి చేసుకోలేదు, మరి. అయితే నాలోని మరో కొంత భాగం, ఇటువంటిదేదో జరుగుతుందని అనుకున్నది. ఇట్లా జరిగే వీలుందని ఎక్కడో లోపల తెలుసు. మేము అటువేపే కదులుతున్నామనీ తెలుసు. అక్కడికి నేనే దారి తీస్తున్నాను. నెమ్మదిగా డ్రాయర్‌ల నుంచి దుస్తులు లాగాను. అండర్‌వియర్, రెండు టీషర్ట్‌లు. వాటిని బాగ్‌లో కుక్కాను.

తనకు నేనింకా ఏదీ చెప్పనే లేదు. మొదలు పెట్టానంతే. చెడు సంగతులు ముందు చెప్పాలి అని ఉద్దేశం. తరువాత శుభవార్త వస్తుంది. ముందు బేబీ రానుందని చెప్పి తరువాత తండ్రి నీవు కాదేమో అని చెప్పడం బాగుండదు. అది మరీ క్రూరంగా ఉంటుంది.

ఇద్దరమూ ముందు పాషియోలో ఉన్నాము. తను తన పని గురించి చెపుతున్నాడు. నేను పట్టించుకోకపోవడం గమనించాడు.

'విసుగు పుట్టిస్తున్నానా?' అడిగాడు

'లేదులే, కొంత విసుగే మరి,' అతను నవ్వలేదు. లేదు. నా మనసు మరెటో పోయింది. 'నీకు చెప్పవలసిందేదో ఉంది మరి. కొన్ని విషయాలు నీతో చెప్పాలి. అందులో కొన్ని నీకు నచ్చవు. కొన్ని మాత్రం--'

'ఏమిటా నాకు నచ్చని సంగతులు?'

సమయం సరయింది కాదని తెలుసుకుని ఉండవలసింది. తన మూడ్ బాగుండలేదు, మరి. తనకు వెంటనే అనుమానం మొదలయింది. నా ముఖంలోకి వెతుకుతున్నట్టు చూడసాగాడు. ఆలోచన తప్పు అన్న సంగతి గుర్తించి ఉండవలసింది. గుర్తించాననే అనుకున్నాను. కానీ, అప్పటికే కాలం మించిపోయింది. ఏమయితేనేం, నా నిర్ణయం నేను చేసుకున్నాను గద.

సరయిన పని చేయాలని!

పేవింగ్ అంచు మీద తన పక్కన కూచున్నాను. చెయ్యి తన చేతిలో దూర్చాను.

'నాకు నచ్చవన్న ఆ సంగతులేమిటి?' మరలా అడిగాడు. నా చేతిని మాత్రం వదలలేదు.

'నువ్వంటే నాకెంతో ప్రేమ,' అన్నాను. తన శరీరంలోని కండరాలన్నీ బిగిసిపోవడం తెలిసింది. రానున్నదేమిటో తెలిసి, అందుకు సిద్ధమవుతున్నట్టుగా ఉంది తీరు. అట్లాగే ఉంటుంది, కాదంటారా? ఎవరో నీవంటే ప్రేమ, అంటుంటే అదీ ఆ తీరుగా అట్లాగే ఉంటుంది. నువ్వంటే నాకు ప్రేమ నిజంగా కానీ.... కానీ.

కొన్ని పొరపాట్లు చేశానని చెప్పాను. నా చెయ్యి వదిలేశాడు. లేచి ట్రాక్ వేపు కొంతదూరం నడిచాడు. ఇటు తిరిగాడు.

'ఎటువంటి పొరపాట్లు?' అడిగాడు. గొంతులో ఏ భావములేదు. అందుకతను ప్రయత్నిస్తున్నాడని తెలుస్తున్నది.

'వచ్చి నాతో కూచో, ప్లీస్' అన్నాను.

తలాడించాడు, 'ఎటువంటి పొరపాట్లు, మేగన్' ఈ సారి గొంతు పెరిగింది.

'ఏమిటంటే... ఇప్పుడంతా అయిపోయిందనుకో. కానీ ఒకతను... వేరే అతను ఉండేవాడు,' కళ్లు దించుకున్నాను. అతడిని చూడలేను.

ఏదో అన్నాడు. కానీ వినిపించలేదు. పైకి చూచాను. తను అటు తిరిగాడు. మళ్లీ ట్రాక్‌వేపు చూస్తున్నాడు. చేతులు కణతల మీద అదుముతున్నాడు. లేచి తనవద్దకు వెళ్లాను. వెనుక నిలబడ్డాను. చేతులు నడుమ్మీద వేశాను. తను దూరంగా గెంతినట్లు పోయాడు. ఇంట్లోకి పోవడానికి తిరిగాడు. నావేపు చూడడం లేదు. 'ముట్టుకోకు, లంజా' అన్నాడు.

'వెళ్లిపోనివ్వవలసింది. కాసేపు తేరుకునే సమయం ఇచ్చి ఉండాలి. మంచి వార్త చెప్పేముందు, చెడ్డ వ్యవహారం ముగించాలి' అనుకున్నాను. వెంటబడి ఇంట్లోకి వెళ్లాను.

'స్కాట్ ప్లీస్ విను. నీవనుకున్నంత అన్యాయం కాదు. ఇప్పుడదంతా ఏమీ లేదు. మాటవిను ప్లీజ్--'

ఇద్దరమూ కలిసి ఉన్న ఫొటో అందుకున్నాడు. అదంటే తనకు ఎంతో ఇష్టం. పెళ్లయి రెండేండ్లు ముగిసిన సందర్భంగా దాన్ని నేను ఫ్రేమ్ చేయించాను. తను దాన్ని వీలయినంత బలంగా నా తలకేసి విసిరాడు. అది వెనుక గోడకు కొట్టుకున్నది. తన ముందుకు దూకాడు. నా చేతులను పైభాగంలో పట్టుకున్నాడు. గదిలో లాక్కుపోయాడు. నన్ను ఎదుటి గోడకు బలంగా కొట్టాడు. తల వెనుకకు కమిలింది. ముందది ప్లాస్టర్‌కు తగిలింది. తను వంగాడు. ముంజేయి నా పీక మీద ఉంది. మరింత బలంగా వంగాడు. నోట ఏమీ అనడం లేదు. నా పరిస్థితి చూడకూడదన్నట్లు కళ్లు మూసుకున్నాడు.

బాగ్ పాకింగ్ అయింది అనుకోగానే, తిరిగి దాన్ని ఖాళీ చేశాను. అన్ని డ్రాయర్‌లో సర్దేశాను. సంచితో బాటు వెళ్లే ప్రయత్నం చేశానంటే, తను పోనివ్వడు. ఖాళీ చేతులతో పోవాలి. హాండ్‌బాగ్, ఫోన్‌మాత్రం తీసుకుపోవాలి. అంతలో మనసు మార్చుకున్నాను. అన్ని సంచిలోకి తిరిగి కుక్కడం మొదలు పెట్టాను. ఎక్కడికిపోతాను, తెలియదు. ఇక్కడ మాత్రం ఉండలేనని తెలుసు. కళ్లు మూసుకుంటే తన చేతులు నా గొంతు మీద ఉన్నట్లు తోచి దడపుడుతున్నది. నా నిర్ణయం నాకు తెలుసు. పారిపోవడాలు లేవు. దాగుండడాలు లేవు. కానీ ఈ రాత్రి నేను ఇక్కడ ఉండలేను. మెట్లమీద అడుగుల చప్పుడు వినిపించింది. నెమ్మదిగా బరువుగానూ. పైకి రావడానికి చాలా సమయం పట్టిందతనికి. మామూలుగా నయితే మెట్ల మీద ఎగురుతాడు. ఇవాళ మాత్రం వధ్యశిల మీదకు వెళుతున్న మనిషిలా నడుస్తున్నాడు. తను మరి శిక్షకు గురవుతాడా, తలారి అవుతాడా?

'మేగన్' తలుపు తీసే ప్రయత్నం చేయలేదు. 'మేగన్, బాధ కలిగించాను, క్షమించు. నిజంగా బాధపడుతున్నాను.' ఆ గొంతులో ఏడుపు వినపడుతున్నది. దాంతో నాకు తిక్కరేగింది. ఎగిరిపోయి తన ముఖం రక్కేయాలనిపించింది. 'బుడిబుడి ఏడుపులు, దరిద్రం చేసినదంతా చేసిన తర్వాత. నాకు తిక్క కోపంగా ఉంది. అరవాలని ఉంది. తలుపు దగ్గర నుంచి తప్పుకొమ్మని చెప్పాలనుంది. కానీ, నాలుక కొరుక్కున్నాను. మరీ తెలివితక్కువ మనిషిని కానుగదా! కోపగించుకోవడానికి తనకు కారణముంది. నేను మాత్రం పద్ధతిగా ఆలోచించాలి. స్ఫుటంగా ఆలోచించాలి. ఇద్దరి పక్షాన నా ఆలోచన సాగాలి మరి. ఈ పోరాటంతో నాకు బలం పెరిగింది. నా నిర్ణయాలు నిశ్చయాలయినాయి. తను తలుపవతల ఉన్నాడు. క్షమించమని వేడుకుంటున్నాడు. ఇప్పుడు, నేను అదంతా ఆలోచించలేను. ప్రస్తుతం పని వేరే ఉంది. గుడ్డల అల్మారాలో పూర్తి వెనుక, చక్కగా పేర్లు రాసి పేర్చిన మూడు దొంతరల షూ బాక్సెస్ వెనుక, ఒక డార్క్ గ్రే బాక్స్ ఉంది. దాని మీద 'రెడ్ వెడ్జ్ బూట్స్' అని రాసి ఉంటుంది. అందులో ఒక పాత మొబైల్ ఫోన్ ఉంది. అది పే ఆజ్ యూ యూఎస్ రకం. అది చాలా ఏండ్ల కింద కొన్న పాతరకం. ఉండనీలే, అని ఆ బాక్స్‌లో వేశాను. ఎప్పుడయినా పనికిరాదా అని దాచాను. చాలాకాలంగా దాన్ని వాడింది లేదు. ఇవాళ దానికి సమయం వచ్చింది. ఇక్కడ దాపరికం లేకుండా ఉంటాను. అంతా బట్టబయలు చేస్తాను. అబద్ధాలుండవు. దాపరికాలుండవు. నాన్నగారు తన బాధ్యతలను తలకెత్తుకోవాలిక.

బెడ్ మీద కూచుని ఫోన్ ఆన్ చేశాను. చార్జ్ ఉండాలంటూ ప్రార్థనలు చేశాను. లైట్ వెలిగింది. రక్తంలో అడ్రినాలిన్ పరుగుతెలుస్తున్నది. దాంతో తల తిరుగుతున్నది. వికారంగా కూడా ఉంది. మంచి హైలో ఉన్నట్టు మత్తుగా ఉంది. అంతా నాకు సరదాగా తోచడం మొదలయింది. అంతా బయటపెడుతున్నాను అన్న ఆత్రం. అతడిని ఎదురుకుంటాను అందరినీ, మనమెవరం, ఎటుపోతున్నాం, అంతా బయటపడుతుంది. దినం ముగిసే సమయానికి అందరికీ తమతమ స్థానాలు తెలుస్తాయి.

అతని నంబర్‌కు కాల్ ఇచ్చాను. అనుకున్నట్టే సూటిగా వాయిస్ మెయిల్‌కు పోయింది. పెట్టేసి ఒక టెక్స్‌ట్ మెసేజ్ పంపాను. 'నీతో మాట్లాడాలి. అర్జెంట్. కాల్ మీ బ్యాక్. మరికూచున్నాను, వేచి చూస్తున్నాను. కాల్ లాగ్ చూచాను. ఈ ఫోన్‌ను చివరి సారి వాడింది ఏప్రిల్‌లో. చాలా కాల్స్ దేనికి జవాబు లేదు. ఏప్రిల్ మొదటి నుంచి, మార్చ్‌లో ఇంచుమించు చివరిదాకా, కాల్స్ చేశాను, చేశాను, చేశాను. తను పట్టించుకోలేదు. భయపెట్టినా పట్టించుకోలేదు. ఇంటికి వచ్చేస్తా, నీ భార్యతో మాట్లాడతా, అన్నాను. అయినా ఇప్పుడు తప్పక పట్టించుకుంటాడు, అనిపిస్తున్నది. వినిపించుకున్నట్టే నేను చేస్తాను.

అసలీ వ్యవహారం మొదలయినప్పుడు అది ఒక ఆట. మామూలు బతుకునుంచి ఒక మలుపు. అప్పుడప్పుడు తనను కలుస్తూ ఉండేదాన్ని. తనూ గ్యాలరీకి వచ్చేవాడు. నవ్వేవాడు, తుంటరి మాటలు అనేవాడు. అంతా అపాయం లేని తీరది. గ్యాలరీకి కావలసినంత మంది మగాళ్లు వచ్చేవారు. నవ్వేవారు, తుంటరి మాటలు అనేవారు. ఇక ఆ గ్యాలరీ మూసేశాను. ఎంతసేపు ఇంట్లోనే ఉంటాను. విసిగిపోయి, వెర్రెత్తే దాన్ని. ఏదో కావాలి. కొంత వేరుగా ఏదో కావాలి. ఒక నాడు స్కాట్ లేని సమయంలో వీధిలో అతను ఎదురయ్యాడు. మాట్లాడాము. కాఫీకి పిలిచాను. తను నన్ను చూచిన తీరులో, తన మెదడులోని మాట నాకు సరిగ్గా అర్థమయిపోయింది. కనుక ఏదో జరిగిపోయింది, అంతే, తరువాత మరోసారి జరిగింది. అదేదో అట్లా కొనసాగాలని నేను అనుకోలేదు. అసలా ఆలోచనే లేదు. మరెవరో ఇష్టపడడం నాకు బాగనిపించింది. ఆ కంట్రోల్ భావన నచ్చింది. అంతా సింపుల్, అర్థంలేని వ్యవహారం, అంత వరకే. తను భార్యను వదిలేయాలని నేననుకోలేదు. ఆ ఆలోచన పుడితే, అంతే నాకు చాలు. నన్నతను అంతగా కోరుకోవాలి.

అంతకన్నా ఎక్కువ కావాలన్న నమ్మకం ఎప్పుడు మొదలయింది, గుర్తులేదు. మేము ఒకరికొకరు మరేదో కావాలి, మేము ఒకరికొకరు సరయిన వాళ్లం, కానీ, ఆ మాట నా మనసులో పడిందని తెలిసన మరుక్షణం తనుదూరం పోయాడు. మెసేజ్‌లు మానేశాడు. కాల్స్‌కు బదులివ్వడు. నేనిక అంతకుముందు, అట్లా వదిలేయడం, తెలిసిన దాన్ని కాదు. ఎన్నడూ తిప్పికొడితే అవమానం అనుభవించింది లేదు. అది నాకు అసహ్యం. అప్పుడు సంబంధం మరోరూపంలోనికి మారింది. తిరుగులేని పట్టుదలయింది అది. అది నేను ఇప్పుడు చూడగలుగుతున్నాను. చివరకు వదిలేసి పోగలనని నిజంగా అనుకున్నాను. మనసుకు గాయమవుతుంది, నిజమే. అయినా జరిగే హాని ఏదీలేదు. అయితే అదిక మీద అంత సులభం కాదు మరి.

స్కాట్ ఇంకా తలుపు అవతల ఉన్నాడు. ఏమీ వినిపించడం లేదు గానీ, నాకు తెలుసు. బాత్‌రూమ్‌లోకి వెళ్లాను. నంబర్ మరో మారు డయల్ చేశాను. తిరిగి వాయిస్ మెయిల్ వచ్చింది. పెట్టేసి తిరిగి డయల్ చేశాను. మరోసారి, ఇంకోసారి, చివరకు గుసగుసగా మెసేజ్ చేశాను. ఫోన్ ఎత్తలేదంటే నే వచ్చేస్తాను. ఈ సారి నిజంగా వస్తాను. నీతో మాట్లాడాలి. నన్నిట్లా నిర్లక్ష్యం చేయొద్దు.'

బాత్‌రూమ్‌లో కొంతసేపు నిలబడి ఉన్నాను. సింక్ అంచు మీద ఫోన్ ఉంది. అది మోగాలని మనసు. అందులో కదలిక లేదు. తల దువ్వుకున్నాను. పళ్లు తోముకున్నాను. కొంచెం మేకప్ వేసుకున్నాను. మొగంలో రంగు మామూలవుతున్నది. కళ్లింకా ఎర్రగానే ఉన్నాయి. గొంతు నొప్పిగా ఉంది. కానీ మొత్తం మీద బాగానే కనబడుతున్నాను. అంకెలు లెక్కించడం మొదలుపెట్టాను. యాభయి చేరేలోగా ఫోన్ మోగకుంటే, నేరుగా వెళ్లిపోతాను. స్కాట్ లాండింగ్ మీద కూచుని ఉన్నాడు. మోకాళ్ల చుట్టూ చేతులు చుట్టి, తల వంచుకుని ఉన్నాడు. నా వేపు చూడలేదతను. పక్కగా నడిచి మెట్లు వేగంగా దిగుతున్నాను. గొంతులో ఊపిరి బిగుసుకుంటున్నది. వెనుకనుంచి పట్టుకుని తోసేస్తాడని భయం. అతను లేవడం వినిపించింది.

'మేగన్, ఎక్కడికి వెళుతున్నావు? అతని దగ్గరికా?' పిలుస్తున్నాడు.

చివరి మెట్టుమీద వెనుకకు చూచాను. 'అతనంటూ ఎవరూ లేరు, అర్థమయిందా? అంతా ముగిసింది.'

'మేగన్ ప్లీస్, ఆగు, వెళ్లొద్దు ప్లీజ్.'

తనట్లా దేబిరించడం వినదలుచుకోలేదు. ఆ గొంతులో ఘోష వినదలుచుకోలేదు. తన మీద తనకు దయా?

ఇటు నా గొంతులో ఎవరో ఆసిడ్ పోసినట్టుంది మరి.

'నా వెనుక రావద్దు. వచ్చావంటే మరి తిరిగి రాను. అర్థమయిందా? తల తిప్పి చూచినప్పుడు నీవు గాని కనిపించావంటే, నా ముఖం చూడడం అదే చివరిసారి అవుతుంది.'

తలుపు దఢాలున వేశాను. అతను నా పేరు పిలవడం వినిపిస్తూనే ఉంది మరి.

తను వెంబడి రావడం లేదని తేల్చుకోవడానికి పేవ్‌మెంట్ మీద కొంతసేపు ఆగాను. అప్పుడు నడిచాను. మొదట్లో వేగంగా, తరువాత నెమ్మదిగా, నంబర్ ఇరవై మూడు చేరాను. అప్పుడు ధైర్యం అంతా అడుగంటింది. ఈ సీన్‌కు నేను సిద్ధంగా లేను. తమాయించుకునేందుకు ఒక నిమిషం కావాలి. ఇల్లు దాటి ముందుకు నడిచాను. అండర్‌పాస్ దాటాను. స్టేషన్ దాటాను. అలాగే పార్క్ చేరేదాకా నడిచాను. అక్కడ తన నంబర్ మరోసారి డయల్ చేశాను.

పార్క్‌లో ఉన్నాను, నీ కొరకు అక్కడే ఎదురు చూస్తాను. నీవు రాలేదంటే మాత్రం, ఇంతే సంగతులు. ఇంటికి వస్తాను. ఇది చివరి అవకాశం, అంటూ మెసేజ్ పెట్టాను.

చక్కని సాయంత్రం. ఏడుదాటింది. ఇప్పుడిప్పుడే అయినా వెలుగుంది, వెచ్చదనం ఉంది. పిల్లలు కొంతమంది ఊయలలు, జారుడుబండల మీద ఆడుతూనే ఉన్నారు. వాళ్ల తల్లిదండ్రులు ఒక వారగా నిలబడి చేతులాడిస్తూ మాట్లాడుతున్నారు. అంతా బాగుంది. మామూలుగా ఉంది. వాళ్లనంతా చూస్తుంటే నాకొక రకమయిన భావన పుట్టింది. స్కాట్‌తో నేను, మా పాపను ఇక్కడికి ఆటకు తెచ్చేది లేదు. మేమిద్దరం అట్లా ఆనందంగా, హాయిగా ఉండడం నా ఆలోచనలకు రాదు. కనీసం ఇప్పుడు ఇందాక నేను చేసిన పని తరువాత.

అంతా బయటపెట్టడం అన్నిటికన్నా మంచిమార్గమని ఈ ఉదయం నాకు బాగా నమ్మకం కలిగింది. మంచి మార్గమే కాదు. మిగిలిన మార్గం అదొకటే. అబద్ధాలాడడం ఉండదు. దాగుండడం ఉండదు. తను నన్ను హింసించిన తరువాత

అది మరింత నిశ్చయమయింది. కానీ, ప్రస్తుతం ఇక్కడ ఒక్కదాన్నీ కూచుని ఉంటే, అటు స్కాట్ మనసు విరగడమే గాక, కోపంగానూ ఉన్నాడంటే, అదేమీ మంచి మార్గమని నాకు అనిపించడమేలేదు. నిర్లక్ష్యంగా, రెచ్చిపోయాను. నేను చేసిన అఘాయిత్యాన్ని వర్ణించడానికి మాటలు లేవు.

నాకు అవసరమైన ధైర్యానికీ, నిజం చెప్పడానికీ గానీ, ఎటువంటి సంబంధం లేదు. పారిపోవడానికి నిండుగా ఉంది. ఉన్నది ఉట్టి ఉండలేనితనం కాదు. మరేదో ఎక్కువగా ఉంది. నా కొరకయినా, తన కొరకయినా, వెళ్లిపోవలసిన సమయం ఇది. ఇద్దరి నుంచీ దూరం పోవాలి. మొత్తం వ్యవహారం నుంచి దూరం పోవాలి. అవసరమయిన పనులు అంటే పారిపోవడం, దాగుండడం మాత్రమే లాగుంది.

లేచి పార్క్ చుట్టూ ఒక్కసారి తిరిగాను. ఫోన్ మోగితే బాగుండునన్న మాట సగం మిగిలింది. అది మోగితే మిగతా సగం భయపెడుతుంది. చివరకు అది మోగలేదంటేనే బాగుంది. అది ఒక గుర్తు అనుకుంటాను. వచ్చిన దారినే తిరిగి బయలుదేరాను. అంటే ఇంటికి అన్నమాట.

స్టేషన్ దాటుతుంటే తను కనిపించాడు. పెద్దపెద్ద అడుగులు వేస్తూ అండర్ పాస్‌లో నుంచి వస్తున్నాడు. భుజాలు వంగి ఉన్నాయి, పిడికిళ్లు బిగించి ఉన్నాయి. ఆగకముందే అరిచి పిలిచాను. నావంక తిరిగాడు. 'మేగన్! వాట్ ద హెల్...' అతని ముఖంలో కనిపించింది, అసలు కల్తీలేని పిచ్చి కోపం ఒకటే.

అయినా నన్ను రమ్మనాడు.

'వచ్చేయ్' అన్నాడతను, నేను దగ్గరగా పోయిన తరువాత. 'ఇక్కడ మాట్లాడడం కుదరదు. కార్ అక్కడుంది పద', అన్నాడు

'నాకు---?'

'ఇక్కడ మాటలు కుదరవు.' అడ్డు తగిలాడు. 'కమాన్' అంటూ చెయ్యిపట్టుకుని లాగాడు. అప్పుడు కాస్త నెమ్మదిగా, 'ఎక్కడయినా ప్రశాంతమయిన చోటికి పోదాం. సరేనా? అక్కడ మాట్లాడుకుందాం.' అన్నాడు.

కార్ ఎక్కుతూ, వెనుకకు, అంటే తను వచ్చిన దారివేపు చూచాను. అండర్ పాస్‌లో చీకటిగా ఉంది. అయినా అక్కడ ఎవరో ఉన్నట్టు నాకు తోచింది. ఆలోపల నీడలాగ ఎవరో ఉన్నారు. మేము వెళుతుంటే చూస్తున్నారు.

రేచల్

ఆదివారం, 18 ఆగస్ట్ 2013

మధ్యాహ్నం

భర్తను చూచిన మరుక్షణం, ఆనా మడమల మీద గిర్రున తిరిగి ఇంట్లోకి పరుగెత్తింది. గుండె గట్టిగా కొట్టుకుంటుండగా నేనూ జాగ్రత్తగా వెంటవెళ్లాను. కానీ స్లైడింగ్ డోర్ దగ్గర ఆగిపోయాను. లోపల వాళ్లిద్దరూ కౌగిలించుకుంటున్నారు. అతని చేతులు ఆమెను చుట్టేశాయి. అమ్మాయి ఇద్దరి మధ్యన ఉంది. ఆనా తల వంగి ఉంది. ఆమె భుజాలు వణుకుతున్నాయి. అతని నోరు ఆమె తలకు తగులుతున్నది. కళ్లు మాత్రం నామీద ఉన్నాయి.

'ఇంతకూ ఇక్కడ ఏం జరుగుతున్నది?' పెదవుల మీద కొద్దిపాటు నవ్వుతో అడిగాడతను. 'నేనింటికి వచ్చేసరికి మీరు ఇద్దరు గార్డెన్‌లో కబుర్లు చెప్పుకుంటూ ఉంటారని నేను మాత్రం అనుకోలేదు,' అన్నాడు.

అతని స్వరంలో బరువులేదు. అయితే తను నన్ను వెర్రిదాన్ని చేయడం లేదు. ఇక మీద ఆపని చేయడు. మాట్లాడాలని నోరు తెరిచాను. ఏం మాట్లాడాలి, అర్థం కాలేదు. ఎట్లా మొదలు పెట్టాలి తెలియలేదు.

'రేచల్, ఏం జరుగుతున్నదీ నువ్వు చెపుతావా?' ఆనాను తన పట్టునుంచి వదిలాడు. నా వైపు ఒక అడుగు వేసి అడిగాడు. నేను ఒకడుగు వెనుకకు జరిగాను. తను పకపకా నవ్వాడు.

'ఏమయింది నీకూ? మళ్లీ తాగావా?' అడిగాడు. అయినా నేను తాగని సంగతి తనకు అర్థమయిందని ఆ కళ్లు చూచి చెప్పగలను. నేను మామూలుగా

ఉండడం తనకు మొదటి సారిగా నచ్చలేదని కూడా చెప్పగలను. చెయ్యి, నా జీన్స్ వెనుక పాకెట్‌లోకి పెట్టాను. గట్టిగా, సాంత్వన కలుగజేస్తూ నా ఫోన్ తగిలింది. అసలు ఇదివరకే కాల్‌చేసి ఉండవలిసింది. అనిపించింది. వాళ్లు నమ్మనీ, నమ్మక పోనీ, నేను ఆనా, ఆమె పాపతో ఉన్నానని చెబితే పోలీసులు వెంటనే వచ్చేవారు.

టామ్ ఇప్పుడు నానుంచి కేవలం రెండడుగుల దూరంలో ఉన్నాడు. తను తలుపులోపల ఉన్నాడు. నేను ఇవతల ఉన్నాను.

'నిన్ను చూచాను', చివరకు అనేశాను. ఒక్క క్షణంపాటు ఎక్కడలేని ఆనందం తోచింది. అనుమానం లేదు. ఆ మాటలు గట్టిగా పలకగలిగగాను. 'నాకేదీ గుర్తుండదు అనుకుంటావు నీవు. కానీ అదేం లేదు. నేను నిన్ను చూచాను. నన్ను కొట్టావు. అక్కడే నన్ను వదిలేసి, ఆ అండర్‌పాస్ కింద....'

అతను నవ్వు మొదలుపెట్టాడు. అంతకు ముందతడినిని ఇంత సులభంగా ఎందుకు గుర్తించలేకపోయానని ఆశ్చర్యం నాకు. సులభం తెలుస్తున్నది. అతని కళ్లలోని భయం తెలుస్తున్నది. ఆనా వేపు ఒక్క చూపు విసిరాడు. ఆమె ఇటు చూడలేదు.

'ఏమిటి మాట్లాడుతున్నావ్?'

'అండర్‌పాస్‌లో. మేగన్ హిప్‌వెల్ కనిపించకుండా పోయిననాడు...'

'ఓహ్, అర్థంలేని మాటలు,' నావేపు చెయ్యి ఆడిస్తూ అన్నాడు. 'నేను నిన్ను కొట్టలేదు. నీవే పడిపోయావు.' ఆనా చేతిని అందుకుని తనను దగ్గరకు లాక్కున్నాడు. 'డార్లింగ్ ఇందుకా నీవు ఇంతగా అప్‌సెట్ అయ్యింది? తన మాట వినకు. తను చెప్పేదంతా అసలు సిసలు అర్థం లేని మాటలు. నేను తనను కొట్టలేదు. జీవితంలో నేనెన్నడూ తన మీద చేయి చేసుకోలేదు. అదీ తను అంటున్నట్టు,' తను చేతులు ఆనా భుజాల చుట్టూ వేశాడు. దగ్గరగా లాక్కున్నాడు. 'తనెలాంటిదో ఎప్పుడో చెప్పాను. తాగిందంటే, ఏం జరిగిందీ తెలియదు. అర్థం లేని కథలన్నీ--'

'దానితో కారు ఎక్కావు, మీరు పోవడం నేను చూచాను'. అతనింకా సన్నగా నవ్వుతూనే ఉన్నాడు. కానీ అందులో ఒక గట్టి బలంలేదు. నేను ఊహించుకుంటున్నానేమో తెలియదు గానీ, నాకిప్పుడతను కొంత పాలిపోయినట్లు అగుపడుతున్నాడు. తను ఆనాను కొంచెం వదిలాడు. ఆమె టేబుల్ వద్ద కూచున్నది. భర్తవేపు వెన్నుంది, ఒళ్లో కూతురు ఉంది.

టామ్ చేత్తో మూతిని రాసుకున్నాడు. కిచెన్ కౌంటర్ మీదకు వాలాడు. చేతులు ఎదమీద కట్టుకున్నాడు. 'నేను కార్లో ఎవరితో ఎక్కానన్నావ్?'

'మేగన్‌తో'

'ఓహ్ రైట్!' మళ్లీ నవ్వు మొదలుపెట్టాడు. బలవంతపు నవ్వు. ఈ సంగతి ఇంతకు ముందు మాట్లాడినప్పుడు ఆనాతో కలిసి కార్ ఎక్కడం చూచాను, అన్నావు. ఇప్పుడు మేగన్ అంటున్నావు. వచ్చేవారం ఎవరితో? ప్రిన్సెస్ డయానాతోనా?' ఆనా నా వంక చూచింది. అనుమానం, ఆశ ఆ ముఖంలో కనిపించాయి. 'సరిగా గుర్తులేదా?' అడిగింది. టామ్ ఆమె పక్కన మోకాళ్ల మీద కూర్చున్నాడు. 'అవును తనకు సరిగా గుర్తులేదు. అంతా కల్పిస్తున్నది – ఎప్పుడూ అంతేగదా? స్వీట్‌హార్ట్, ప్లీస్, కాసేపు పైకి వెళ్లగూడదు? రేచల్‌తో ఈ సంగతి తేలుస్తాను. ఈ సారి....' నావేపు చూచాడు.

'ఒట్టు పెడుతున్నాను, ఇక తను మనలను చికాకు పెట్టకుండా చూడడం నా పని' అన్నాడు.

ఆనా తేల్చుకోలేకుండా ఉంది. అతని వేపు చూస్తున్న తీరు, ఆ ముఖంలో నిజం కొరకు వెదుకుతున్నతీరు – చూడగలను. 'ఆనా!' తనను తిరిగి నా పక్షానికి తెచ్చే ప్రయత్నంగా పిలిచాను. 'అబద్ధాలాడుతున్నాడని నీకు తెలుసు. నీకు తెలుసు ఆ అబద్ధాలు. తను దానితో పడుకుంటుంటాడని నీకు తెలుసు,' అన్నాను.

ఒక క్షణంపాటు ఎవరూ మాట్లాడలేదు. ఆనా చూపులు టామ్ నుంచి నా మీదకు తిరిగి వెనుకకు మార్చింది. ఏదో అనే ప్రయత్నంగా నోరు తెరిచింది. కానీ మాటలు రాలేదు.

'ఆనా! ఏమిటి తానంటున్నది? దానికి... మేగన్ హిప్‌వెల్‌కు, నాకు మధ్య అటువంటిదేదీ లేదు!'

'నాకు ఫోన్ దొరికింది' టామ్, అన్నది ఆనా. గొంతు మరీ పీలగా వినిపించనంత బలహీనంగా ఉంది.' కనుక ప్లీజ్, ఇక అబద్ధాలు చెప్పకు. నాతో యిక అబద్ధాలాడకు.'

అమ్మాయి ఏడ్చి గోలచేయసాగింది. టామ్ పాపను సుతారంగా తల్లినుంచి తీసుకున్నాడు. కూతురిని అటుయిటు ఊపుతూ, లాలించే ప్రయత్నంలో కిటికీ వద్దకు నడిచాడు. పాపకు ఏదో చెపుతున్నాడు. అతని మాటలు వినిపించడంలేదు. ఆనా తల వంచుకుని ఉంది. గడ్డం మీద నుంచి కన్నీరు రాలుతున్నది.

'ఎక్కడుందది?' ఇటు తిరుగుతూ అడిగాడు టామ్. ముఖంలో నవ్వులేదు. 'ఫోన్, ఆనా తనకు ఇచ్చావా?' తల నావేపు కదిలించాడు. 'నీ దగ్గరుందా?'

'నాకు ఏ ఫోన్ గురించీ తెలియదు,' అన్నాను. విషయం ఆనా ముందు చెప్పి ఉండాలి అనుకున్నాను.

టామ్ నన్ను పట్టించుకోలేదు. 'ఆనా? ఫోన్ తనకిచ్చావా?'

ఆనా అడ్డంగా తలాడించింది.

'అయితే ఎక్కడుందది?'

'పడేశాను, ఫెన్స్ మీదుగా ట్రాక్ పక్కకు.'

'గుడ్ గర్ల్, గుడ్ గర్ల్' అన్యమనస్కంగా అన్నాడు. అతను మనసులో సంగతులను బేరీజు వేసుకుంటున్నాడు. ముందుకు సాగడం గురించి పథకం వేస్తున్నాడు. నావేపు చూచి, చూపులు పక్కకు మార్చాడు. ఒక క్షణంపాటు ఓడినట్టు కనిపించాడు. ఆనా వేపు తిరిగాడు. 'నీవెప్పుడూ అలసి ఉండేదానివి. నీకసలు ఆసక్తిలేదు. అన్నీ బేబీ గురించే కాదంటావా? అంతా నీవల్ల, కాదంటావా? అంతా నీవల్లే! అమాంతంగా మళ్లీ రెచ్చిపోయాడు. పాపను ఆడించే ప్రయత్నంలో ఏమేమో చేస్తున్నాడు. దాని బొజ్జమీద కితకితలు పెడుతున్నాడు. 'ఇక మేగన్ ఎంతో....సరే, తను అందుబాటులో ఉంది.'

'మొట్టమొదటి సారి వాళ్ల ఇంట్లోనే. కానీ స్కాట్‌కు తెలుస్తుందని తనెంతో భయపడిపోయింది. అందుకని స్వాన్‌లో కలవసాగాము. అక్కడ.... ఆ స్థలం గురించి నీకు బాగా జ్ఞాపకం ఉండాలి. కాదంటావా, ఆనా? మొదట్లో క్రాన్‌హోమ్ స్ట్రీట్‌లోని ఆ ఇంటికి వెళ్లే వాళ్లము. అర్థం చేసుకుంటావనుకుంటాను.' తల వెనకకు తిప్పి నావంక చూచి కన్నుగీటాడు.

'ఆనా, నేనూ అక్కడే కలిసేవాళ్లము. అప్పట్లో, ఆ మంచి రోజుల్లో అన్నమాట' అన్నాడు.

కూతురిని ఒక చేతినుంచి మరో చేతి మీదకు మార్చుకున్నాడు. భుజం మీద తలపెట్టి పడుకోనిచ్చాడు. 'నేను క్రూరంగా ఉన్నానని అనుకుంటారేమో, ఇందులో అంతలేదు. నేను నిజం చెపుతున్నాను. మీకు కావలసింది అదేగద, ఆనా అంతేనా? నన్ను అబద్ధాలాడవద్దు అన్నావు గదా?'

ఆనా తలపైకి ఎత్తలేదు. తన చేతులు బల్ల అంచులను గట్టిగా పట్టుకుని ఉన్నాయి. ఒళ్లంతా బిగదీసినట్టుంది. టామ్ గట్టిగా నవ్వాడు. ఉన్నమాట చెప్పాలంటే, బరువు దించినట్టుంది. తాను నాతో మాట్లాడుతున్నాడు, సూటిగా. 'నీవంటి మనుషులతో బతకడం, ఎంతకష్టంగా ఉంటుందో, నీవెరుగవు. నేను ప్రయత్నించాను. (బూతుమాట వాడాడు... నీకు సాయంగా ఉండాలని ఎంతో

ప్రయత్నించాను. మీ ఇద్దరికీ సాయంగా ఉండాలని. కానీ మీరిద్దరూ, ఏమిటంటే నేను ఇద్దరినీ ప్రేమించాను. నిజంగా ప్రేమించాను. అయితే ఇద్దరూనూ ఎంతో బలహీనులు.(బూతు మాటతో తిట్టింది) ఆనా లేస్తూ భర్తను తిట్టింది. 'నన్ను దానితో జతకట్టకు.' ఆనా వంక చూచాను. ఒకరికొకరు నిజంగా తగినవారు అనిపించింది. అది నాకంటే గొప్పగా కుదిరింది అతనికి. దాని తీరు గొప్పది. భర్త అబద్ధాలు చెప్పాడని కాదు. హంతకుడని కాదు. నాతో పోల్చి చెప్పినందుకు అంత బాధ దానికి.

టామ్ భార్యవేపు వెళ్లాడు. 'అయామ్ సారీ డార్లింగ్. నేను చేసింది తప్పే,' అన్నాడు. అది మొగుడిని తోసేసింది. అతను నావేపు చూడసాగాడు. 'ఎంత ప్రయత్నించానో తెలుసా? నేను నీకు మంచి భర్తగా ఉన్నాను, రేచ్. నీ తాగుడు, నీ డిప్రెషన్, అన్నీ భరించాను. ఎంతో కాలం భరించాను. చివరకు, ఇక లాభం లేదు, అనుకున్నాను.' అన్నాడు. 'నీవు నాతో అబద్ధాలు చెప్పావు' అన్నాను. అతను ఒక్కసారిగా నా వేపు తిరిగాడు. అదీ ఆశ్చర్యంతో తప్పులన్నీ నావే అని చెప్పావు. నన్ను నేను ఎందుకూ పనికిరానిదాన్ని అనుకునేట్టు చేశావు. నేను బాధలో ఉంటే చూస్తుండిపోయావు. నీవు---'

భుజాలు ఎగరేశాడు. 'నువ్వెంత విసుగు కలిగించేదానివి, నీకేమయినా తోచిందా, రేచల్? ఎంత వికారంగా? పొద్దున్న మంచం వదలడానికి లేనంత దుఃఖం. స్నానం చేయడానికి (బూతువాడాడు.) తల కడుక్కోవడానికి లేనంత అలసట. దేవుడా! నా ఓపిక నశించింది, అంటే ఆశ్చర్యం ఏముంది? సరదా కోసం మరెక్కడో వెతుక్కున్నాను అంటే ఆశ్చర్యం ఏముంది? మాటలు అనదలిస్తే నిన్ను నీవే అనుకోవాలి.'

భార్యతో మాట్లాడబోతే మాత్రం ముఖంలో ఈసడింపు పోయి ఆప్యాయత కనిపించింది. 'ఆనా, ఇక నీతో తీరు వేరు. నిజం చెపుతున్నాను. మేగన్‌తో వ్యవహారం, అది కేవలం...ఏదో సరదాగా మొదలయింది. అంతవరకే, అనుకున్నాను. అప్పట్లో నా బుర్ర సరిగాలేదు. ఒప్పుకుంటాను. నాకేతో ఊరట కావాలి మరి. అంతే, అది కొనసాగాలి అనుకోలేదు. అది మనమధ్య వరకు రావాలి, అనుకోలేదు. మన కుటుంబం వరకు అన్నమాట. అది నీవు అర్థం చేసుకోవాలి.'

'నువ్వు....' ఆనా ఏదో అనబోయింది. కానీ నోట మాటలు రాలేదు.

టామ్ ఆమె భుజం మీద చెయ్యి వేసి నొక్కాడు. 'ఏంటి పాపా?' అన్నాడు.

'దాన్ని ఎవీకి సంరక్షణగా తెచ్చావు.' ఏదోరకంగా అనేసింది. 'అదిక్కడ పనిచేస్తుండగా కూడా దాన్ని సంభోగించావా? అది నా బిడ్డను చూసే సమయంలో?'

అతను చెయ్యి తీసేశాడు. ఆ ముఖంలో పశ్చాత్తాపం కనిపించింది. అవమానం, సిగ్గు కనిపించాయి. అది భయంకరం. అనుకున్నది... అనుకున్నదేమిటంటే.. నిజం చెపుతున్నాను. ఏమనుకున్నాను, తెలియదు. అసలు ఏ ఆలోచనా లేదనుకుంటాను. అది పొరపాటు. అది నేను చేసిన పెద్ద తప్పు.' ఇక ముఖం ముసుగు మరోసారి మారిపోయింది. కళ్లు పెద్దవి చేసి, అమాయకంగా చూస్తున్నాడు. అభ్యర్థిస్తున్నాడు. 'అప్పటికి తెలియదు గద, ఆనా. అసలు తనేంటో నాకు తెలియదంటే, నమ్మాలి. తాను బిడ్డను చంపిన సంగతి అసలు తెలియదు. అది తెలిస్తే ఆమెను ఎవీ చాయలకు కూడా రానిచ్చే వాడిని కాదు. నీవు నన్ను నమ్మాలి.'

ఒక్కసారిగా ఆనా లేచి నిలిచింది. కుర్చీ వెనక్కు తోసింది. అది చప్పుడు చేస్తూ నేల మీదపడిపోయింది. దాంతో వాళ్ల పాప, నిద్ర లేచింది. 'దాన్ని నాకివ్వు అన్నది ఆనా, చేతులు ముందుకు చాచింది. టామ్ కొంచెం వెనుకకు కదిలాడు. 'టామ్, దాన్ని నాకివ్వు,' నాకిచ్చెయ్.'

అతనా పనిచేయలేదు. దూరంగా అడుగులు వేశాడు. పాపను ఊపుతున్నాడు. ఏవో గుసగుసలు చెపుతున్నాడు. నిద్రపుచ్చే ప్రయత్నంలో ఉన్నాడు. ఇక ఆనా అరుపులు మొదలు చేసింది. ముందు, దాన్ని నాకివ్వు, దాన్ని నాకివ్వు అన్నది. తరువాత కోపం, బాధతో నిండిన అర్థంకాని గొణుగుడు. పాప కూడా గట్టిగా ఏడవసాగింది. టామ్ బుజ్జగించే ప్రయత్నం చేస్తున్నాడు. ఆనా సంగతి పట్టదతనికి, కనుక తనకు పట్టించుకునే పని నా వంతయింది. ఆమెను బయటకు లాగి మాటలు సాగించాను. తగ్గు గొంతుతో, త్వరత్వరగా.

'నెమ్మదించాలి, ఆనా! అర్థమవుతున్నదా! నీవు నెమ్మదించడం అవసరం. నీవతనితో మాట్లాడాలి. మాటల్లో పెడితే, ఈ లోగా నేను పోలీస్‌లను పిలుస్తాను. సరేనా?'

ఆమె తల అడ్డంగా ఆడిస్తున్నది. మొత్తంగా కదిలిపోతున్నది. నా చెయ్యి గట్టిగా పట్టుకున్నది. తన గోళ్లు దిగబడుతున్నాయి. 'ఎట్లా చేశాడుఇదంతా?'

'ఆనా, నా మాట విను, నువ్వతడిని మాటలలో పెట్టాలి. కనీసం కొంత సేపు.'

చివరకు తను నావేపు చూచింది. నిజంగా చూచి తలాడించింది. 'సరే', అన్నది.

'ఏమిటంటే... అదీ, తెలీదు. అతడిని ఈ తలుపు నుంచి దూరంగా తీసుకో. కొంతసేపు మాటలలో దించి ఉంచు.' ఆమె లోపలికి పోయింది. నేను బలంగా శ్వాసతీసుకున్నాను. వెనుదిరిగి కొంతదూరం నడిచాను. మరీ దూరం కాదు. లాన్

మీదకు మాత్రమే. వెనుదిరిగి చూచాను. వాళ్లింకా కిచెన్‌లోనే ఉన్నారు. నేను మరింత దూరం నడిచాను. గాలి బాగా వీస్తున్నది. వేడి తగ్గుతుందేమో. పిచికలు ఆకాశంలో కిందుగా ఎగురుతున్నాయి. వాన వాసన తెలుస్తున్నది. నాకిది ఇష్టం.

చెయ్యి వెనుకకు పెట్టి ఫోన్ బయటికి తీశాను. చేతులు వణుకుతున్నాయి. కీ ప్యాడ్ అన్‌లాక్ చేయలేకపోయాను. ఒకటి రెండు సార్లు. మూడవ సారి వచ్చింది. ఒక్క క్షణం డిటెక్టివ్ సార్జెంట్ రైలీకి ఫోన్ చేయాలి. అనిపించింది. ఆమెకు నేను తెలుసుమరి. కాల్ లాగ్‌లో వెతికాను. ఆమె నంబర్ లేదు. వదిలేశాను. 999 డయల్ చేయాలి. రెండవ తొమ్మిది నొక్కుతుండగా, అతని కాలు నా వెన్నెముక చివరన తగలడం తెలిసింది. ముందుగడ్డిమీదకు బోర్లా పడిపోయాను. శ్వాస ఆగినట్టుంది. ఫోన్ చేతినుంచి ఎగిరిపోయింది. అతను అందుకున్నాడు. దాన్ని నేను మోకాళ్ల మీదకు లేచేలోగా అందుకున్నాడు. నాకు ఊపిరి అందేలోగా అందుకున్నాడు.

'ఇదిగో, ఇదిగో రేచ్,' నా చెయ్యి ఒడిసి పట్టేసుకుంటూ అన్నాడు. అవలీలగా నన్నులేపి నిలబెట్టాడు. 'తెలివితక్కువ పనులేమీ చేయొద్దు ఏం?'

చెయ్యి పట్టి ఇంట్లోకి తీసుకుపోయాడు. నేనూ ఎదురుతిరగలేదు. ఇప్పుడు పెనుగులాడి అర్థం లేదు. ఇక్కడ తన నుంచి తప్పించుకోలేను. నన్ను తలుపులో నుంచి లోనికి తోశాడు. తరువాత స్లైడింగ్ డోర్ మూసి తాళం వేశాడు. తాళం చెవి కిచెన్ టేబుల్ మీదకు విసిరాడు. ఆనా అక్కడ నిలబడి ఉంది. నన్ను చూస్తూ సన్నగా నవ్వింది. నేను పోలీస్‌లకు ఫోన్ చేస్తున్నానని, తనుగాని టామ్ కు చెప్పిందా, అనుమానం కలిగింది.

ఆనా తను కూతురికి తిండి తయారు చేసే ప్రయత్నంలో పడింది. మిగతా వారికి టీ కోసం కెటిల్ పెట్టింది. వాస్తవ చిత్రమే, కానీ అదేదో నిజం కాదు, అన్నట్టుంది. ఆ ఇద్దరికీ గౌరవంగా వీడ్కోలు చెప్పి, ఆ గదిలో నడిచి, వీధి భద్రతలోకి నడవగలనేమో అనిపించింది. మనసు తొందర పెడుతున్నది. కొన్ని అడుగులు వేశాను కూడా. కానీ టామ్ దారిని అడ్డుకున్నాడు. భుజం మీద ఒక చెయ్యివేశాడు. వేళ్లు నా గొంతు మీదకు కదిలించాడు. కొద్దిపాటి ఒత్తిడి పెట్టాడు. 'నిన్నేం చేయబోతున్నాను, రేచల్?'

మేగన్

శనివారం, 13 జులై 2013

సాయంత్రం

కార్‌లోకి ఎక్కిన తరువాతగాని, తన చేతుల మీద రక్తముందన్న సంగతి గమనించలేదు.

'ఎట్లా తెగింది?' అడిగాను.

జవాబులేదు. స్టీరింగ్ వీల్ మీది వేళ్లు తెల్లనయి ఉన్నాయి.

'టామ్, నీతో మాట్లాడాలి' అన్నాను. సర్దుబాటు ప్రయత్నంలో ఉన్నాను. వ్యవహారాన్ని పెద్దతనంతో ముగించాలి' అనుకున్నా. కానీ ఆలస్యం అయింది, అనిపించింది. 'చికాకు పెడుతున్నందుకు క్షమించు. కానీ నువ్వు నాతో తెగతెంపులు చేశావ్! నీవు--'

'సరే,' అన్నాడు, మెత్తని గొంతుతో. 'నేనేమో .... నేను మరొక విషయంగా సమస్యలో ఉన్నాను. తలతిప్పి చూస్తూ నవ్వే ప్రయత్నం చేశాడు. కానీ కుదరలేదు. 'మొదటి భార్యతో తంటాలు. ఎట్లాగుంటుందంటే నీకు తెలుసు,' అన్నాడు. 'చేతికి ఏమయింది?' అడిగాను.

'ఎక్స్‌తో తంటాలు' అన్నాడు మళ్లీ. ఆ గొంతు ఒకరకంగా వినిపించింది. తరువాత మాటలేకుండా కోర్లీవుడ్స్ వేపు డ్రైవ్ చేస్తూ పోయాము.

అక్కడ కార్ పార్క్‌లో పూర్తి చివరివరకు వెళ్లాము. అంతకుముందు కూడా అక్కడ గడిపాము. సాయంత్రాల్లో అక్కడ ఎవరూ ఉండరు. బియెర్ తాగుతూ

కొంతమంది కుర్రవాళ్లు కొన్నిసార్లుంటారు. అంతకన్నా ఎవరూ రారు. ఈ రాత్రి అసలెవరూ లేరు.

టామ్ ఇంజన్ ఆఫ్ చేసి నా వేపు చూశాడు. 'రైట్. ఏమిటి మాట్లాడాలను కున్నావు?' కోపం ఇంకా ఉంది. కొంతగా తగ్గుతున్నది. మొదటిలాగ మరగడం లేదు. పొంగిపోవడం కూడా లేదు. అయినా, అంతకుముందు జరిగినదంతా తలుచుకుంటే, కోపిష్టి మనిషితో తలుపులు మూసిన ప్రదేశంలో ఉండదలుచుకో లేదు. 'కొంతదూరం నడుద్దాము' అన్నాను. కళ్లు గుండ్రంగా తిప్పి బరువుగా నిట్టూర్చాడు. కానీ, సరే అన్నాడు.

ఇంకా వెచ్చగా ఉంది. చెట్లకింద పురుగులు మేఘాల్లాగ ఎగురుతున్నాయి. ఆకుల మధ్యనుంచి సూర్యుని వెలుగు దూసుకుని వస్తున్నది. దానిమీద, అదేదో సొరంగం అనిపించేటట్టు వెలుగుంది. చెట్ల మీద, అంటే మాతలల మీద మాగ్‌పై పక్షులు కోపంగా అరుస్తున్నాయి.

కొంతదూరం నిశ్శబ్దంగా నడిచాము. ముందు నేను, కొన్ని అడుగులు వెనుక టామ్. ఏం చెప్పాలని ఆలోచించే ప్రయత్నంలో ఉన్నాను. ఎలా చెప్పాలని కూడా. సంగతిని మరింత దిగజార్చాలని లేదు. సరయిన పని చేస్తున్నానని నాకు నేను మరీమరీ గుర్తు చేసుకోవాల్సిన సందిగ్ధం.

నడక ఆపి అతనికి ఎదురుగా తిరిగాను. చాలా దగ్గరగా నిలబడి ఉన్నాడు.

చేతులు నా నడుము మీద వేశాడు. 'ఇక్కడా? ఇదేనా నీకు కావలసింది?' విసుగు కనిపించింది.

'లేదు,' దూరంగా జరుగుతూ అన్నాను. 'అదేం కాదు'

దారి అక్కడ కొంతవాలుగా ఉంది. నడక నెమ్మదయింది. అతనూ అడుగు కలిపి నడుస్తున్నాడు.

'మరింకేమిటి?'

లోతయిన శ్వాస. గొంతు ఇంకా నొప్పిగా ఉంది. 'నేను కడుపుతో ఉన్నాను.'

అసలు కదలిక లేదు. ముఖంలో ఏ భావమూ లేదు. ఇంటి దారిలో సెయిన్స్ బరీ వెళ్లాలని, లేదంటే డెంటిస్ట్‌తో అపాయింట్‌మెంట్ ఉందనీ చెపితే ఉన్నట్టుంది ఆ తీరు.

'కంగ్రాచ్యులేషన్స్' అన్నాడు చివరికి.

మరో లోతయిన శ్వాస. టామ్ నీకు ఎందుకు చెపుతున్నానంటే,... అదీ, బిడ్డ నీదయి ఉండే వీలుంది గనుక.'

కొన్ని క్షణాలు కళ్లు విప్పార్చి నావంకే చూచాడు. నవ్వాడు. 'ఓహ్, ఎంత అదృష్టం నాది? అయితే ఏ మంటావ్, ఇద్దరం కలిసి, కాదు ముగ్గురం పారిపోదామా? నీవూ, నేనూ, పాపా? ఎక్కడికి వెళామనుకున్నాము? స్పెయిన్‌కా?'

'నీకు తెలియాలి అనుకున్నాను, ఏమంటే?'

'అబార్షన్ చేయించుకో,' అన్నాడతను. ఏమంటే, బిడ్డ నీ మొగుడి వల్లనయితే నీక్కావలసినట్టు చెయ్యి. కానీ, అదిగాని నాదయితే, తీసేయించు. సీరియస్ చెపుతున్నాను. ఈ విషయంగా తెలివి తక్కువ తనంగా ఉండొద్దు మనం. నాకు మరో బిడ్డ అవసరం లేదు. వేళ్లు నా ముఖం మీద పైనుంచి కిందకు కదిలించాడు. 'ఇక అయామ్ సారీ, కానీ నీవు తల్లికాగలిగిన మనిషివని నేననుకోవడం లేదు. అంతేనా మెగ్స్?'

'నీవు ఇష్టప్రకారమే ప్రమేయం పెట్టుకోవచ్చు--'

'ఇందాకా చెప్పింది విన్నావా?' చటుక్కున అడ్డుతగిలాడు. అటు తిరిగి పెద్ద అంగలతో కార్ వేపు నడవసాగాడు.

'నీవు తల్లిగా ఉండడం భయంకరం, మేగన్, తొలిగించుకో, అంతే.'

నేను వెంట వెళ్లాను. ముందు వేగం నడక తరువాత పరుగుతో దగ్గరగా చేరిన తర్వాత వీపు మీద చెయ్యివేసి తోశాను. అరుస్తున్నాను. గోల చేస్తున్నాను. ఆ(బూతుమాట) ముఖాన్ని రక్కివేసే ప్రయత్నంలో ఉన్నాను. ఇక తనేమో నవ్వుతున్నాడు. నన్ను సులభంగా తప్పించుకుంటున్నాడు. నోటికివచ్చిన పిచ్చిమాటలన్నీ అంటున్నాను. అతని మగతనం గురించి ఏదో అన్నాను. తన బోరింగ్ భార్యను ఏదో అంటూ తిట్టాను. కురూపి కూతుర్ని తిట్టాను.

అంత కోపం ఎందుకు వచ్చింది, నాకే తెలియదు. అసలేం కావాలనుకున్నానని? కోపమా, లేక బెంగా? అప్‌సెట్ అయ్యానా? ఏదీకాదు. తిరగగొట్టినందుకు కూడా కాదు. తీసి పారేసినందుకు. అతను కోరేది, నేను వెళ్లిపోవాలని, నేను నా బిడ్డా అందుకే అరుస్తున్నాను. అదే చెపుతున్నాను. నేను వెళ్లిపోను. నీవు అంతకంతా ఇచ్చేలా చేస్తాను. బతికినంత కాలం నీ భడవ బతుకులో అంతకంత అనుభవిస్తావు.'

అతనిక నవ్వడం లేదు.

నా వేపు వస్తున్నాడు. చేతిలో ఏదో ఉంది.

నేను పడిపోయాను. జారిపడి ఉంటాను. తల దేనికో తగిలింది. కడుపులో వికారం తోచింది. అంతా ఎర్రనయింది. లేవలేను.

వన్ ఫర్ సారో, టూ ఫర్ జాయ్, త్రీ ఫర్ ఎ గర్ల్. నేనక్కడే ఆగిపోయాను. ఇక ముందుకు సాగలేను అంతే. నా తలనిండా ధ్వనులు. నోటి నిండా చిక్కని రక్తం. త్రీఫర్ ఎ గర్ల్. మాగ్‌పై పక్షుల గోల వినగలుగుతున్నాను. అవి నవ్వుతున్నాయి. నన్ను వెక్కిరిస్తున్నాయి. క్రూరంగా కూస్తున్నాయి. శకునం, దుశ్శకునం. అవి కనబడుతున్నాయి. సూర్యుని ముందు నల్లగా. పక్షులు కావు. మరేవో ఎవరో వస్తున్నారు. ఏదో చెపుతున్నారు. ఇక చూడు. ఇక చూడు. నా చేత ఏం చేయించావో మరి.

రేచల్

ఆదివారం, 18 ఆగస్ట్ 2013

మధ్యాహ్నం

లివింగ్ రూమ్‌లో ముక్కోణాకారంగా కూచుని ఉన్నాము. టామ్ సోఫామీద ప్రేమగల తండ్రి, బాధ్యత గల భర్త. కనుక కూతురు ఒడిలో, భార్య తన పక్కన ఉన్నారు. ఒకప్పటి భార్య ఎదురుగా ఉంది. టీ తాగుతున్నది. చాలా నాగరికంగా ఉందంతా. నేను లెదర్ వాలు కుర్చీలో కూర్చున్నాను. పెళ్లయిన కొత్తలో దాన్ని హీల్స్‌లో కొన్నాము. పెళ్లయిన జంటగా మేము మొదట కొన్ని ఫర్నిచర్ పీస్ అదే. సాఫ్ట్ టాన్ రంగు మెత్తని లెదర్. ఖరీదయినది. విలాసవంతమయినది. అది డెలివర్ అయినప్పుడు నాకు కలిగిన ఆనందం అంతంత కాదు. అందులో ముడుచుకు కూచున్నాను. భద్రత, సంతోషాలను అనుభవిస్తూ, ఆలోచిస్తూ అన్నమాట. పెళ్లంటే *ఇదే గదా, భద్రత, వెచ్చదనం, సౌకర్యం.*

టామ్ కనుబొమ్మలు ముడిచి నన్నే చూస్తున్నాడు. ఏం చేయాలి, వ్యవహారాన్ని ఎలా చివరకు చేర్చాలి ఆలోచిస్తున్నాడు. తనకు ఆనా గురించి చింత లేదు. తెలుస్తూనే ఉంది. సమస్య నాతోనే.

'తను కొంత నీలాంటిదే, ఉన్నట్టుండి అన్నాడు. సోఫాలో వెనక్కు వాలాడు. ఒడిలో కూతురిని మరింత అనుకూలమయిన విధంగా మార్చాడు. 'ఒకరకంగా నీవంటిది, ఒకరకంగా కాదు. తను కొంత... పద్ధతిలేని మనిషి. తెలుసా? అది నాకు నచ్చదు.' నన్ను చూచి ఇకిలించాడు. 'మెరిసే కవచంలో మహాయోధుడు నేనే.'

'నువ్వేరకంగానూ యోధుడివికావు,' నెమ్మదిగా అన్నాను.

'ఆహ్ రేచ్, అట్లా అనకు. జ్ఞాపకం లేదా? నాన్న పోయాడని, నీవు దుఃఖంలో ఉన్నావు. ఇంటికి రావడానికి ఎవరో ఉండాలి అనుకున్నావు. ప్రేమించే వారుండాలని కోరుకున్నావు. అవన్నీ నేనందించాను. నీకు భద్రతభావం కలిగించాను. అప్పుడు నీవు అదంతా వదులుకోవాలని నిర్ణయించుకున్నావు. అందుకు బాధ్యత నాదని నిందవేయగలవా?'

'టామ్, నిందవేయడానికి నీ గురించి చాలా సంగతులున్నాయి.'

'నో, నో,' చూపుడు వేలెత్తి భయపెట్టినట్టు ఆడించాడు. 'చరిత్ర తిరగరాసే ప్రయత్నం చెయ్యకు. నేను నీకు మంచి చేశాను. కొన్ని సార్లు.... అవునులే, కొన్ని సందర్భాల్లో నీవే నన్నేదో చేయించావు. అయినా నేను నీకు మంచి చేశాను. నీ గురించి పట్టించుకున్నాను.' అన్నాడతను. అప్పుడు మాత్రమే నాకు నిజంగా స్థిరమయింది. నాతో అబద్ధాలాడినట్టే తనకు తాను అబద్ధాలు చెప్పుకుంటాడని. అతనట్లా నమ్ముతాడు. నాకు మంచి చేశానని తను నమ్ముతాడు. చిన్నపిల్ల ఒక్కసారిగా ఏడుపు లంకించుకున్నది, మరీ గట్టిగా ఏడ్చింది. ఆనా ఒక్కసారిగా నిలుచున్నది.

'పాప డయపర్ మార్చాలి' అన్నది.

'ఇప్పుడెందుకు?'

'అది తడుపుకున్నది, టామ్, మార్చాలి. మరీ మొరటుగా మాట్లాడకు.'

అతను ఆనా వేపు కొరకొరా చూచాడు. కానీ ఏడుస్తున్న పాపను అందించాడు. నేను ఆనా కళ్లలోకి చూచే ప్రయత్నం చేశాను. కానీ తను నా వంక చూడడం లేదు. పై అంతస్తులోకి పోవడానికి తాను కదులుతుంటే, నా గుండె గొంతులోకి వచ్చేసింది. అంత త్వరగానూ అది కిందికి దిగింది. టామ్ లేచి నిలుచున్నాడు మరి. చేత్తో ఆనాను పట్టుకున్నాడు. ఇక్కడే మార్చు, వీలవుతుంది, మార్చు' అన్నాడు.

ఆనా కిచెన్‌లోకి పోయింది. అక్కడ బల్లమీద అమ్మాయి నాపీ మార్చింది. దొడ్డికంపు గదంతా నిండింది. నాకు కడుపులో తిప్పింది.

'ఎందుకో మాకు చెప్పగలవా?' అడిగాను. ఆనా చేస్తున్న పని మాని మా దిక్కు చూచింది. పాప చప్పుడు తప్ప అంతా స్తంభించినట్టు నిశ్శబ్దంగా ఉంది.

నమ్మలేనట్టు టామ్ తల విదిలించాడు. 'ఆమె చాలావరకు నీలాగే ఉండగలిగేది. రేచ్. దేన్నీ సులభంగా వదలదు. ఎప్పుడు ముగించాలన్నది తెలియదు. తను అట్లా... తను చెప్పిన మాట వినదు. నువ్వు ప్రతి విషయానికి నాతో వాదం పెట్టుకునే దానివి గుర్తుందా? చివరకు నీవే గెలవాలి, చివరి మాట నీది కావాలని పట్టుబట్టేదానివి. మేగన్ కూడా అంతే. మాట అసలు వినదు.'

కూర్చున్న చోట కొంత కదిలి ముందుకు వంగాడు. మోచేతులు మోకాళ్ల మీద పెట్టుకున్నాడు. అదేదో నాకు కథ చెపుతున్నట్టు. 'మేం మొదలు పెట్టినప్పుడు అది సరదా మాత్రమే. మైథునం ఒకటే. తనకు కావలసింది కూడా అంతే అని నమ్మించింది. కానీ మనసు మార్చుకుంది. ఎందుకంటే తెలియదు. ఏమో చేయసాగింది. ఆ అమ్మాయి, స్కాట్‌తో తగాదా పడుతుంది. లేక తనే కొంత బోర్ అవుతుంది. ఇక మనమిద్దరం పారిపోదాం అంటూ మొదలు పెడుతుంది. నేను ఆనా, ఎవీలను వదలాలి అంటుంది. అక్కడికి నేను తన మాట ప్రకారమే నడుస్తానన్నట్టు. తను రమ్మన్నప్పుడంతా నేను సిద్ధంగా పోలేదంటే చాలు, చిర్రెత్తి పోతుంది. ఇక్కడికి కాల్ చేసి భయపెడుతుంది. వచ్చేస్తున్నా అంటుంది. ఆనాకు మా గురించి చెపుతానంటుంది.

అయితే అదంతా ఆగిపోయింది. నాకది విశ్రాంతి అనిపించింది. నాకిక ఎంతమాత్రం ఆసక్తి లేదన్న సంగతి తాను తలకెక్కించుకున్నది అనుకున్నాను. కానీ, ఆ శనివారం ఫోన్ చేసింది. మాట్లాడాలి, అన్నది. ముఖ్యమయిన సంగతి చెప్పాలి అనుకున్నది. నేను పట్టించుకోలేదు. మళ్లీ బెదిరింపులు మొదలు పెట్టింది. ఇంటికి వచ్చేస్తాను. అట్లాంటివన్న మాట. మొదట్లో నేను కూడా అంతగా పట్టించుకోలేదు. ఆనా ఎక్కడికో పోవాలన్నది. గుర్తుందా డార్లింగ్? అమ్మాయితో డిన్నర్‌కు వెళతానన్నావు. ఇక నేను పాపతో ఉండాలి. అది కూడా మంచిదే అనుకున్నాను. తను వస్తుంది. సరదా జరుగుతుంది అనుకున్నాను. అప్పుడు నచ్చజెపుతాను. కానీ, రేచల్ అప్పుడే నువ్వు ప్రత్యక్షమయ్యావు. అంతా సర్వనాశనం చేశావు.(బూతు వాడాడు).'

సోఫాలో వెనక్కు వాలాడు. కాళ్లు దూరందూరం పెట్టాడు. భారీ మనిషి, స్థలమంతా వ్యాపించాడు. 'తప్పంతా నీది. ఆ వ్యవహారం మొత్తం నీ తప్పే, రేచల్. ఆనా స్నేహితుల డిన్నర్‌కు పోలేదు. అయిదు నిమిషాల్లో తిరిగి వచ్చింది. బయట నీవు కనిపించినందుకు అప్‌సెట్ అయ్యింది. కోపంగా ఉంది కూడా. అక్కడ నీవేమో

నీ పద్ధతిలో తూలుతూ మరెవడో భడవతో స్టేషన్ ముందున్నావు. ఇక్కడికి వస్తావని తనకు భయం. తనకు ఎవీ గురించి భయం.'

'ఇక మేగన్‌తో వ్యవహారం తేల్చడం పోయి, బయటకు వచ్చి నిన్ను పట్టించుకోవలసి వచ్చింది.' తన పెదవులు వంకర తిరిగాయి. 'గాడ్, ఇక నీ పరిస్థితి. ఎట్లాగున్నావో? వైన్ కంపుగొడుతున్నావు..... నన్ను ముద్దాడే ప్రయత్నం చేశావు. గుర్తుందా ఏమయినా?' గొంతు నులుముకున్నట్టు నటించాడు. ఇక నవ్వనారంభించాడు. ఆనా కూడా నవ్వింది. తనకది సరదాగా తోచిందా, లేక భర్తను సంతృప్తి పరచడానికి నవ్విందా, చెప్పలేను.

'నీవు నా చుట్టు పక్కలకు రావడం ఇష్టంలేదని నీకు అర్థం చేయించవలసిన అవసరం నాకుంది. నా క్కాదు మా దగ్గరకు. అందుకే నిన్ను రోడ్ మీదకు గాక, అందర్ పాస్‌లోకి తీసుకుపోయాను. రోడ్ మీదయితే గొప్ప సీన్ సృష్టిస్తావని. దూరంగా ఉండు అని చెప్పి చూచాను. నీవు ఏడుపులు, అరుపులు మొదలుచేశావు. మాన్పించాలని ఒక్కటి ఇచ్చుకున్నాను. నీవేమో మరింత ఏడవసాగావు.' తను పళ్లు బిగబట్టి మాట్లాడుతున్నాడు. దవడల్లో కండరాలు బిగియడం తెలుస్తున్నది. నాకు చిర్రెత్తింది. 'నీవు మమ్మల్ని వదిలి పోవాలి, అంతే. నీవూ ఇంకా మేగన్. నాకు నా కుటుంబం ఉంది. మంచి బతుకుంది.' తను ఆనాను చూచాడు. తను పాపను హై చెయిర్‌లో పెట్టే ప్రయత్నంలో ఉంది. ఆ ముఖంలో భావాలేవీ లేవు. 'ఒక పక్క నీవూ, మరో పక్క మేగన్ ఉన్నప్పటికీ, మరెన్నో ఉన్నప్పటికీ, నాకుగా నేను మంచి బతుకు ఏర్పాటు చేసుకున్నాను.'

నిన్ను చూచిన తరువాతే మేగన్ వచ్చింది. తను బ్లెన్‌హైమ్ రోడ్ వేపు వెళుతున్నది. ఆమెను మా ఇంటికి పోనిచ్చే ప్రశ్న లేదాయె. ఆనాతో మాట్లాడనిస్తే ప్రళయమే. ఏమంటావ్? దూరంగా పోయి మాట్లాడుకుందాము, అన్నాను తనతో. అందులో మోసం లేదు. నిజంగా అన్నాను. ఇక కార్ ఎక్కాము, కోర్లీవుడ్ వెళ్లాం. గది దొరకలేదంటే, మేమక్కడికి అప్పుడప్పుడు వెళ్లేవాళ్లం గదా. కార్‌లోనే కానిచ్చే వాళ్లం.'

ఆర్మ్ చెయిర్‌లో ఉన్న నాకు, ఆనా కదలిక తల విదిలింపు తెలిశాయి.

'నన్ను నమ్మాలి ఆనా, జరిగిందంతా జరుగుతుందని నేను ముందు అసలు అనుకోలేదు,' టామ్ ఆనా వేపు చూచాడు. వెనకకు వాలి, తన అరచేతులను పరికించాడు. 'తను బేబీ గురించి ఏదో చెప్పసాగింది. అది నాదా లేక తన మొగుడిదా

తెలియదు. తను అంతా బట్టబయలు చేయాలి అనుకున్నది. బిడ్డ నాదయితే, నేను వెళ్లి చూస్తున్నా ఓకే. నేనేమో నాకు నీ బేబీ మీద ఇంటరెస్ట్ లేదు, అంటున్నాను. నాకసలు సంబంధమే లేదు పొమ్మన్నాను.' తల అడ్డుగా ఆడించాడు. 'తను అప్‌సెట్ అయ్యింది. మేగన్ అప్‌సెట్ అయింది, అంటే రేచల్ లాగ కాదు. అక్కడ ఏడుపులు, మూలుగులూ ఉండవు. తను అరుపు సాగించింది. తిట్లు, బూతులు, అన్ని రకాల దరిద్రం. ఆనా దగ్గరకు పోతానంటుంది. పట్టించుకోకుండా ఉంటే ఊరుకునేది లేదంటుంది. .... దేవుడా నోరు మూసుకుని చావదే, (బూతు మాట వాడాడు) ఇక. అర్థం కాలేదు. ఏదో చేసి తన నోరు మూయించాలి. ఒక బండ ఎత్తాను...' తన కుడిచేతి వంక అదే పనిగా చూడసాగాడు. ఇప్పుడదంతా కనిపించినట్టు. 'ఇక ఒక్క...' కళ్లు మూసుకుని నిట్టూర్చాడు.' ఒకే ఒక దెబ్బ. కానీ తాను...' బుగ్గలు ఉబ్బించి నెమ్మదిగా గాలి వదిలాడు. 'అట్లా అవుతుందను కోలేదు. తనను ఆపాలి అనుకున్నానంతే. తను ఏడుస్తున్నది. గొప్ప గోల చేస్తున్నది. దూరంగా పాకే ప్రయత్నం చేసింది. నేనేం చేయడానికీ లేదు. ఏదో విధంగా పని ముగించాలి.'

సూర్యుడు పోయాడు. గది చీకటి అయింది. టామ్ శ్వాస తప్ప మరొక చప్పుడు లేదు. ఆ ఊపిరి క్రమంగా లేదు. వీధిలోనూ గోల లేదు. ట్రెయిన్ చప్పుడు చివరిసారి ఎప్పుడు వినిపించిందీ గుర్తులేదు.

'తనను కార్ డిక్కీలో వేశాను. అడవిలో మరింత ముందుకు వెళ్లాను. చుట్టు పక్కలు ఎవరూ లేరు. గుంట తోడాలి...' తన శ్వాసలో మార్పులేదు. నెమ్మదిగా వేగమవుతున్నది. 'ఖాళీ చేతులతో తవ్వాలి, భయమయింది.' పెద్ద కనుపాపతో నా దిక్కు చూచాడు. 'ఎవరయినా వస్తారేమోనని భయమయింది. గోళ్లు సర్వనాశనమయినాయి. చాలా సేపు పట్టింది. ఆనాతో మాట్లాడడానికి ఆగవలసి వచ్చింది. నీ కొరకు చూస్తూ తిరుగుతున్నానని చెప్పాను.' గొంతు సవరించుకున్నాడు. నేల నిజానికి మెత్తగా ఉంది. అయినా అనుకున్నంత లోతు తవ్వలేకపోయాను. ఎవరో వస్తారని ఒకటే భయం. వ్యవహారం సద్దు మణిగిన తర్వాత తిరిగి పోవచ్చు అక్కడికి అనుకున్నాను. శరీరం తీసి మరో చోట పూడ్చవచ్చు అనుకున్నాను. కానీ వానలు మొదలయినయి. అవకాశం అందలేదు.

ముఖం ముడుచుకుని నా దిక్కు చూచాడు. 'పోలీస్‌లు స్కాట్ వెంట పడతారని ఇంచుమించు స్థిరం చేసుకున్నాను. తన వ్యవహారాల కారణంగా అతను బాగా కోపంగా ఉన్నాడని చెప్పింది. తన మెయిల్స్ చదువుతాడని, కాపీలు

లాగుతాడనీ చెప్పింది. ఇక... తన ఫోన్ వాళ్లింట్లో వదలాలి అనుకున్నాను. ఏమో, తెలియదు. ఏదో పేరు పెట్టి అక్కడికి పోవచ్చు. పక్కింటి మనిషి పద్ధతిలో అన్నమాట. తెలియదు. అసలొక ప్లాన్ లేదు. అన్ని వివరాలు ఆలోచించలేదు. పథకం వేసి చేసిన పని కాదుగదా. అది భయంకరమయిన ప్రమాదం, అంతే.'

కానీ, అప్పుడు అతని తీరు మారింది. కొంత చీకటి, కొంత వెలుగు, ఆకాశంలో మబ్బులు దోబూచులాడినట్టుంది. లేచి వంటింటి వరకు నెమ్మదిగా నడిచాడు. ఆనా అక్కడ టేబుల్ ముందు కూచుని ఉంది. ఎవీకి తిండి పెడుతున్నది.

ఆమెను తల మీద ముద్దుపెట్టుకున్నాడు. పాపను కుర్చీలోంచి ఎత్తుకున్నాడు.

'టామ్...' ఆనా అడ్డు చెప్పబోయింది.

'ఏం ఫరవాలేదు,' భార్యను చూచి సన్నగా నవ్వాడు. 'కాసేపు ఎత్తుకుంటానంతే. వద్దంటావా డార్లింగ్' పాపను ఎత్తుకుని ఫ్రిజ్ దాకా నడిచాడు. ఒక బియెర్ బయటకు లాగాడు. నా వంక చూచాడు. 'నీకొకటి కావాలా?' అడిగాడు.

నేను వద్దన్నట్టు తలాడించాను.

'వద్దా, అదే మంచిది అనుకుంటాను.'

నేనతని మాట వినడం లేదు. నన్నతను పట్టుకునే లోపల ముందు తలుపు వరకు పరుగెత్త గలనా, అంచనా కడుతున్నాను. గొళ్లెం మాత్రమే పెట్టి ఉంటే వీలవుతుంది. తాళం వేసి ఉంటే, తిప్పల్లో పడిపోతాను. ఒక్కసారిగా పరుగుపెట్టాను. హాల్‌వేలో ఉన్నాను. నా చెయ్యి తలుపు హాండిల్ మీద పడుతున్నది. ఒక సీసా నా తల వెనుక గట్టిగా తగలడం తెలిసింది. పేలినట్టు బాధ మొదలయింది. కళ్లు బైర్లు కమ్మాయి. మోకాళ్లమీద ముడుచుకుపోయాను. అతను వేళ్లు నా తల జుట్టులో తిరిగాయి. పిడికిటనిండా పట్టుకుని లాగాడు. నన్ను తిరిగి లివింగ్ రూమ్‌లోకి లాగాడు. అక్కడ తన పట్టు వదిలాడు. నా మీద నిలబడి ఉన్నాడు. రెండు కాళ్లు నా నడుము రెండు పక్కల ఉన్నాయి. పాప ఇంకా తన చేతుల్లోనే ఉంది. కానీ ఆనా వచ్చి దాన్ని లాక్కుంటున్నది.

'దాన్నిచ్చెయ్ టామ్, ప్లీజ్ దానికి దెబ్బలు తలుగుతాయి. ప్లీజ్, నాకిచ్చెయ్.'

ఏడుస్తున్న పాపను తల్లికి అందించాడు.

టామ్ మాట్లాడుతున్నాడని వినిపిస్తున్నది. కానీ, తను ఎక్కడో దూరంగా ఉన్నట్టుంది. లేదంటే మాటలు నీటిలోంచి వినబడుతున్నట్టుంది. పదాలు

తెలుస్తున్నాయి. ఎందుకో గానీ, అవి నా గురించి కావు అనిపించింది. అంతా ఒకేసారి జరుగుతున్నట్టుంది.

'పైకి వెళ్లు, బెడ్‌రూమ్‌లోకి వెళ్లి తలుపు వేసుకో. ఎవరికీ ఫోన్ చేయగూడదు. తెలిసిందా? చెపుతున్నాను ఆనా. ఎవరికీ ఫోన్ చేయాలి అనుకోగూడదు. ఎవీ ఉంది మరి. పరిస్థితి భయంకరం కాగూడదు.' ఆనా కిందకు, నా వేపు చూడలేదు. పాపాయిని ఎదకు అదుముకుంది. నా మీదుగా దాటుతూ వేగంగా వెళ్లింది.

టామ్ వంగాడు. చేతిని నా జీన్స్ నడుం పట్టీలోకి దూర్చాడు. నన్నట్లా లాగుతూ వంటింట్లోకి చేర్చాడు. నేను కాళ్లతో తన్నుతూ ఏదయినా పట్టు దొరుకుతుందని చూస్తున్నాను. కానీ లాభం లేదు. కళ్లనీళ్ల కారణంగా చూపు సరిగా ఆనడం లేదు. అంతా మసకగా ఉంది. నేల మీద కొట్టుకుంటుంటే తలలో నొప్పి భరించరాకుండా ఉంది. వికారం బాగా ఎక్కువయింది. నా కణతలకు ఏదో తగిలింది. వేడిగా, తెల్లగా బాధ. ఆ తర్వాత ఇక ఏమీలేదు.

ఆనా

ఆదివారం, 18 ఆగస్ట్ 2013

సాయంత్రం

ఆమె వంటింట్లో నేలమీద పడి ఉంది. రక్తాలు కారుతున్నాయి. కానీ, అంత సీరియస్ గాయాలు కావు అనుకుంటాను. తను పని పూర్తి చేయలేదు. దేనికని వేచి చూస్తున్నాడు, నిజంగా తెలియదు. పని అంత సులభం కాదు. తనకు అనిపించింది. అతను ఆమెను ప్రేమించాడు, కనీసం ఒకప్పుడు.

ఎవీని నిద్రపుచ్చుతూ నేను పైనే ఉండిపోయాను. నాకు కావలసింది అదేగదా అనుకుంటున్నాను. అంతేగదా? చివరికి రేచల్ లేకుండా పోతుంది. ఇక తిరిగి రాదు. అదే గదా జరగాలని నేను కలలు గన్నది. సరే, సూటిగా అదే కాకపోవచ్చు. కానీ, అది లేకుండా పోవాలి అనుకున్నాను. రేచల్ లేని బతుకు గురించి కలలుగన్నాను. ఇప్పుడది నిజమవుతుంది. అంటే మేం ముగ్గురం, నేను, టామ్, ఎవీ మిగులుతాము. అట్లా ఉండాలని గదా.

ఒక క్షణంపాటు ఆ కాల్పనిక పరిస్థితిని ఆలోచించి ఆనందించాను. కానీ పడుకున్న నా కూతురు వంక చూచాను. అంతా ఇంతే అని తెలుసు. అంతా కలవంటి కల్పన. నా వేలు ముద్దుపెట్టుకున్నాను. దాన్ని ఆ చక్కని పెదవులకు తగిలించాను. ఇక మాకెప్పుడూ భద్రత ఉండదని తెలిసివచ్చింది. నేను ఏనాటికీ క్షేమంగా ఉండను. నాకు విషయం తెలుసు. కనుక తనకు నామీద నమ్మకం

కుదరదు. ఇక మరొక మేగన్ రాదని ఎవరు మాత్రం చెప్పగలుగుతారు? లేదంటే, అంతకంటే అన్యాయంగా మరొక ఆనా' మరొక నేను?

తిరిగి కిందకు వెళ్లాను. తను కిచెన్ టేబుల్ వద్ద కూచుని ఉన్నాడు. బియెర్ తాగుతున్నాడు. ముందు ఆమె కనిపించలేదు. కానీ, అప్పుడు తన కాళ్లు గమనించాను. పని జరిగిందని ముందు అనుకున్నాను. కానీ తను బాగానే ఉందని అతనన్నాడు. 'చిన్న దెబ్బ అంతే' అన్నాడు. దీన్ని మరి ఒక ప్రమాదం అనడానికి లేదతనికి.

కనుక వేచి ఉన్నాము. నేను కూడా ఒక బియెర్ తెచ్చుకున్నాను. కలిసి తాగుతున్నాము. మేగన్ గురించి ఆ అఫెయిర్ గురించి తను నిజంగా క్షమాపణలు చెబుతున్నాడు. నన్ను ముద్దుపెట్టుకున్నాడు. ప్రాయశ్చిత్తం చేసి చూపిస్తానన్నాడు. మనం బాగుంటాము. అంతా బాగుంటుంది, అన్నాడు.

'ఇక్కడి నుంచి వెళిపోదాం. నీవెప్పుడూ అదే కోరుకున్నావు గదా. నీవు ఎక్కడికంటే అక్కడికి పోదాం. ఎక్కడయినా సరే' నేను తనను క్షమించగలనా! అని అడిగాడు. తగిన కాలం ఉంటే తప్పక క్షమిస్తాను' అన్నాను. అతను నమ్మాడు. కనీసం నమ్మాడని నేననుకున్నాను.

ముందు చెప్పినట్టే తుఫాను మొదలయింది. ఉరుముల గడగడకు ఆమె లేచింది. ఆమెకు తెలివి వచ్చింది. ఏదో చప్పుడు చేస్తున్నదామె. నేల మీదే కదిలే ప్రయత్నం అది.

'నీవు వెళ్లాలి, తిరిగి పైకి వెళ్లిపో,' అతను నాతో అన్నాడు.

అతడి పెదవుల మీద ముద్దు పెట్టుకుని వచ్చేశాను. కానీ వెంటనేపై అంతస్తుకు వెళ్లలేదు. హాల్‌వేలో ఫోన్ అందుకున్నాను. కిందిమెట్టు మీద కూచుని వింటున్నాను. హాండ్‌సెట్ నా చేతిలో ఉంది. సరయిన సమయం కొరకు చూస్తున్నాను. అతను ఆమెతో మాట్లాడడం వినబడుతున్నది. మెత్తగా, తగ్గు గొంతుతో, ఆమె మాట కూడా వినిపించింది. ఆమె ఏడుస్తున్నది అనుకుంటాను.

రేచల్

ఆదివారం, 18 ఆగస్ట్ 2013

సాయంత్రం

నాకేదో వినబడుతున్నది. బుసలాంటి చప్పుడు. ఒక్కసారి వెలుగు తళుక్కుమన్నది. వర్షమని అర్థమైంది. కుండపోత వర్షం. బయటంతా చీకటిగా ఉంది. తుఫాను వచ్చింది. మెరుపు. ఎప్పుడు చీకటి పడింది, గుర్తులేదు. తలలోని నొప్పి నన్ను నాకు గుర్తుచేసింది. గుండె, గొంతులోకి పాకింది. నేలమీద పడి ఉన్నాను. వంటింట్లో. కష్టంగా, తల ఎత్తగలిగాను. మోచేతి మీద లేచాను. అతను కిచెన్ టేబుల్ దగ్గర కూచుని ఉన్నాడు. వర్షం వంక చూస్తున్నాడు. ఒక బియెర్ బాటిల్ రెండు చేతులతో పట్టుకున్నాడు.

నేను తల ఎత్తడం చూచాడు. 'ఏం చేయబోతున్నాను' రేచ్ అడిగాడు. 'ఇక్కడ నేను... అరగంట నుంచి కూచుని ఉన్నాను. ఆ ప్రశ్న అడుగుతున్నాను. నన్నునేను. నీ గురించి నేనేం చేయాలి? నాకు ఎటువంటి అవకాశాలు ఇస్తున్నావు?' ఒక పెద్ద గుక్క బియెర్ తాగాడు. నన్ను సాలోచనగా చూచాడు. నేను కూచున్నాను. అదీ కూడబలుక్కుని. కిచెన్ కప్‌బోర్డ్సుకు ఆని ఉన్నాను. తల తేలుతున్నది, నోటినిండా ఉమ్ము ఊరింది. వాంతి అవుతుందేమో అనిపించింది. పెదవి కొరుక్కున్నాను. గోళ్లు అరచేతుల్లోకి గుచ్చుకున్నాను. ఈ మత్తులో నుంచి బయటపడవలసిన అవసరం ఉంది. బలహీనురాలిగా ఉంటే కుదరదు. మరెవరి మీద ఆధారపడలేను. అది నాకు తెలుసు. ఆనా పోలీస్‌లకు ఫోన్ చేయదు. నా కోసం తాను తనబిడ్డ భద్రతను పణంగా పెట్టదు.

'నీవు అవునవాలి', టామ్ చెపుతున్నాడు. 'నీవే నీ తలమీదకు తెచ్చుకున్నావు. ఆలోచించు. నీవుగాని మమ్మల్ని మా మానాన వదిలి ఉంటే, నీవీ పరిస్థితిలో ఉండే దానికి కావు. నేను ఈ పద్ధతిలో ఉండేవాడిని కాను. ఎవరూ ఉండేవారు కారు. ఆ రాత్రి నీవక్కడ ఉండకపోతే, స్టేషన్‌లో నిన్ను చూచి ఆనా ఇంటికి పరుగెత్తిరాకుంటే, మేగన్‌తో నేను అన్ని సంగతులు చక్కబెట్టి ఉండేవాడిని, బహుశా. ఇంతగా పిచ్చెత్తి ఉండేవాడిని కాదు. ఓపిక వదులుకుని ఉండే వాడిని కాదు. ఆమెను హానిపరిచి ఉండేవాడిని కాదు. ఇదంతా ఏదీ జరిగి ఉండేది కాదు.'

నా గొంతులో ఏడుపు తన్నుకు వస్తున్నది. కానీ దాన్ని దిగమింగాను. ఇదే, అతను చేసేది – ఇదే అతనెప్పుడూ చేసేది. అందులో అతను మాస్టర్, అంతా నా తప్పే అనిపించేట్టు చేయడం. ఎందుకూ కొరగని దాన్ని, అనిపించేట్టు చేయడం.

బియెర్ పూర్తిచేసి బాటిల్‌ను బల్ల మీద దొర్లించాడు. తలను దుఃఖంగా విదిలించి, లేచి నిలుచున్నాడు. నా వరకు వచ్చి, చేతులందించాడు. 'కమాన్, గట్టిగా పట్టుకో, కమాన్, రేచ్, పైకిలే' అన్నాడు.

నన్ను లేపి నిలబెట్టనిచ్చాను. నా వెన్ను కిచెన్ కౌంటర్‌కి మళ్లీ ఉంది. తను ఎదురుగా నిలబడి ఉన్నాడు. ఆనుకుని ఉన్నాడు. నడుములు నొక్కుకుంటున్నాయి. ముఖం దగ్గరకు వచ్చాడు. బొటన వేలితో, నా చెంప మీద కన్నీరు తుడిచేశాడు. 'నిన్ను ఏం చేయాలి? రేచ్? ఏం చేయాలనుకుంటావ్?'

'ఏమీ చేయనవసరం లేదు,' అన్నాను. నవ్వడానికి ప్రయత్నించాను. 'నాకు నీ మీద ప్రేమని నీకు తెలుసు. ఇంకా ఉందా ప్రేమ. నేనెవరికీ చెప్పనని తెలుసు.. నేనాపని చేయలేను.'

అతను చిరునవ్వాడు, ఆ విశాలమయిన, అందమయిన అరనవ్వు. దానివల్లే నేను కరిగిపోయేదాన్ని–ఇక ఏడవ సాగాను. నేను నమ్మలేను, పరిస్థితులు ఇక్కడివరకు రావడం నమ్మలేను. నాకు తెలిసిన అన్నింటిలోకి మిన్న ఆనందం – అతనితో నా బతుకు అదొక మిథ్య.

నన్ను కొంచెం సేప ఏడవనిచ్చాడు. కానీ తనకు విసుగుగా ఉండి ఉంటుంది. ఆ మెరిసే నవ్వు మాయమయిందిక. పెదవులు వెక్కిరిస్తున్నట్టు వంకర తిరిగాయి.

'కమాన్ రేచ్, ఇకచాలు, ఆపేసెయ్' అన్నాడు. కొంచెం జరిగి చేతినిండా బల్లమీద బాక్స్ నుంచి క్లీనెక్స్ అందుకున్నాడు. 'ముక్కు చీదుకో,' అన్నాడు. చెప్పినట్టు చేశాను.

నన్ను గమనిస్తున్నాడు. ముఖంలో ఛీత్కార భావం నిండి ఉంది. ఆ రోజు లేక్ వద్దకు వెళ్లాం. మంచి చాన్స్ ఉంది అనుకున్నావు. లేదంటావా?' నవ్వసాగాడు. 'అనుకున్నావా? లేదా?' జింకకళ్లతో నా వంక చూడడం, అడుక్కోవడం... నేను నిన్ను వాడుకోగలిగి ఉండేవాడిని. కాదంటావా? నీవు సులభంగా లొంగిపోతావాయె!' నేను పెదవులు గట్టిగా కొరుక్కున్నాను. అతను మళ్లీ దగ్గరగా అడుగేశాడు. 'నువ్వు ఆ కుక్కలుంటాయే అటువంటిదానివి. ఎవరికీ అవసరం లేని ఆ కుక్కలు. బతుకంతా ఎవరివీ కాని కుక్కలు. వాటిని తన్నవచ్చు, తగలేయవచ్చు. అయినా అవి తిరిగివస్తాయి. తోకాడిస్తూ చుట్టూ తిరుగుతాయి. అడుక్కుంటాయి. కనీసం ఈసారి మరోలా ఉంటుందేమో అనుకుంటాయి. ఈ సారయినా ఏదో సరిగా ఉంటుంది, అనుకుంటూ ప్రేమ ఒలకపోస్తాయి. నీవచ్చంగా అట్లాంటిదానికి, కాదంటావా? రేచ్? నీవొక కుక్కవు.' చేతులు నా నడుం చుట్టూ వేశాడు. పెదాలతో నా పెదాలు తాకాడు. తన నాలుకను నా పెదాల మధ్య కదలనిచ్చాను. నడుములు అదుముతున్నాయి. అతను గట్టిబడడం తెలుస్తున్నది.

ఇంట్లో వస్తువులన్నీ నేనున్నప్పుడు పెట్టిన చోట్లనే ఉన్నాయా? తెలియదు. ఆనా కప్‌బోర్డ్‌లను తిరిగి సర్దిందా, వస్తువులను మార్చిందా? వెయింగ్ స్కేల్, కింది అరలో ఎడమ పక్క కాక కుడికి మార్చిందా? తెలియదు. నా వెనుకున్న డ్రాయర్‌లోకి నమ్మకంగా చెయ్యి దూర్చాను. తను మార్పు చేయలేదని అర్థమైంది.

'నీవన్నది నిజమేనేమో తెలుసా,' ముద్దు ముగిసిన తరువాత అన్నాను. ముఖం ఎత్తి తన ముఖంలోకి చూచాను. 'ఆ రాత్రి నేను బ్లెన్‌హైమ్ రోడ్‌కు రాకుంటే, మేగన్ ఇంకా బతికి ఉండేదేమో?'

తలాడించాడు. నా కుడిచెయ్యి పరిచితమయిన ఒక వస్తువును గట్టిగా పట్టేసింది. నవ్వుతూ అతని మీదకు వంగాను. దగ్గరగా మరింత దగ్గరగా. ఎడమ చేత్తో అతని నడుమును చుట్టేశాను. తన చెవిలో నెమ్మదిగా అన్నాను. 'దాని తల పగలగొట్టింది నీవయితే, అందుకు నేను బాధ్యురాలినా? అలాగని మనస్ఫూర్తిగా అనుకుంటావా?'

తల వెనుకకు విదిలించాడు. మరి అప్పుడే నేను ముందుకు కుప్పించాను. నా బరువంతా తనమీద అదుముతున్నాను. అతను తూలి వెనుక కిచెన్ టేబుల్‌కు కొట్టుకునేట్టు. కాలుపైకెత్తి తన కాలుమీద వీలైనంత బలంగా తన్నాను. నొప్పితో ముందుకు వంగాడు. తల వెనుక వెంట్రుకలను పిడికిలినిండా పట్టుకున్నాను.

నావేపు లాగాను. అదే సమయంలో మోకాలితో తన ముఖంలో కుమ్మాను. కార్టిలేజ్ విరిగిన చప్పుడు కరకర వినిపించింది. అతను అరవసాగాడు. ఇక తనను నేల మీదకు తోసేశాను. కిచెన్ టేబుల్ నుంచి తాళం చెవులు అందుకున్నాను. తను మోకాళ్ల మీద లేచేలోగా ఫ్రెంచ్ డోర్స్‌లో నుంచి బయటకు ఉరికాను.

ఫెన్స్ దిక్కు పోసాగాను. కానీ బురదలో కాలు జారింది. బాలెన్స్ తప్పింది. అంతలో అతను వచ్చి నామీద పడిపోయాడు. నన్ను వెనుకకు లాగుతున్నాడు. జుట్టుపట్టి లాగుతున్నాడు. ముఖమంతా రక్కుతున్నాడు. తెగతిడుతున్నాడు. తన నోట్లోంచి రక్తం. *'తెలివితక్కువ దానా, పిచ్చి బిచ్, మా నుంచి దూరం ఉండమంటే వినిపించదా? నన్నెందుకు వదలవు?'* తన నుంచి దూరం జరిగాను. కానీ ఎటూ పోవడానికి లేదు. అటు ఇంట్లోంచి అవతల పడలేను. ఇటు కంచె దాటిపోలేను. గట్టిగా అరిచాను. అయితే ఎవరు వింటారు గనుక? ఇంత వర్షం, ఉరుముల్లో. పైగా ట్రెయిన్ ఒకటి వస్తున్నది. గార్డెన్ అంచువరకు పరుగెత్తాను. రెయిల్ ట్రాక్స్ వేపు. ముందుకు దారిలేదు. నిలబడిపోయాను. సంవత్సరం క్రితం అక్కడే, సరిగ్గా అదే చోట నిలుచున్నాను. అప్పుడతని కూతురు నా చేతుల్లో ఉంది. ఇక నేను ఇంటి వేపు తిరిగాను. తను పెద్ద పెద్ద అంగలతో పనిగట్టుకుని రావడం కనిపించింది. తన ముంజేతితో మూతి తుడుచుకున్నాడు. రక్తం నేల మీద ఉమ్మేశాడు. ట్రెయిన్ వస్తున్న అదురు కంచెలో తెలుస్తున్నది. ట్రెయిన్ ఇంచుమించు వచ్చేసింది. టామ్ పెదవులు కదులుతున్నాయి. నాతో ఏదో అంటున్నాడు. నాకుమాత్రం వినపడడం లేదు. అతను వచ్చేస్తున్నాడు. నేను చూస్తున్నాను. తను నా మీదకు వచ్చే వరకు నేను కదలలేదు. అప్పుడు ఒక్క ఊపుతో కదిలాను. కార్క్ స్క్రూ (సీసా బిరడాలు తీసే పరికరం) అతని మెడలో గుచ్చి తిప్పాను.

కళ్లు పెద్దవి చేసి చూస్తూ, చప్పుడు లేకుండా పడిపోయాడు. నావేపు చూస్తూ, రెండు చేతులు గొంతువద్దకు తెచ్చి పట్టుకున్నాడు. అతను ఏడుస్తున్నట్టు కనిపించింది. ఇక చూడలేను అనిపించేవరకు చూస్తూ ఉండిపోయాను. ఇక మరో దిక్కు మళ్లాను. ట్రెయిన్ వెళ్లిపోతున్నది. వెలుగుతున్న కిటికీల్లో ముఖాలను చూచాను. తలలు, పుస్తకాల్లోకి, ఫోన్‌లలోకి వంగి ఉన్నాయి. ఇంటి దారిలో వెచ్చగా వెళుతున్న ప్రయాణికులు అంతా.

మంగళవారం 10 సెప్టెంబర్ 2013

ఉదయం

తెలుస్తున్నది, ఎలక్ట్రిక్ లైట్‌ల హమ్మనే ధ్వని లాగుంది. ట్రెయిన్ ఎర్ర సిగ్నల్ దగ్గర ఆగుతుంటే వాతావరణంలో మార్పు. ఇప్పుడు చూస్తున్నది నేను ఒక్కర్తినే కాదు. ఎప్పుడూ నేనొక్కర్తిని అనుకోలేదు. అందరూ చూశారని అనుకున్నాను. పక్కనున్న ఇళ్లను అందరూ చూస్తారు. అయితే చూచే తీరు వేరువేరుగా ఉంటుంది. అందరూ వాటిని వేరువేరుగా చూచారు. అయితే ఇప్పుడు మాత్రం అందరూ ఒకే రకంగా చూస్తున్నారు. అప్పుడప్పుడు జనం మాటలు వినబడతాయి.

'అదుగో, అదే. కాదు, కాదు, అది. ఎడమ పక్కన అక్కడ. ఫెన్స్ పక్కన గులాబీలున్నాయే, అది. అక్కడే జరిగింది.' ఆ ఇల్లు నంబర్ పదిహేను, నంబర్ ఇరవయిమూడు మాత్రం ఖాళీగా ఉన్నాయి. కానీ, అట్లా కనిపించడం లేదు. బ్లైండ్స్ ఎత్తి ఉన్నాయి. తలుపులు తెరిచి ఉన్నాయి. వాటిని ఎవరెవరికో చూపిస్తున్నారు మరి. ఇళ్లు రెండు అమ్మకానికి ఉన్నాయి. కానీ సీరియస్‌గా ఎవరో కొనడానికి ముందుకు రావడానికి కొంతకాలం పడుతుంది. ఎస్టేట్ ఏజెంట్‌లు వాటిని దయ్యాలకు చూపిస్తున్నారనుకుంటాను. పనిలేని వాళ్లంతా దగ్గరగా వచ్చిచూస్తారు. అతనక్కడ పడ్డాడు. నేల రక్తంతో తడిసింది.

అందరూ ఆ ఇంట్లో – మా ఇంట్లో నడుస్తున్నారు, అనుకుంటే బాధగా ఉంటుంది. ఆ ఇంట్లో నాకొకప్పుడు ఆశలుండేవి. ఆ తరువాత ఏం జరిగిందని ఆలోచించకుండా ఉండాలని నా ప్రయత్నం. ఆ రాత్రి గురించి ఆలోచించకుండా ఉండాలి అనుకుంటాను, కానీ కుదరదు.

అతని రక్తంలో తడిసి, సోఫా మీద, పక్కపక్కను కూచున్నాము. ఆనా, నేనూ. భార్యలం అంబులెన్స్ కొరకు చూస్తున్నాము. వాళ్లను ఆనా పిలిచింది. పోలీస్‌లను పిలిచింది. అంతా చేసింది. తను అన్నింటినీ పట్టించుకున్నది. పారామెడిక్స్ వచ్చారు. కానీ టామ్ విషయంగా అప్పటికే సమయం మించి పోయింది. వాళ్లవెంటనే పోలీస్‌లు వచ్చారు. అప్పుడు డిటెక్టివ్‌లు, గాస్కిల్, రైలీ. మమ్మల్ని చూచిన వెంటనే ఇద్దరూ నోళ్లు వెళ్లబెట్టారు. ఏవో ప్రశ్నలు అడిగారు. నాకు వాళ్ల మాటలేవీ తెలియలేదు. నేనసలు కదలలేకపోయాను. ఊపిరి తీయలేకపోయాను. ఆనా మాట్లాడింది. ప్రశాంతంగా, స్ఫుటంగా.

అది ఆత్మరక్షణ, నేను అంతా చూచాను, కిటికీలోంచి. అతను కార్క్ స్క్రూతో దాడి చేశాడు. ఆమెను చంపేవాడే. ఆమెకిక మార్గంలేదు. నేను ప్రయత్నించాను....' అనా వాళ్లకు చెప్పింది. తడబడడం ఆ ఒక్కసారి మాత్రమే. తాను ఏడవగా చూడడం కూడా ఆ ఒక్కసారే. 'రక్తం ఆపాలని ప్రయత్నం చేశాను. వీలుకాలేదు. ఏం చేయలేకపోయాను. ఏం చేయలేకపోయాను.'

యూనిఫామ్‌లో ఉన్న పోలీస్ ఒకతను ఎవీని తెచ్చాడు. ఆశ్చర్యంగా అమ్మాయి అంతసేపు హాయిగా నిద్రపోతున్నది. ఇక అందరినీ పోలీస్ స్టేషన్‌కు వెంటబెట్టుకు పోయారు. ఆనాను, నన్ను వేరువేరు గదులలో ఉంచారు. మరిన్ని ప్రశ్నలడిగారు. కానీ అవేవీ నాకు జ్ఞాపకం లేవు. ధ్యాస నింపడానికి, బదులు చెప్పడానికి తంటాలు పడ్డాను. అసలు మాటలు కూర్చడానికే తంటాలు పడ్డాను. అతను నా మీదకు వచ్చాడని, బాటిల్‌తో కొట్టాడని చెప్పాను. ఇక కార్క్ స్క్రూతో దాడి చేశాడు, అన్నాను. దాన్ని తననుంచి ఏదోరకంగా లాక్కున్నాను, అన్నాను. నన్ను నేను కాపాడుకునేందుకు దాన్ని వాడానని చెప్పాను. నన్ను పరీక్షించారు. తల మీది గాయాన్ని చూచారు. చేతులు, గోళ్లను పరీక్షించారు.

'కాపాడుకోవాలని ప్రయత్నించిన గాయాలు ఏమీ ఎక్కువగా లేవు,' అన్నది రైలీ అనుమానంగా, నన్ను అక్కడే వదిలి వెళ్లారు. ఒక ఆఫీసర్‌ను కాపలాగా వదిలారు. అతను ఆ కురుపుల మెడ. అప్పుడెప్పుడో కాతీ ఫ్లాట్‌కు వచ్చాడు. అతనే, తలుపు వద్ద నిలబడిపోయాడు. చూపులు కలవకుండా ప్రయత్నం చేస్తున్నాడు. కొంతసేపటికి రైలీ తిరిగివచ్చింది. 'రేచల్, మిసెస్ వాట్సన్ కూడా,. నీవు చెప్పిన సంగతులను స్థిరం చేసింది. ఇక నీవు పోవచ్చు' అన్నది. తను కూడా కళ్లలోకి చూడలేకపోయింది. ఒక పోలీస్‌మన్ నన్ను ఆస్పత్రికి తీసుకుపోయాడు. అక్కడ నా తలలోని గాయానికి కుట్లు వేశారు.

పేపర్‌లో టామ్ గురించి చాలా సంగతులు వచ్చాయి. తను ఆర్మీలో ఎన్నడూ ఉండలేదని తెలుసుకున్నాను. చేరాలని ప్రయత్నం చేశాడు. రెండు సార్లూ తిప్పి పంపించారు. తండ్రిని గురించిన మాటలు కూడా అబద్ధం. అంతా తలకిందులుగా చెప్పాడు. వాళ్లు పొదుపు చేసుకున్న డబ్బు తీసుకుని తగలేశాడు. అయినా వాళ్లు పోనీలే అన్నారు. ఇంటిని తాకట్టుపెట్టి అప్పుగా ఇమ్మని అడిగితే తండ్రి కాదన్నాడు. ఇతనిక వాళ్లతో తెగతెంపులు చేసుకున్నాడు. అంతా అబద్ధాలే, అన్నిటి గురించి అబద్ధాలే. అవసరంలేకున్నా అబద్ధాలాడాడు. అనవసరంగా అబద్ధాలాడాడు.

మేగన్ గురించి స్కాట్ అన్న మాటలు నాకు చక్కగా గుర్తున్నాయి. తనెవ్వరో కూడా నాకు తెలియదు, అన్నాడు. నాకు కూడా అట్లాగే తోచింది. టామ్ బతుకంతా అబద్ధాల మీద సాగింది. అబద్ధాలు, అర్ధసత్యాలు చెప్పాడు. తనను తాను ఉన్నదానికన్నా మరింత మంచివాడుగా, గట్టివాడుగా, ఆసక్తికరమయిన వ్యక్తిగా కనిపించేట్టు చేశాడు. ఇక నేను అన్నీ విన్నాను. అన్నీ నిజమని పడిపోయాను. ఆనా కూడా అంతే. మేమతడిని ప్రేమించాము. అతనే గనుక బలహీనుడు, తప్పులు చేసినవాడు, అంతగా గొప్పదనం లేని మనిషిగా ఎదురయితే, ప్రేమించగలిగే వాళ్లమా, అనుమానం కలిగింది. నేనయితే ప్రేమించేదాన్ని అని కూడా అనిపించింది. తన తప్పులను, నేను క్షమించి ఉండేదాన్ని, నేనుకూడా అవన్నీ కావలసినన్ని చేసినదాన్నే గదా.

సాయంత్రం

నార్ఫోక్ తీరం మీద ఒక చిన్న టౌన్‌లో ఒక హోటేల్ లో ఉన్నాను. రేపు మరింత ఉత్తరంగా పోతాను. ఎడింబరా, ఇంకాపైకి. ఇంకా తేల్చుకోలేదు. అంతా వదిలి చాలాదూరం వెళ్లాలని మాత్రం అనుకున్నాను. కొంత డబ్బుంది. నేను పడిన బాధలన్నీ తెలిసిన తరువాత అమ్మ మనసు కరిగింది. కనుక, ఇక చింత అవసరం లేదు. కనీసం కొంతకాలం వరకయినా. ఒక కార్ బాడుగకు తీసుకుని నేనే నడుపుతూ మధ్యాహ్నానికి హోక్‌హామ్ చేరాను. ఊరి అంచున ఒక చర్చ్ ఉంది. అక్కడే మేగన్ చితాభస్మాన్ని భూస్థాపితం చేశారు. పక్కనే తన కూతురు లిబ్బీ సమాధి ఉంది. అందులో ఎముకలు మాత్రమే ఉన్నాయి మరి. ఆ సంగతులన్నీ పేపర్‌లలో చదివాను. పాప చావు విషయంలో మేగన్ పాత్ర కారణంగా, ఖననం విషయంలో కొంత చర్చ జరిగింది. కానీ, చివరికి అనుమతించారు. అదే బాగుంది, అనిపించింది. తను అప్పటికి చాలా శిక్ష అనుభవించింది.

నేను అక్కడికి చేరే సమయానికి వాన మొదలయింది. ఒక్క మనిషి కనిపించలేదు. అయినా కార్ పార్క్ చేసి స్మశానం అంతటా తిరిగాను. తన సమాధి పూర్తి అటు చివరన కనిపించింది. ఫర్ చెట్ల వరుస వెనుక దాచినట్లుంది అది. బాగా వెతుకుతూ పోతే తప్ప అంత సులభంగా కనబడదు. హెడ్ స్టోన్ మీద దానిపేరు తేదీలు మాత్రం ఉన్నాయి. లవింగ్ మెమొరీ, ప్రియమయిన భార్య, కూతురు,

తల్లిలాంటి మాటలేవీ లేవు. దాని పాప రాతి మీద లిబ్బీ అని మాత్రమే ఉంది. కనీసం ఇప్పుడు దాని సమాధి అని తెలిసే తీరుంది. ఎక్కడో పాత ట్రెయిన్ ట్రాక్ పక్కన పడిలేదు.

వాన బాగా పెరిగింది. చర్చ్ ఆవరణలో నుంచి పోతుంటే చాపెల్ ముందు నిలిచి ఉన్న ఒక మనిషి కనిపించాడు. ఒక క్షణం అతను స్కాట్ అనిపించింది. గుండె నోట్లోకి వచ్చింది నాకు. వాన నీళ్లను తుడుస్తూ మళ్లీ చూచాను. అతను ఒక ప్రీస్ట్. గ్రీటింగ్‌గా నా వంక చెయ్యెత్తాడు.

ఇంచుమించు పరుగుగా కార్‌లోకి చేరుకున్నాను. అనవసరంగా, భయపడినట్టున్నాను. స్కాట్‌తో కడసారి కలిసినప్పుడు జరిగినదంతా తలలో తిరిగింది. చివరికి తనతీరు, క్రూరంగా, స్థిమితం లేకుండా, పిచ్చితనం అంచులలో తనతీరు కళ్లముందు కదలాడింది. ఇప్పుడతనికి శాంతి ఉండదు. ఏరకంగా ఉంటుంది? ఆలోచించాను. తాను ఒకప్పుడు ఉన్నతీరు, వాళ్లిద్దరూ ఉన్నతీరు, వారి గురించి నేను కోరుకున్న తీరు అన్నీ, ఆ బాధంతా నాకు తెలిసింది. స్కాట్‌కు ఈ మెయిల్ పంపించాను. చెప్పిన అబద్ధాలన్నింటికీ క్షమాపణలు కోరాను. టామ్ గురించి కూడా సారీ చెప్పాలి అనుకున్నాను. నాకు ముందే తెలిసి ఉండాలి మరి. ఆ కాలమంతా నేను తాగకుండా, మత్తులేకుండా ఉంటే, నాకు తెలిసి ఉండేదా? నాకు కూడా బహుశా శాంతి మిగలదేమో?

అతను జవాబు రాయలేదు. రాస్తాడని నేను ఆశించలేదు.

కార్ తిరిగి యిచ్చాను. హోటల్‌కు వెళ్లి చెకిన్ చేశాను. చేతిలో వైన్‌గ్లాస్‌తో, బార్‌లోని మసక వెలుగులో లెదర్ కుర్చీలో కూచుంటే ఎంత బాగుంటుంది, అన్న ఆలోచనను అక్కడే ఆపేశాను. అందుకు బదులు నడుస్తూ హార్బర్‌కు వెళ్లాను. మొదటి డ్రింక్ మధ్యలో కలిగే అనుభవం ఊహించగలను. ఆ భావనను పక్కకు పెట్టేందుకని, కడసారి తాగి ఎన్నాళ్లయిందని లెక్క మొదలుపెట్టాను. ఇరవయి. ఇవాళను కూడా చేర్చితే ఇరవయి ఒకటి. అంటే సరిగ్గా మూడు వారాలు. సంవత్సరాలలో ఇంతకాలం ఎన్నడూ డ్రైగా గడిచింది లేదు.

విచిత్రం ఏమిటంటే, నాకు చివరిసారి డ్రింక్ అందించిన వ్యక్తి కాతీ. పాలిపోయి, రక్తాలు మరకలు గట్టి ఉన్న నన్ను పోలీస్‌లు ఇంటికి చేర్చారు. ఏం జరిగిందీ చెప్పారు. ఇక తను గదినుంచి జాక్ డేనియెల్ బాటిల్ తెచ్చింది. ఇద్దరికీ లార్జ్‌లు పోసింది. తనకు ఏడుపు ఆగే తీరుగా లేదు. తప్పు తనదయినట్టు సారీలు

చెపుతున్నది. విస్కీ తాగాను. కానీ వెంటనే వాంతి చేసుకున్నాను. ఆ తరువాత చుక్క లిక్కర్ ముట్టింది లేదు. కావాలన్న కోరిక మాత్రం ఆగదు.

హార్బర్ చేరాను. అంచువెంట నడిచాను. బీచ్ చేరాను. అక్కడ హాయిగా నడవవచ్చు. కావాలంటే హోక్‌హామ్ వరకు పోవచ్చు. చీకటి పడుతున్నది. నీటిపక్కన గనుక చల్లగా ఉంది. అయినా నడిచాను. అలసట పుట్టేదాకా నడవాలని ఉంది. ఇక ఆలోచన కుదరదు, అన్నంత అలసిపోవాలి. అప్పుడు గాని నిద్రపడుతుందేమో.

బీచ్‌లో జనం లేరు. చాలా చలిగా ఉంది. పళ్లు టకటక కొట్టుకోకుండా దవడలు బిగబట్టవలసి వస్తున్నది. అంచువెంట అట్లాగే నడిచాను. బీచ్ హట్స్ మీదుగా పోయాను. అవి పగలయితే అందంగా ఉంటాయి. ఇప్పుడు భయం పుట్టిస్తున్నాయి. అవన్నీ దాగుండడానికి తగిన స్థలాలు. గాలీ బాగా వీస్తే ప్రాణం వస్తుంది. కఱ్ఱచెక్కలు రాసుకుని కిరకిరలాడతాయి. సముద్రం హోరులో అవి గుసగుసలుగా మారతాయి. ఎవరో, ఏమిటో వచ్చేస్తున్నట్టు.

వెనక్కు తిరిగాను, పరుగులంకించుకున్నాను.

అక్కడ ఏమీ లేదని తెలుసు. భయపడడానికి ఏదీ లేదు. కానీ కడుపు నుంచి ఎదలోకి అక్కడనుంచి గొంతులోకి భయం ఎదురు లేకుండా ఎగిసి వస్తున్నది. వీలయినంత వేగంగా పరుగెత్తాను. హార్బర్ చేరే వరకు ఆగలేదు. అక్కడ వీధిదీపాలు వెలుగుతున్నాయి.

గదిలో బెడ్ మీద కూచున్నాను. చేతులు వణుకుతుంటే వాటిమీద కూచున్నాను. మినిబార్ తెరిచి, వాటర్ బాటిల్, మకడేమియా నట్స్ తీసుకున్నాను. వైన్, చిన్న చిన్న జిన్ బాటిల్స్ అన్నీ ఉండనిచ్చాను. అవి నాకు నిద్రపట్టేట్టు చేస్తాయి. తెలుసు. వెచ్చగా సులభంగా, ఏదీ పట్టని స్థితిలోకి జారుస్తాయి, తెలుసు. అవి నన్ను ఏదీ జ్ఞాపకం లేకుండా చేస్తాయేమో.అది కొంత సేపే. అతను చనిపోతూ నేను వెనుదిరిగినప్పుడు చూచిన చూపులు, ఆముఖం తీరు.

ట్రెయిన్ వెళ్లిపోయింది. వెనుక అలికిడి తెలిసింది. ఆనా ఇంట్లోనుంచి వస్తున్నది. మా వేపు వడిగా నడిచింది. అతని పక్కన చేరింది. మోకాళ్ల మీద వాలింది. చెయ్యి అతని గొంతు మీద వేసింది.

అతని ముఖంలో షాక్, నొప్పి కనబడుతున్నాయి. 'ఏం లాభం లేదు, ఇప్పుడతనికి నీవే విధంగానూ, సాయం చెయ్యలేవు' అని చెప్పాలనిపించింది. కానీ

తాను రక్తం ఆపడానికి ప్రయత్నించడంలేదని అర్థమైంది. ఆమె స్థిరం చేస్తున్నది. స్క్రూను తిప్పుతున్నది. మరింత, మరింత లోతుగా గొంతును చించుతూ. అంతసేపు అతనికేదో చెపుతున్నది. మెత్తగా, సుతిమెత్తగా. ఏం చెపుతున్నదీ నాకు వినిపించలేదు.

తనను చివరిసారి పోలీస్‌స్టేషన్‌లో చూచాను. మా స్టేట్‌మెంట్‌ల కొరకు తీసుకు పోయారు. ఆమెను ఒక గదిలోకి, నన్ను మరొక గదిలోకి తీసుకుపోయారు. వెళ్లిపోయే ముందు, తాను నా ముంజేతిని తగిలింది. 'జాగ్రత్తగా ఉండు, రేచల్' అన్నది. ఆ చెప్పిన తీరులో ఏదో ఉంది. అదేదో హెచ్చరిక అనిపించింది. మా ఇద్దరిమధ్య బంధాలున్నాయి. మేము చెప్పిన కథ కారణంగా అవి శాశ్వతాలయినయి. అతడి మెడలో పోవడం కన్నా మరో దారిలేదని, నేనన్నాను. ఆనా అతడిని కాపాడడానికి ఎంతో ప్రయత్నించింది' అన్నాము.

పడక చేరి దీపాలు ఆర్పేశాను. నిద్రపోలేను. అయినా ప్రయత్నించాలి. ఎప్పటికో పీడకలలు ఆగిపోతాయి. నేను మరీ మరీ తలలో రిప్లే చేయడం ముగుస్తుంది, అనుకుంటాను. కానీ ప్రస్తుతం మాత్రం అంతులేని రాత్రి ఎదురుచూస్తున్నది. ఉదయం తొందరగా లేవాలి. ట్రెయిన్ పట్టుకోవాలి.